റീത്തയുടെ പാഠങ്ങൾ

Reethayude Padangal
Ormmakurippukal
1975-1985
Politics/Memoirs

Brinda Karat

Translation
R Parvathi Devi

CHINTHA PUBLISHERS
Thiruvananthapuram

First Edition
March 2024, 5000 Copies

Second Edition
April 2025

Published & Typesetting
Chintha Publishers, Thiruvananthapuram

Printed at
Repro India Ltd, Mumbai

Cover Design
Vinod Mangoes
Mumtaz Mustafa

ISBN : 978-81-971163-6-0

CR - 3671 / 7414

₹ 300

Email: chinthapublishers@gmail. com
Website: www. chinthapublishers. com

A version is available at National Libraries
Kolkata, Mumbai, Chennai and Delhi

Distribution
DESHABHIMANI BOOK HOUSE
H O Thiruvananthapuram 695035

Branches & Agencies
Head Office Kunnukuzhi • Statue Thiruvananthapuram
Saphalyam Complex Thiruvananthapuram
Machingal Lane Thrissur • IG Road Kozhikode
Mavoor Road Kozhikode • NGO Union Building Kannur
Central Bus Terminal Complex Thavakkara Kannur
Revenue Tower Ernakulam • Sulthanpetta Palakkad
Postoffice Road Kottaym • Hospital Road Nilamboor
Old Municipal Bus Stand Kalpatta

റീത്തയുടെ പാഠങ്ങൾ

ഓർമ്മക്കുറിപ്പുകൾ

1975–1985

ബൃന്ദ കാരാട്ട്

പരിഭാഷ

ആർ പാർവതിദേവി

ചിന്ത പബ്ലിഷേഴ്സ്

തിരുവനന്തപുരം 695 035

വില: ₹ 300

ബൃന്ദ കാരാട്ട്

1947 ഒക്ടോബറിൽ കൊൽക്കത്തയിൽ ജനനം. അഷ്റുകന മിത്രയുടെയും സൂരജ് ലാൽ ദാസിന്റെയും പുത്രി. കൊൽക്കത്തയിലും ഡെറാഡൂണിലും സ്കൂൾ വിദ്യാഭ്യാസം. മിരൻഡ ഹൗസിൽ നിന്നും ബിരുദം നേടിയശേഷം ലണ്ടനിലേക്കു പോയി. എയർ ഇന്ത്യയിൽ ജോലി ചെയ്തു. മാർക്സിസ്റ്റ് ആശയങ്ങളുമായും ഗ്രൂപ്പുകളുമായും ബന്ധം സ്ഥാപിച്ചു. 1971 ൽ ജോലി ഉപേക്ഷിച്ച് കൊൽക്കത്തയിലേക്കു മടങ്ങിയെത്തി. ബംഗ്ലാദേശ് യുദ്ധകാലത്ത് അഭയാർത്ഥി ക്യാമ്പുകളിൽ പ്രവർത്തിച്ചു. 1975 ൽ ദില്ലിയിലേക്ക് താമസം മാറ്റി. തുടർന്ന് സി പി ഐ (എം) അംഗമായി. 1975 നവംബറിൽ സ. പ്രകാശ് കാരാട്ടിനെ വിവാഹം കഴിച്ചു. അടിയന്തിരാവസ്ഥക്കാലത്ത് ഒളിവിൽ പ്രവർത്തിച്ചു. 2005 ൽ ബംഗാളിൽ നിന്നുള്ള രാജ്യസഭാംഗമായി. അതേ വർഷം സി പി ഐ (എം) പോളിറ്റ് ബ്യൂറോ അംഗമായി. *അതിജീവനവും വിമോചനവും- ഇന്ത്യയിലെ സ്ത്രീകളുടെ സമരഭൂമിയിൽ നിന്നുള്ള കുറിപ്പുകൾ, റീത്തയുടെ പാഠങ്ങൾ* ഉൾപ്പെടെ നിരവധി പുസ്തകങ്ങളും ലേഖനങ്ങളും പ്രസിദ്ധീകരിച്ചിട്ടുണ്ട്.

ആർ പാർവതിദേവി

1963 മെയ് 18 ന് തിരുവനന്തപുരത്ത് ജനനം.
അച്ഛൻ: പി ഗോവിന്ദപ്പിള്ള, അമ്മ: പ്രൊഫ. എം ജെ രാജമ്മ. കേരള സർവ്വകലാശാലയിൽ നിന്നും ഫിലോസഫിയിൽ എം എ. മദ്രാസ് സർവ്വകലാശാലയിൽ നിന്നും എം ഫിൽ. 18 വർഷത്തെ മാധ്യമ പ്രവർത്തനം.
കൃതികൾ: *സമരതീക്ഷ്ണതയുടെ ഇന്നലെകൾ, കേരള സ്ത്രീ ആറു പതിറ്റാണ്ടിൽ, പത്രം പത്രം കുട്ടികളെ, ടി വി കാണാം കുട്ടികളെ, ഭാരതീയ ദർശന സംഗ്രഹം, രക്തസാക്ഷികൾ, ജീവിതത്തിന്റെ നറുങ്ങുകൾ, സമലോകം* (വിവർത്തനം); *അക്കമ്മ ചെറിയാൻ* (ബാലസാഹിത്യം), *ജീവിതം ഒരു സമരം* (Authored autobiography)

ഭർത്താവ് : വി ശിവൻകുട്ടി
മകൻ : ഗോവിന്ദ് ശിവൻ
വിലാസം : 9 സുഭാഷ് നഗർ
വള്ളക്കടവ് പി ഒ
തിരുവനന്തപുരം 695008
rparvathidevi@gmail.com

ഉള്ളടക്കം

മലയാളം പതിപ്പിന്റെ ആമുഖം 9
'സഖാവ് റീത്ത' 11

മടക്കം

ലണ്ടനിൽനിന്നും കൽക്കത്തയിലേക്ക് 15
കുടുംബ ബന്ധങ്ങൾ 21
പാർട്ടിയിൽ ചേരുന്നു 26
കൽക്കത്തയിൽനിന്നും ദില്ലിയിലേക്ക് 29
ഒരു 'പാർട്ടി വിവാഹം' 32
എന്റെ ആശ്രയം 38

ദില്ലി

ദില്ലിയിലെ തുണിമില്ലുകൾ 43
ഐക്യദാർഢ്യം : അനുകൂലിച്ചും പ്രതികൂലിച്ചും 47
സഖാക്കൾ 50
തൊഴിലാളികൾ നേരിട്ടതെന്തായിരുന്നു 54
പണിമുടക്ക് 57
അമ്മ 64
സഖാവ് പി എസ് 68
തൊഴിലാളികളുടെ ജീവിതങ്ങൾ 71
ദില്ലിയുടെ 'സൗന്ദര്യവത്കരണം' 75
സ്ത്രീകളുടെ ജോലി 81

അത്യാഹ്ലാദവും പ്രതീക്ഷയും

അടിയന്തരാവസ്ഥയ്ക്ക് ശേഷം 89
ഗെയിറ്റിനു മുന്നിലെ പ്രസംഗം 92
കോൺഗ്രസ് പരാജയം നേരിടുന്നു 97
പ്രവർത്തനം പുനഃസംഘടിപ്പിക്കുന്നു 100
പാർട്ടി സംഘടനയെക്കുറിച്ചുള്ള പാഠങ്ങൾ 104
കരിങ്കാലികൾ നേരിട്ട അപമാനം 109
വൃത്തികെട്ട കളികളുടെ വകുപ്പ് 112
പഠിച്ച പാഠങ്ങൾ 116

ജലന്ധർ പാർട്ടി കോൺഗ്രസ് 119
ജലന്ധറിന് ശേഷം 122
1979 ലെ സമരം 126
ജയിൽ 130
കരാർ 133
തൊഴിലെടുക്കുന്ന സ്ത്രീകളുടെ സമ്മേളനം, 1979 136
പാർട്ടി കെട്ടിപ്പടുക്കുന്നു 142
ഫണ്ട് ശേഖരണം 145
തിരിച്ചറിവ് 148
അവസാന ഷിഫ്റ്റിനുള്ള വിസിൽ 150

ഇതാ വരുന്നു സ്ത്രീകൾ

മേഖലകൾ മാറുന്നു 154
സംഘാടകരെ സംഘടിപ്പിക്കൽ 157
യൂണിറ്റുകൾ തുടങ്ങുന്നു 162
പുതിയ സഖാക്കൾ 165
പ്രതിബന്ധങ്ങൾ തകർക്കുന്നു 170
സ്ത്രീധന വിരുദ്ധ പ്രചരണം 175
ജെ എം എസ് രീതി 179
സംയുക്ത പ്രസ്ഥാനങ്ങളും പ്രക്ഷോഭങ്ങളും 183
രാഷ്ട്രീയം വ്യക്തിപരമാണ് 187
ദുഃഖകരമായ നഷ്ടം 189
ഒരു 'ഇടതുപക്ഷ' വനിതാ സംഘടന 192

ഒരു ദശാബ്ദം അവസാനിക്കുന്നു

അദ്ധ്യാപകരുടെ പ്രക്ഷോഭങ്ങൾ 196
1983 ലെ തിരഞ്ഞെടുപ്പ് 198
സമരങ്ങളിൽ നിന്നുള്ള പാഠങ്ങൾ 203
1984 നുള്ള തയ്യാറെടുപ്പ് 207
വർഗീയ വിരുദ്ധ സംഘാടനം 210
അക്രമത്തിന് ശേഷമുള്ള ദുരിതാശ്വാസ പ്രവർത്തനങ്ങൾ 216
ഡൽഹി പാർട്ടി 220
കമ്മ്യൂണിസ്റ്റ് കുടുംബങ്ങൾ 222
പാർട്ടിയിൽ ഒരു സ്ത്രീ എന്ന നിലയിൽ 225
എന്റെ റീത്ത ദശകം 227
പിൻകുറിപ്പ് 229
നന്ദി 230

പ്രസാധകക്കുറിപ്പ്

എഴുപതുകളിൽ ലണ്ടൻ നഗരത്തിൽ ജോലി ചെയ്യാനെത്തിയ ഒരു ചെറുപ്പക്കാരി, ഇടതുപക്ഷ ആശയങ്ങളിൽ ആകൃഷ്ടയായി തൊഴിലും മധ്യവർഗ സൗഭാഗ്യങ്ങളും ഉപേക്ഷിച്ച് രാഷ്ട്രീയപ്രവർത്തനം നടത്താനായി ഇന്ത്യയിലേക്ക് തിരികെയെത്തുന്നു. രാഷ്ട്രീയ എതിരാളികളെ അരിഞ്ഞുവീഴ്ത്തുന്ന, അർധഫാസിസ്റ്റുകൾ അരങ്ങു തകർക്കുന്ന, സംഘർഷഭരിതമായ കൊൽക്കൊത്തയിലെ തെരുവുകളിലേക്ക് ഒരു സാധാരണ കമ്മ്യൂണിസ്റ്റ് പാർട്ടി പ്രവർത്തകയായി അവൾ ചെങ്കൊടിയുമേന്തി ഇറങ്ങുന്നു. അടിയന്തരാവസ്ഥയുടെ ഇരുണ്ട നാളുകളിൽ, ദില്ലി നഗരത്തിലെ തൊഴിലാളികൾക്കൊപ്പം ഒളിവിലും തെളിവിലും പ്രവർത്തിക്കുന്നു. അതോടൊപ്പം അക്കാലത്ത് ലോകത്താകെ അലയടിച്ചുയർന്ന സ്ത്രീവിമോചന ആശയങ്ങളെ നെഞ്ചേറ്റുന്നു. കേവലം ഒരു ദശകത്തെ അനുഭവങ്ങൾ മാത്രമാണ് ബൃന്ദ ഈ പുസ്തകത്തിലൂടെ നമ്മോട് പറയുന്നത്. പക്ഷേ, ഈ കഥകൾ ആരെയും ആവേശഭരിതരാക്കുന്ന ഒന്നാണ്.

നീതിപൂർണമായ ഒരു ലോകത്തിനുവേണ്ടി നിർഭയത്വത്തോടെ പോരാടിയ ഇന്ത്യൻ കമ്മ്യൂണിസ്റ്റ് പ്രസ്ഥാനത്തിലെ എണ്ണമറ്റ വ്യക്തിത്വങ്ങളുടെ കഥകൾ നാം ഏറെ കേട്ടിട്ടുണ്ട്. ഒരു എളിയ പ്രവർത്തകയായി തുടങ്ങി സി പി ഐ എമ്മിന്റെ പരമോന്നത സമിതിയിലെത്തിയ ബൃന്ദയുടെ കഥ സമ്പന്നമായ ആ ചരിത്രത്തെ കൂടുതൽ സമ്പുഷ്ടമാക്കുന്നു. വിശേഷിച്ച് ഒരു സ്ത്രീയുടെ അനുഭവം കൂടി കലരുമ്പോൾ അത് പുതിയ പല മാനങ്ങളും കൈവരിക്കുന്നു. കമ്മ്യൂണിസ്റ്റ് പാർട്ടിയിൽ പ്രവർത്തിക്കുന്ന സ്ത്രീകൾ ഒരേ സമയം വർഗ്ഗരഹിതമായ ഒരു സമൂഹത്തെയും ആണധികാര മുക്തമായ ഒരു യുഗത്തിനെയും ഒരേപോലെ സ്വപ്നം കാണുന്നവരാണ്. പലപ്പോഴും സംഘർഷഭരിതമാകുന്ന ഈ ദ്വിമുഖ പോരാട്ടത്തിന്റെ അനുഭവങ്ങളും ബൃന്ദയുടെ പുസ്തകത്തിൽ നിന്നും നമുക്ക് വായിച്ചെടുക്കാം. മലയാളി വായനക്കാർക്ക് മുന്നിൽ *റീത്തയുടെ പാഠങ്ങൾ* അഭിമാനത്തോടെ ഞങ്ങൾ പങ്കുവെയ്ക്കുന്നു.

ചിന്ത പബ്ലിഷേഴ്സ്

മലയാളം പതിപ്പിന്റെ ആമുഖം

അടിയന്തരാവസ്ഥക്കാലത്തെ അനുഭവങ്ങൾ മുതലുള്ള പത്തുവർഷത്തെ ഈ ഓർമ്മക്കുറിപ്പ് എഴുതുമ്പോൾ, ഇംഗ്ലീഷിനേക്കാൾ സമ്പന്നമായ സ്വന്തം ഭാഷകൾ പരിചയമുള്ള വായനക്കാർക്ക് ഇത് പരിഭാഷപ്പെടുത്തി ലഭ്യമാക്കുമെന്ന് ഞാൻ പ്രതീക്ഷിച്ചിരുന്നില്ല. ഇത് മലയാളത്തിൽ പ്രസിദ്ധീകരിക്കാൻ ചിന്ത പബ്ലിഷേഴ്സ് തീരുമാനിച്ചതിലും പാർവതി ദേവി വിവർത്തനം ചെയ്യാൻ സമ്മതിച്ചതിലും ഞാൻ സന്തോഷിക്കുന്നു. പാർവതിയെ എനിക്ക് വർഷങ്ങളായി അറിയാം. സ്ത്രീകളുടെയും ദരിദ്ര വിഭാഗങ്ങളുടെയും പ്രശ്നങ്ങളെക്കുറിച്ച് പാർവതിക്കുള്ള ധാരണ എനിക്ക് മനസ്സിലാക്കാൻ കഴിഞ്ഞിട്ടുണ്ട്. പാർവതി ഈ പുസ്തകം വിവർത്തനം ചെയ്യാൻ മെനക്കെടുകയും രാഷ്ട്രീയ ജാഗ്രതയുള്ള സൂക്ഷ്മദൃക്കായ ചിന്ത പബ്ലിഷേഴ്സ് എഡിറ്റർ സഖാവ് രഞ്ജിത്ത് എഡിറ്റിംഗിൽ വ്യക്തിപരമായി ഇടപെടുകയും ചെയ്തതിലൂടെ ഞാൻ ആദരിക്കപ്പെട്ടിരിക്കുന്നു. രഞ്ജിത്തിനും പാർവതിക്കും ഞാൻ നന്ദി അറിയിക്കുന്നു.

1976 ലെ വേനൽക്കാലത്താണ് കേരളത്തിന്റെ മരുമകളെന്ന നിലയിൽ എന്റെ ആദ്യ കേരള സന്ദർശനം. ഡൽഹിയിൽ ഞാൻ റീത്ത എന്നാണ് അറിയപ്പെട്ടിരുന്നത്, എന്നാൽ കേരളത്തിൽ പ്രകാശിന്റെ കുടുംബത്തെ പരിചയപ്പെടുത്തിയത് ബൃന്ദ എന്നായിരുന്നു. ഡൽഹിയിൽ നിന്നും തീവണ്ടി കയറി ഞങ്ങൾ അപ്പേട്ടൻ എന്ന് വിളിക്കുന്ന പ്രകാശിന്റെ അമ്മാവൻ താമസിച്ചിരുന്ന ഒറ്റപ്പാലത്ത് ഇറങ്ങി. പെട്ടെന്ന് തന്നെ വളരെ അടുപ്പത്തിലായ അപ്പേട്ടന്റെ കൂടെ ഒന്നോ രണ്ടോ ദിവസത്തെ താമസത്തിനുശേഷം ഞങ്ങൾ ബസിൽ കടല്ലൂരിലേക്ക് പോയി. കേര

ളത്തിന്റെ മനോഹരമായ നാട്ടിൻപുറങ്ങളുടെ കാഴ്ച എന്റെ കണ്ണുകൾക്ക് വിരുന്നായി. പ്രകാശിന്റെ അമ്മായി അമ്മു ഏടത്തിയും അമ്മാവൻ നാരായണ മാമയും താമസിച്ചിരുന്നത് നെൽവയലുകളാൽ ചുറ്റപ്പെട്ട ഒരു പഴയ തറവാട്ടിലാണ്. സ്നേഹധനരായ ഈ കുടുംബത്തോടൊപ്പമുള്ള താമസം വിസ്മയകരമായിരുന്നു. പിന്നീട് ആ കുടുംബത്തിലെ മറ്റ് അംഗങ്ങളായ ഭാസ്കരൻ മാമയെയും സരോജിനി ഏടത്തിയെയും അവരുടെ പെൺമക്കളെയും പരിചയപ്പെട്ടു. ഞങ്ങൾ പലവട്ടം ഇവരോടൊപ്പം താമസിച്ചിട്ടുണ്ട്. കേരളത്തിലെ ഈ കുടുംബം എന്നെ അംഗീകരിക്കുകയും സ്നേഹിക്കുകയും ചെയ്തതിൽ ഞാൻ സന്തോഷിച്ചു. വിവാഹം കഴിഞ്ഞ ആദ്യ വർഷങ്ങളിൽ കേരളത്തിലേക്കു നടത്തിയ യാത്രകളുടെ അനേകം ആഹ്ലാദകരമായ ഓർമ്മകൾ എനിക്കുണ്ട്. ആ കാലത്ത് റീത്തയായി ഡൽഹിയിൽ നടത്തിയ പ്രവർത്തനങ്ങളിൽ ഒതുക്കിയ ഈ ഹ്രസ്വമായ ഓർമ്മക്കുറിപ്പിൽ അതെല്ലാം ഉൾപ്പെടുത്താൻ കഴിയാത്തതിൽ എനിക്ക് വിഷമമുണ്ട്.

കേരളം എന്റെ ജീവിതത്തിന്റെ അവിഭാജ്യഭാഗമാണ്. ഈ പുസ്തകം മലയാളത്തിൽ ലഭ്യമാകുന്നത് എന്നെ ഏറെ സന്തോഷിപ്പിക്കുന്നു.

ബൃന്ദ കാരാട്ട്

'സഖാവ് റീത്ത'

ആ രാത്രി ഇന്നലെയെന്നപോലെ ഞാനോർക്കുന്നു. ഞങ്ങൾ ബിർള കോട്ടൺ ടെക്സ്റ്റൈൽ മില്ലിൽ നിന്ന് വളരെ അകലെയല്ലാത്ത വടക്കൻ ഡൽഹിയിലെ കമല നഗറിലെ ഒരു ചെറിയ ഓഫീസിലായിരുന്നു. ഞങ്ങൾ പതിനാലോളം പേർ ഉണ്ടായിരുന്നു - ഞാനൊഴികെ എല്ലാവരും മില്ലിലെ തൊഴിലാളികളായിരുന്നു. രാത്രിയേ യോഗം ചേരാൻ കഴിയൂ, കാരണം രാത്രി 9.30 ന് അവസാനിച്ച ഷിഫ്റ്റിൽ ജോലി ചെയ്തവരും അവരിൽ ഉണ്ടായിരുന്നു. പ്രധാന വാതിൽ ചേർത്ത് അടച്ചിരുന്നു, മുറിയുടെ നടുവിലുള്ള മുനിഞ്ഞുകത്തുന്ന എണ്ണ വിളക്കിൽ നിന്നുള്ള വെളിച്ചം മാത്രം. ഇത്രയേറെ കസേരകൾക്ക് ഇടമില്ലാത്തതിനാൽ ഞങ്ങൾ നിലത്താണ് ഇരുന്നത്. ബിർള മിൽസ് ബ്രാഞ്ചുമായുള്ള എന്റെ ആദ്യ കൂടിക്കാഴ്ചയായിരുന്നു അത് - മില്ലിൽ ജോലി ചെയ്യുന്ന കമ്യൂണിസ്റ്റ് പാർട്ടി ഓഫ് ഇന്ത്യ (മാർക്സിസ്റ്റ്) അംഗങ്ങളുടെ യോഗം. ഈ ദിവസത്തിനായി വർഷങ്ങളോളമാണ് ഞാൻ കാത്തിരുന്നത്.

ഇന്ദിരാഗാന്ധി അടിയന്തരാവസ്ഥ പ്രഖ്യാപിച്ച് രണ്ട് മാസത്തിന് ശേഷം, 1975 ആഗസ്റ്റിലായിരുന്നു അത്. ഇന്ത്യയിലെ അടിയന്തരാവസ്ഥയുടെ കാലഘട്ടം പൊതുവെ പൗരസ്വാതന്ത്ര്യത്തിന്റെയും ജനാധിപത്യാവകാശങ്ങളുടെയും വിനാശമായാണ് കണക്കാക്കപ്പെടുന്നത്, അത് തീർച്ചയായും ശരിയാണ്. എന്നാൽ അടിയന്തരാവസ്ഥ തൊഴിലാളി വർഗത്തെ ലക്ഷ്യമാക്കിയുള്ള ആസൂത്രിതമായ ആക്രമണം കൂടിയായിരുന്നു എന്നതും ആക്രമണാത്മക മുതലാളിത്തത്തിന്റെ വികസനത്തിന് വിലങ്ങുതടിയായി കാണപ്പെട്ട നിയന്ത്രണങ്ങൾ പൊളിച്ചെഴുതുന്നതിലേക്ക്

അനുനയിച്ചു എന്നതും ചിലപ്പോഴൊക്കെ ശ്രദ്ധിക്കപ്പെടാതെ പോകാറുണ്ട്.

അടിയന്തരാവസ്ഥ ഇന്ത്യയിലെ മുതലാളിമാർക്ക് ഒരനുഗ്രഹമായിരുന്നു. എഴുപതുകളുടെ തുടക്കത്തിൽ തൊഴിലാളിവർഗ പ്രക്ഷോഭങ്ങളും തൊഴിലാളികളുടെ സമരോത്സുകതയുംമൂലം ഇന്ത്യയിലെ പ്രമുഖ വ്യവസായ സ്ഥാപനങ്ങൾ ആടിയുലഞ്ഞു. 1974-ലെ ചരിത്രപ്രസിദ്ധമായ റെയിൽവേ തൊഴിലാളികളുടെ പണിമുടക്ക് തുടർച്ചയായ നിരവധി ഐക്യദാർഢ്യ സമര പരമ്പരയ്ക്കുതന്നെ ഇടയാക്കി. സംഘടിക്കുവാനും പ്രതിഷേധിക്കുവാനും പണിമുടക്കുവാനുമുള്ള തൊഴിലാളിയുടെ അടിസ്ഥാന അവകാശം തന്നെ അടിയന്തരാവസ്ഥ ഇല്ലാതാക്കി. അധ്വാനിക്കുന്ന വർഗങ്ങൾ കഠിനമായി പരിശ്രമിച്ചു നേടിയെടുത്ത അവരുടെ അവകാശങ്ങൾ ഇല്ലാതാക്കിക്കൊണ്ട് അവരെ നിരായുധരാക്കുകയും തൊഴിലാളികളെ 'അച്ചടക്ക' മുള്ളവരാക്കുവാൻ മുതലാളിമാർക്ക് സർവ്വസ്വാതന്ത്ര്യം നൽകുകയും ചെയ്തു. *ന്യൂയോർക്ക് ടൈംസി*ന് നൽകിയ അഭിമുഖത്തിൽ, അക്കാലത്തെ ഇന്ത്യയിലെ പ്രമുഖ വ്യവസായി ജെ ആർ ഡി ടാറ്റ അത് വ്യക്തമായി പറഞ്ഞു. 'കാര്യങ്ങൾ അതിരു കടന്നിരിക്കുന്നു', അദ്ദേഹം പറഞ്ഞു. 'ഞങ്ങൾ ഇവിടെ എന്തൊക്കെയാണ് അനുഭവിക്കുന്നതെന്ന് നിങ്ങൾക്ക് ഊഹിക്കാനാവില്ല - പണിമുടക്കുകൾ, ബഹിഷ്കരണങ്ങൾ, പ്രകടനങ്ങൾ. എന്തിന്, എനിക്ക് ഓഫീസിൽ നിന്ന് റോഡിലേക്ക് ഇറങ്ങാൻ കഴിയാത്ത ദിവസങ്ങളുണ്ടായിരുന്നു. പാർലമെന്ററി സംവിധാനം നമ്മുടെ ആവശ്യങ്ങൾക്ക് യോജിച്ചതല്ല.' ഇന്ത്യയിലെ പല ട്രേഡ് യൂണിയൻ നേതാക്കളും അന്ന് അറസ്റ്റിലായി.

തൊഴിലാളികളുടെ മേൽ കൂടുതൽ ജോലിഭാരം അടിച്ചേൽപ്പിക്കാൻ മാനേജ്മെന്റിന് അടിയന്തരാവസ്ഥ എങ്ങനെ ധൈര്യം നൽകിയെന്നും ഇതിനെയെങ്ങനെ പ്രതിരോധിക്കാമെന്നും അന്ന് രാത്രി ഞങ്ങളുടെ യോഗത്തിൽ തൊഴിലാളികൾ ചർച്ചചെയ്തു. സഖാവ് ശ്രീറാം ആയിരുന്നു ചർച്ചയ്ക്ക് നേതൃത്വം നൽകിയത്.. യൂണിയൻ പ്രവർത്തനത്തിന്റെ പേരിൽ പിരിച്ചുവിടപ്പെട്ട അദ്ദേഹം ബഹുമാന്യനായ ഒരു നേതാവായിരുന്നു. ശ്രീറാമിന്റെ രൂപം അദ്ദേഹത്തിന്റെ കരുത്തിനെക്കുറിച്ച് തെറ്റായ ധാരണയാണുണ്ടാക്കുക. വല്ലാതെ മെലിഞ്ഞ ശരീരവും കുനിയ തോളുകളുമുള്ള അദ്ദേഹം അമിതമായ ബീഡിവലി കൊണ്ടാകാം, ദുർബലമായ നെഞ്ചിന്റെയും ഉടമയായി. പെട്ടെന്ന് അദ്ദേഹം എന്റെ നേരെ തിരിഞ്ഞ് പറഞ്ഞു, 'കൽക്കത്തയിലെ വീട്ടിലെ നിങ്ങളുടെ മുറി കുത്തിത്തുറന്ന് പരിശോധിച്ചതായി എനിക്ക് വിവരം ലഭിച്ചു. സഖാവ് സുർജീത്താണ് ഈ സന്ദേശം അയച്ചത്, അതിനാൽ നമ്മൾ ഇത് ഗൗരവമായി എടുക്കണം. നിങ്ങളോട് പുതിയ പേരിൽ ഇവിടെ ജോലി ചെയ്യാൻ പറഞ്ഞിട്ടുണ്ട്.'

സി പി ഐ (എം) ന്റെ പൊളിറ്റ് ബ്യൂറോ അംഗം ഹർകിഷൻ സിംഗ് സുർജീത്തിനെയാണ് സഖാവ് ശ്രീറാം പരാമർശിച്ചത്.

ഞാൻ അത്ഭുതപ്പെട്ടില്ല. അടിയന്തരാവസ്ഥയെത്തുടർന്നുള്ള ആഴ്ച യിൽ ഒളിവിൽ പോകേണ്ടിവന്ന ഞങ്ങളുടെ ചില നേതാക്കൾ കുറച്ച് ദിവസത്തേക്ക് കൽക്കത്തയിലെ എന്റെ വാടക മുറി ഉപയോഗിച്ചു. മാ സങ്ങൾ കഴിഞ്ഞെങ്കിലും പോലീസിന് അത് മനസ്സിലായിട്ടുണ്ടാകും! എന്നെ ഷീല എന്ന് വിളിക്കാമെന്ന് ഞാൻ നിർദ്ദേശിച്ചു. അത് പറഞ്ഞ തും എല്ലാവരും ഒരേ ശബ്ദത്തിൽ 'വേണ്ട' എന്ന് പറഞ്ഞു . ശ്രീറാമിന്റെ ഭാര്യയുടെ പേരും ഷീല എന്നാണ്. രണ്ട് ഷീലകൾ ഉണ്ടാകുന്നത് ആശ യക്കുഴപ്പമുണ്ടാക്കുമെന്നതായിരുന്നു കാരണം. നെയ്ത്തുതൊഴിലാളിയും പടിഞ്ഞാറൻ ഉത്തർപ്രദേശിൽ നിന്നുള്ള മുൻ ഗുസ്തിതാരവുമായ ചന്ദ്രഭന് ഒരിക്കലും എന്റെ ബൃന്ദ എന്ന പേര് ഉച്ചരിക്കാൻ കഴിയില്ല. അദ്ദേഹം എന്നെ എപ്പോഴും ബിരീന്ദർ എന്നാണ് വിളിച്ചിരുന്നത്. അദ്ദേഹത്തി ന്റെ ഉച്ചാരണം ശരിയാക്കാനുള്ള എന്റെ ആവർത്തിച്ചുള്ള ശ്രമങ്ങൾ പാഴായി. എന്റെ പേരുമാറ്റണമെന്ന നിർദ്ദേശത്തെ അദ്ദേഹം ആവേശ ത്തോടെ സ്വാഗതം ചെയ്തത് ആശ്വാസത്തോടെയായിരിക്കാം. അദ്ദേഹം പറഞ്ഞു, 'നമുക്ക് ഉച്ചരിക്കാൻ എളുപ്പമുള്ള ഒരു പേരുവേണം. ഞങ്ങൾ ഇനി 'റീത്ത' എന്ന് വിളിക്കാം.

അന്ന് മുതൽ അടുത്ത പത്ത് വർഷത്തേക്ക് ഞാൻ സഖാവ് റീത്ത എന്നാണറിയപ്പെട്ടിരുന്നത്.

1
മടക്കം

ലണ്ടനിൽനിന്നും കൽക്കത്തയിലേക്ക്

1970–ൽ എയർ ഇന്ത്യയുടെ ലണ്ടനിലെ ജോലി ഉപേക്ഷിച്ച് ഞാൻ എന്റെ ജന്മസ്ഥലമായ കൽക്കത്തയിലേക്ക് മടങ്ങി. ലണ്ടനിലെ എന്റെ മൂന്ന് വർഷം എന്റെ ജീവിതത്തെ മാറ്റിമറിച്ചു. നാടകത്തോടുള്ള അഭിനിവേശത്താൽ ലണ്ടനിലെ നാടക സ്കൂളിൽ ചേരുക എന്നതായിരുന്നു പത്തൊമ്പതു വയസ്സുകാരിയായിരുന്ന എന്റെ സ്വപ്നം.

തൊഴിലിനോട് അങ്ങേയറ്റം നൈതികത പുലർത്തിയിരുന്ന എന്റെ അച്ഛൻ പെണ്മക്കൾ സാമ്പത്തികമായി സ്വാശ്രയത്വം നേടണമെന്ന് ആഗ്രഹിച്ചിരുന്നതിനാൽ ലണ്ടനിൽ ജോലിക്ക് ചേർന്ന ശേഷം സായാഹ്ന ക്ലാസിൽ ചേർന്ന് നാടകം പഠിക്കാമെന്ന നിർദേശിച്ചു. അച്ഛന്റെ സഹായത്താൽ ആദ്യം കൽക്കത്തയിലെ എയർ ഇന്ത്യ ഓഫീസിൽ ചേർന്നു. ഏതാനും മാസങ്ങൾ കഴിഞ്ഞപ്പോൾ ലണ്ടനിലെ ഒഴിവിൽ അപേക്ഷിച്ചു. അങ്ങനെ 1967 ൽ ഹീത്രൂ വിമാനത്താവളത്തിൽ ഞാൻ നിയമിതയായി.

താമസിയാതെ എനിക്ക് മാനേജ്മെന്റുമായി ഒരു ഏറ്റുമുട്ടൽ വേണ്ടിവന്നു. വിമാനത്താവളത്തിൽ ജോലി ചെയ്യുന്ന സ്ത്രീകൾക്ക് എയർ ഇന്ത്യയുടെ തനതായ യൂണിഫോമായ സാരി ധരിക്കാൻ പാടില്ലെന്നും നിർബന്ധമായും പാവാടയും ജാക്കറ്റും ധരിക്കണമെന്നുമുള്ള വിചിത്രമായ നിയമം നിലവിലുണ്ടായിരുന്നു. ഒരു ഇന്ത്യൻ വിമാനക്കമ്പനി അവരുടെ ജീവനക്കാർ ദേശീയ വസ്ത്രം ധരിക്കാൻ ആഗ്രഹിക്കുന്നെങ്കിൽ തീർച്ചയായും അവരെ അതിനനുവദിക്കണമെന്ന എന്റെ അഭിപ്രായം അവർ തള്ളിക്കളഞ്ഞു. അന്നത്തെ ഫാഷൻ മിനി സ്കേർട്ടായിരുന്നിട്ടും

എനിക്ക് സാരി ധരിക്കണമെന്നത് എയർ ഇന്ത്യയിൽ ജോലി ചെയ്യുന്ന ഇംഗ്ലീഷ് പെൺകുട്ടികൾക്ക് വിചിത്രമായി തോന്നി. കൽക്കത്തയിൽ ഞാൻ ധരിച്ചിരുന്ന യൂണിഫോമായ സാരിതന്നെ ഞാൻ തുടർന്നും ഉടുത്തുവന്നത് അവിടെ പ്രശ്നമായി. എന്റെ ബോസ് അലൻ എന്ന ദയാലുവായ ഒരു സ്കോട്ട്ലൻഡുകാരനായിരുന്നു, മേലുദ്യോഗസ്ഥരോടുള്ള അനുസരണക്കേടിന്റെ പേരിൽ എന്നെ പിരിച്ചുവിടുന്നതിനുപകരം, ശാഠ്യക്കാരിയായ യുവതിയെ എങ്ങനെ കൈകാര്യം ചെയ്യണമെന്ന് നിർദേശിക്കാൻ ബോംബെ ഹെഡ് ഓഫീസിലേക്ക് എഴുതി. ഏതാനും ആഴ്ചകൾക്കുള്ളിൽ എയർ ഇന്ത്യയുടെ ഇതിഹാസ കൊമേഴ്സ്യൽ ഡയറക്ടർ, പ്രശസ്ത മഹാരാജ ലോഗോയുടെ ഉപജ്ഞാതാവ് ബോബി കൂക്കയിൽ നിന്നുതന്നെ മറുപടി വന്നു, 'ബൃന്ദ മാത്രമല്ല, മറ്റേതൊരു ജീവനക്കാരിക്കും സാരി ധരിക്കാൻ തീരുമാനിക്കാം.' നേരത്തെ എന്റെ എതിർപ്പുകളെ കളിയാക്കിയ സഹപ്രവർത്തകർ സാരി ഉടുക്കുന്നത് എങ്ങനെയെന്ന് പഠിക്കാൻ എന്റെ വിശ്രമമുറിയിൽ വരിയായി നിന്നപ്പോൾ ഞാൻ എന്റെ വിജയം ആസ്വദിച്ചു. ഞാൻ ചില നാടക സ്കൂളുകളിൽ അപേക്ഷിക്കുകയും സായാഹ്ന ക്ലാസുകളിൽ പ്രവേശനം നേടുകയും ചെയ്തു, പക്ഷേ, എയർപോർട്ടിലെ എന്റെ ഷിഫ്റ്റ് ഡ്യൂട്ടി കാരണം എനിക്ക് ക്ലാസിൽ പോകാൻ കഴിഞ്ഞില്ല. ലണ്ടൻ നഗരമധ്യത്തിലുള്ള ബോണ്ട് സ്ട്രീറ്റിലെ ഹെഡ് ഓഫീസിലേക്ക് എന്നെ മാറ്റിയപ്പോഴേക്കും 1968 മാർച്ച് പകുതിയായി, എന്റെ ജീവിതം അപ്പോഴേക്കും മാറിത്തുടങ്ങിയിരുന്നു.

ഫൂലൻ ദേവിയുടെ ജീവിതത്തെ ഹൃദയസ്പർശിയാംവിധം പകർത്തിവച്ചിട്ടുള്ള *ബാൻഡിറ്റ് ക്വീൻ* എന്ന ജനപ്രിയ പുസ്തകം രചിച്ച എന്റെ സ്കൂൾ സുഹൃത്ത് മാലാ സെന്നുമായി ഞാൻ വീണ്ടും ബന്ധപ്പെട്ടിരുന്നു. എന്റെ താമസസ്ഥലത്തിനു സമീപം തന്നെയാണ് അവൾ തന്റെ ജീവിത പങ്കാളിയായ ഫറൂഖ് ധോണ്ടിക്കൊപ്പം താമസിച്ചിരുന്നത്. അദ്ദേഹം ഊർജസ്വലനായ ഒരു ചെറുപ്പക്കാരനായിരുന്നു. മിടുക്കനും വാചാലനുമായ ഒരു ഇടതുപക്ഷ രാഷ്ട്രീയ പ്രവർത്തകൻ. അവരുടെ ചെറിയ ഫ്ലാറ്റിൽ ചൂടേറിയ രാഷ്ട്രീയ ചർച്ചകളുമായി എപ്പോഴും യുവാക്കൾ നിറഞ്ഞിരുന്നു, എല്ലാവർക്കുമുണ്ട് ശക്തമായ അഭിപ്രായങ്ങൾ. എന്റെ ഷിഫ്റ്റ് തീർന്നാലുടൻ (ഞാനും മാലയും മാത്രമാണ് ഒരുകൂട്ടം വിദ്യാർത്ഥികൾക്കിടയിൽ അന്ന് ജോലി ചെയ്തിരുന്നതെന്ന് ഞാൻ കരുതുന്നു) കെട്ടിടത്തിന്റെ ഏറ്റവും മുകളിലുള്ള അവരുടെ ഫ്ലാറ്റിലേക്കുള്ള ഇടുങ്ങിയ ഗോവണി കയറുകയായി. അവിടെ സിഗരറ്റുകളും നിരവധി കപ്പ് ചായയും കാപ്പിയും വിലകുറഞ്ഞ റെഡ് വൈനും ഒക്കെയായി യുവാക്കളും യുവതികളും ലോകത്തിന്റെ ഗതിയെക്കുറിച്ച് ചർച്ച ചെയ്യുകയാകും. ഇടതുപക്ഷ രാഷ്ട്രീയ ചർച്ചകളിലേക്കുള്ള എന്റെ ആദ്യ പരിചയപ്പെടലായിരുന്നു അത്. അറു

ബൃന്ദ, ലണ്ടനിലെ ഡ്രാമ സ്കൂൾ കാലഘട്ടം

പതുകളുടെ അവസാനത്തിൽ ലണ്ടനിലെ സ്ഥിതിയും യു എസിലെ കാമ്പസുകളിലും യൂറോപ്പിലെ കോളേജുകളിലും സർവകലാശാലകളിലും സംഭവിച്ചതിന് സമാനമായിരുന്നു. സാമൂഹികമായ കലങ്ങിമറിച്ചിൽ, എല്ലാ മേഖലകളിലും വ്യവസ്ഥിതിക്കെതിരെ യുവാക്കളുടെ കലാപങ്ങൾ. മുദ്രാവാക്യം ഇതായിരുന്നു - എന്തിനേയും ചോദ്യം ചെയ്യുക! അഭിപ്രായ സംഘർഷങ്ങളുടെ ഒരു കൂട്ടമായിരുന്നു അവിടെ ഉണ്ടായിരുന്നത്. അരാജകവാദികൾ, ട്രോട്സ്കിയിസ്റ്റുകൾ, ബ്ലാക്ക് പവർ ഗ്രൂപ്പുകൾ, മാർക്സിസ്റ്റുകൾ, ഹിപ്പി പ്രസ്ഥാനം, മാറ്റത്തിന്, വിപ്ലവത്തിന് ആഹ്വാനം ചെയ്യുന്ന കവിതകളും പാട്ടുകളും. വ്യവസ്ഥിതി കലുങ്ങി. അറുപതുകളുടെ അവസാനത്തിൽ നിങ്ങൾക്ക് ലണ്ടനിൽ ചെറുപ്പമായിരിക്കാനും ഇതൊന്നും ബാധിക്കാതെയിരിക്കുവാനും കഴിയില്ല.

ലോകത്തിലെ ഏറ്റവും ശക്തമായ സാമ്രാജ്യത്വ രാജ്യത്തിന്റെ ശക്തിയോട് പോരാടുന്ന, ചെറിയ രാഷ്ട്രമായ വിയറ്റ്നാമിന്റെ ദേശീയ വിമോചന സമരമാണ് എന്നെ വളരെയധികം പ്രചോദിപ്പിച്ചത്. വിയറ്റ്നാം യുദ്ധത്തിനെതിരായ പ്രകടനങ്ങളിലും പ്രതിഷേധങ്ങളിലും ജോലിയിൽനിന്ന് അവധിയെടുത്ത് ഞാൻ പങ്കെടുക്കാൻ തുടങ്ങി. മാർച്ചിലെ പ്രസിദ്ധമായ ഗ്രോസ്വെനർ സ്ക്വയർ പ്രതിഷേധത്തിലും തുടർന്ന് 1968-ലെ ഒക്ടോബർ മാർച്ചിലും ഞാൻ മാലയുടെയും ഫാറൂഖിന്റെയും സംഘത്തിന്റെയൊപ്പം പങ്കെടുത്തു. കുതിരപ്പോലീസ് പ്രകടനത്തിന്

നേരെ ലാത്തിവീശി. ആ ചെറിയ രാഷ്ട്രത്തിന്റെ നേതാക്കളെ പ്രചോദിപ്പിച്ച പ്രത്യയശാസ്ത്രത്തെക്കുറിച്ച്, മാർക്സിസത്തെക്കുറിച്ച് കൂടുതൽ പഠിക്കാൻ എന്നെ വിയറ്റ്നാം യുദ്ധം പ്രേരിപ്പിച്ചു. ഞാൻ മാർക്സിസ്റ്റ് സാഹിത്യം വായിക്കാൻ തുടങ്ങി. അത് ഇന്ത്യയിലും എന്റെ സ്വന്തം സംസ്ഥാനമായ പശ്ചിമബംഗാളിലും എന്താണ് സംഭവിക്കുന്നതെന്ന് അറിയാൻ എന്നെ പ്രേരിപ്പിച്ചു.

അക്കാലത്ത് ഇംഗ്ലണ്ടിലെ മിക്ക ഇന്ത്യൻ വിദ്യാർത്ഥികളും നക്സലൈറ്റ് പ്രസ്ഥാനത്തിലേക്ക് ആകർഷിക്കപ്പെട്ടു. സ്കൂൾ ഓഫ് ഓറിയന്റൽ ആൻഡ് ആഫ്രിക്കൻ സ്റ്റഡീസിലെ (SOAS; ഇപ്പോൾ SOAS യൂണിവേഴ്സിറ്റി ഓഫ് ലണ്ടൻ) ഇന്ത്യൻ വിദ്യാർത്ഥി പ്രവർത്തകരിൽ പ്രമുഖനായിരുന്നു സുനീത് ചോപ്ര. അദ്ദേഹം സ്വയം ഒരു മാർക്സിസ്റ്റാണെന്ന് കണക്കാക്കിയിരുന്നു. കൽക്കത്തയിലെ എന്റെ സ്കൂൾ കാലഘട്ടത്തിലെ പഴയ കുടുംബ സുഹൃത്തായിരുന്നു അദ്ദേഹം. സുനീതിന്റെ സഹോദരിമാരായിരുന്നു നീനയും മധുവും. നീനയ്ക്ക് എന്റെ മൂത്ത സഹോദരി ജ്രൂനിയോടായിരുന്നു കൂടുതൽ അടുപ്പം. ഞാനും അനുജത്തി മധുവും കോളേജിൽ ഒരേ മുറിയിൽ താമസിച്ചിരുന്ന അടുത്ത സുഹൃത്തുക്കളായിരുന്നു. ലണ്ടനിൽ വെച്ച് ഞങ്ങൾ കണ്ടുമുട്ടിയപ്പോൾ, എഡ്മണ്ട് വിൽസന്റെ പുരോഗമന, സോഷ്യലിസ്റ്റ് പ്രസ്ഥാനങ്ങളുടെ ചരിത്രപഥം കണ്ടെത്തുന്ന *ഫിൻലാൻഡ് സ്റ്റേഷനിലേക്ക്* എന്ന പുസ്തകം സുനീത് എനിക്ക് സമ്മാനിച്ചു. സണ്ണിയെന്ന് അടുപ്പമുള്ളവർ വിളിച്ചിരുന്ന സുനീതിന് അക്കാലത്ത് നക്സലൈറ്റ് പ്രസ്ഥാനത്തോട് ഏറെ മമതയുണ്ടായിരുന്നു. ഒരു ദിവസം, അദ്ദേഹം ഒരു ബംഗാളി വിദ്യാർത്ഥിയെ എന്റെ മുറിയിലേക്ക് കൊണ്ടുവന്നു, ഞാൻ അദ്ദേഹത്തെ പരിചയപ്പെടണമെന്ന് സണ്ണി നിർബന്ധിച്ചു, തടവിൽനിന്ന് രക്ഷപ്പെട്ട ഒരു നക്സലൈറ്റ് ഇതാ വന്നിരിക്കുന്നുവെന്നും അയാൾ എനിക്ക് കാര്യങ്ങൾ പറഞ്ഞുതരുമെന്നും സണ്ണി പറഞ്ഞു. അപ്പോഴേക്കും സി പി ഐ (എം) നെക്കുറിച്ച് കൂടുതൽ പഠിക്കാനായിരുന്നു എന്റെ താൽപ്പര്യമെന്ന് എനിക്ക് വ്യക്തമായിരുന്നു. സുനീത് നിരാശനായി. അദ്ദേഹം എന്നോട് പറഞ്ഞു, 'ബിന്നി (എന്റെ വിളിപ്പേര്), നമ്മൾ രണ്ടുപേരും ഇന്ത്യയിലേക്ക് മടങ്ങും, പക്ഷേ, കഷ്ടം! എതിർചേരികളിൽ ആയിരിക്കും, വർഷങ്ങൾക്കുശേഷം ഡൽഹിയിലെ സി പി ഐ (എം) ഓഫീസ് സന്ദർശിച്ച സമയത്ത്, സുനീതിനെ അവിടെ കണ്ടപ്പോൾ എനിക്ക് സന്തോഷമായി. അദ്ദേഹം പറഞ്ഞു, "മാർക്സിസത്തിൽ വിശ്വസിക്കുകയും അത് ഇന്ത്യയിൽ പ്രയോഗിക്കാൻ ശ്രമിക്കുകയും ചെയ്യുന്ന ഏതൊരാൾക്കും വിപ്ലവത്തിന്റെ ലക്ഷ്യത്തെ യഥാർത്ഥത്തിൽ പ്രതിനിധീകരിക്കുന്നത് ഈ പാർട്ടിയാണെന്ന് ഏറെ വൈകാതെ മനസ്സിലാകും!" ഞാൻ തമാശയായി പറഞ്ഞു, 'അത് ആശ്വാ

സമായി, മറു ചേരിയിൽ നിന്ന് എനിക്കുനേരെ നിങ്ങൾ വെടിയുതിർക്കുന്നത് ഞാൻ ഇഷ്ടപ്പെടുന്നില്ല.' സുനീതിന്റെ സഹോദരിമാരായ മധുവും നീനയും ഇടതുപക്ഷ പ്രസ്ഥാനത്തിൽ ചേർന്നു, എന്റെ അതേ ചേരിയിൽ തന്നെ. പിന്നീട് ഈ ഓർമ്മക്കുറിപ്പിൽ, ഞാൻ പരാമർശിക്കുന്ന നീന റാവു - മറ്റാരുമല്ല സണ്ണിയുടെ സഹോദരിയാണ്. സണ്ണി തന്റെ രാഷ്ട്രീയ ജീവിതം ഇന്ത്യയിലെ ഗ്രാമീണ ദരിദ്രർക്കിടയിൽ പാർട്ടി കെട്ടിപ്പടുക്കാൻ ചെലവഴിച്ചു, പാർട്ടിയുടെ കേന്ദ്ര കമ്മിറ്റി അംഗമായി. നിർഭാഗ്യവശാൽ, 2023 ഏപ്രിലിൽ പെട്ടെന്നുണ്ടായ ഹൃദയാഘാതത്തെ തുടർന്ന് അദ്ദേഹം മരിച്ചു. ആ ലണ്ടൻ ദിനങ്ങളിൽ, എന്റെ ബാല്യകാല സുഹൃത്തുക്കളായ മാല, സുനീത്, മധു, നീന എന്നിവരെല്ലാം സോഷ്യലിസത്തിൽ നിന്ന് പ്രചോദനം ഉൾക്കൊണ്ട് മെച്ചപ്പെട്ട ലോകത്തിനായുള്ള പോരാട്ടത്തിലായിരുന്നു എന്നത് ഒരു സവിശേഷതയായിരുന്നു.

പാർട്ടിയെക്കുറിച്ചും പ്രഗത്ഭരായ നേതാക്കളെക്കുറിച്ചും കഴിയുന്നത്ര വിവരങ്ങൾ ലഭ്യമാക്കാൻ ഞാൻ ശ്രമിച്ചിരുന്നു. എ കെ ഗോപാലൻ, ബി ടി രണദിവെ, ഇ എം എസ് നമ്പൂതിരിപ്പാട്, ജ്യോതിബസു, പി സുന്ദരയ്യ എന്നിങ്ങനെ എനിക്ക് അറിയാവുന്നത് ചുരുക്കം ചില പേരുകളാണ്. പക്ഷേ, പശ്ചിമ ബംഗാളിലെ സംഭവവികാസങ്ങളാണ് എന്നെ സി പി ഐ (എം) ലേക്ക് അടുപ്പിച്ചത്. ഒരു ദിവസം വൈകിയാണെങ്കിലും കൽക്കത്തയിൽ നിന്നുള്ള *ദ സ്റ്റേറ്റ്സ്മാൻ* ഉൾപ്പെടെയുള്ള ഇന്ത്യൻ പത്രങ്ങൾ എയർ ഇന്ത്യ ഓഫീസിൽ ഞങ്ങൾക്ക് ലഭിക്കുമായിരുന്നു. അറുപതുകളുടെ അവസാനത്തിൽ പശ്ചിമ ബംഗാളിൽ നടന്ന പ്രക്ഷോഭങ്ങളുടെ വാർത്തകൾക്കായി ഞാൻ പേജുകൾ പരതി. ശക്തമായ കമ്യൂണിസ്റ്റ് വിരുദ്ധ പക്ഷപാതം ഉണ്ടായിരുന്നിട്ടും, പത്രങ്ങൾക്ക് ജനങ്ങളുടെ വൻതോതിലുള്ള പങ്കാളിത്തം റിപ്പോർട്ട് ചെയ്യാതിരിക്കാൻ കഴിഞ്ഞില്ല. ജ്യോതിബസുവിനെക്കുറിച്ചും നിയമസഭയിലും പുറത്ത് തെരുവിലെ പ്രതിഷേധങ്ങളിലുമുള്ള അദ്ദേഹത്തിന്റെ നേതൃത്വത്തെക്കുറിച്ചും ഞാൻ വായിച്ചിട്ടുണ്ട്. അദ്ദേഹത്തിന്റെ നിർഭയത്വം, പ്രസംഗങ്ങൾ, തൊഴിലാളികളുടെയും കർഷകരുടെയും സമരത്തിലെ പങ്കാളിത്തം എല്ലാം എന്നെ പ്രചോദിപ്പിച്ചു. പശ്ചിമ ബംഗാളിൽ ഭക്ഷണത്തിനും ഭൂമിക്കും കൂലിക്കും വേണ്ടിയുള്ള പോരാട്ടം ശക്തമായ അടിച്ചമർത്തലാണ് നേരിട്ടിരുന്നത്. 1968-ന്റെ പകുതി മുതൽ 69 വരെ എന്റെയുള്ളിലും ചിന്തകൾ, ആഗ്രഹങ്ങൾ, പ്രതീക്ഷകൾ കലങ്ങിമറിഞ്ഞുകൊണ്ടിരുന്നു. എന്റെ ജോലി കാരണം കൂട്ടിലിട്ടതുപോലെ എനിക്ക് തോന്നിത്തുടങ്ങി. പാർട്ടിയിൽ ചേരാൻ, ഇന്ത്യയിലേക്ക്, പശ്ചിമ ബംഗാളിലേക്ക് മടങ്ങാൻ ഞാൻ ആഗ്രഹിച്ചു.

1969 ലെ ശരത്കാലത്തിൽ, എന്റെ അടുത്ത സുഹൃത്തും പിന്നീട് സഖാവുമായ, അമേരിക്കയിൽ പഠിക്കുന്ന സുഭാഷിണി സഹ്ഗൽ ഇന്ത്യ

യിലേക്കുള്ള യാത്രയിലായിരുന്നു. ഞങ്ങൾക്ക് ഒരേ പ്രായമായിരുന്നു - ഇരുപത്തിരണ്ട് വയസ്സ്. ഞങ്ങൾ എയർ ഇന്ത്യ ഓഫീസിൽ ആവേശത്തോടെ കണ്ടുമുട്ടി. ഞാൻ അവളോട് പറഞ്ഞു, 'എനിക്ക് നിന്നോട് പ്രധാനപ്പെട്ട ഒരുകാര്യം പറയാനുണ്ട്', 'എനിക്കും' എന്ന് അവൾ മറുപടി നൽകി. 'ഞാൻ കമ്യൂണിസ്റ്റായി' എന്ന് ആദ്യം പറഞ്ഞത് ആരാണെന്ന് എനിക്കിപ്പോൾ ഓർമയില്ല. എയർ ഇന്ത്യയുടെ റിസപ്ഷനിൽവെച്ച് ഞങ്ങൾ പരസ്പരം മുറുകെ കെട്ടിപ്പിടിച്ചു. സുഭാഷിണി ഇന്ത്യയിൽ തിരിച്ചെത്തി പാർട്ടിയിൽ ചേർന്നു, പതിറ്റാണ്ടുകളായി ഞങ്ങൾ ഏറ്റവുമടുത്ത സഖാക്കളും സുഹൃത്തുക്കളുമായി തുടരുന്നു.

പക്ഷേ, എനിക്ക് എന്റെ അച്ഛനോട് ഈ വാർത്ത പറയണമല്ലോ. അത് അത്ര എളുപ്പമാവില്ലെന്ന് എനിക്കറിയാമായിരുന്നു..

കുടുംബബന്ധങ്ങൾ

എന്റെ അച്ഛൻ സൂരജ് ലാൽ ദാസ് ലാഹോറിലെ സാമ്പത്തികമായി മെച്ചപ്പെട്ട ഒരു പഞ്ചാബി കുടുംബത്തിലാണ് ജനിച്ചത്. എട്ട് മക്കളിൽ ഒരാളായിരുന്നു അദ്ദേഹം. അദ്ദേഹത്തിന്റെ പിതാവ് സുഖ്ദയാൽ ദാസ്, കുടുംബ പുരാണമനുസരിച്ച്, തപാൽ വകുപ്പിലെ ഒരു ഉയർന്ന തസ്തികയിലെത്തിയ ആദ്യത്തെ ഇന്ത്യക്കാരനാണ്. തീവ്ര ജാതിവിരുദ്ധനായി അറിയപ്പെട്ടിരുന്ന സുഖ്ദയാൽ അദ്ദേഹത്തിന്റെ ജാതിപ്പേര് ഉപേക്ഷിച്ചു. പുരോഗമനപരമായ സാമൂഹികവീക്ഷണമുള്ള അദ്ദേഹം വിധവാ പുനർവിവാഹത്തിന്റെയും സ്ത്രീവിദ്യാഭ്യാസത്തിന്റെയും ശക്തനായ വക്താവായിരുന്നു. അദ്ദേഹത്തിന്റെ നാല് പെൺമക്കളും. എന്റെ അമ്മായിമാർ, ബിരുദധാരികളായിരുന്നു, മൂത്തമകൾ ആ തലമുറയിലെ ആദ്യത്തെ വനിതാ ഡോക്ടർമാരിൽ ഒരാളായിരുന്നു.

ഒരു സിഖ് കുടുംബത്തിൽ ജനിച്ച എന്റെ മുത്തശ്ശി കരം കൗർ, എട്ട് കുട്ടികളടങ്ങുന്ന തന്റെ വലിയ കുടുംബത്തെ പരിപാലിക്കുന്ന സൗമ്യയും സ്നേഹവതിയുമായിരുന്നു. അവർ മൂന്നാം ക്ലാസിനപ്പുറം പഠിച്ചിട്ടില്ല, പഞ്ചാബി മാത്രമേ സംസാരിച്ചിരുന്നുള്ളൂ. സാമ്പത്തികമായി വളരെ ഉയർന്ന നിലയിലല്ലെങ്കിലും ലാഹോറിലെ ഒരു വലിയ സർക്കാർ ബംഗ്ലാവിൽ അവർ സാമൂഹ്യാംഗീകാരത്തോടെ ജീവിച്ചു. ഭൂസ്വത്തുള്ള ഒരു കുടുംബമായിരുന്നില്ല അത്. മക്കൾക്ക് സ്വത്തിൽ അനന്തരാവകാശവും ഇല്ലായിരുന്നു. അങ്ങനെ നോക്കുമ്പോൾ, എന്റെ അച്ഛനും അദ്ദേഹത്തിന്റെ സഹോദരങ്ങളും സ്വയം അദ്ധ്വാനിച്ച് സ്വന്തം കാലിൽ നിന്നവരാണെന്ന് പറയാം. ലാഹോറിലെ ഗവൺമെന്റ് കോളേജിൽ നിന്ന് ബിരുദം നേടിയ ശേഷം,

1930-കളുടെ മധ്യത്തിൽ എന്റെ അച്ഛന് കൽക്കത്തയിൽ പോർട്ട് കമ്മീഷണറായി ജോലി ലഭിച്ചു.

വിഭജനത്തിന്റെ ഭയാനകമായ നാളുകൾക്ക് തൊട്ടുമുമ്പ് എന്റെ മുത്തശ്ശനും മുത്തശ്ശിയും എന്റെ അമ്മായിമാരും ലാഹോർ വിട്ടുപോകാൻ നിർബന്ധിതരായി. മറ്റ് ലക്ഷക്കണക്കിന് ജനങ്ങളെപ്പോലെ അവരും കയ്യിൽ കിട്ടിയതുമായി ഇന്ത്യയിലേക്ക് വന്നു. എന്റെ അച്ഛൻ വർഷങ്ങൾക്കുശേഷം ഒരു സ്വകാര്യ കമ്പനിയിൽ എക്സിക്യൂട്ടീവായി ചേർന്നു, ഒടുവിൽ ബ്രിട്ടീഷ് ഉടമസ്ഥതയിലുള്ള ഒരു കമ്പനിയുടെ ചെയർമാനായി. കോർപ്പറേറ്റ് ലോകത്തിന്റെ ഭാഗമായിരുന്നുവെങ്കിലും അക്കാലത്തെ കൽക്കത്തയിലെ നാട്ടുഭാഷയിൽ അദ്ദേഹം ഒരു ബോക്സ്‌വാലയായിരുന്നു- ബ്രിട്ടീഷ് കമ്പനികളിൽ ജോലി ചെയ്യുന്ന കോർപ്പറേറ്റ് എക്സിക്യൂട്ടീവുകളിലെ വരേണ്യ വിഭാഗങ്ങളെ അങ്ങനെയാണ് വിളിച്ചിരുന്നത്. ഉറച്ച മാനുഷിക മൂല്യങ്ങൾ ഉണ്ടായിരുന്ന വ്യക്തിയായിരുന്നു അച്ഛൻ, അദ്ദേഹത്തെ വളർത്തിയ രീതിയുടെ ഗുണമായിരിക്കാം. ഞങ്ങൾ വളർന്നത് ഒരു മതേതര, സ്വതന്ത്ര കുടുംബാന്തരീക്ഷത്തിലാണ്. സാധാരണയായി പെൺകുട്ടികൾക്ക് മേൽ ചുമത്തുന്ന പരമ്പരാഗത സാമൂഹിക നിയന്ത്രണങ്ങളൊന്നും എന്റെ കുടുംബത്തിൽ ഉണ്ടായിരുന്നില്ല.

എന്റെ അമ്മയുടെ പേര് അശ്രുകണ അഥവാ 'കണ്ണുനീർത്തുള്ളി' എന്നാണ്. അവർ ജനിക്കുന്നതിന് കുറച്ച് വർഷങ്ങൾക്കുമുമ്പ് മാതാപിതാക്കൾക്ക് അവരുടെ ആദ്യത്തെ കുട്ടിയെ നഷ്ടപ്പെട്ടിരുന്നു. അതിനാൽ അവരുടെ സങ്കടത്തെയും മറ്റൊരു കുട്ടിക്കുവേണ്ടിയുള്ള ആഗ്രഹത്തെയും സൂചിപ്പിക്കുന്ന പേരാണ് നൽകിയത്. അമ്മയുടെ സുഹൃത്തുക്കളുടെയും ആരാധകരുടെയും സംഘത്തിൽ 'കണ' എന്ന് അമ്മ അറിയപ്പെട്ടു. നിഷേധിയും സമർത്ഥയും എപ്പോഴും സന്തോഷവതിയുമായ അമ്മയ്ക്ക് സുഹൃത്തുക്കളുടെയിടയിൽ വലിയ മതിപ്പാണുണ്ടായിരുന്നത്. അമ്മ ജീവിതത്തെ സ്നേഹിച്ചു.

എനിക്ക് അഞ്ച് വയസ്സുള്ളപ്പോൾ, 1952 ൽ അമ്മ ഒരു വാഹനാപകടത്തിൽ മരിച്ചു. ഞങ്ങൾ നാല് സഹോദരങ്ങളെ നിരന്തരം വേട്ടയാടുകയും ഞങ്ങളുടെ വളരുന്ന പ്രായത്തെ വല്ലാതെ ബാധിക്കുകയും ചെയ്ത ഒരു ദുരന്തമായിരുന്നു അത്. വളരെ പ്രശസ്തമായ ബംഗാളി കുടുംബങ്ങളാണ് അമ്മയുടെ മാതാപിതാക്കളുടേത്. ഞങ്ങളുടെ കുടുംബ ചരിത്രത്തിന്റെ രചയിതാവ് മുത്തശ്ശി മൃണാളിനിയെക്കുറിച്ച് 'സുന്ദരിയും സംസ്കാരസമ്പന്നയും' എന്നാണ് വിശേഷിപ്പിച്ചിട്ടുള്ളത്. ബ്രിട്ടീഷുകാർക്കെതിരെയുള്ള സ്വാതന്ത്ര്യപ്രക്ഷോഭത്തിൽ പങ്കെടുത്ത പോരാളിയായിരുന്ന ഹേം ചന്ദ്ര മാലിക്കിന്റെ മകളായിരുന്നു അവർ. ഹേം ചന്ദ്രയും അദ്ദേഹത്തിന്റെ അനന്തരവൻ സുബോധ് മാലിക്കും - പിന്നീട് രാജാ സുബോധ് മാലിക്

അശ്രുകണ, സൂരജ്, 1939

എന്നറിയപ്പെട്ടു - ഐതിഹാസികനായ അരബിന്ദോ ഘോഷിന്റെ നേതൃത്വത്തിലുള്ള തീവ്രവാദ ദേശീയ ഗ്രൂപ്പായ അനുശീലൻ സമിതിയുടെ രഹസ്യ അനുയായികളായിരുന്നു. സമർപ്പിതമായ കൊളോണിയൽ വിരുദ്ധതയുടെയും ബൗദ്ധിക ചർച്ചകളുടെയും അന്തരീക്ഷമുണ്ടായിരുന്ന മാലിക് കുടുംബത്തിലാണ് അമ്മ തന്റെ കുട്ടിക്കാലത്ത് പല ദിവസങ്ങളും ചെലവഴിച്ചത്. ചെറുപ്പത്തിൽ അമ്മ സുഭാഷ് ചന്ദ്രബോസിന്റെ അനുയായിയായിരുന്നുവെന്ന് എന്നോട് പലരും പറഞ്ഞിട്ടുണ്ട്. അമ്മയും കൗമാരപ്രായത്തിൽ അവരുടെ അമ്മയെ നഷ്ടപ്പെട്ടു. അവർ ഏക മകളായിരുന്നു, അമ്മ ജനിക്കുന്നതിനുമുമ്പ് മൂത്ത സഹോദരി ദാരുണമായി മരണപ്പെട്ടിരുന്നു.

അമ്മയുടെ പിതാമഹനായ രാം ചരൺ മിത്രയ്ക്ക് പത്ത് മക്കൾ, ഏഴ് ആൺമക്കൾ, മൂന്ന് പെൺമക്കൾ. കൽക്കത്ത കോടതിയിൽ ഗവൺമെന്റ് പ്ലീഡറായിരുന്ന അദ്ദേഹം വിരമിച്ച ശേഷം വലിയ ജമീന്ദാരി കുടുംബങ്ങളുടെ നിയമോപദേശകനായി. അദ്ദേഹത്തിന് ഭൂസ്വത്തുക്കളുടെ ഒരു നീണ്ട നിരതന്നെ ഉണ്ടായിരുന്നു, എന്റെ മുത്തച്ഛൻ ഫണീന്ദ്രനാഥ്മിത്രയുൾപ്പെടെ, അദ്ദേഹത്തിന്റെ മക്കൾക്കുവേണ്ടി അടുത്തടുത്തായി ഏഴ് വീടുകൾ പണിതു. എന്റെ അമ്മ വളർന്നത് വടക്കൻ കൽക്കത്തയിലെ ജമപുക്കുറിൽ ആയിരുന്നു. എന്റെ അമ്മയുടെ അച്ഛന്റെ കുടുംബം

അവരുടെ അമ്മയുടേതിൽ നിന്ന് വ്യത്യസ്തമായി, യാഥാസ്ഥിതികവും പിന്തിരിപ്പനുമായിരുന്നു.

കഥ ഇങ്ങനെയാണ്.

എന്റെ മുത്തച്ഛൻ അമ്മയ്ക്ക് അനുയോജ്യനായ വരനായി, കുറ്റമറ്റ ബംഗാളി 'ഭദ്രലോക്' യോഗ്യതയുണ്ടെന്നുകണ്ട് തിരഞ്ഞെടുത്ത ഒരു ചെറുപ്പക്കാരൻ പെണ്ണു കാണാൻ ജമാപുകുരിലേക്ക് പോവുകയായിരുന്നു. ഇതറിഞ്ഞപ്പോൾ അദ്ദേഹത്തിന്റെ അടുത്ത സുഹൃത്ത്, ഒരു പഞ്ചാബി, ഒപ്പം പോകുന്നതിനു താത്പര്യം പ്രകടിപ്പിച്ചു. മനസ്സില്ലാമനസ്സോടെ കൂട്ടുകാരനെ അയാൾ കൂടെക്കൂട്ടി. ഏറെ പ്രതീക്ഷയോടെ പോയ വരൻ ലാഹിരി പിന്നീട് ജീവിതം മുഴുവൻ അതിൽ പശ്ചാത്തപിച്ചു! സുന്ദരനായ പഞ്ചാബി യുവാവും സുന്ദരിയായ, ഉത്സാഹവതിയായ ബംഗാളി പെൺകുട്ടിയും പ്രണയത്തിലായി. അക്ഷരാർത്ഥത്തിൽ, അത് ആദ്യനോട്ടത്തിലെ പ്രണയമായിരുന്നു. നിരവധി രഹസ്യ കൂടിക്കാഴ്ചകൾക്ക് ശേഷം, അവർ വിവാഹിതരാകാൻ ആഗ്രഹിക്കുന്നുവെന്ന് പ്രഖ്യാപിച്ചു. എന്റെ മുത്തച്ഛൻ അങ്ങേയറ്റം അസന്തുഷ്ടനായിരുന്നു. വർഷങ്ങൾക്ക് ശേഷം ഞങ്ങൾ ഒരു ഡയറി കണ്ടെത്തി. അതിൽ വേദനാജനകമായ ഒരു കുറിപ്പ് ഉണ്ടായിരുന്നു: 'കണ പഞ്ചാബിയെ വിവാഹം കഴിക്കാൻ തീരുമാനിച്ചു'. അദ്ദേഹത്തിന് അത് ചിന്തിക്കാൻ പോലും പറ്റാത്ത കാര്യമായിരുന്നു. കൂട്ടുകുടുംബത്തിലെ അമ്മയുടെ ബന്ധുക്കൾ ഉൾപ്പെടെ എല്ലാവരെയും വിവാഹത്തിൽ പങ്കെടുക്കുന്നതിൽനിന്നും അദ്ദേഹം വിലക്കി. എന്നാൽ ഒരു സഹോദരിയെങ്കിലും വിലക്ക് ലംഘിച്ച് എന്റെ അമ്മയുടെ വിവാഹത്തിന് ഉണ്ടായിരുന്നു. മാലിക് കുടുംബമാണ് എല്ലാ ക്രമീകരണങ്ങളും ചെയ്തത്. 1905-ൽ ബംഗാൾ വിഭജിക്കാനുള്ള കൊളോണിയൽ പദ്ധതികൾക്കെതിരെ മാലിക് കുടുംബം യോഗം നടത്തിയിരുന്ന 12 വെല്ലിംഗ്ടൺ സ്ക്വയർ എന്ന ചരിത്രപ്രാധാന്യമുള്ള ഒരു കെട്ടിടത്തിലാണ് അശ്രുകണയും സൂരജും വിവാഹിതരായത്. എന്റെ മാതാപിതാക്കളുടെ വിവാഹത്തെക്കുറിച്ച് ചിന്തിക്കുമ്പോൾ, അവരുടെ വ്യക്തിപരമായ കലാപം ചെറുത്തുനിൽപ്പിന്റെ ചരിത്രമുള്ള വേദിയിൽ വിശുദ്ധീകരിക്കപ്പെട്ടതിൽ തങ്ങൾ എത്ര ഭാഗ്യമുള്ളവരാണെന്ന് എപ്പോഴെങ്കിലും ചർച്ച ചെയ്തിട്ടുണ്ടോ എന്ന് ഞാൻ അത്ഭുതപ്പെടാറുണ്ട്. മാലിക് കുടുംബം പിന്നീട് ഈ കെട്ടിടം കൽക്കത്ത സർവകലാശാലയ്ക്ക് സംഭാവന ചെയ്തു. ആദ്യത്തെ പേരക്കുട്ടി ജനിച്ചതിനുശേഷമാണ് എന്റെ മുത്തച്ഛൻ പ്രായശ്ചിത്തം ചെയ്തത്. അദ്ദേഹം തന്റെ പ്രിയപ്പെട്ട മകളുടെ വീട്ടിൽ എല്ലാ ആഴ്ചയിലും സന്ദർശകനായിരുന്നു, ഞങ്ങൾ കൊച്ചുമക്കൾക്കായി ഒരു വലിയ പാത്രം നിറയെ രുചികരമായ വടക്കൻ കൽക്കത്ത മധുരപലഹാരങ്ങളുമായാണ് വന്നിരുന്നത്.

ജാതിക്കും സമുദായത്തിനും അതീതമായ വിവാഹങ്ങൾ അസാധാരണമായിരുന്ന 1939-ൽ എന്റെ മാതാപിതാക്കൾ വിവാഹിതരായി. അങ്ങനെയുള്ള വീട്ടിലാണ് ഞങ്ങൾ വളർന്നത്. എന്റെ അമ്മയുടെ മരണശേഷം, ശക്തവും സുസ്ഥിരവുമായ ഒരു സാംസ്കാരിക അടിത്തറ ഞങ്ങൾക്ക് നഷ്ടപ്പെട്ടു. ഹിന്ദി പോയിട്ട്, ബംഗാളിയും പഞ്ചാബിയും പോലും ഞങ്ങൾക്ക് കഷ്ടിച്ചേ അറിയുമായിരുന്നുള്ളൂ. ഞങ്ങൾ വീട്ടിൽ പ്രധാനമായും ഇംഗ്ലീഷാണ് സംസാരിച്ചിരുന്നത്. വർഷങ്ങളോളം, എന്റെ അമ്മായിമാർ കൽക്കത്തയിൽ ഞങ്ങളോടൊപ്പം മാറിമാറി താമസിച്ചു. സ്വന്തം കൊച്ചുകുട്ടികളെ വീട്ടിൽ വിട്ടിട്ട് കൽക്കത്തയിൽ ഞങ്ങളെ നോക്കാൻ വന്നിരുന്ന അവരുടെ കരുതലിൽ ഞാൻ ഇന്ന് അത്ഭുതപ്പെടുന്നു. എന്റെ മുത്തശ്ശിയും മുത്തശ്ശനും പതിവ് സന്ദർശകരായിരുന്നു. ഞങ്ങൾക്ക് സ്നേഹധനയായ ഒരു ആയ ഉണ്ടായിരുന്നു. കൊളോണിയൽ കാലത്ത് വീട്ടുജോലിക്കാരി, അദ്ധ്യാപിക, കുട്ടികളുടെ പരിചാരിക, അങ്ങനെ എല്ലാമായ ഒരാൾ - ഹംദ്ദം ബക്ഷ് എന്നാണ് വിളിച്ചിരുന്നത്. കുട്ടിക്കാലത്ത് ഞങ്ങളുടെ ജീവിതത്തിലെ ഒരു പ്രധാന വ്യക്തിത്വമായിരുന്നു അവർ. ക്രിസ്ത്യാനിയായി മാറിയ ഒരു മുസ്ലിം സ്ത്രീയായിരുന്നു ഞങ്ങളുടെ ആയ. അച്ചടക്കമുള്ളവരായിരിക്കാൻ ഞങ്ങൾക്ക് അവർ കർശനമായ ദിനചര്യകൾ ഏർപ്പെടുത്തി! തികച്ചും വിശാലമായ കാഴ്ചപ്പാടിലാണ് അവർ ഞങ്ങളെ വളർത്തിയതെന്ന് പറയാം. എനിക്ക് മൂന്ന് സഹോദരങ്ങൾ ഉണ്ടായിരുന്നു: ആകർഷകമായ വ്യക്തിത്വമുള്ള, വിശാലഹൃദയനായ മൂത്ത സഹോദരൻ കൊക്കോ; എന്റെ പ്രിയപ്പെട്ട മൂത്ത സഹോദരി ജ്ഞാനി; ഏറ്റവും ഇളയവൾ രാധിക, ഏറ്റവും ബുദ്ധിമതിയും കാരുണ്യവതിയുമാണ് അവൾ. അമ്മയെ നഷ്ടപ്പെട്ട ശേഷം ജീവിതത്തിലെ ഏറ്റവും ശക്തവും സ്ഥായിയായതുമായ ഒന്നായിരുന്നു ഞങ്ങൾ നാലുപേരും തമ്മിലുള്ള ദൃഢമായ ബന്ധം.

കമ്യൂണിസ്റ്റുകാരോടൊപ്പം ചേരാനുള്ള എന്റെ ആഗ്രഹം അറിയിച്ചുകൊണ്ടുള്ള കത്ത് ലഭിച്ചപ്പോൾ അച്ഛൻ ഭയന്നുപോയി. അദ്ദേഹം ലണ്ടനിലേക്ക് ഒരു പ്രത്യേക യാത്ര നടത്തി. പ്രതിഷേധങ്ങളിൽ പങ്കുചേരുന്നത് നല്ലതാണെന്ന് അദ്ദേഹത്തിന് തോന്നി, പക്ഷേ, പാർട്ടിയിൽ ചേരാനായി എന്റെ ജോലി ഉപേക്ഷിക്കുക എന്നത് അദ്ദേഹത്തിന് അംഗീകരിക്കാൻ പ്രയാസമായിരുന്നു. എന്നെ ബോധ്യപ്പെടുത്താൻ അച്ഛൻ കഴിയുന്നത്ര ശ്രമിച്ചു, പക്ഷേ, ഞാൻ വഴങ്ങിയില്ല. അദ്ദേഹം എന്റെ സഹോദരങ്ങളോട് ഇടപെടാൻ അഭ്യർത്ഥിച്ചു. എന്നാൽ എന്റെ രണ്ട് സഹോദരിമാരും എന്നെ പിന്തുണച്ചു, ജ്യേഷ്ഠൻ നിഷ്പക്ഷത പാലിച്ചു.

അങ്ങനെ 1970-ന്റെ തുടക്കത്തിൽ ഞാൻ കൽക്കത്തയിലേക്ക് മടങ്ങി.

പാർട്ടിയിൽ ചേരുന്നു

പാർട്ടിയുമായി ബന്ധപ്പെടുന്നതിനു ഞാൻ വല്ലാതെ ബുദ്ധിമുട്ടി. രാഷ്ട്രീയവും പ്രത്യയശാസ്ത്രപരവും ശാരീരികവുമായ കടുത്ത ആക്രമണം സി പി ഐ (എം) നേരിടുന്ന കാലമായിരുന്നു. കമ്യൂണിസ്റ്റ് പാർട്ടി പ്രവർത്തകർ കൊലചെയ്യപ്പെട്ടിരുന്നു. അന്ന് യാതൊരു രാഷ്ട്രീയ പശ്ചാത്തലവുമില്ലാത്ത ഒരു ഉപരിവർഗ കുടുംബത്തിലെ പെൺകുട്ടി പാർട്ടി അംഗമാകാൻ ആഗ്രഹിക്കുന്നുവെന്നത് പാർട്ടി വൃത്തങ്ങൾ വളരെ വിചിത്രമായാണ് കണ്ടത്. ഉന്നത കുടുംബ ബന്ധങ്ങൾ ബൂർഷ്വാ രാഷ്ട്രീയ പാർട്ടികളുടെ വാതിലുകൾ തുറക്കുവാനാണ് സഹായിക്കുക. എനിക്ക് നേരെ വിപരീതമായ അനുഭവമാണ് ഉണ്ടായത്. സി പി ഐ (എം) ൽ ചേരാനുള്ള എന്റെ ഏറ്റവും വലിയ പോരായ്മ എന്റെ വർഗപരമായ കുടുംബപശ്ചാത്തലമായിരുന്നു.

അക്കാലത്ത് പശ്ചിമ ബംഗാളിൽ, പാർട്ടി അംഗങ്ങൾ കഠിനമായ ത്യാഗത്തിലൂടെയും പോരാട്ടത്തിലൂടെയും കരുത്താർജിച്ചിരുന്നു. ഭരണവർഗ പാർട്ടികളുടെ വാടക ഗുണ്ടകളാൽ ആക്രമിക്കപ്പെടുകയോ കൊല്ലപ്പെടുകയോ ആണെങ്കിൽപോലും ദൈനംദിന അപകടത്തെ നേരിടാനുള്ള ധൈര്യം ഉയർന്നനിലയിലുള്ള പ്രത്യയശാസ്ത്രബോധ്യം അവർക്ക് നൽകി. പല സംസ്ഥാനങ്ങളിലും പാർട്ടി അടിച്ചമർത്തലും ആക്രമണങ്ങളും നേരിട്ടപ്പോൾ, പശ്ചിമ ബംഗാളിലെ അടിച്ചമർത്തൽ പ്രത്യേകിച്ചും കഠിനമായിരുന്നു. മൂന്ന് വർഷത്തിനിടെ പശ്ചിമ ബംഗാളിൽ 650 സഖാക്കൾ കൊല്ലപ്പെട്ടുവെന്ന് 1972-ലെ മധുരപാർട്ടി കോൺഗ്രസ് രേഖകൾ വെളിപ്പെടുത്തുന്നു, തുടർന്ന് കേരളത്തിൽ 65 ഉം ആന്ധ്രാപ്രദേശിൽ 21

ഉം ബിഹാറിൽ 20 ഉം രാജസ്ഥാനിൽ 12 പേരും കൊല്ലപ്പെട്ടു. തിരിഞ്ഞു നോക്കുമ്പോൾ, സംശയത്തോടെയല്ലെങ്കിൽ കൂടി, അവിശ്വാസത്തോടെ എന്നെ നോക്കിയത് എന്തുകൊണ്ടാണെന്ന് മനസ്സിലാക്കാൻ കഴിയുന്നു ണ്ട്. അച്ഛന്റെ ഉപദേശം അവഗണിച്ച്, ജോലി ഉപേക്ഷിച്ച്, വീട്ടിലേക്ക് മടങ്ങിയ ഇരുപത്തിരണ്ടുകാരിക്ക്, ഇത്തരം അപ്രതീക്ഷിത പ്രതിബന്ധ ങ്ങൾ നേരിടുക എന്നത് ഏറ്റവും ചുരുക്കിപ്പറഞ്ഞാൽ ബുദ്ധിമുട്ടായിരുന്നു.

പരാജയപ്പെട്ട പല ശ്രമങ്ങൾക്കൊടുവിൽ ഞാൻ പാർട്ടിയുമായി ബന്ധപ്പെട്ടു. പശ്ചിമ ബംഗാൾ പ്രൊവിൻഷ്യൽ വിദ്യാർത്ഥി ഫെഡ റേഷന്റെ ജനപ്രിയനായ വിദ്യാർത്ഥി നേതാവ് ബിമൻ ബോസിനെ ഞാൻ കണ്ടു. ആദ്യത്തെ ആ കൂടിക്കാഴ്ചയിൽ ഞാൻ പരിഭ്രാന്തയായി രുന്നു, പക്ഷേ എന്നെ ചോദ്യം ചെയ്യുന്നതിനുമുമ്പ്, ബിമൻ ദാ ചായയും രുചികരമായ ചൂടുള്ള സമൂസയും നൽകിയത് ആശ്വാസമായി. അദ്ദേഹം എന്നെ പശ്ചിമ ബംഗാൾ പാർട്ടിയുടെ ഉജ്ജ്വലനായ സെക്രട്ടറിയായിരു ന്ന സഖാവ് പ്രൊമോദ് ദാസ്ഗുപ്തയ്ക്ക് (പി ഡി ജി) പരിചയപ്പെടുത്തി. കമ്യൂണിസ്റ്റ് വിരുദ്ധ ഭീകരതയെ നേരിടാൻ കെൽപ്പുള്ള പാർട്ടി കെട്ടിപ്പടു ത്ത ഉരുക്ക് സംഘാടകനായി അദ്ദേഹം അറിയപ്പെട്ടിരുന്നു. ചുരുട്ട് വലി ക്കുമായിരുന്ന അദ്ദേഹത്തെ പുകപടലത്തിനിടയിലൂടെയാണ് ആദ്യമാ യി ഞാൻ കണ്ടത്. പി ഡി ജി എന്നോട് കുറച്ച് സമയം സംസാരിച്ചു, എന്റെ പശ്ചാത്തലത്തെക്കുറിച്ച് ചോദിച്ചു. തൊഴിലാളിവർഗത്തിനിട യിൽ പ്രവർത്തിക്കാൻ ആഗ്രഹിക്കുന്നുവെന്ന് സങ്കോചത്തോടെ ഞാൻ അദ്ദേഹത്തോട് പറഞ്ഞു. അദ്ദേഹത്തിന് തീരെ മതിപ്പ് തോന്നിയില്ല. നടക്കാതെപോയ ഒരു അഭിമുഖം പോലെയായിരുന്നു അത്. കുറച്ച് ദിവ സങ്ങൾക്ക് ശേഷം തിരികെ വരാൻ അദ്ദേഹം എന്നോട് ആവശ്യപ്പെട്ടു. രണ്ടാമത്തെ കൂടിക്കാഴ്ചയിൽ എന്നോട് സർവകലാശാലയിലേക്ക് തി രികെപ്പോകാനും കാമ്പസിലെ വിദ്യാർത്ഥി സംഘടനയിൽ പ്രവർ ത്തിക്കുവാനും നിർദേശിച്ചു. 'വിദ്യാർത്ഥികൾക്കിടയിലുള്ള നിങ്ങളുടെ പ്രവർത്തനത്തെ അടിസ്ഥാനമാക്കി നിങ്ങളെ വേണോ എന്ന് ഞങ്ങൾ ക്ക് തീരുമാനിക്കാൻ കഴിയും, നിങ്ങൾക്ക് ഞങ്ങളെ വേണോ എന്ന് നിങ്ങളുടെ അനുഭവത്തിന്റെ അടിസ്ഥാനത്തിൽ നിങ്ങൾക്കും തീരുമാനി ക്കാം.'

നാല് വർഷമായി സ്വതന്ത്രമായി ജോലിചെയ്തു ജീവിച്ച ഞാൻ, സത്യസന്ധമായി പറഞ്ഞാൽ യൂണിവേഴ്സിറ്റിയിലേക്ക് മടങ്ങുക എന്ന ചിന്തതന്നെ വെറുത്തു. പക്ഷേ, എനിക്ക് വേറെ വഴിയില്ലായിരുന്നു, പറ ഞ്ഞതുപോലെ ചെയ്തു. പി ഡി ജി പറഞ്ഞത് ശരിയാണെന്ന് ഞാൻ മനസ്സിലാക്കി. യൂണിവേഴ്സിറ്റിയുടെ പാർട്ടി ഘടകത്തിൽ യുവാക്കളും ഊർജസ്വലരും പ്രതിബദ്ധതയുള്ളവരുമായ നിരവധി സഖാക്കളോടൊ

പ്പം പ്രവർത്തിച്ചതിൽ നിന്ന് എനിക്ക് ലഭിച്ച പരിശീലനം വിലമതിക്കാനാവാത്തതാണ്. സുദർശൻ റേ ചൗധരിയുടെ നേതൃത്വത്തിലായിരുന്ന സർവകലാശാലയിൽ ഞങ്ങളുടെ പ്രവർത്തനം. സൗമ്യനായ, മറ്റുള്ളവരോട് കരുതലുള്ള, കൂർമബുദ്ധിയുള്ള മാർക്സിസ്റ്റ് ബുദ്ധിജീവിയായിരുന്ന സുദർശൻ ദാ പിന്നീട് പാർലമെന്റ് അംഗവും ഇടതുമുന്നണി സർക്കാരിൽ മന്ത്രിയുമായി. പ്രക്ഷുബ്ധമായ ആ കാലത്ത്, എനിക്ക് എല്ലാം വളരെ പുതിയതായിരുന്നപ്പോൾ, ഒരു കമ്യൂണിസ്റ്റ് പ്രവർത്തകയ്ക്ക് ആവശ്യമായ അച്ചടക്കത്തിൽ എന്റെ ജീവിതത്തെയും ചിന്തയെയും ക്രമീകരിക്കാൻ ശ്രമിച്ചപ്പോൾ, ചിലപ്പോഴൊക്കെ ഞാൻ പതറിപ്പോയെങ്കിലും സർവകലാശാലാ യൂണിറ്റിന്റെ സൗഹാർദവും സുദർശൻ ദായുടെ ഉത്കൃഷ്ടമായ ഉപദേശവും എന്നെ സഹായിച്ചു.

1971-ൽ സ്റ്റുഡന്റ് ബ്രാഞ്ചിൽ നിന്നുള്ള ശുപാർശയോടെയാണ് ഞാൻ പാർട്ടി അംഗത്വം നേടിയത്. അന്നെനിക്ക് ഇരുപത്തിമൂന്ന് വയസ്സായിരുന്നു. പാർട്ടിയുടെ ചരിത്രത്തിലെ പ്രക്ഷുബ്ധമായ കാലഘട്ടത്തിൽ പശ്ചിമ ബംഗാളിൽ അംഗത്വം നേടിയതിൽ ഞാൻ അഭിമാനിക്കുന്നു. അമ്പത്തിരണ്ട് വർഷങ്ങൾക്കുശേഷവും, അക്കാലത്തെ എന്റെ പല സഖാക്കളുമായും ഞാൻ അടുത്ത ബന്ധം പുലർത്തുന്നു.

കൽക്കത്തയിൽനിന്നും ദില്ലിയിലേക്ക്

കൽക്കത്തയിൽ 1970 മുതൽ 1975 വരെ അഞ്ചു വർഷം ഞാൻ പാർട്ടിയിൽ പ്രവർത്തിച്ചു. എന്റെ ധീരനായകനായ സഖാവ് ജ്യോതി ബസുവിനെ ഞാൻ കണ്ടു. അദ്ദേഹം ആദരണീയനും ജനപ്രിയനുമായ ഒരു ബഹുജന നേതാവായിരുന്നു. യുവാക്കളായ പാർട്ടി പ്രവർത്തകരോട് അഹങ്കാരത്തിന്റെ ലാഞ്ഛനപോലുമില്ലാതെയാണ് ജ്യോതിബസു ഇടപെട്ടിരുന്നത്. അദ്ദേഹത്തിന് ആക്ഷേപഹാസ്യം കലർന്ന നർമ്മബോധം ഉണ്ടായിരുന്നു. ഒരിക്കൽ കണ്ണുചിമ്മിക്കൊണ്ട് അദ്ദേഹം എന്നോട് പറഞ്ഞു. 'നിന്റെ പിതാവ് നിനക്കുവേണ്ടി കരുതിയിരിക്കുന്ന വിദ്യാഭ്യാസത്തിൽ നിന്ന് ഇത് തികച്ചും വ്യത്യസ്തമാണ്.'

ആ വർഷങ്ങളെ ഞാൻ അമൂല്യമായി കണക്കാക്കുന്നു, കാരണം എന്റെ ഭാവി പ്രവർത്തനങ്ങളുടെ അടിത്തറയിട്ടത് അന്നാണ്. പാർട്ടി കടുത്ത അടിച്ചമർത്തലിന് വിധേയമാകുന്ന ഘട്ടമായതിനാൽ ഗ്രാഫിൽ എന്റെ പഠനം കുത്തനെ മുകളിലോട്ടായിരുന്നു. കോൺഗ്രസിന്റെയും ഇടതുപക്ഷ തീവ്രവാദി ഗ്രൂപ്പുകളുടെയും നിരവധി ആക്രമണങ്ങൾ സർവ്വകലാശാലയിലും ഞങ്ങൾ നേരിട്ടു. യൂണിവേഴ്സിറ്റി സ്ഥിതിചെയ്യുന്ന സ്ഥലത്തെ ലോക്കൽ കമ്മിറ്റിയുടെ കീഴിൽ പ്രാദേശികാടിസ്ഥാനത്തിലുള്ള പ്രവർത്തനങ്ങളിൽ ഞാൻ സജീവമായി. പാർട്ടിയുടെ പ്രതിവാര ഇംഗ്ലീഷ് പത്രമായ *പീപ്പിൾസ് ഡെമോക്രസി*യിലും ഞാൻ പ്രവർത്തിച്ചിട്ടുണ്ട്. പക്ഷേ, തൊഴിലാളിവർഗത്തിനിടയിൽ ട്രേഡ് യൂണിയൻ പ്രവർത്തനം നടത്തണമെന്നായിരുന്നു എന്റെ ആഗ്രഹം. എന്നിരുന്നാലും, അന്നത്തെ പശ്ചിമ ബംഗാളിലെ സംഘടനാപരവും രാഷ്ട്രീയവുമായ സാഹ

ചര്യങ്ങൾ കണക്കിലെടുക്കുമ്പോൾ, ഇത് സാധ്യമല്ലെന്ന് ഞാൻ മനസ്സിലാക്കി. പി സുന്ദരയ്യയായിരുന്നു (പി എസ്) അന്ന് പാർട്ടി ജനറൽ സെക്രട്ടറി. പീപ്പിൾസ് ഡെമോക്രസിയുടെ യോഗങ്ങളിൽ അദ്ദേഹം പലപ്പോഴും പങ്കെടുക്കുമായിരുന്നു. എനിക്ക് ശരിക്കും എന്താണ് വേണ്ടതെന്ന് അദ്ദേഹത്തിന് അറിയാമായിരുന്നു. ഒരുദിവസം അദ്ദേഹം എന്നെ ഓഫീസിലേക്ക് വിളിച്ചു. 'ട്രേഡ് യൂണിയൻ മുന്നണിയിൽ പ്രവർത്തിക്കാൻ ഗൗരവമായി ആഗ്രഹിക്കുന്നുവെങ്കിൽ ഡൽഹിയിലേക്ക് മാറാനാണ് ഞാൻ നിർദ്ദേശിക്കുന്നത്. ജയ്പാലുമായി സംസാരിച്ചിട്ടുണ്ട്. യുവ വനിതാ പ്രവർത്തകരുടെ പ്രവർത്തനങ്ങളിൽ താൽപര്യമുള്ള വ്യക്തിയാണ്. വനിതകളെ പാർട്ടിയിൽ വളർത്തിക്കൊണ്ടു വരുന്നതിൽ പ്രത്യേക താൽപര്യം കാണിക്കുന്ന നേതാവാണ്, അത് നിങ്ങൾക്ക് സഹായകരമാകും.' അന്ന് ദില്ലി പാർട്ടിയുടെ സെക്രട്ടറിയായിരുന്ന മേജർ ജയ്പാൽ സിങ്ങിനെക്കുറിച്ചാണ് അദ്ദേഹം പരാമർശിച്ചത്. 'സഖാവ് മേജർ' എന്നാണ് അദ്ദേഹത്തെ സ്നേഹപൂർവ്വം വിളിച്ചിരുന്നത്. പി സുന്ദരയ്യ ഒരു മികച്ച നേതാവും സവിശേഷമായ വ്യക്തിത്വത്തിനുടമയുമായിരുന്നു. ഫ്യൂഡൽ പ്രഭുക്കന്മാരുടെയും അവരുടെ ഗുണഭോക്താക്കളായ കൊളോണിയൽ ഭരണകൂടത്തിന്റെയും അടിച്ചമർത്തലുകൾക്കെതിരായ തെലങ്കാന കർഷകരുടെ സായുധ കലാപത്തിന്റെ പ്രധാന നേതാക്കളിൽ ഒരാളായിരുന്നു അദ്ദേഹം. തെലങ്കാന കലാപത്തിലെ സൈനിക കമാൻഡർമാരിൽ ഒരാളായിരുന്ന സഖാവ് മേജറുമായി അദ്ദേഹം അടുത്ത് പ്രവർത്തിച്ചിരുന്നു. പി എസ് യുവ കേഡർമാരുടെ പ്രവർത്തനത്തിൽ അതീവ താൽപര്യം കാണിച്ചിരുന്നു എന്നത് എല്ലാവർക്കും അറിയാവുന്ന കാര്യമാണ്. ഇന്ത്യയിലുടനീളമുള്ള നിരവധി വിദ്യാർത്ഥി കേഡർമാരുടെ പേരുകളും മറ്റ് വിശദാംശങ്ങളും പി എസ് എങ്ങനെയാണ് ഓർത്തുവച്ചിരുന്നതെന്ന് അക്കാലത്തെ വിദ്യാർത്ഥി നേതാക്കൾ ഓർക്കുന്നു. അദ്ദേഹത്തിന്റെ കൈവശം ഒരു ചെറിയ നോട്ട്ബുക്ക് ഉണ്ടാകും. അതിൽ മറ്റ് കാര്യങ്ങൾക്കൊപ്പം, യുവ പ്രവർത്തകരുടെ പേരുകൾ എഴുതി സൂക്ഷിക്കും. അവരുടെ പ്രവർത്തന പുരോഗതി അദ്ദേഹം ഇടയ്ക്കിടെ വിലയിരുത്തും.

പതിറ്റാണ്ടുകൾക്കുശേഷവും പി എസിന്റെ വാക്കുകൾ സത്യമായി തുടരുന്നുവെന്നു കാണാം. ഒരു വനിതാ പ്രവർത്തകയ്ക്ക് ആവശ്യമായ സാമൂഹികവും അടിസ്ഥാന സൗകര്യപരവുമായ പിന്തുണയെക്കുറിച്ച് പാർട്ടിയുടെ പ്രധാന നേതാവ് അല്ലെങ്കിൽ സെക്രട്ടറിതന്നെ ബോധവാനാകുമ്പോൾ, സമൂഹത്തിലെയും പാർട്ടിക്കകത്തെയും പുരുഷാധിപത്യ പ്രവണതകളെ ചെറുക്കുന്നതിന് സ്ത്രീകൾക്ക് കൂടുതൽ എളുപ്പമാണ്.

ഡൽഹിയിലേക്കുള്ള എന്റെ മാറ്റം തീരുമാനമായി. ട്രേഡ് യൂണി

യൻ മുന്നണിയിൽ പ്രവർത്തിക്കാനുള്ള എന്റെ ആഗ്രഹം സാക്ഷാൽക്കരിക്കപ്പെട്ടത് സാധാരണ കാലത്തല്ല, മറിച്ച് ഇറന്ന ട്രേഡ് യൂണിയൻ പ്രവർത്തനം നിരോധിച്ച അടിയന്തരാവസ്ഥയിലാണ്. അങ്ങനെയാണ് കമല നഗറിലെ ഇരുട്ട് നിറഞ്ഞ ഓഫീസ് മുറിയിലെ ആ രഹസ്യ യോഗത്തിൽ എന്നെ ഞാൻ തന്നെ കാണാനിടയായത്.

ഒരു 'പാർട്ടി വിവാഹം'

ഡൽഹിയിലേക്ക് മാറി ആറു മാസത്തിനുള്ളിൽ ഞാൻ വിവാഹിതയായി. സ്റ്റുഡന്റ്സ് ഫെഡറേഷൻ ഓഫ് ഇന്ത്യയുടെ (എസ് എഫ് ഐ) ദേശീയ അധ്യക്ഷനായിരിക്കെ പ്രകാശ് കൽക്കത്ത സന്ദർശിച്ചപ്പോഴാണ് ഞങ്ങൾ തമ്മിൽ ആദ്യം കണ്ടത്. ഡൽഹിയിൽവെച്ച് ഞങ്ങൾ വീണ്ടും കണ്ടുമുട്ടി, ഞങ്ങളുടെ ബന്ധം വളർന്നു - പാർട്ടിയുടെ രണ്ട് മുഴുവൻസമയ പ്രവർത്തകരായ, ആദർശവാദികളായ യുവാക്കൾ. വിവാഹം കഴിച്ച് ഞങ്ങളുടെ ബന്ധം ഔപചാരികമാക്കേണ്ടതുണ്ടോ എന്ന് ഞങ്ങൾ ചർച്ചചെയ്തു. നമ്മുടെ സഖാക്കളിൽ പലരും ജയിലിൽ കിടന്നിരുന്ന അടിയന്തരാവസ്ഥ ഒരു വിവാഹത്തിന് അനുയോജ്യമായ സമയമായിരുന്നില്ല. സഖാവ് സുർജീത്തിനോട് പ്രകാശ് ആലോചിച്ചു. അങ്ങനെയെങ്കിൽ വിവാഹം കഴിക്കുന്ന കാര്യം മറക്കണമെന്ന് പുഞ്ചിരിയോടെ സുർജീത് പറഞ്ഞു. കാരണം അടിയന്തരാവസ്ഥ എത്രനാൾ നീണ്ടുനിൽക്കുമെന്ന് പറയാനാകില്ല. എന്നാൽ പോലീസ് ക്ഷണിക്കപ്പെടാത്ത അതിഥികളായേക്കുമെന്ന് അദ്ദേഹം മുന്നറിയിപ്പ് നൽകി! ഞങ്ങൾ വിവാഹം കഴിക്കാൻ തീരുമാനിച്ചു, നവംബർ 7 ഞങ്ങളുടെ വിവാഹദിനമായി തിരഞ്ഞെടുത്തു - റഷ്യൻ വിപ്ലവത്തിന്റെ വാർഷികദിനം.

പാതി ഒളിവിലായ വരൻ, വധുവും വരനും അപരനാമങ്ങളിൽ, സുധീർ എന്ന പ്രകാശും റീത്ത എന്ന ഞാനും - സ്വാഭാവികമായും വിവാഹവേദി പ്രശ്നമായി. ഒടുവിൽ ഡോ. വീണ മജുംദാറിന്റെ ഔദാര്യത്താൽ പ്രശ്നം പരിഹരിച്ചു, അവർ തന്റെ വീട് തുറന്നുതന്നു. അവരുടെ

മക്കളായ ഇന്ദ്രാണിയും ശാശ്വതിയും ജെ എൻ യുവിൽ വിദ്യാർത്ഥികളായിരുന്നു, അവർ വഴിയാണ് പ്രകാശ് വീണ മജ്ജുംദാറിനെ പരിചയപ്പെട്ടത്. പോലീസ് വീട്ടിൽ വന്നേക്കുമെന്ന് പ്രകാശ് മുന്നറിയിപ്പ് നൽകി. അവർക്ക് കൂസലുണ്ടായില്ല. തന്റെ ജീവിതത്തിൽ ഒന്നിലധികം പോലീസുകാരോട് താൻ ഇടപെട്ടിട്ടുണ്ടെന്ന് അവർ തമാശ പറഞ്ഞു. അന്നാണ് ഞാൻ അവരെ ആദ്യമായി കാണുന്നത്. അവർ എന്റെ ജീവിതത്തിൽ ഇത്രമാത്രം സ്വാധീനം ചെലുത്തുമെന്ന് അപ്പോൾ എനിക്കറിയില്ലായിരുന്നു.

പ്രത്യേക സാഹചര്യം കണക്കിലെടുത്ത് ഞങ്ങളുടെ അതിഥികളുടെ പട്ടിക നിയന്ത്രിച്ചിരുന്നു. എന്റെ സഹോദരിമാരായ ജ്യൂനിയും രാധയും, അനിയത്തിയുടെ ഭർത്താവ് പ്രണോയി, രണ്ട് വികൃതികളായ മരുമക്കൾ, ഷോണാലി (ഒമ്പത് വയസ്സ്), അതിയ (അഞ്ച്) എന്നിവരായിരുന്നു വധുവിന്റെ പക്ഷം. പിന്നെ പ്രകാശിന്റെ അമ്മയും ഞങ്ങളുടെ കുറച്ച് സുഹൃത്തുക്കളും ചേർന്ന് ഇരുപതോളം പേരായിരുന്നു ഒത്തുകൂടിയത്. അവരുടെ കൂട്ടത്തിൽ എന്റെ സുഹൃത്ത് മധുവും ഉണ്ടായിരുന്നു. ഞാൻ ദില്ലിയിൽ എത്തിയപ്പോഴേക്കും അവൾ ഡൽഹി യൂണിവേഴ്സിറ്റിയിൽ പഠിപ്പിക്കാൻ തുടങ്ങിയിരുന്നു. അവിടെവെച്ച്, ഡിയുവിലെ എസ് എഫ് ഐയുടെ സ്ഥാപകരിലൊരാളായ, മികച്ച സംഘാടകനായ രാജേന്ദ്ര പ്രസാദിനെ കണ്ടുമുട്ടുകയും അവർ പിന്നീട് വിവാഹം കഴിക്കുകയും ചെയ്തു. പ്രകാശും രാജേന്ദ്രപ്രസാദും നല്ല സുഹൃത്തുക്കളായിരുന്നു, കോളേജ് ഹോസ്റ്റലിൽ മധുവും ഞാനും ഒരു മുറിയിലായിരുന്നു. ഞങ്ങളുടെ രഹസ്യവിവാഹത്തിൽ സുനീതിനെപ്പോലെ അവർ രണ്ടുപേരും സന്നിഹിതരായിരുന്നു, വാസ്തവത്തിൽ ഇവിടെയും ചില സംഘടനാപരമായ ഉത്തരവാദിത്വങ്ങൾ രാജൻ ഏറ്റെടുത്തിരുന്നു! വിവാൻ സുന്ദരം എന്ന കലാകാരനും ക്യാമറയുമായി ഉണ്ടായിരുന്നു. ഈ പുസ്തകത്തിലെ വിവാഹ ഫോട്ടോഗ്രാഫുകൾ അദ്ദേഹത്തിന്റേതാണ്. അപ്പൻ മേനോനായിരുന്നു മറ്റൊരു വിശിഷ്ടാതിഥി. പ്രകാശിന്റെ ഏറ്റവും അടുത്ത സുഹൃത്തായിരുന്നു അദ്ദേഹം. അങ്ങേയറ്റം ഊഷ്മളതയുള്ള, മാന്യനായ അദ്ദേഹം പിന്നീട് ഒരു പത്രപ്രവർത്തകനായി. കേരള ശൈലിയിലുള്ള വെള്ളമുണ്ടും തൂവെള്ള ഷർട്ടും വിവാഹവസ്ത്രമായി പ്രകാശിന് സമ്മാനിച്ചത് അപ്പനാണെന്ന് തോന്നുന്നു.

ഉജ്ജ്വലനായ കമ്യൂണിസ്റ്റ് നേതാവ് സഖാവ് എ കെ ഗോപാലൻ എന്ന എ കെ ജിയും അദ്ദേഹത്തിന്റെ ജീവിതപങ്കാളിയും തൊഴിലാളി, വനിതാ പ്രസ്ഥാന നേതാവുമായിരുന്ന സുശീലയും ആ സമയത്ത് ഡൽഹിയിൽ ഉണ്ടായിരുന്നു. അവർ സഖാവ് സുർജീത്തിനൊപ്പം വിവാഹത്തിന് നേതൃത്വം നൽകി. വീണച്ചേച്ചി (വീണ മജ്ജുംദാർ) വൃത്തി

ബൃന്ദയും പ്രകാശും - റീത്തയും സുധീറും

1975 ൽ റഷ്യൻ വിപ്ലവത്തിന്റെ വാർഷിക ദിനമായ നവംബർ 7 ന്
ഡോ. വീണമജ്ജുംദാറിന്റെ വസതിയിൽ വച്ച് വിവാഹിതരായി.

വിവാഹ വേളയിൽ സഖാവ് സുർജിത് സംസാരിക്കുന്നു, സമീപം എ കെ ജി

രാജേന്ദ്രപ്രസാദും മധുവും

യായി അടുക്കിവച്ചിരുന്ന പരവതാനികൾ താഴെ വിരിച്ച് അതിഥികൾ സുഖമായി ഇരുന്നു.

ഞാനും പ്രകാശും വെവ്വേറെ എഴുതി തയാറാക്കിയ പ്രതിജ്ഞ വിപ്ലവത്തിനായി സമർപ്പിച്ചുകൊണ്ട് വായിക്കുകയും പൂമാലകൾ പരസ്പരം ചാർത്തുകയും ചെയ്തു. തുടർന്ന് എ കെ ജിയും സുർജീത്തും ആശംസകൾ നേർന്നുകൊണ്ട് പ്രസംഗിച്ചു. പ്രസംഗത്തിനിടയിൽ എ കെ ജി എന്നെ തോളിൽ കയ്യിട്ട് ചേർത്തുപിടിച്ചുകൊണ്ട്, 'ഈ യുവാവ് നിന്നെ എപ്പോഴെങ്കിലും ശല്യപ്പെടുത്തിയാൽ എന്നോട് പറയണം' എന്നു പറഞ്ഞത് എല്ലാവരെയും ചിരിപ്പിച്ചു. കാൾ മാർക്സിനെയും ജെന്നിയെയും കുറിച്ച് സഖാവ് സുർജീത് സംസാരിച്ചു, തൊഴിലാളിവർഗത്തിനും സോഷ്യലിസത്തിനും വേണ്ടി അവർചെയ്ത നിരവധി ത്യാഗങ്ങളെക്കുറിച്ചും അദ്ദേഹം പറഞ്ഞു, 'ജെന്നി മാർക്സ് ആദർശ കമ്യൂണിസ്റ്റ് ഭാര്യയായിരുന്നു'; ഞാൻ രഹസ്യമായി പ്രകാശിനെ നോക്കി. ഞാൻ ഇതിനോട് എങ്ങനെ പ്രതികരിക്കുമെന്ന് അദ്ദേഹത്തിന് അറിയാമായിരുന്നു, സഖാവ് സുർജീത്തിൽ അവന്റെ കണ്ണുകൾ ഉറച്ചുനിന്നു. ഇല്ല, ഒരു 'ആദർശ ഭാര്യ' ആകാൻ എനിക്ക് ഉദ്ദേശ്യമില്ലായിരുന്നു—കമ്യൂണിസ്റ്റായാലും അല്ലെങ്കിലും!

ചടങ്ങ് അവസാനിച്ചപ്പോൾ, കള്ള പുഞ്ചിരിയോടെ അതിയ, പെട്ടെന്ന് പ്രകാശിന്റെ മുന്നിൽവന്ന് ഒരു വെള്ളിച്ചെപ്പ് നീട്ടി. സിന്ദൂരച്ചെപ്പായിരുന്നു അത്. വിവാഹിതയായ സ്ത്രീയുടെ അടയാളം. പ്രകാശ് എന്റെ കണ്ണുകളിലേക്ക് നോക്കി. സ്ത്രീകൾക്ക് മാത്രമുള്ള വിവാഹ ചിഹ്നങ്ങൾ എനിക്ക് ഇഷ്ടമല്ലെന്ന് പ്രകാശിനറിയാമായിരുന്നു. എന്നാലും, ഒരു തർക്കം ഒഴിവാക്കാൻ ഞാൻ സമ്മതം മൂളി. പ്രകാശ് എന്റെ മുടി രണ്ടായി വകഞ്ഞുമാറ്റി തന്റെ വിരൽ സിന്ദൂരത്തിൽ മുക്കി ശ്രദ്ധയോടെ ഒരു ചുവന്ന പൊട്ടുതൊട്ടു. നടപടിക്രമങ്ങളിൽ ബംഗാളിന്റെ സ്പർശം വേണമെന്ന് നിശ്ചയിച്ച ജൂനിയാണ് അതിയയെ അതിനായി പ്രേരിപ്പിച്ചത്. ഞാൻ ആദ്യമായും അവസാനമായും സിന്ദൂരം തൊട്ടത് അന്നാണ്!

ഞാൻ പങ്കെടുത്ത ആദ്യത്തെ 'പാർട്ടി കല്യാണം' എന്റേതായിരുന്നു. വലിയ പണച്ചെലവു കൂടാതെ, മതപരമായ അനുഷ്ഠാനങ്ങൾ ഇല്ലാതെ നമ്മുടെ യുവാക്കൾ നടത്തിയ നൂറുകണക്കിന് വിവാഹങ്ങളിൽ പിന്നീട് ഞാൻ പങ്കെടുത്തിട്ടുണ്ട്. പുരുഷാധിപത്യപരമായ കന്യാദാനം പോലുള്ള ആചാരങ്ങൾ - മകളെ വരന് 'സമ്മാനം' നൽകുന്നു - ഇല്ലാതെ ലളിതവും മാന്യവും അർത്ഥപൂർണ്ണവുമായ രീതിയിൽ വിവാഹം ചെയ്യുന്നതിലൂടെ ഒരു ബദൽ സംസ്കാരത്തെയാണ് മുന്നോട്ടുവയ്ക്കുന്നത്. തീർച്ചയായും ടെക്സ്റ്റൈൽ യൂണിയനിലെ എന്റെ സഖാക്കൾക്ക് ഞാൻ മധുര

പലഹാരം വാങ്ങിക്കൊടുത്തു - തിരിച്ച് അവരുടെ അനുഗ്രഹം ഞാൻ വാങ്ങി.

അന്നുമുതൽ ഇന്നുവരെ ഞങ്ങളുടെ പ്രതിജ്ഞ ഞങ്ങൾ ലംഘിച്ചിട്ടില്ല - പാർട്ടിയോടും ഞങ്ങളുടെ ജോലിയോടും പരസ്പരവും നൽകിയ പ്രതിജ്ഞ. എന്റെ ജോലിയുടെ ഒരു കാര്യത്തിലും ഇടപെടാതെ, എന്നാൽ നല്ലതും ചീത്തയുമായ എല്ലാ സമയത്തും പ്രകാശ് എപ്പോഴും ഒരു പാറ പോലെ എന്റെയൊപ്പം ഉണ്ടായിരുന്നു.

എന്റെ ആശ്രയം

സാമൂഹ്യജീവിതത്തിൽ, തനിക്കറിയാത്ത ഒരു ലോകത്ത് ഒറ്റയ്ക്ക് ഒരു യുവതിക്ക് തന്റെ വഴി കണ്ടെത്തുക എളുപ്പമല്ല.

പക്ഷേ, ആശ്രയമായി എല്ലായ്പ്പോഴും എന്റെ കുടുംബത്തിന്റെ പിന്തുണ ഭാഗ്യവശാൽ എനിക്കുണ്ടായിരുന്നു, എന്നാൽ അവർ എന്റെ കാര്യങ്ങളിൽ അനാവശ്യമായി ഇടപെടാറുമില്ല. കൽക്കത്തയിലെ ആദ്യത്തെ കുറച്ച് വർഷങ്ങളിൽ, വാടകയ്ക്ക് താമസം മാറുന്നതുവരെ ഞാൻ ജൂനിയോടൊപ്പം താമസിച്ചു. വടക്കൻ ബംഗാളിലെ ഒരു തേയിലത്തോട്ടത്തിൽ മാനേജരായിരുന്ന എന്റെ ജ്യേഷ്ഠൻ ഇടയ്ക്ക് എന്നെ കാണാൻ വരുമായിരുന്നു. അദ്ദേഹം എന്റെ പ്രവർത്തനങ്ങളെ പ്രോത്സാഹിപ്പിച്ചു. പാർട്ടിയിൽ ചേർന്ന് രണ്ട് വർഷത്തിനുള്ളിൽ, ഞാൻ എന്റെ പാതയിൽ ഉറച്ചുനിൽക്കുന്നുവെന്നുകണ്ട അച്ഛൻ, വളരെ കർശനമായ ബജറ്റിലാണെങ്കിലും എന്നെ സാമ്പത്തികമായി സഹായിച്ചു. എന്റെ ജോലിയുമായി അച്ഛൻ ഒത്തുതീർപ്പിനു തയ്യാറായതോടെ പാർട്ടിയെക്കുറിച്ച് നല്ല കാര്യങ്ങൾ അദ്ദേഹത്തിനു പറയാനുണ്ടായി. 'സി പി ഐ (എം) യൂണിയനുകളുമായി' ഇടപെടാനാണ് താൻ ഇഷ്ടപ്പെടുന്നതെന്ന് അദ്ദേഹം പറഞ്ഞു, കാരണം തൊഴിലാളികളുടെ ആവശ്യങ്ങൾക്കായുള്ള പോരാട്ടത്തിൽ നേതാക്കൾ കടുംപിടുത്തക്കാരാണെങ്കിലും ഒരു ധാരണയിലെത്തിക്കഴിഞ്ഞാൽ, അത് നടപ്പിലാക്കുന്നതിൽ അവർ സത്യസന്ധരായിരുന്നു. 'അവരെക്കുറിച്ച് നല്ല ധാരണ എനിക്കുണ്ടെന്ന് ' അദ്ദേഹം പറയുമായിരുന്നു. എന്റെ അനുജത്തി രാധികയും ഭർത്താവ് പ്രണോയിയും ഡൽഹിയിലുള്ളത് ഡൽഹിയിലേക്ക് മാറാനുള്ള പി എസിന്റെ നിർ

കൊക്കോ

ദ്ദേശം അംഗീകരിക്കാൻ എനിക്ക് ആത്മവിശ്വാസം നൽകി. വർഷങ്ങളോളം പ്രകാശിനും എനിക്കും അവരുടെ ഫ്ലാറ്റ് രണ്ടാം വീടായിരുന്നു.

ആ വർഷങ്ങളിൽ ഞങ്ങളുടെ കുടുംബത്തിൽ രണ്ടു ദുരന്തങ്ങൾ സംഭവിച്ചു. 1978-ൽ എന്റെ സഹോദരൻ കൊക്കോയെ ടൈഫോയിഡ് ബാധിച്ച് അസമിലെ ജോർഹട്ടിൽ അദ്ദേഹം ജോലിചെയ്തിരുന്ന തേയിലത്തോട്ടത്തിനടുത്തുള്ള ഒരു ചെറിയ ആശുപത്രിയിൽ പ്രവേശിപ്പിച്ചു. അവിടെവച്ച് അദ്ദേഹത്തിന് ഗ്ലൂക്കോസ് നൽകേണ്ടി വന്നു. ഗ്ലൂക്കോസ് കുപ്പി അണുവിമുക്തമല്ലായിരുന്നിരിക്കാം, അണുബാധ ഉണ്ടാകുകയും ജീവൻ നഷ്ടമാകുകയും ചെയ്തു. തുടർന്ന്, 1986-ൽ, എന്റെ സഹോദരി ജ്ഞനി ബോംബെ ആശുപത്രിയിൽ വച്ച് മരണമടഞ്ഞു, കുടലിലെ അസുഖത്തിനുള്ള ശസ്ത്രക്രിയയെ തുടർന്നായിരുന്നു മരണം. ഈ രണ്ട് മരണ

ങ്ങളും വൈദ്യശാസ്ത്രപരമായ അശ്രദ്ധമൂലമായിരുന്നു എന്നാണ് കരുതുന്നത്.

എല്ലാ ദിവസവും അവരുടെ അഭാവം ഞാനനുഭവിക്കുന്നു. പതിറ്റാണ്ടുകൾക്കുശേഷവും പച്ചയായി നിൽക്കുന്ന ആ വേദന കഠിനമാണ്. ദുഃഖത്തിന്റെ നിറം എന്താണ്? ചിലപ്പോൾ, കറുപ്പും വെളുപ്പും. ചിലപ്പോൾ മങ്ങിയ സെപിയയും, പക്ഷേ, അതിന്റെ രൂപവും വ്യാപ്തിയും എന്തായാലും, അത് സർവ്വവ്യാപിയാണ്. രാധികയും പ്രണോയിയും ഞങ്ങളുടെ കുടുംബത്തെ വീണ്ടെടുക്കുവാൻ സഹായിച്ചു. അവർ ശരിക്കും എന്റെ ജീവനാഡിയായിരുന്നു. മക്കളും കൊച്ചുമക്കളും അടങ്ങുന്ന ഒരു കൂട്ടുകുടുംബം പോലെയായി ഞങ്ങൾ. കുടുംബയോഗങ്ങളിൽ സന്തോഷവും ചിരിയും നിറഞ്ഞുനിൽക്കുന്നു, യുവതലമുറ വളരുന്നതും അവർ അവരുടെ ജീവിതവഴി കണ്ടെത്തുന്നതും ഞങ്ങൾ ആസ്വദിക്കുന്നു. ജീവിതം എനിക്കുതന്ന ഏറ്റവും വിലപ്പെട്ട സമ്മാനം ഞങ്ങളുടെ കുടുംബത്തിന്റെ പിന്തുണയും അംഗീകാരവുമാണെന്ന് എനിക്ക് ഉറപ്പിച്ചു പറയാൻ കഴിയും.

മാതാപിതാക്കളുടെയും സഹോദരങ്ങളുടെയും തുടർച്ചയായ എതിർപ്പുണ്ടെങ്കിലും ഇടതുപക്ഷത്തോടൊപ്പം ചേരുന്ന നിരവധി യുവതികളുടെ ധീരതയും നിശ്ചയദാർഢ്യവും കണ്ടതിനാലാണ് കുടുംബ പിന്തുണയെക്കുറിച്ച് ഞാൻ പരാമർശിക്കുന്നത്. ഞാൻ അടുത്തിടെ ഒരു യുവജന കൺവെൻഷനിൽ പങ്കെടുത്തപ്പോൾ, തന്റെ അനുവാദമില്ലാതെ ഒരു കൺവെൻഷനിൽ പങ്കെടുക്കാൻ എങ്ങനെ ധൈര്യപ്പെട്ടു എന്ന് ചോദിക്കുന്ന പിതാവിന്റെ അധിക്ഷേപകരമായ സന്ദേശം ഹരിയാനയിൽ നിന്നുള്ള

റീത്തയും ജൂനിയും

ഒരു യുവതി എന്നെ കാണിച്ചു. അവൾ കരയുകയായിരുന്നു. അവിവാഹിതരായ യുവതികൾക്ക് ഏത് തൊഴിൽ ചെയ്യാനും കുടുംബത്തിന്റെ പിന്തുണയില്ലായ്മ ഒരു വലിയ കടമ്പയാണ്. ഡൽഹിയിൽ വിദ്യാർത്ഥികളും യുവാക്കളും ഇത്തരം സാഹചര്യങ്ങളിൽ പരസ്പരം സഹായിക്കുന്നത് ഞാൻ കണ്ടിട്ടുണ്ട്. അടിയന്തരാവസ്ഥക്കാലത്ത് ഇവിടെയുള്ള സഖാക്കളുമായി എനിക്ക് വലിയ ബന്ധമുണ്ടായിരുന്നില്ല,അതിനാൽ അത്തരമൊരു പിന്തുണ എനിക്ക് ലഭ്യമല്ലായിരുന്നു - എന്റെ കുടുംബത്തിന്റെ പിന്തുണമൂലം ഞാൻ എത്രമാത്രം ഭാഗ്യവതിയാണെന്ന് കരുതാനുള്ള കാരണവും അതാണ്.

തിരിഞ്ഞുനോക്കുമ്പോൾ, റീത്തയായിരുന്ന പതിറ്റാണ്ട് എന്റെ ജീവിതത്തിലെ ഏറ്റവും കൂടുതൽ പാഠങ്ങൾ പഠിച്ച ഘട്ടമായിരുന്നുവെന്ന് എനിക്ക് പറയാൻ കഴിയും - മിൽ ഗേറ്റിൽ നടന്ന വർഗസമരം എന്താണെന്ന് അറിയുന്നു; സമരം എങ്ങനെ സംഘടിപ്പിക്കാമെന്ന് പഠിക്കുന്നു; തൊഴിലാളികളുടെ കോളനികളിലെ ജീവിതരീതികളും തൊഴിലാളി വർഗ സംസ്കാരവും പരിചയപ്പെടുന്നു; തൊഴിലാളിവർഗ കുടുംബങ്ങളിലെ സ്ത്രീകളുടെ ജീവിതത്തെയും സ്വത്വത്തെയുംകുറിച്ചും പഠിക്കാനായി. പോരാട്ടം, ഐക്യദാർഢ്യം, സാഹോദര്യം, ധീരത എന്നിവയുടെ മൂശയിൽനിന്നും ദൃഢമായബന്ധങ്ങൾ രൂപപ്പെടുന്നത് എങ്ങനെയെന്ന് ഞാൻ അനുഭവിച്ചറിഞ്ഞു. ഞാൻ വിഷമതയേറിയ പാഠങ്ങളും പഠിച്ചു - വഞ്ചനകൾ; യൂണിയൻ പിളർപ്പുകൾ; മാനേജ്മെന്റിന്റെ പിന്തുണയോടെ സമരം പൊളിക്കുന്ന ക്രൂരത. പോലീസ് ലാത്തിയുടെ വേദനാജനകമായ പ്രഹരങ്ങൾ ഞാൻ അനുഭവിച്ചു; പോലീസ് കേസുകളുടെ പീഡനം; ജയിൽ ജീവിതത്തിന്റെ ബുദ്ധിമുട്ടുകൾ. തൊഴിലാളികളുടെയും അവരുടെ യൂണിയനുകളുടെയും സഹായവും പിന്തുണയും ഇല്ലായിരുന്നെങ്കിൽ ഒന്നും സാധ്യമാകുമായിരുന്നില്ല.

സ്ത്രീകൾക്കിടയിൽ പ്രവർത്തിച്ചു തുടങ്ങിയ കാലഘട്ടം കൂടിയാണിത്, ആദ്യം തൊഴിലാളിവർഗ സ്ത്രീകളുടെയൊപ്പം. പിന്നീട് ഡൽഹിയിൽ ഒരു വനിതാ സംഘടന രൂപീകരിക്കുന്ന ടീമിന്റെ ഭാഗമായും പ്രവർത്തിക്കാൻ കഴിഞ്ഞു.

2

ദില്ലി

ദില്ലിയിലെ തുണിമില്ലുകൾ

1975 ൽ ഡൽഹിയിൽ അഞ്ച് കോമ്പോസിറ്റ് തുണി മില്ലുകൾ ഉണ്ടായിരുന്നു, അവിടെ വസ്ത്രനിർമ്മാണവുമായി ബന്ധപ്പെട്ട എല്ലാ പ്രവർത്തികളും ഒരു മേൽക്കൂരയ്ക്ക് കീഴിലാണ് നടന്നിരുന്നത്. ഇതിൽ മൂന്നെണ്ണം വടക്കൻ ഡൽഹിയിലായിരുന്നു. ഏറ്റവും വലിയ, ഡൽഹി ക്ലോത്ത് മിൽസ് (ഡി സി എം) സ്ഥിതിചെയ്യുന്നത് മനക്പുര സബ്സി മണ്ടിയിലെ ഫിലിമിസ്ഥാനിൽ, മുൻപ് ഗംഭീരമായി പ്രവർത്തിച്ചിരുന്ന എന്നാൽ ഇപ്പോൾ ജീർണ്ണിച്ച, ആർട്ട് ഡെക്കോ സിനിമാ തീയേറ്ററിനടുത്തായിരുന്നു. ഡി സി എമ്മിൽ നിന്ന് ഏകദേശം അഞ്ച് കിലോമീറ്റർ വടക്ക്, ഫിലിമിസ്ഥാൻ കടന്ന് വലതുവശത്തുള്ള ആസാദ് മാർക്കറ്റ് വിട്ട് കമല നഗറിലേക്ക് പോയാൽ, ബിർള മിൽസിൽ എത്തും. ഇവിടെ നിന്ന് അഞ്ച് കിലോമീറ്റർ വടക്കോട്ട് ജി ടി കർണാൽ റോഡ്, തിരക്കേറിയ ആസാദ്പൂർ കവലയിൽ നിന്നാൽ അജ്ജുധിയ ടെക്സ്റ്റൈൽ മിൽസ് കാണാം (മിക്ക ആളുകളും 'അയോധ്യ' എന്നാണ് പറയുന്നത്. തൊഴിലാളികൾ അതിനെ എ ടി എം എന്നാണ് വിളിക്കുന്നത്). ഈ മിൽ അടച്ചുപൂട്ടിയെങ്കിലും 1972 ൽ തൊഴിലാളികളുടെ നീണ്ടകാലത്തെ സമരത്തെ തുടർന്ന് ദേശസാൽക്കരിക്കപ്പെട്ടതിനാൽ വീണ്ടും തുറന്നു. മില്ലുകൾ തമ്മിൽ നല്ല ദൂരമുണ്ടെങ്കിലും, മൊബൈൽ ഫോണുകൾ പോലുള്ള ആധുനിക ആശയവിനിമയ ഉപകരണങ്ങൾ ഇല്ലാതിരുന്നിട്ടും, ഒരു മില്ലിൽ ഒരു സംഭവമുണ്ടായാൽ മറ്റുള്ളവയിലേക്ക് അമ്പരപ്പിക്കുന്ന വേഗതയിൽ വാർത്ത പരക്കും. സ്വതന്ത്ര ഭാരത് മിൽസ്, ഡി സി എം സിൽക്ക് മിൽസ് എന്നീ മറ്റ് രണ്ട് മില്ലുകൾ പടിഞ്ഞാറൻ ഡൽഹിയിലെ മോത്തി നഗർ പ്രദേശത്തായിരുന്നു.

മില്ലുകൾക്ക് ചുറ്റും തൊഴിലാളികളുടെ കോളനികളാണ്. ചില കോളനികൾ മില്ലുടമകൾ നിർമ്മിച്ചതാണ്, എന്നാൽ ഇവയിൽ വളരെ കുറച്ചു തൊഴിലാളികൾക്കേ താമസിക്കാൻ കഴിയൂ. നിരവധി തൊഴിലാളികൾ മില്ലുകൾക്ക് ചുറ്റുമുള്ള സ്വകാര്യ കോളനികളിൽ വാടകയ്ക്ക് താമസിച്ചിരുന്നു. മറ്റുചിലർ പരിമിതമായ അടിസ്ഥാന സൗകര്യങ്ങളോടുകൂടിയ ഷെഡ്ഡുകളിലോ കുടിലുകളിലോ, തിരക്കേറിയ ബസ്തികളിലോ (കോളനികൾ) ആണ് താമസിച്ചിരുന്നത്. ആസാദ്പൂരിലെ റെയിൽവേ ലൈനിലെ കോളനികളിൽ നൂറുകണക്കിന് എ ടി എം തൊഴിലാളികൾ താമസിച്ചിരുന്നു.

ഡൽഹിയിലെ തൊഴിലാളിവർഗ പ്രസ്ഥാനത്തിന്റെ നട്ടെല്ല്, അല്ലെങ്കിൽ ഹൃദയമായിരുന്നു വസ്ത്രനിർമാണ തൊഴിലാളികൾ. ഇത് ഡൽഹിയിലെ വ്യവസായവൽക്കരണത്തിന്റെ സ്വഭാവവുമായി ബന്ധപ്പെട്ടിരിക്കുന്നു - ദില്ലിയിലെ വൻകിട വ്യാവസായിക സംരംഭങ്ങളിലെ പകുതിയോളം തൊഴിലാളികളും അഞ്ച് ടെക്സ്റ്റൈൽ മില്ലുകളിലായിട്ടാണ് ജോലി ചെയ്തിരുന്നത്. മുന്നൂറോ അതിൽ കൂടുതലോ തൊഴിലാളികൾ ജോലിചെയ്യുന്ന ഇടത്തരം ഫാക്ടറികൾ നഗരത്തിൽ വളരെ കുറച്ച് മാത്രമേ ഉണ്ടായിരുന്നുള്ളൂ. ഡൽഹിയിലെ വ്യവസായ യൂണിറ്റുകളിൽ ബഹുഭൂരിപക്ഷവും ചെറുതും നൂറിൽ താഴെ തൊഴിലാളികൾ മാത്രം ഉള്ളവയുമായിരുന്നു. ഈ തൊഴിലാളികളെ സംഘടിപ്പിക്കുക എന്നത് വളരെ ബുദ്ധിമുട്ടുള്ള കാര്യമായിരുന്നു. 1970-കളുടെ മധ്യത്തിലും അവസാനത്തിലും, വ്യാവസായിക മേഖലകളിൽ ഞാൻ കണ്ടുമുട്ടിയ തൊഴിലാളികളിൽ പലരും ഒന്നാം തലമുറയിൽ പെട്ട യുവാക്കളായിരുന്നു. യു പി, ബിഹാർ തുടങ്ങിയ അയൽ സംസ്ഥാനങ്ങളിലെ ഗ്രാമപ്രദേശങ്ങളിൽ നിന്ന് ഡൽഹിയിലേക്ക് കുടിയേറിയവരാണ് അവരിലേറെപ്പേരും. മിക്കവാറും പേരും ഇവിടെ താമസിക്കുന്ന അവരുടെ ഗ്രാമത്തിലെ ഒരു ബന്ധുവോ അയൽക്കാരനോ മുഖേന ജോലിക്കായി ഡൽഹിയിലേക്ക് വന്നവരാണ്. എന്നാൽ ഇവിടെ വന്നാൽ പിന്നെ അവർ സ്വയം അവരുടെ കാര്യങ്ങൾ നോക്കുന്നു. അഞ്ചോ ആറോ തൊഴിലാളികൾ പങ്കിടുന്ന ചെറിയ മുറികളിലായിരുന്നു അവരുടെ താമസം. അവരുടെ വേതനം പലപ്പോഴും നിയമാനുസൃതമായ മിനിമം വേതനത്തേക്കാൾ കുറവായതിനാൽ കഷ്ടിച്ച് ഉപജീവനം കഴിക്കുമെന്ന് മാത്രം. ഈ വിഭാഗം തൊഴിലാളികൾക്കിടയിൽ, സി ഐ ടി യു ഒരു നേതൃശക്തിയായിരുന്നു, കാരണം അവരെ സംഘടിപ്പിക്കുന്നതിന് വളരെയധികം പരിശ്രമവും സുസ്ഥിരമായ പ്രവർത്തനവും ആവശ്യമാണ്. യൂണിയൻ രൂപീകരണം നടക്കുന്നുവെന്ന് അറിയുമ്പോൾത്തന്നെ ഉടമകൾ തൊഴിലാളികളെ പറഞ്ഞുവിടും. അതിനാൽ, അവരെ സംഘടിപ്പിക്കാൻ ഞങ്ങൾ വ്യത്യസ്ത

വഴികൾ കണ്ടെത്തി. തൊഴിലാളികൾ ജോലിക്ക് വരുമ്പോഴോ ജോലി കഴിഞ്ഞോ കയറുന്ന ഒരു ചായക്കട ഞങ്ങൾ തിരഞ്ഞെടുക്കും,. ഞങ്ങളിൽ ചിലർ അവിടെ വച്ച് അവരുടെ ജോലിയെക്കുറിച്ച് ചർച്ച ചെയ്യുകയും അവർ എങ്ങനെ ചൂഷണം ചെയ്യപ്പെടുന്നുവെന്ന് ചൂണ്ടിക്കാണിക്കുകയും ചെയ്യും. ആഴ്ചയിൽ നാലോ അഞ്ചോ തവണയെങ്കിലും ഈ ശ്രമം പതിവായി തുടരും. അങ്ങനെ തൊഴിലാളികൾ യൂണിയനെയും സംഘാടകരെയുംകുറിച്ച് മനസ്സിലാക്കി. കമല നഗർ ഓഫീസിന്റെ വിലാസം രേഖപ്പെടുത്തിയ ലഘുലേഖകളും വ്യവസായ മേഖലകളിൽ ഞങ്ങൾ വിതരണം ചെയ്തു. തൊഴിൽ ഒത്തുതീർപ്പ ചർച്ചകളിൽ തൊഴിലാളികളെ പ്രതിനിധീകരിക്കാൻ രജിസ്റ്റർചെയ്ത ഏതൊരു യൂണിയനും അവകാശമുണ്ട്. അങ്ങനെ ഞങ്ങൾ സി ഐ ടി യു-അഫിലിയേറ്റഡ് ജനറൽ മസ്ദൂർ ലാൽ ഝണ്ട യൂണിയൻ വഴി തൊഴിലാളികളെ പ്രതിനിധീകരിക്കാൻ തുടങ്ങുകയും അവരുടെ വിശ്വാസം നേടിയെടുക്കുകയും ചെയ്തു.

തുണിമില്ലുകളിൽ ആയിരക്കണക്കിന് തൊഴിലാളികൾ ഒരു കുടക്കീഴിലായതിനാൽ സംഘടിപ്പിക്കാൻ എളുപ്പമായി. ടെക്സ്റ്റൈൽ മില്ലുകളിൽ വിവിധ ട്രേഡ് യൂണിയൻ കേന്ദ്രങ്ങളുമായി അഫിലിയേറ്റ് ചെയ്തിട്ടുള്ള, കുറഞ്ഞത് ഏഴ് യൂണിയനുകളെങ്കിലും ഉണ്ടായിരുന്നു. ചില യൂണിയനുകൾ രാഷ്ട്രീയ പാർട്ടികളുമായി നേരിട്ട് ബന്ധപ്പെട്ടിരുന്നു. ഉദാഹരണത്തിന് കോൺഗ്രസ് പാർട്ടിയുമായി അഫിലിയേറ്റ് ചെയ്ത ഇന്ത്യൻ നാഷണൽ ട്രേഡ് യൂണിയൻ കോൺഗ്രസ് (INTUC). മിക്കവാറും യൂണിയനുകളും നേരിട്ട് ഒരു രാഷ്ട്രീയ പാർട്ടിയുമായി ബന്ധപ്പെട്ടിരുന്നില്ല, അവരുടെ നേതാക്കൾക്ക് ബന്ധം ഉണ്ടെങ്കിലും. സി പി ഐ (എം) ന്റെ കാര്യത്തിൽ, പാർട്ടി പ്രവർത്തകർ വിവിധ മേഖലകളിൽ ഒന്നിലധികം യൂണിയനുകളിൽ പ്രവർത്തിച്ചു. സി ഐ ടി യുവിലെ ഞങ്ങളുടെ പ്രവർത്തനത്തിന്റെ പ്രധാന ലക്ഷ്യം മുതലാളിത്ത ചൂഷണത്തിനെതിരായ വർഗസമരം മൂർച്ച കൂട്ടുകയും ഒപ്പംതന്നെ തൊഴിലാളികളെ അവരുടെ ദൈനംദിന ആവശ്യങ്ങൾക്കായി സംഘടിപ്പിക്കുകയും ചെയ്യുക എന്നതായിരുന്നു. ഡൽഹിയിലെ ടെക്സ്റ്റൈൽ വ്യവസായത്തിൽ വിവിധ വിഭാഗങ്ങളുടെ അടിസ്ഥാനത്തിലുള്ള യൂണിയനുകൾ ഉണ്ടായിരുന്നില്ല. ഇത് ഞങ്ങൾക്ക് സഹായകമായിരുന്നു. കാരണം വ്യത്യസ്ത വിഭാഗങ്ങളിലെ തൊഴിലാളികളെ പരസ്പരം തെറ്റിക്കുന്നതിന് മാനേജ്മെന്റിനെ സഹായിക്കാൻ ഇത്തരം യൂണിയനുകൾ ശ്രമിക്കാറുണ്ട്. എന്നിരുന്നാലും, എല്ലാ വിഭാഗങ്ങൾക്കും 'വർക്ക് കമ്മിറ്റികൾ' രൂപീകരിച്ചിരുന്നു. വോട്ടെടുപ്പിലൂടെയാണ് അതിൽ അംഗങ്ങളെ തെരഞ്ഞെടുക്കുന്നത്. അതിനാൽത്തന്നെ ഒരു പ്രത്യേക വിഭാഗത്തിന്റേതായ പ്രശ്നമുണ്ടാകുമ്പോൾ മാനേജ്മെന്റിന്റെ ശ്രദ്ധയിൽ അതു കൊണ്ടുവരു

ന്നതിന് വ്യവസ്ഥാപിതമായ ഒരു രീതി ഉണ്ടായിരുന്നു. ഉദാഹരണത്തിന്, നെയ്ത്തു വിഭാഗത്തിൽ ഒരു പ്രശ്നമുണ്ടായാൽ, ആ വകുപ്പിൽ നിന്ന് തിരഞ്ഞെടുക്കപ്പെട്ട വർക്കിങ് കമ്മിറ്റി അംഗം പ്രശ്നങ്ങൾ മാനേജ്മെന്റിനെ ധരിപ്പിക്കുന്നു. രണ്ടോ മൂന്നോ വർഷത്തിലൊരിക്കൽ വർക്കിങ് കമ്മിറ്റി തിരഞ്ഞെടുപ്പുകൾ നടക്കും. വിവിധ വകുപ്പുകളിലെ സ്ഥാനാർത്ഥികൾക്കൊപ്പം എല്ലാ യൂണിയനുകളും ഈ തിരഞ്ഞെടുപ്പിൽ പങ്കെടുക്കും. ചിലപ്പോൾ, പൊതു രാഷ്ട്രീയരംഗത്ത് രാഷ്ട്രീയ പാർട്ടികൾ സഖ്യമുണ്ടാക്കുന്നതുപോലെ, രണ്ടോ മൂന്നോ യൂണിയനുകൾ തമ്മിൽ ഒരുമിച്ച് തെരഞ്ഞെടുപ്പിനെ നേരിടാൻ പരസ്പര ധാരണയുണ്ടാകും. എന്നാൽ പണിമുടക്കിനുശേഷം ഒത്തുതീർപ്പ ചർച്ചകൾ നടക്കുമ്പോൾ യൂണിയൻ നേതൃത്വമാണ് ചർച്ചയ്ക്കുള്ള സംഘത്തെ തീരുമാനിക്കുക.

പ്രക്ഷോഭ സമരങ്ങളിൽ ഒറ്റക്കെട്ടായപ്പോൾ, ടെക്സ്റ്റൈൽ തൊഴിലാളികൾ അപ്രതിരോധ്യമായ ശക്തിയായി മാറി. അമ്പതുകളിലും അറുപതുകളിലും നടന്ന ടെക്സ്റ്റൈൽ തൊഴിലാളികളുടെ വ്യാവസായിക സമരങ്ങളുടെ ബാഹുല്യം ഇത് വ്യക്തമാക്കുന്നു. 1970-കളുടെ തുടക്കത്തിൽ, അതുവരെയും ആധിപത്യം ഉണ്ടായിരുന്ന, പരിഷ്കരണവാദത്തിൽ മാത്രം വിശ്വസിച്ചിരുന്ന യൂണിയനുകളുടെ പിടിയിൽനിന്നും പല യൂണിയനുകളും മോചിതരാകുകയും പുതുതായി രൂപീകരിച്ച സി ഐ ടി യുവുമായി അഫിലിയേറ്റ് ചെയ്യുകയും ചെയ്തതോടെ തൊഴിലാളികൾ തങ്ങളുടെ അവകാശങ്ങളെക്കുറിച്ച് കൂടുതൽ ബോധവാന്മാരായി. 1970-71 ൽ, എല്ലാ മില്ലുകളിലും ആവേശോജ്വലമായ സമരം നടന്നപ്പോൾ ഒരു പരിഷ്കരണവാദി നേതാവ് അത് തകർക്കാൻ ശ്രമിച്ചു. പണിമുടക്കുന്ന തൊഴിലാളികൾ അയാളെ മുതലാളിമാരുടെ ഏജന്റ് ആണെന്ന് ആരോപിച്ചുകൊണ്ട് വളഞ്ഞുവച്ചു, അയാളുടെ മുഖത്ത് കറുപ്പുചായം തേച്ച് ഒരു വൻ പ്രകടനമായി നടത്തിച്ചു. വർഷങ്ങൾക്കുശേഷവും ഈ സംഭവത്തെക്കുറിച്ച് തൊഴിലാളികൾ പറയാറുണ്ട്.

ഐക്യദാർഢ്യം : അനുകൂലിച്ചും പ്രതികൂലിച്ചും

മില്ലുകളിൽ ഒരുമിച്ച് ജോലി ചെയ്യുകയും കോളനികളിലും ബസ്തികളിലും ഒരുമിച്ച് താമസിക്കുകയും ചെയ്യുമ്പോൾ തൊഴിലാളിവർഗ ബോധം വികസിപ്പിച്ചെടുക്കുവാൻ കഴിഞ്ഞു. എന്നാൽ വർഗ്ഗബോധം വികസിപ്പിക്കുന്ന വസ്തുനിഷ്ഠ ഭൗതിക സാഹചര്യങ്ങളിൽ നവ ഉദാര വൽക്കരണ നയങ്ങൾ ഉണ്ടാക്കിയ ഗുണപരമായ മാറ്റങ്ങൾ അപരിഹാര്യമായ വിള്ളലുകളാണ് സൃഷ്ടിച്ചിട്ടുള്ളത്. ഇന്ന് ഒട്ടുമിക്ക വ്യവസായങ്ങളിലെയും ഉൽപ്പാദന പ്രക്രിയ ഔട്ട്സോഴ്സിംഗ് വഴി വിഭജിക്കപ്പെടുകയും ഉപ-വിഭജിക്കപ്പെടുകയും ചെയ്യുന്നു. തൽഫലമായി തൊഴിലാളികൾ തമ്മിലുള്ള ബന്ധം കുറഞ്ഞുവരികയും ആനുഷംഗികമായി സംസ്കാരത്തിന്റെയും ആശയങ്ങളുടെയും തലത്തിൽ അതിന്റെ പ്രതിഫലനം ഉണ്ടാകുകയും ചെയ്തു. മില്ലുകളും ചുറ്റുമുള്ള തൊഴിലാളികളുടെ കോളനികളും ബുൾഡോസർ ഉപയോഗിച്ച് നിരപ്പാക്കി ഭൂമി കച്ചവടക്കാർക്ക് കൈമാറി. അവർ ഫ്ലാറ്റ് സമുച്ചയങ്ങളും ആഡംബര വസതികളും മാളുകളും കച്ചവട സ്ഥാപനങ്ങളും ആരംഭിച്ച് വൻ ലാഭംനേടി. നഗര പ്രദേശത്തു നിന്ന് തൊഴിലാളി കോളനികൾ അപ്രത്യക്ഷമാകുന്നതിനൊപ്പം തൊഴിലാളികൾ ചിതറിപ്പോകുകയും അവരുടെ രാഷ്ട്രീയ കരുത്ത് തുരങ്കംവയ്ക്കപ്പെടുകയും അവരുടെ സമരശക്തി ദുർബലപ്പെടുകയും ചെയ്തു. തൊഴിലിനെയും തൊഴിലിടത്തെയും അടിസ്ഥാനമാക്കി തൊഴിലാളികളെ സംഘടിപ്പിക്കുന്ന പരമ്പരാഗത തൊഴിലാളിവർഗ രാഷ്ട്രീയം സമ്പദ്വ്യവസ്ഥയിലായാലും സാംസ്കാരിക, സാമൂഹിക ജീവിതത്തിലായാലും ദുർബലമായിരിക്കുന്നു. ഇത് ഭിന്നിപ്പുണ്ടാക്കുന്ന, വിഭാഗീയ, സ്വത്വാധിഷ്ഠിത

രാഷ്ട്രീയത്തിന്റെ ഉദയത്തിന് സഹായകമായി. ജാതി പ്രത്യയശാസ്ത്ര ങ്ങളും വർഗീയ ചിന്തകളും അധ്വാനിക്കുന്ന ജനവിഭാഗങ്ങളിലേക്ക് ആഴത്തിൽ കടന്നുകയറിയിട്ടുണ്ട്. മുൻകാലങ്ങളിൽ ജാതി, വർഗീയ ചി ന്തകൾ ഇല്ലായിരുന്നുവെന്നല്ല, മറിച്ച് അതിലും ശക്തമായ പ്രത്യയശാസ്ത്ര ങ്ങളും സംഘടനകളും ഉണ്ടായിരുന്നു.

ട്രേഡ് യൂണിയനിൽ പ്രവർത്തിച്ച കാലത്ത് പ്രാദേശികമായ കൂട്ടു ചേരലുകളും പക്ഷപാതവും ഉണ്ടായിരുന്നെങ്കിലും, തൊഴിലാളികൾക്കി ടയിൽ പ്രകടമായ ജാതീയത ഞാൻ കണ്ടിട്ടേയില്ല. ഞാൻ എന്താണ് ഉദ്ദേശിക്കുന്നതെന്ന് വിശദീകരിക്കേണ്ടത് ആവശ്യമാണ്. മനഃപൂർവമാ ണ് പ്രകടമായ എന്ന വാക്ക് ഞാൻ ഉപയോഗിച്ചത്. കാരണം ജാതീയത ഇല്ലാതായിട്ടില്ല. തൊഴിലാളിവർഗ ബോധവും ഐക്യദാർഢ്യവും ഉണ്ടാ യിരുന്നുവെന്നതും അത് ശക്തമായിരുന്നുവെന്നതും ശരിയാണെങ്കിലും അവരുടെ ജീവിതത്തിന്റെ എല്ലാ മേഖലകളിലേക്കും ആ ബോധം വ്യാ പിച്ചിട്ടില്ല. ഞാൻ പ്രവർത്തിച്ചിരുന്ന യൂണിയനുകളിലെ തൊഴിലാളി കളിൽ ഭൂരിഭാഗവും ഉത്തർപ്രദേശ്, ബിഹാർ എന്നിവിടങ്ങളിൽ നിന്നു ള്ളവരാണ്. തങ്ങളുടെ ഗ്രാമങ്ങളിലേക്ക് മടങ്ങിപ്പോകുമ്പോൾ, ഉയർന്ന ജാതികളിൽ നിന്നുള്ള തൊഴിലാളികൾ തങ്ങളുടെ പ്രദേശത്തു പ്രബല മായിട്ടുള്ള ജാതി വിവേചനത്തെ വെല്ലുവിളിച്ചില്ല. ദളിതരായ സഹപ്ര വർത്തകരുമായി അവർ ഭക്ഷണം പങ്കിട്ടും, എന്നാൽ അവരുടെ മകൾ ഒരു ദളിത് തൊഴിലാളിയെ വിവാഹം കഴിക്കുന്നതിനെക്കുറിച്ച് ഓർ ക്കാൻ തന്നെ ഭയമാണ്. ഞങ്ങൾ ഈ വിഷയം ചർച്ചകളിൽ ഉന്നയി ക്കുമ്പോൾ, അവർ പറയും മാറ്റം ഉണ്ടാക്കുന്നതിനു കഴിയാത്തത് തങ്ങൾ ഏറെക്കാലം വീട്ടിലില്ലാതിരുന്നതുകൊണ്ടാണെന്ന്. എന്നാൽ, മില്ലുക ളിലും കോളനികളിലും ജാതീയത നിശ്ശബ്ദമായിരുന്നുവെങ്കിലും, അത വരുടെ ജീവിതത്തിന്റെ ഭാഗമായിരുന്നുവെന്നത് വ്യക്തമാണ്. ജാതി വ്യവസ്ഥയേയും ജാതിമത വിശ്വാസങ്ങളേയും പ്രതിരോധിക്കുന്നതിൽ ട്രേഡ് യൂണിയനുകളുടെ സംഘടിതവും ബോധപൂർവവുമായ പ്രത്യയശാ സ്ത്ര പോരാട്ടത്തിന്റെ പ്രാധാന്യത്തെക്കുറിച്ചാണ് എന്റെ അനുഭവത്തിൽ അടിവരയിട്ടു പറയാൻ കഴിയുന്ന കാര്യം.

സി ഐ ടി യുവിനോട് അഫിലിയേറ്റ് ചെയ്തിരുന്ന യൂണിയനുക ളിൽ വിവിധ ജാതികളിൽനിന്നുള്ള തൊഴിലാളികൾ ഉണ്ടായിരുന്നു. നെയ്ത്ത് വകുപ്പുകളിൽ കൂടുതലും പരമ്പരാഗതമായി കൈത്തറി നെയ്ത്തുമാ യി ബന്ധപ്പെട്ടിരുന്ന പട്ടികജാതി സമുദായമായ കോലി ജാതിയിൽ പെട്ടവരായിരുന്നു. ബിർള മിൽസ് മാനേജ്മെന്റ് രാജസ്ഥാനിൽ നിന്നു ള്ളവരായിരുന്നു, അവർ ആ സംസ്ഥാനത്ത് നിന്നുള്ള തൊഴിലാളികളെ സെക്യൂരിറ്റി ഗാർഡുകളായി നിയമിക്കാൻ പ്രത്യേകം താൽപ്പര്യം പ്ര

കടിപ്പിച്ചു. അവരിൽ ഭൂരിഭാഗവും ഉന്നത ജാതിയിൽപ്പെട്ടവരായിരുന്നു. രാജസ്ഥാനിൽനിന്നുള്ള തൊഴിലാളികളുടെ ഒരു പ്രാദേശിക ഗ്രൂപ്പ് രൂപീകരിക്കാൻ മാനേജ്മെന്റ് പ്രോത്സാഹിപ്പിച്ചു. അതിനാൽ അവർക്ക് മാനേജ്മെന്റിനോട് കൂടുതൽ കടപ്പാട് തോന്നാനിടയാക്കി.

എന്നാൽ എ ടി എമ്മിലെ ഞങ്ങളുടെ യൂണിയനിൽ കിഴക്കൻ യുപിയിൽനിന്നും ബിഹാറിൽ നിന്നുമുള്ള പട്ടികജാതി വിഭാഗത്തിൽപ്പെട്ട തൊഴിലാളികളാണ് കൂടുതലും ഉൾപ്പെട്ടിരുന്നത്. ആസാദ്പൂരിലെ റെയിൽവേ ലൈനിലെ ബസ്തികളിലാണ് പലരും താമസിച്ചിരുന്നത്. യൂണിയനിലും അതിന്റെ നേതൃത്വത്തിലും പ്രതിബദ്ധതയുള്ള, രാഷ്ട്രീയ ബോധമുള്ള സംഘടിതശക്തിയായിരുന്നു അവർ. ഡൽഹിയിലെ തിരഞ്ഞെടുപ്പിൽ കമ്യൂണിസ്റ്റ് പാർട്ടി ഓഫ് ഇന്ത്യ (സി പി ഐ) മെട്രോപൊളിറ്റൻ കൗൺസിലിലും മുനിസിപ്പൽ കോർപ്പറേഷനിലും ഓരോ സീറ്റുവീതം നേടിയത്, ടെക്സ്റ്റൈൽ മിൽ തൊഴിലാളികൾ തിങ്ങിപ്പാർക്കുന്ന മണ്ഡലങ്ങളിൽനിന്നാണ് എന്നത് ശ്രദ്ധേയമാണ്. സി പി ഐ നേതാവ് ഗുരു രാധാ കിഷൻ പലതവണ കോർപ്പറേഷൻ സീറ്റ് നേടിയിട്ടുണ്ട്. മില്ലുകളിൽ ഒരുമിച്ച് പ്രവർത്തിക്കുകയും ജോലിസ്ഥലത്തേക്കും തിരിച്ചും ഒരുമിച്ച് യാത്ര ചെയ്യുകയും കാന്റീനിൽ ഭക്ഷണം പങ്കിട്ടു കഴിക്കുകയും സാംസ്കാരിക ഉത്സവങ്ങളിലും കായിക പരിപാടികളിലും പങ്കെടുക്കുകയും ഒക്കെ ചെയ്യുന്നത് തൊഴിലാളികൾക്കിടയിൽ പ്രാദേശിക, മത, ജാതിഭേദങ്ങൾക്കതീതമായ ബന്ധങ്ങൾ സൃഷ്ടിക്കുവാൻ ഇടയാക്കി.

സഖാക്കൾ

1975 മുതൽ 1977 വരെയുള്ള അടിയന്തരാവസ്ഥക്കാലത്ത് ബിർള മിൽ യൂണിറ്റിലും എ ടി എം വരെയുള്ള തൊഴിലാളികളുടെ കോളനികളിലും പ്രവർത്തിക്കുക എന്നതായിരുന്നു എന്റെ ഉത്തരവാദിത്വം. സി ഐ ടി യു അഫിലിയേറ്റഡ് യൂണിയൻ - കപ്ഡ മസ്ദൂർ ലാൽ ഝണ്ട യൂണിയൻ - അഞ്ച് മില്ലുകളിലെ തൊഴിലാളികളെ പ്രതിനിധീകരിച്ചു. യൂണിയന്റെ വർക്കിംഗ് കമ്മിറ്റി യോഗങ്ങളിൽ പങ്കെടുക്കുമ്പോൾ മറ്റ് മില്ലുകളിലെ യൂണിയൻ നേതാക്കളെ കാണാൻ അവസരം കിട്ടി. പ്രധാന നേതാവ് ആയിരുന്ന നാഥു പർഷാദ് അടിയന്തരാവസ്ഥയിൽ അറസ്റ്റിലായത് ഡി സി എം യൂണിറ്റിനെ ബാധിച്ചു. തുടർന്നുള്ള വർഷങ്ങളിൽ അദ്ദേഹവുമായി അടുത്ത് പ്രവർത്തിക്കുവാൻ എനിക്ക് കഴിഞ്ഞു., അദ്ദേഹം ഡൽഹിയിൽ ഞങ്ങളുടെ പാർട്ടിയുടെ മുതിർന്ന നേതാവായി ഇപ്പോഴും തുടരുന്നു. കൊക്കോ മരിച്ച വർഷം, രാഖി ദിനത്തിൽ നാഥു പർഷാദ് എന്റെ അടുത്തുവന്ന് കൈത്തണ്ടയിൽ കെട്ടാൻ ഒരു ചുവന്ന ചരട് നൽകി. ഒരു സഹോദരന്റെ പിന്തുണയുടെയും ഐക്യദാർഢ്യത്തിന്റെയും പ്രതീകം. ആ ഹൃദയസ്പർശിയായ പെരുമാറ്റം ഞാൻ ഒരിക്കലും മറക്കില്ല.

പടിഞ്ഞാറൻ ഡൽഹിയിലെ ഡി സി എം സിൽക്കും സ്വതന്ത്ര ഭാരത് മില്ലുകളും അടുത്തടുത്തായിരുന്നു, മുതിർന്ന തൊഴിലാളി നേതാക്കളുടെ ഒരു സംഘം അവിടെ ഉണ്ടായിരുന്നു. മിൽ ഗേറ്റിൽനിന്ന് ഏകദേശം 15 മിനിറ്റ് നടന്നാൽ എത്തുന്ന കാരമ്പുരയിലാണ് സി ഐ ടി യു ഓഫീസ് പ്രവർത്തിച്ചിരുന്നത്. ഇവിടുത്തെ നേതാക്കളായ ഇന്ദർ

കപ്ഡ മസ്ദൂർ ലാൽ ഝണ്ട യൂണിയൻ സഖാക്കളായ രാംപാൽ, ത്രിപുരാരി, ഇന്ദർപാൽ എന്നിവർക്കൊപ്പം

പാൽ, രാംമൂർത്തി, റോഷൻലാൽ, വാസു എന്നിവർ തൊഴിൽ നിയമത്തിൽ വിദഗ്ധരും മില്ലുകളിലെ ഓരോ വകുപ്പിന്റെയും ഓരോ ചെറിയകാര്യവും ഉൽപ്പാദന രീതികളും അറിയുന്നവരുമായിരുന്നു. അവർ വിവിധ പ്രദേശങ്ങളിൽനിന്നും വന്നവരാണ് - ഏറ്റവും പ്രായംകൂടിയ റോഷൻ ലാൽ, പഞ്ചാബിൽ നിന്നുള്ളയാളായിരുന്നു; പ്രഗത്ഭനായ സംഘാടകനായ ഇന്ദർ പാൽ കിഴക്കൻ യു പിയിൽനിന്നും; രാംമൂർത്തി പടിഞ്ഞാറൻ യു പിയിൽനിന്നും വാസു കേരളത്തിൽനിന്നും. അവർ ഒരു ടീമായി നന്നായി പ്രവർത്തിച്ചു. വിദ്യാസമ്പന്നരും പരിശീലനം സിദ്ധിച്ചവരുമായ അഭിഭാഷകരേക്കാളും മികച്ചവരായിരുന്നു അവർ. പ്രവർത്തക സമിതി യോഗങ്ങളിൽ തൊഴിലാളികൾ അഭിമുഖീകരിക്കുന്ന വിവിധ വിഷയങ്ങളെക്കുറിച്ച് അവർ സംസാരിക്കുന്നത് കേട്ടിരിക്കുന്നത് കൗതുകകരമായിരുന്നു. ഓരോ തവണയും ഞാൻ പുതിയ എന്തെങ്കിലും അവരിൽനിന്നും പഠിച്ചു. മാനേജ്മെന്റ്, ചില യൂണിയനുകളുമായി കൂട്ടുകൂടിക്കൊണ്ട് സമരം അവസാനിപ്പിക്കാൻ അവരുടെ പതിവ് തന്ത്രം പയറ്റുന്നത് എങ്ങനെയെന്ന് ഞാൻ അവരിൽനിന്ന് മനസ്സിലാക്കി. തർക്കം ഒരു കമ്മിറ്റിക്കോ വ്യവസായ ട്രിബ്യൂണലിനോ കൈമാറുകയാണ് ഒരു തന്ത്രം, അവിടെ അത് വർഷങ്ങളോളം കിടക്കും. അവരുടെ

അഭിപ്രായത്തിൽ, വേതനവും ക്ഷാമബത്തയും സംബന്ധിച്ച നിരവധി സുപ്രധാന കേസുകൾ ട്രൈബ്യൂണലുകളിൽ കുടുങ്ങിക്കിടക്കുകയാണ്. ഇന്ദർ പാലും ഞാനും കാലക്രമേണ നല്ല സുഹൃത്തുക്കളായി. അദ്ദേഹത്തിന്റെ നേതൃഗുണങ്ങളോടും ചൂടേറിയ ചർച്ചകളിലെ ശാന്തമായ സമീപനത്തോടും ഒരു ടീമിന്റെ ഭാഗമായി പ്രവർത്തിക്കാനുള്ള കഴിവിനോടും എനിക്ക് വലിയ മതിപ്പായിരുന്നു. അടിയന്തരാവസ്ഥയ്ക്ക് മുമ്പ് മില്ലുകളുടെ പ്രവേശന കവാടങ്ങളായിരുന്നു ഞങ്ങളുടെ പ്രവർത്തന കേന്ദ്രങ്ങൾ. അവിടെ വച്ച് ഞങ്ങൾ യൂണിയൻ യോഗങ്ങൾ സംഘടിപ്പിക്കുകയും ലഘുലേഖകൾ വിതരണം ചെയ്യുകയും നോട്ടീസുകളും പോസ്റ്ററുകളും പ്രദർശിപ്പിക്കുകയും തൊഴിലാളികളുമായി സംസാരിക്കുകയും ചെയ്തിരുന്നു. അടിയന്തരാവസ്ഥ ഫലത്തിൽ ട്രേഡ് യൂണിയൻ പ്രവർത്തനങ്ങളുടെ നിരോധനമായിത്തീർന്നപ്പോൾ ഇത്തരം പ്രവർത്തനങ്ങൾ തന്നെ നിലച്ച മട്ടായി. തൊഴിലാളികൾ താമസിക്കുന്ന കോളനികളിലേക്ക് ഞങ്ങൾ ശ്രദ്ധ തിരിക്കുകയും തൊഴിലാളികളെ അവരുടെ വീടുകളിൽ പോയി കാണുകയും രഹസ്യമായി യോഗങ്ങൾ നടത്തുകയും ചെയ്യേണ്ടി വന്നു. ബിർള മില്ലിനും എ ടി എമ്മിനും ഇടയിലായി പ്രതാപ് ബാഗിലെ മധ്യവർഗ കോളനിക്ക് പിന്നിൽ കൈത്തറി തൊഴിലാളികൾ താമസിച്ചിരുന്ന സാവൻ പാർക്ക് എന്ന ഒരു ബസ്തി ഉണ്ടായിരുന്നു. ഇവിടെ പാർട്ടിയുടെ ഏതാണ്ട് രണ്ട് ഡസനോളം അംഗങ്ങൾ താമസിച്ചിരുന്നു, അവരെല്ലാം കോലി സമുദായത്തിൽ പെട്ടവരാണ്. ഈ പ്രദേശം പൊതുവേ സുരക്ഷിത മേഖലയായി കണക്കാക്കപ്പെട്ടിരുന്നു. കൈത്തറി തൊഴിലാളിയായ സർവൻ കുമാറിന്റെ നേതൃത്വത്തിൽ ഇവിടെയുള്ള സഖാക്കൾ ടെക്സ്റ്റൈൽ തൊഴിലാളികളുടെ നിരവധി യോഗങ്ങൾക്ക് ആതിഥേയത്വം വഹിച്ചു. സർവൻ ഒരു ബഹിർമുഖനായിരുന്നു, അദ്ദേഹവുമായി അടുക്കാൻ വളരെ എളുപ്പമാണ്. ആ പ്രദേശത്തെ ജനപ്രിയനായ ഒരു നേതാവായിരുന്നു അദ്ദേഹം. എട്ടാം ക്ലാസുവരെ മാത്രമേ പഠിച്ചിട്ടുള്ളുവെങ്കിലും നിരവധി സ്ഥിതിവിവരക്കണക്കുകൾ അതിശയകരമായ വിധത്തിൽ മനഃപാഠമാക്കാൻ അദ്ദേഹത്തിന് കഴിഞ്ഞിരുന്നു. ഔപചാരിക വിദ്യാഭ്യാസം നിഷേധിക്കപ്പെട്ട പല തൊഴിലാളി നേതാക്കളിലും ഞാൻ ഈ ഗുണം കണ്ടിട്ടുണ്ട്. സഖാവ് പൂരൺ ചന്ദ് അത്തരത്തിലൊരു നേതാവായിരുന്നു. അടിയന്തരാവസ്ഥയ്ക്കുശേഷം പടിഞ്ഞാറൻ ഡൽഹിയിലെ പാർട്ടി സെക്രട്ടറിയായിരിക്കെയാണ് ഞാൻ അദ്ദേഹത്തെ കണ്ടത്. അഞ്ചാം ക്ലാസുവരെ മാത്രമേ പഠിച്ചിട്ടുള്ളൂ, എന്നാൽ തൊഴിൽ നിയമങ്ങളുടെ വിശദാംശങ്ങളും അവയുടെ നമ്പറുകളും അദ്ദേഹത്തിന് പറയാൻ കഴിഞ്ഞു; ഒരുകാര്യം വ്യക്തമാക്കാൻ അദ്ദേഹം ഔദ്യോഗിക സ്ഥിതിവിവരക്കണക്കുകൾ അനായാസമായി ഉദ്ധരിക്കും! മറ്റൊരു വിധത്തിൽ പറ

ഞ്ഞാൽ, തൊഴിലാളി നേതാക്കൾക്ക് സാക്ഷരരും ഇടത്തരക്കാരുമായ സഖാക്കളേക്കാൾ ഇരട്ടി അധ്വാനിക്കേണ്ടിവന്നു. എന്റെ ദൈനംദിന അനുഭവങ്ങൾ എനിക്ക് മുന്നിൽ തുറന്നുകാട്ടിയത് മുതലാളിത്ത സമൂഹ ത്തിന്റെ ക്രൂരമായ അസമത്വങ്ങളുടെ ഇത്തരം യാഥാർത്ഥ്യങ്ങളാണ്.

കാരമ്പുരയിലെ യൂണിയൻ ഓഫീസിൽ നിന്ന് അധികം അക ലെയല്ലാതെ ത്രൂപ് നഗറിന്റെ മൂലയിൽ ഒരു ചെറിയ പുസ്തകശാലയും ഉണ്ടായിരുന്നു, അത് പാർട്ടി ഓഫീസായും പ്രവർത്തിച്ചു. ഇടതുപക്ഷ പ്രസിദ്ധീകരണങ്ങൾ വിൽക്കുന്ന ആ കട നടത്തിയിരുന്നത് യൂണിയൻ പ്രവർത്തനത്തിന്റെ പേരിൽ പിരിച്ചുവിടപ്പെട്ട മുൻ ഡി സി എം ജീവന ക്കാരനായ സഖാവ് കമൽ നാരായൺ ആണ്. പിന്നീട് അദ്ദേഹം ടെ ക്സ്റ്റൈൽ യൂണിയന്റെ ജനറൽ സെക്രട്ടറിയായി. ഞങ്ങൾ ആ കടയിൽ യോഗങ്ങളും നടത്തുമായിരുന്നു. കടയുടെ ഷട്ടറുകൾ താഴ്ത്തിയിട്ട് ഞങ്ങൾ പുറകിലുള്ള ഒരു മുറിയിൽ ഒത്തുചേരും. പോലീസിന്റെ നിരീക്ഷണ ലി സ്റ്റിൽ കമൽ നാരായണും ഉണ്ടായിരുന്നു, അതിനാൽ അദ്ദേഹത്തിന് ഒരു ഒളിപ്പേരും നൽകി - ഡോക്ടർ - കാരണം, തൊഴിലാളി സഖാക്ക ളുടെ അഭിപ്രായത്തിൽ, അദ്ദേഹം ഒരു ഡോക്ടറെപ്പോലെയിരുന്നു! ആ ഇരട്ടപ്പേര് അദ്ദേഹത്തിന്റെ ജീവിതകാലം മുഴുവൻ തുടർന്നു.

എന്നെ വിവിധ പാർട്ടി യൂണിറ്റുകൾ പരിചയപ്പെടുത്തിയതും വ്യവ സായത്തെക്കുറിച്ച് പഠിപ്പിച്ചതും ശ്രീറാം ആയിരുന്നു. ഒരിക്കൽ അദ്ദേഹം എന്നോട് പറഞ്ഞു, 'ഒരു തൊഴിലാളി താൻ ചെയ്യുന്ന ജോലിയിൽ, അത് നെയ്ത്ത് യന്ത്രത്തിലായാലും നൂൽനൂൽക്കുന്ന യന്ത്രത്തിലായാലും, വിദഗ്ധ നായിരിക്കണം. ജോലിയെയും തൊഴിൽ നൈതികതയെയും അനാദരി ക്കുന്നവർക്ക് ഒരിക്കലും യൂണിയൻ നേതാക്കളായി വളരാനാവില്ല. അല സനായ തൊഴിലാളിയെ ഒരിക്കലും വിശ്വസിക്കരുത്.'

തൊഴിലാളികൾ നേരിട്ടതെന്തായിരുന്നു

അഞ്ച് മില്ലുകളിലുമുള്ള തൊഴിലാളികൾ അഭിമുഖീകരിച്ചിരുന്ന പ്രധാന പ്രശ്നം, ജോലിഭാരം പലമടങ്ങ് വർദ്ധിപ്പിക്കാനുള്ള മാനേജ്മെന്റുകളുടെ നീക്കമായിരുന്നു. അടിയന്തരാവസ്ഥ പ്രഖ്യാപിക്കുന്നതിന് മുമ്പുതന്നെ മാനേജ്മെന്റുകൾ പുതിയ യന്ത്രങ്ങൾ വാങ്ങാതെ തൊഴിലാളികളുടെ ജോലിഭാരം കൂട്ടാൻ തുടങ്ങിയിരുന്നു. ഉദാഹരണത്തിന്, ഡി സി എം നെയ്ത്തു വിഭാഗത്തിൽ, കൂടുതൽ ലോഡ് ചെയ്ത സ്പിൻഡിലുകൾ ഉൽപ്പാദിപ്പിക്കുന്നതിന് യന്ത്രങ്ങളുടെ 'വേഗം വർധിപ്പിച്ചു', പഴയ സമയത്തിനുള്ളിൽ തൊഴിലാളി അവ ചെയ്യുകയും വേണം. അതായത് കുറച്ച് തൊഴിലാളികളും കൂടുതൽ ജോലിയും. മറ്റ് വകുപ്പുകളിലും മാനേജ്മെന്റുകൾ ഇത്തരം നടപടികൾ നടപ്പാക്കി തുടങ്ങിയിരുന്നു. ഒരു പ്രമുഖ ഡി സി എം യൂണിയൻ നേതാവ് സോഹൻ ലാൽ പറഞ്ഞ കണക്കുപ്രകാരം അദ്ദേഹം 1967-ൽ 18 വയസ്സുള്ള യുവാവായി ജോലിയിൽ ചേരുമ്പോൾ മില്ലിൽ 7,500 തൊഴിലാളികൾ ഉണ്ടായിരുന്നു, അടിയന്തരാവസ്ഥയിൽ അത് 5,000 ആയി കുറഞ്ഞു - ഒരു ദശാബ്ദത്തിനുള്ളിൽ മൂന്നിലൊന്നായി കുറഞ്ഞു! മാനേജ്മെന്റ് ഒരു വർഷത്തെ വേതനം, പിരിച്ചുവിടൽ 'ആനുകൂല്യമായി' നൽകും. മാത്രമല്ല, ഡൽഹിയിലെ ടെക്സ്റ്റൈൽ ഉടമകൾക്ക് കൂലി നിശ്ചയിക്കുന്നതിന് അങ്ങേയറ്റം ഏകപക്ഷീയമായ ഒരു രീതി ഉണ്ടായിരുന്നു. വേതനത്തിന്റെ വർഗ്ഗീകരണവും ഏകീകരണവും ഉണ്ടായിരുന്ന ബോംബെയിലോ കാൺപൂരിലോ ഉള്ള മില്ലുകളിൽ നിന്ന് വ്യത്യസ്തമായിരുന്നു ദില്ലിയിലെ സ്ഥിതി. ഡൽഹി ടെക്സ്റ്റൈൽ തൊഴിലാളികൾ വളരെക്കാലമായി വേജ് ബോർഡ് വേണമെന്ന് ആവശ്യപ്പെടുന്നു.

ക്ഷാമബത്ത ഒരു പ്രധാന പ്രശ്നമായിരുന്നു. ഇന്ത്യയിൽ, സ്വാതന്ത്ര്യത്തിന് മുമ്പുതന്നെ, പണപ്പെരുപ്പത്തിന്റെ ആഘാതം തടയുന്നതിന് ഉപഭോക്തൃ വില സൂചികയുമായി ബന്ധിപ്പിച്ച അടിസ്ഥാന ശമ്പളത്തിന്റെ ഒരു ശതമാനം സർക്കാർ ജീവനക്കാർക്ക് നൽകുമായിരുന്നു. ഈ അവകാശം സർക്കാർ മേഖലയിൽ മാത്രമായി പരിമിതപ്പെടുത്തിയതിനാൽ സ്വകാര്യ മേഖലയിലെ തൊഴിലാളികൾക്കും ജീവനക്കാർക്കും അത് ബാധകമായിരുന്നില്ല. നിരവധി സമരങ്ങൾക്കുശേഷം, വിവിധ വ്യവസായ ട്രിബ്യൂണലുകൾ വഴി ക്ഷാമബത്തയ്ക്കുള്ള അംഗീകാരം നേടുന്നതിൽ വസ്ത്രനിർമാണവ്യവസായ തൊഴിലാളികൾ വിജയിച്ചു. ഇതിൽ പ്രധാനപ്പെട്ടതാണ് അതിന്റെ ചെയർമാന്റെ പേരിൽ അറിയപ്പെടുന്ന 1973 വൈദ്യലിംഗം അവാർഡ്. അതുപ്രകാരം മില്ലുടമകൾ തൊഴിലാളികൾക്ക് മൊത്തം പ്രവൃത്തി ദിവസങ്ങളുടെ 90 ശതമാനം ക്ഷാമബത്ത നൽകണം. അവാർഡിന്റെ യഥാർത്ഥ ഉദ്ദേശ്യംപോലെ ഓരോ തൊഴിലാളിയും ജോലിചെയ്ത ദിവസങ്ങളുടെ 90 ശതമാനം എന്നത് മിൽ പ്രവർത്തിച്ചിരുന്ന ദിവസങ്ങളെ അടിസ്ഥാനമാക്കിയല്ല എന്നാണ് മാനേജ്മെന്റുകൾ വ്യാഖ്യാനിച്ചത്. ഇതിന്റെ ഫലം 12 ശതമാനത്തിന്റെ കുറവ് വേതനത്തിൽ ഉണ്ടായി എന്നതാണ്. തൊഴിലാളികൾക്ക് 78 ശതമാനം ഡി എ മാത്രമാണ് ഉടമകൾ നൽകിയത്. 1979-ലെ *ഇന്ത്യാ ടുഡേ* റിപ്പോർട്ട് (പണിമുടക്കിന്റെ കാലത്ത്) പ്രകാരം 'ഈ വ്യത്യാസം മൂലം ഒരു തൊഴിലാളിക്ക് പ്രതിമാസം 25 രൂപയോ അല്ലെങ്കിൽ പ്രതിവർഷം 72 ലക്ഷം രൂപയോ ആണ് കുറവുണ്ടാകുന്നത്. എന്നാൽ ഈ ചെറിയ തർക്കത്തിന്റെ ഫലമായി തൊഴിലാളികളുടെ വേതനത്തിൽ 4.75 കോടി രൂപ നഷ്ടമായി, രാജ്യത്തിന് 19 കോടി രൂപയുടെയും ഉൽപ്പാദനനഷ്ടമുണ്ടായി.'

തൊഴിലാളികളുടെ ആരോഗ്യമായിരുന്നു മറ്റൊരു പ്രധാന പ്രശ്നം. തൊഴിലാളികൾ ജോലി ചെയ്യുന്ന മില്ലിന്റെ കെട്ടിടങ്ങൾ ജനലുകളില്ലാത്ത ഉയരമുള്ള ഷെഡ്ഡുകളായിരുന്നു. മാനേജ്മെന്റ് മാസ്കുകൾ നൽകാത്തതിനാൽ അന്തരീക്ഷത്തിൽ നിറഞ്ഞു നിൽക്കുന്ന നേർത്ത പഞ്ഞി തൊഴിലാളികൾ നിരന്തരം ശ്വസിക്കുന്നു. വസ്ത്രങ്ങൾക്ക് ചായം നൽകുന്ന വകുപ്പിലെ തൊഴിലാളികൾക്ക് പലപ്പോഴും രാസവസ്തുക്കളിൽനിന്നും ആസിഡുകളിൽനിന്നും പൊള്ളലേൽക്കും. എന്നാൽ മാനേജ്മെന്റ് യാതൊരുവിധ സുരക്ഷാ ഉപകരണങ്ങളും നൽകാറില്ല. തൊഴിൽ സാഹചര്യങ്ങൾ മെച്ചപ്പെടുത്തുന്നതിനുവേണ്ടി പണം ചെലവഴിക്കാൻ മാനേജ്മെന്റ് തയ്യാറാവില്ല. തൊഴിലാളികൾ എംപ്ലോയീസ് സ്റ്റേറ്റ് ഇൻഷുറൻസ് (ഇ എസ് ഐ) പദ്ധതിയുടെ ഭാഗമായിരുന്നു. ഇത് സാങ്കേതികമായി ആരോഗ്യ ആനുകൂല്യങ്ങൾ എളുപ്പത്തിൽ ലഭ്യമാക്കുമെ

ങ്കിലും, യഥാർത്ഥത്തിൽ തൊഴിലാളികളുടെ ആരോഗ്യ പരിരക്ഷയുടെ ഗുണനിലവാരം തീർത്തും ദയനീയമായിരുന്നു. എന്തായാലും മോശപ്പെട്ട തൊഴിൽ സാഹചര്യങ്ങളുടെ ഫലം വലിയൊരു വിഭാഗം തൊഴിലാളികൾ പതിവായി രോഗബാധിതരാകുന്നുവെന്നതാണ്. പ്രത്യേകിച്ച് ക്ഷയരോഗം വളരെയേറെ വ്യാപകമായിരുന്നു.

തൊഴിലാളികൾക്കിടയിൽ അതൃപ്തി വർദ്ധിച്ചുകൊണ്ടിരുന്നു, അടിയന്തരാവസ്ഥ പ്രഖ്യാപിച്ചപ്പോൾത്തന്നെ ഈ വിഷയങ്ങൾ മുൻനിർത്തി തൊഴിലാളികൾ സമരസന്നദ്ധരായി തുടങ്ങിയിരുന്നു.

പണിമുടക്ക്

ബിർള മിൽസിൽ സംഘർഷത്തിന്റെ സാഹചര്യമുടലെടുത്തു. ഇവിടുത്തെ തൊഴിലാളികൾ സമരോത്സുകതയ്ക്ക് പേരുകേട്ടവരായിരുന്നു. 1976-ന്റെ തുടക്കത്തിൽ, ഓരോ തൊഴിലാളിയും രണ്ട് തറികൾക്ക് പകരം നാല് തറികളിൽ പണിയെടുക്കണമെന്ന് മാനേജ്മെന്റ് തീരുമാനിച്ചു. ലേബർ കോടതിയുടെ ഡി ഡി ഗുപ്ത വിധിയാണ് മാനേജ്മെന്റിന് ഇതിന് അനുമതി നൽകിയത്. ഉൽപ്പാദനക്ഷമത വർദ്ധിപ്പിക്കുന്നതിന് വർദ്ധിച്ച ജോലിഭാരം ആവശ്യമാണെന്ന മാനേജ്മെന്റിന്റെ വാദത്തെ പിന്തുണച്ച വിധി ആഴ്ചയിൽ ഏഴു ദിവസവും 24 മണിക്കൂറും പ്രവർത്തിക്കാനുള്ള അനുമതിയും മാനേജ്മെന്റിന് നൽകി. മാനേജ്മെന്റ് തങ്ങളുടെ തീരുമാനം തൊഴിലാളികളെ അറിയിച്ചു. അന്യായമായി ജോലിഭാരം വർധിപ്പിച്ചതിൽ തൊഴിലാളികൾക്കിടയിൽ കടുത്ത രോഷം ഉയർന്നു. 'എന്തെങ്കിലും ചെയ്യാൻ' തൊഴിലാളികൾ തങ്ങളോട് ആവശ്യപ്പെട്ടുന്നതായി യൂണിയൻ സഖാക്കൾ റിപ്പോർട്ട് ചെയ്തു. ഞങ്ങൾ പ്രവർത്തകരുടെ രഹസ്യ യോഗങ്ങൾ നടത്താൻ തുടങ്ങി. നെയ്ത്തു വിഭാഗത്തിൽ നല്ലൊരു ടീം ഉണ്ടായിരുന്നതിനാൽ എല്ലാ ഷിഫ്റ്റിലെയും തൊഴിലാളികളുമായി ബന്ധപ്പെടാൻ ഞങ്ങൾക്ക് കഴിഞ്ഞു. ഓരോ ഷിഫ്റ്റിലും ഒരു നേതാവിനെ തിരഞ്ഞെടുത്തു, പ്രതിഷേധം നെയ്ത്തു യന്ത്രത്തിൽ നിന്നുതന്നെ ആരംഭിക്കണമെന്ന് തൊഴിലാളികൾ തീരുമാനിച്ചു.

1976 ഏപ്രിൽ 18-ന് രാത്രി മാനേജ്മെന്റ് അതിന്റെ പദ്ധതി നടപ്പിലാക്കി. നൈറ്റ് ഷിഫ്റ്റിലെ സൂപ്പർവൈസർ നാല് തറി സംവിധാനം ഉടൻ ആരംഭിക്കണമെന്ന് തൊഴിലാളികളെ അറിയിക്കുകയും അത്

ഏത് തറിയിൽ നിന്നാണ് തുടങ്ങേണ്ടതെന്ന് ചൂണ്ടിക്കാണിക്കുകയും ചെയ്തു. സി ഐ ടി യു നേതാവ് ഹരീഷ് ചന്ദ്ര പാന്ത് ജോലി ചെയ്യുന്ന സ്ഥലമായിരുന്നു അത്. സഖാവ് പാന്ത് പിന്നീട് ഞങ്ങളോട് പറഞ്ഞു, ആദ്യത്തെ തൊഴിലാളിയെ സൂപ്പർവൈസർ നിർബന്ധിച്ച് നാല് തറികളും പ്രവർത്തിപ്പിക്കാൻ നിർദ്ദേശം നൽകി. തൊട്ടുപിന്നിൽ പാന്തായിരുന്നു. യന്ത്രത്തിനു മുന്നിൽ നിന്നുകൊണ്ട് തന്റെ കൈകൾ മുകളിലേക്ക് ഉയർത്തിക്കൊണ്ട് 'പണിമുടക്ക്! പണിമുടക്ക്! ഈ ജോലിഭാരം ഞങ്ങൾ അംഗീകരിക്കില്ല!' എന്ന മുദ്രാവാക്യമുയർത്തി. ഈ ധീരമായ നടപടികണ്ട് മറ്റ് തൊഴിലാളികളും അദ്ദേഹത്തിന് ചുറ്റുംകൂടി ഉറക്കെ മുദ്രാവാക്യം വിളിച്ചു. പണിമുടക്ക് ആരംഭിച്ചു. ഹരീഷ് ചന്ദ്ര പാന്ത് അന്ന് ചരിത്രം സൃഷ്ടിച്ചു. ദില്ലിയിലെ സി ഐ ടി യുവിൽ ഇപ്പോഴും സജീവമായ പാന്ത് ഉത്തരാഖണ്ഡിലെ മലയോര പ്രദേശത്തുനിന്നുമാണ് ദില്ലിയിൽ എത്തിയത്. ബിർള മിൽസിലെ തൊഴിലാളിയായ മൂത്ത സഹോദരനാണ് അദ്ദേഹത്തെ പതിനാറാം വയസ്സിൽ ഡൽഹിയിലേക്ക് കൊണ്ടുവന്നത്. ഏതാനും വർഷങ്ങൾക്കുള്ളിൽ, തന്റെ ജ്യേഷ്ഠനിൽ നിന്ന് വ്യത്യസ്തമായി, ജോലിയുടെ ഭയാനകമായ അവസ്ഥയിൽ രോഷാകുലനായ പാന്ത് സി ഐ ടി യു യൂണിയനിൽ ചേർന്നു. ഞാൻ അദ്ദേഹത്തെ കാണുമ്പോൾ അദ്ദേഹം ബിർള മിൽ യൂണിറ്റിന്റെ ഭാരവാഹിയായിരുന്നു.

അടിയന്തരാവസ്ഥക്കാലത്ത് ഡൽഹിയിലെ വസ്ത്രനിർമാണ വ്യവസായത്തിൽ ഇത്തരമൊരു തൊഴിലാളിസമരം ആദ്യമായിരുന്നു - ഒരു പക്ഷേ, ഡൽഹിയിലെ ഒരു മേഖലയിലും ഇതിനുമുൻപ് സമരം ഉണ്ടായിട്ടുണ്ടാവില്ല.

എല്ലാ വിഭാഗങ്ങളിലും വാർത്ത പരന്നു, തൊഴിലാളികൾ പുറത്തിറങ്ങി മില്ലിന്റെ പരിസരത്ത് ഒത്തുകൂടി. സമരത്തിന് രാഷ്ട്രീയമായ പ്രാധാന്യവും ഉണ്ടായിരുന്നു. രാജ്യതാൽപ്പര്യത്തിനായുള്ള അടിയന്തരാവസ്ഥയ്ക്ക് പൂർണ പിന്തുണ നൽകിവരുന്ന കൗൺസിലിന്റെ അഭിമാനത്തിന് തലസ്ഥാനത്ത് നടന്ന സമരം കോട്ടം വരുത്തിയതായി ഒരു കോൺഗ്രസ് മന്ത്രി, മെട്രോപൊളിറ്റൻ കൗൺസിലിൽ (അന്ന് ഡൽഹിയിൽ നിയമസഭ ഉണ്ടായിരുന്നില്ല) സങ്കടപ്പെട്ടു!!

സമരത്തിനുള്ള തയ്യാറെടുപ്പ് ഘട്ടത്തിൽ, നെയ്ത്ത് തൊഴിലാളിയായ സഖാവ് രമേശിന്റെ വീട്ടിലാണ് ഞാൻ പലപ്പോഴും രാത്രി തങ്ങിയിരുന്നത്. മില്ലിന്റെ തൊട്ടടുത്ത് വാടകക്വാർട്ടേഴ്സിലാണ് ഭാര്യ മഞ്ജു, രണ്ട് ആൺകുട്ടികൾ, അമ്മ ഓംവതി എന്നിവർക്കൊപ്പം രമേശ് താമസിച്ചിരുന്നത്.

സമരത്തിന്റെ ഗുണദോഷങ്ങളെക്കുറിച്ച് തൊഴിലാളികൾക്കിടയിൽ നടന്ന വിശദമായ ചർച്ചകൾക്ക് ഞാൻ സാക്ഷിയായിരുന്നു. യോഗങ്ങ

ഹരീഷ് ചന്ദ്രപാന്ത്

ളിൽ, യൂണിയൻ നേതാക്കൾ വാദത്തിന്റെ എല്ലാ വശങ്ങളും ക്ഷമയോടെ കേൾക്കുന്നത് ഞാൻ കണ്ടു. ചില അവസരങ്ങളിൽ, ഞങ്ങളുടെ പാർട്ടി നേതാക്കളിലൊരാളും അഭിഭാഷകനുമായ ഉമേഷ് മിശ്രയും യോഗങ്ങളിൽ പങ്കെടുത്തിരുന്നു. തൊഴിലാളികളുടെ അഭിപ്രായങ്ങൾ അദ്ദേഹം ശ്രദ്ധയോടെ കേട്ടു. ഈ യോഗങ്ങളിലെ അന്തരീക്ഷം തുറന്നതും സത്യസന്ധവും ജനാധിപത്യപരവുമായിരുന്നു, നേതാക്കൾ ഉത്തരവുകൾ പുറപ്പെടുവിക്കുകയല്ല ചർച്ചകൾ പ്രോത്സാഹിപ്പിക്കുകയാണ് ചെയ്തിരുന്നത്. ഭരണകൂടം പോലീസിനെ വിട്ട് സമരം ബലപ്രയോഗത്തിലൂടെ തകർക്കുമെന്ന് ഒരു വിഭാഗം തൊഴിലാളികൾ കരുതി. ഡൽഹി തലസ്ഥാനമായതിനാൽ പോലീസ് അക്രമം സൃഷ്ടിക്കുന്ന നിഷേധാത്മകമായ പ്രചാരണം ഒഴിവാക്കാൻ സർക്കാർ ശ്രമിക്കുമെന്നും ഇവിടുത്തെ സമരം രാജ്യത്തിന്റെ മറ്റ് ഭാഗങ്ങളിൽ പ്രത്യാഘാതങ്ങൾ ഉണ്ടാക്കുമെന്നും മറുവിഭാഗം കരുതി. മറ്റ് വകുപ്പുകളിലെ തൊഴിലാളികളെ നേരിട്ട് ബാധിക്കാത്തതിനാൽ നെയ്ത്ത് വിഭാഗം വകുപ്പ് ഒറ്റപ്പെടുമെന്നും ഇത് നീണ്ട സമരത്തെ പിന്തുണയ്ക്കില്ലെന്നും ചില തൊഴിലാളികൾ കരുതി. ആരോ ചോദിച്ചു, ഗേറ്റിനുമുന്നിൽ പിക്കറ്റ് നടത്താൻ പോലീസ് അനുവദിക്കില്ല എന്നിരിക്കെ സമരത്തിന്റെ വിജയം എങ്ങനെ ഉറപ്പാക്കും? നിരവധി തൊഴിലാളികൾ ചേർന്നുനടത്തുന്ന ശക്തമായ പിക്കറ്റിങ്, മറ്റ് തൊഴിലാളികൾക്ക് തങ്ങൾ തനിച്ചല്ലെന്ന ആത്മവിശ്വാസം നൽകുമെന്നതിനാൽ ഇത് നിർണായകമായ ഒരു പ്രശ്നമായിരുന്നു, കൂടാതെ ധാരാളം ആളുകൾ സമരത്തിൽ പങ്കെടുത്താൽ മാനേജ്മെന്റിന് അവരെ ശിക്ഷിക്കാനും പ്രയാസമാണ്. അതിനാൽ, മിൽ ഗേറ്റിലേക്കുള്ള എല്ലാ വഴികളിലും സമരക്കാരുടെ നീണ്ടനിര രൂപീകരിക്കാൻ ഞങ്ങൾ തീരുമാനിച്ചു.

തൊഴിലാളികൾ മറ്റ് യൂണിയനുകളുടെ പങ്കിനെക്കുറിച്ചും ചർച്ച

ചെയ്തു. നമുക്ക് അവരെ ആശ്രയിക്കാൻ കഴിയില്ലെന്നും അവകാശങ്ങൾക്കായി പോരാടാനുള്ള ശക്തി സ്വയം വളർത്തിയെടുക്കണമെന്നും തൊഴിലാളികളുടെ മാനസികാവസ്ഥ മനസ്സിലാക്കി പ്രതികരിക്കണമെന്നും അവർ തീരുമാനിച്ചു. തൊഴിലാളികൾ അഭിമുഖീകരിക്കുന്ന വർദ്ധിച്ച ജോലിഭാരത്തിന്റെ അനിവാര്യമായ അനന്തരഫലമാണ് പിരിച്ചുവിടൽ എന്ന് വിശദീകരിക്കുന്ന ഒരു ലഘുലേഖ ഞങ്ങൾ തയ്യാറാക്കി. ഒരു പ്രസാധകനും ലഘുലേഖ അച്ചടിക്കാൻ തയ്യാറാകാത്തവിധം അന്തരീക്ഷം ഭീതിതമായിരുന്നു. അതുകൊണ്ട് ഞങ്ങൾക്ക് അത് സൈക്ലോസ്റ്റൈൽ ചെയ്യേണ്ടിവന്നു. (സൈക്ലോസ്റ്റൈലിംഗ് ഇപ്പോൾ വംശനാശം സംഭവിച്ച ഒരു സാങ്കേതിക വിദ്യയാണ്. ഇത് വളരെ ശ്രമകരവും കൂടുതൽ സമയം ആവശ്യമായതുമാണ് - ഓരോ ലഘുലേഖയും സ്റ്റെൻസിൽ ഷീറ്റിൽ പ്രിന്റ് ചെയ്യുന്നത് സങ്കൽപ്പിക്കുക). യൂണിയൻ അംഗങ്ങൾ ലഘുലേഖ രഹസ്യമായി മില്ലിലേക്ക് കൊണ്ടുപോകുകയും ഓരോ നെയ്ത്തു മെഷീൻ വിഭാഗത്തിലും ഒന്നോ രണ്ടോ പകർപ്പ് നൽകുകയും ചെയ്യും. തൊഴിലാളികൾ ലഘുലേഖ ശ്രദ്ധാപൂർവ്വം മടക്കി പിന്നീട് വായിക്കാനായി പോക്കറ്റിൽ സൂക്ഷിക്കുമെന്ന് പറഞ്ഞുകേട്ടു. പണിമുടക്കിന് തൊഴിലാളികൾക്കിടയിൽ വർദ്ധിച്ച പിന്തുണയുണ്ടെന്ന് പറയാൻ ഈ നിശ്ശബ്ദമായ പ്രവൃത്തിമാത്രം മതിയായിരുന്നു. ഞങ്ങളുടെ പ്രചാരണം ശരിയായ പാതയിലാണെന്ന് ഉറപ്പായിരുന്നു.

രാവിലത്തെ ഷിഫ്റ്റിലായിരുന്ന രമേശ് രാത്രിയാണ് സമര വാർത്ത അറിഞ്ഞത്. അന്ന് രാത്രി ഞാനവിടെ ഉണ്ടായിരുന്നു. ഗേറ്റിൽ മാത്രമായി ഒരൊറ്റ പിക്കറ്റ് എന്നതിനു പകരം, മില്ലിലേക്കുള്ള വിവിധ വഴികളിൽ, വ്യത്യസ്ത സ്ഥലങ്ങളിൽ നിലയുറപ്പിക്കാനുള്ള പദ്ധതി ഞങ്ങൾ നടപ്പാക്കി. തൊഴിലാളി കോളനിയിൽനിന്നും മില്ലിലേക്കുള്ള ഒരു വഴിയിൽ പുലർച്ചെ 5 മണിക്ക് പണിമുടക്കുന്ന തൊഴിലാളികളുടെ ഒരു സംഘത്തിനൊപ്പം ഞാൻ നിന്നു. 5.30 ന്റെ ഷിഫ്റ്റിലെ തൊഴിലാളികൾ മില്ലിൽ പോകുന്നതിനു പകരം വീട്ടിലേക്ക് മടങ്ങുമെന്ന് ഞങ്ങൾക്ക് ഉറപ്പാക്കേണ്ടതുണ്ട്. ഞങ്ങൾക്ക് അധികം സമയമില്ലെന്ന് മനസ്സിലായി. മില്ലിലേക്ക് പോകുന്ന ആദ്യ സംഘത്തെ പിന്തിരിപ്പിക്കാൻ കഴിഞ്ഞാൽ പണി എളുപ്പമാകുമെന്ന് സഖാക്കൾക്ക് തോന്നി. അതുതന്നെയാണ് സംഭവിച്ചത്. ഒരു തൊഴിലാളിയും ഞങ്ങളെ വെല്ലുവിളിച്ചില്ല. ഏതു നിമിഷവും പോലീസ് ഹാജരാകാമെന്നറിഞ്ഞ് അവർ നിശ്ശബ്ദരായി പിരിഞ്ഞുപോയി. അനേകം തൊഴിലാളികൾ മില്ലിലേക്ക് പോകാതെ തിരിച്ചുപോയി, അംഗീകാരത്തോടെ ചിലർ തലയാട്ടി, ചിലർ ഐക്യദാർഢ്യത്തിൽ മുഷ്ടി ചുരുട്ടി. എനിക്ക് ആവേശം പകർന്ന നിമിഷമായിരുന്നു അത്.

സമരം ഏഴു ദിവസം നീണ്ടു. ഞങ്ങളുടെ പ്രാരംഭ യോഗങ്ങളിൽ തൊഴിലാളികൾ സംശയിച്ചതുപോലെ, ജോലിഭാരം വർദ്ധിപ്പിച്ചത് നേരിട്ട് ബാധിക്കാത്ത മറ്റ് വകുപ്പുകളിലെ തൊഴിലാളികൾ സമരം പിൻവലിക്കാൻ യൂണിയനോട് ആവശ്യപ്പെടാൻ തുടങ്ങി. മറ്റ് യൂണിയനുകളും തൊഴിലാളിതാൽപ്പര്യങ്ങൾക്കനുസൃതല്ല സമരം എന്ന തരത്തിൽ പ്രചാരണം തുടങ്ങിയിരുന്നു. സമരത്തിന്റെ മൂന്നാം ദിവസം ഒരു സൂപ്പർവൈസർ ശ്രീറാമിനോട് മാനേജ്മെന്റ് സംസാരിക്കാൻ തയ്യാറാണെന്നറിയിച്ചു. എന്നാൽ രണ്ട് നിബന്ധനകളുണ്ട് - ഒന്ന് ശ്രീറാം മാത്രമേ ചർച്ചയിൽ പങ്കെടുക്കാവൂ, രണ്ട് ഒരു ധാരണയിലെത്തുംവരെ കൂടിക്കാഴ്ച രഹസ്യമായിരിക്കണം. ശ്രീറാം ഇക്കാര്യം മറ്റുള്ളവരെ അറിയിച്ചു. സാധാരണ സി ഐ ടി യുവിൽ മാനേജ്മെന്റുമായി ഒരു നേതാവ് ഒറ്റയ്ക്ക് ചർച്ച നടത്തുന്നത് ഞങ്ങൾ അംഗീകരിക്കാറില്ല. ചർച്ചകൾ എപ്പോഴും ഒരു സംഘമാണ് നടത്തേണ്ടത്. എങ്കിലും സങ്കീർണ്ണവും അപകടകരവുമായ സാഹചര്യം കണക്കിലെടുത്ത് നിർദേശം അംഗീകരിക്കാമെന്ന് സഖാക്കൾക്ക് തോന്നി.

ശ്രീറാം ഒറ്റയ്ക്കാണ് യോഗത്തിന് പോയത്. മാനേജ്മെന്റ് മുന്നോട്ടുവച്ച നിർദേശങ്ങൾ ഇതായിരുന്നു: വർദ്ധിച്ച ജോലിഭാരം നിലനിൽക്കും, രണ്ട് അധിക തറികളിൽ, തൊഴിലാളിക്ക് പൊട്ടിപ്പോകുന്ന നൂലുകൾക്ക് നഷ്ടപരിഹാരം നൽകും. മൂന്ന് കാരണങ്ങളാൽ ഇത് പരിഹാസ്യമായ നിർദേശമാണെന്ന് ഞങ്ങളിൽ പലർക്കും തോന്നി. ഒന്ന്, അത് അംഗീകരിക്കുക എന്നതിനർത്ഥം, തൊഴിലാളികളെ പിരിച്ചുവിടില്ലെന്ന് ഉറപ്പുനൽകാതെ വർദ്ധിച്ച ജോലിഭാരം സ്വീകരിക്കുക എന്നതാണ്. രണ്ട്, പൊട്ടുന്ന നൂലിന്റെ കണക്ക് സൂക്ഷിക്കുന്നത് പ്രായോഗികമായി അസാധ്യമായിരുന്നു. മൂന്ന്, ഒരു തൊഴിലാളി എങ്ങനെയെങ്കിലും കണക്ക് വെച്ചാൽ പോലും, അയാളുടെ അവകാശവാദത്തെ എതിർക്കുന്നതിന് സൂപ്പർവൈസർമാർക്ക് യാതൊരു തടസ്സവുമില്ല. എന്നാൽ മറ്റ് ചിലർക്കൊപ്പം ശ്രീറാമും ഈ നിർദേശത്തിന് അനുകൂലമായിരുന്നു. അത് തൊഴിലാളികളിൽ ഭിന്നിപ്പുണ്ടായി.

അന്ന് സി ഐ ടി യുവിന്റെ അഖിലേന്ത്യാ ജനറൽ സെക്രട്ടറിയായിരുന്നു പി രാമമൂർത്തി. സഖാവ് പി ആർ എന്ന് വിളിക്കപ്പെടുന്ന അദ്ദേഹം വളരെ പരിചയസമ്പന്നനായ നേതാവായിരുന്നു. 1920 മുതൽ സ്വാതന്ത്ര്യ സമര സേനാനിയും 1930 മുതൽ ട്രേഡ് യൂണിയൻ പ്രവർത്തകനുമായിരുന്നു. മദ്രാസ് ലെജിസ്ലേറ്റീവ് അസംബ്ലിയിലേക്കും തുടർന്ന് ലോക്സഭയിലേക്കും തിരഞ്ഞെടുക്കപ്പെട്ടു. സമരത്തിൽ വ്യക്തിപരമായ താൽപ്പര്യം പ്രകടിപ്പിച്ചിരുന്ന അദ്ദേഹം ദൈനംദിന സംഭവവികാസങ്ങൾ അറിയുന്നുണ്ടായിരുന്നു. ഞാൻ സഖാവിന്റെ ഉപദേശം തേടി.

യൂണിയൻ ജനറൽ ബോഡി യോഗത്തിൽ അദ്ദേഹം പങ്കെടുത്തു. എല്ലാവരുടെയും അഭിപ്രായങ്ങൾ അദ്ദേഹം ശ്രദ്ധിച്ചു, സി ഐ ടി യു-അഫിലിയേറ്റഡ് യൂണിയൻ ഇത്തരമൊരു കരാറിൽ ഒപ്പുവച്ചാൽ, അത് തൊഴിലാളികളെ വർദ്ധിച്ച ജോലിഭാരത്തിൽ കെട്ടിയിടാനേ ഇടയാക്കൂ. തുടർന്നുണ്ടാകുന്ന പിരിച്ചുവിടലിന് ഞങ്ങൾ ഉത്തരവാദികളാകുമെന്നും അദ്ദേഹം ചൂണ്ടിക്കാട്ടി. ദീർഘകാല പരാജയത്തെ ഹ്രസ്വകാല വിജയമാക്കി മാറ്റാൻ ശ്രമിക്കുന്നതിനേക്കാൾ, മാന്യമായി സമരം പിൻവലിക്കുന്നതാണ് നല്ലതെന്ന് അദ്ദേഹം അഭിപ്രായപ്പെട്ടു. അദ്ദേഹത്തിന്റെ പ്രസംഗത്തിനൊടുവിൽ തൊഴിലാളികൾ സ്വയമറിയാതെ അഭിനന്ദനപൂർവം കയ്യടിച്ചു. ഈ നിലപാട് തൊഴിലാളികൾ അംഗീകരിച്ചു. പണിമുടക്ക് സമരം പരാജയമല്ല, ശക്തിപ്രകടനമായിരുന്നു എന്നവർ തിരിച്ചറിഞ്ഞു.

സമര സമയത്ത്, പ്രത്യേകിച്ച് പണിമുടക്ക് നടക്കുന്ന ഘട്ടങ്ങളിൽ തീരുമാനങ്ങൾ എടുക്കുമ്പോൾ തൊഴിലാളികളുടെ അഭിപ്രായവും കൂടി കണക്കിലെടുക്കേണ്ടത് അനിവാര്യമാണ് എന്നതാണ് ഈ അനുഭവത്തിൽ നിന്ന് ഞാൻ മനസ്സിലാക്കിയ പാഠം. അവർ യഥാർത്ഥത്തിൽ, ധാരണയോടൊപ്പം, തീരുമാനമെടുക്കൽ പ്രക്രിയയിൽ പങ്കാളികളാകണം. പരിഷ്കരണവാദി യൂണിയനുകൾ ചെയ്യുന്നതുപോലെ, നേതൃത്വ തലത്തിൽ തീരുമാനങ്ങൾ എടുക്കുകയും അവ തൊഴിലാളികളെ അറിയിക്കുകയും ചെയ്യുമ്പോൾ, അതവരെ നിരാശരും ആവേശരഹിതരുമാക്കി മാറ്റും. ഇത് വർഗ്ഗസമരത്തെ പിന്നോട്ടടിക്കുന്നു.

സമരം പിൻവലിച്ചു. പാന്തിനെ സസ്പെൻഡ് ചെയ്തു. ഞങ്ങൾക്കെതിരെ ധാരാളം പ്രചാരണങ്ങൾ നടന്നു. സി ഐ ടി യുവിനെ പാഠം പഠിപ്പിച്ചുവെന്ന് മാനേജ്മെന്റ് പറഞ്ഞുനടന്നു. സമരം കഴിഞ്ഞ് അധികം താമസിയാതെ വർക്കിംഗ് കമ്മിറ്റിയിലേക്കുള്ള തിരഞ്ഞെടുപ്പ് നടന്നു. സി ഐ ടി യു യൂണിയൻ നെയ്ത്ത് വകുപ്പിലെ എല്ലാ സീറ്റുകളിലും ജയിച്ചു. മറ്റ് ചില വകുപ്പുകളിലും ചില സീറ്റുകൾ നേടി മികച്ച പ്രകടനം കാഴ്ചവച്ചു. മാനേജ്മെന്റ് ഞെട്ടി. സമരം പിൻവലിച്ചതിനാൽ സി ഐ ടി യു പരാജയപ്പെടുമെന്ന് വിശ്വസിച്ചതുകൊണ്ട് മാത്രമാണ് അവർ തിരഞ്ഞെടുപ്പ് നടത്തിയത്. ആദ്യത്തെ വേതനം കിട്ടിയില്ലെങ്കിലും ഏതാനും മാസങ്ങൾക്കുശേഷം പാന്തിനെ തിരിച്ചെടുത്തു. സമരത്തിനുശേഷം അദ്ദേഹത്തെയും രമേശിനെയും നേതാക്കളായി തൊഴിലാളികൾ അംഗീകരിച്ചു. നാല് തറികളിൽ പണികൊടുക്കുന്നത് തല്ക്കാലം നിർത്തിവച്ചു. ഉടൻ പിരിച്ചുവിടൽ ഉണ്ടായില്ല. കുറച്ച് കാലത്തിനുശേഷം, മാനേജ്മെന്റ് നെയ്ത്ത് വകുപ്പിന്റെ ഒരു പ്രത്യേക വിഭാഗം തുറന്നു. നാല് തറികളിൽ ജോലിചെയ്യാൻ സമ്മതമുള്ള തൊഴിലാളികളെ അങ്ങോട്ടു മാറ്റി.

ഒരു കമ്യൂണിസ്റ്റ് സംഘാടക എന്ന നിലയിലായിരുന്നു യൂണിയ

നിലെ എന്റെ പ്രവർത്തനം. ശ്രീറാം സെക്രട്ടറിയായിരുന്ന വടക്കൻ ഡൽഹി പാർട്ടി ലോക്കൽ കമ്മിറ്റിയിൽ അംഗമായി എന്നെ തിരഞ്ഞെടുത്തിരുന്നു. അടിയന്തരാവസ്ഥയ്ക്കെതിരെ പാർട്ടി നിരവധി പ്രചാരണങ്ങൾ സംഘടിപ്പിച്ചു. ആളുകൾ ഭീരുക്കളും നിശ്ശബ്ദരുമല്ലെന്നും അടിയന്തരാവസ്ഥയെ സജീവമായി ചെറുക്കുകയാണെന്നും ലോകത്തോട് വിളിച്ചുപറയാൻ ഞങ്ങൾ ആഗ്രഹിച്ചു. തൊഴിലാളികൾ താമസിക്കുന്ന പ്രദേശങ്ങളിൽ ഞങ്ങൾ രാത്രിയിൽ ലഘുലേഖകൾ വിതരണം ചെയ്യും. ചില പൊതു സ്ഥലങ്ങളിൽ കുറേ ലഘുലേഖകൾ കൊണ്ടുവയ്ക്കും. ഡിസി എമ്മിന് സമീപമുള്ള റെയിൽവേ ലൈനിനു കുറുകെയുള്ള മേൽപ്പാലമായിരുന്നു ഞങ്ങളുടെ ഒരു പ്രിയപ്പെട്ട സ്ഥലം. ഞങ്ങൾ ചിലപ്പോൾ ദൂരെ മറഞ്ഞുനിന്ന് നോക്കുമ്പോൾ തൊഴിലാളികൾ ആരുംകാണാതെ ലഘുലേഖ എടുത്ത് രഹസ്യമായി പിന്നീട് വായിക്കാൻ മടക്കി പോക്കറ്റിൽ സൂക്ഷിക്കുന്നത് കാണാം ഞങ്ങൾ ചുവരുകളിൽ മുദ്രാവാക്യങ്ങളും സന്ദേശങ്ങളും എഴുതി. മൂന്ന് സഖാക്കൾ വീതമുള്ള ടീമുകൾ രാത്രി വൈകിയും ഈ 'ചുമരെഴുത്ത് ' പ്രചാരണങ്ങൾ നടത്തും. സമയവും പ്രയത്നവും ലാഭിക്കാൻ, തൊഴിലാളികൾ ലളിതമായ വാക്കുകൾ ഉപയോഗിച്ച് ടിൻ സ്റ്റെൻസിലുകൾ ഉണ്ടാക്കും - പ്രതിഷേധം, അടിയന്തരാവസ്ഥ മുർദാബാദ്, ഇൻക്വിലാബ് സിന്ദാബാദ് തുടങ്ങിയവ. ഒരു സഖാവ് ചായം ചുമക്കും; മറ്റേയാൾ ബ്രഷ് ഉപയോഗിച്ച് ചുവരിലെ മുദ്രാവാക്യം വേഗത്തിൽ സ്റ്റെൻസിൽ ചെയ്യും; മൂന്നാമത്തേയാൾക്ക് പോലീസ് വരുന്നോയെന്ന് നോക്കുന്ന ജോലി ആയിരിക്കും. അതൊരു ആവേശകരമായ അനുഭവമായിരുന്നു, അത് ഞാൻ ഒരുപാട് ആസ്വദിച്ചു - ഭാഗ്യവശാൽ, ഞങ്ങൾ ഒരിക്കലും പിടിക്കപ്പെട്ടില്ല!

അമ്മ

ഞങ്ങൾ വിവാഹിതരായി ഏതാനും ആഴ്ചകൾക്കുശേഷം, ഞാനും പ്രകാശും മോഡൽ ടൗണിൽ ഒരു ചെറിയ രണ്ട് മുറി വീട് വാടകയ്ക്കെടുത്തു. അടിയന്തരാവസ്ഥമൂലം ഏകാന്തവാസത്തിന് നിർബന്ധിക്കപ്പെട്ട പ്രകാശിന്റെ അമ്മയെ, ഞങ്ങൾക്ക് ഒടുവിൽ മോചിപ്പിക്കുവാൻ കഴിഞ്ഞു.

അമ്മയുമായുള്ള എന്റെ ആദ്യ കൂടിക്കാഴ്ചയുടെ കഥ പറഞ്ഞുകൊണ്ട്, എപ്പോഴും പുഞ്ചിരിക്കുന്ന, സ്നേഹനിധിയായ എന്റെ അമ്മായിയമ്മയെ നിങ്ങൾക്ക് പരിചയപ്പെടുത്തുവാൻ ഞാനാഗ്രഹിക്കുന്നു. പ്രകാശും അമ്മയും താമസിച്ചിരുന്ന പാർലമെന്റ് അംഗങ്ങളുടെ ഹോസ്റ്റലായ വിത്തൽഭായ് പട്ടേൽ ഹൗസിലേക്ക് (വി പി ഹൗസ്) പ്രകാശ് രഹസ്യമായി ഇടയ്ക്ക് പോകുമായിരുന്നു. ഞങ്ങൾ വിവാഹം കഴിക്കാൻ തീരുമാനിച്ചതായി പ്രകാശ് അമ്മയോട് പറഞ്ഞു. കുറച്ച് ദിവസങ്ങൾക്ക് ശേഷം ഞാൻ അമ്മയെ കാണാൻ പോയി. അമ്മ മനോഹരമായ പുഞ്ചിരിയോടെ എന്നെ സ്വാഗതം ചെയ്തു, കൈകൾ നീട്ടി ഊഷ്മളമായ ആലിംഗനത്തിൽ എന്നെ പൊതിഞ്ഞു. ഞാൻ പറഞ്ഞു, 'അമ്മേ, മരുമകൾ കേരളത്തിൽ നിന്നല്ല എന്നതും, മലയാളം സംസാരിക്കില്ല എന്നതും അമ്മയ്ക്ക് വിഷമം ഉണ്ടാക്കുമെന്ന് എനിക്കറിയാം.' അവർ ചിരിച്ചു. 'അതൊന്നും എനിക്ക് പ്രശ്നമേയല്ല. നിങ്ങൾ രണ്ടുപേരും സന്തോഷമായിരിക്കണമെന്ന് മാത്രമേ ഞാൻ ആഗ്രഹിക്കുന്നുള്ളൂ.' അമ്മയ്ക്ക് റുമറ്റോയ്ഡ് ആർത്രൈറ്റിസ് ഉണ്ടായിരുന്നു. മാസങ്ങൾക്ക് ശേഷമാണ് അമ്മ എന്നോട് പറഞ്ഞത് ആ ദിവസം അവർ അസഹനീയമായ വേദന അനുഭവിച്ചിരുന്നുവെന്ന്. എനിക്കങ്ങനെ തോന്നിയതേയില്ലായിരുന്നു.

റീത്ത; വിവാഹദിനത്തിൽ അമ്മയ്ക്കും ജ്ജനിയ്ക്കും കുട്ടികൾക്കുമൊപ്പം

അമ്മയുടെ ജീവിതത്തിന്റെ കേന്ദ്രബിന്ദുവായിരുന്നു പ്രകാശ്. പ്രകാശിനും അമ്മയോട് അളവറ്റ സ്നേഹമായിരുന്നു. പ്രകാശിന്റെ മൂത്ത സഹോദരി കമല അവരുടെ പതിമൂന്നാമത്തെ വയസ്സിൽ അന്തരിച്ചു. അവർ അന്ന് താമസിച്ചിരുന്നത് പ്രകാശിന്റെ പിതാവ് റെയിൽവേയിൽ ജോലിചെയ്തിരുന്ന ബർമ്മയിലായിരുന്നു. നാല് വർഷത്തിന് ശേഷം പ്രകാശിന്റെ അച്ഛൻ ഹൃദയാഘാതം മൂലം മരിച്ചു. അന്ന് പ്രകാശിന് പതിമൂന്ന് വയസ്സുമാത്രം. ഒരിക്കൽ ഞാൻ അമ്മയോട് ചോദിച്ചു, ദുഃഖകരമായ ആ വർഷങ്ങളിൽ അവർ എങ്ങനെ മുന്നോട്ടുപോയിയെന്ന്. 'ഞാൻ എന്ത് ചെയ്യാനാണ് – പ്രായോഗികമായി ചിന്തിക്കുകയും എനിക്കും പ്രകാശിനും അതിജീവിക്കാനുള്ള വഴികൾ ഞാൻ കണ്ടെത്തുകയും ചെയ്യണമായിരുന്നു.'

അമ്മ വേദനയിൽ നിന്ന് സ്വയം കരകയറി. അവർ ഒരു ഇൻഷുറൻസ് ഏജന്റായി. അങ്ങനെ പ്രകാശിനെ വളർത്താൻ അവർക്ക് മതിയായ വരുമാനം ലഭിച്ചു. അവർ പാലക്കാട്ടുണ്ടായിരുന്ന ചെറിയ വീട് വിറ്റുകിട്ടിയ പണംകൊണ്ട് ചെന്നൈയിൽ ഒരു വീടുവച്ചു. അത് വാടകയ്ക്ക് കൊടുത്തും ചെറിയ വരുമാനം ഉണ്ടാക്കി. അതിനോട് ചേർന്നുള്ള ചെറിയ ഔട്ട് ഹൗസിലാണ് പ്രകാശും അമ്മയും താമസിച്ചിരുന്നത്. അമ്മ ഇതെല്ലാം ഏതാണ്ട് ഒറ്റയ്ക്കാണ് ചെയ്തത്. ഈ ഉത്തരവാദിത്വങ്ങളെല്ലാം ഏറ്റെടുക്കാൻ നല്ല ശക്തിയും ധൈര്യവും വേണം. പ്രശ്നങ്ങൾ

തന്നെ തളർത്താൻ അവർ ഒരിക്കലും അനുവദിച്ചില്ല. അമ്മയുടെ പല സുഹൃത്തുക്കളും കുടുംബാംഗങ്ങളും ഓർക്കുന്നതുപോലെ, എപ്പോഴും പുഞ്ചിരിക്കുന്ന, സന്തോഷവതിയായ ഒരു വ്യക്തിയായിരുന്നു അമ്മ.

പ്രകാശ് പഠനത്തിൽ മിടുക്കനായിരുന്നു, സ്കോളർഷിപ്പും നേടി. സാധാരണയായി, ഇത് സാമ്പത്തികമായി വിജയകരമായ ഒരു ജോലികിട്ടാൻ വഴിയൊരുക്കും. പ്രകാശ് പക്ഷേ, പണത്തിനും തൊഴിൽ പരമായ വിജയത്തിനും പുറംതിരിഞ്ഞ് ഒരു മുഴുവൻ സമയ പാർട്ടി പ്രവർത്തകനാകാൻ തീരുമാനിച്ചപ്പോൾ അമ്മയുടെ പ്രതീക്ഷകൾ തെറ്റി. എ കെ ഗോപാലൻ പ്രകാശിന്റെ തീരുമാനത്തെക്കുറിച്ച് അമ്മയോട് സംസാരിച്ചു, പാർട്ടി എപ്പോഴും ഒപ്പം ഉണ്ടാകുമെന്ന് ഉറപ്പ് നൽകി. അവർക്ക് നിരാശ തോന്നിയിരുന്നോ എന്ന് പറയാനാവില്ല. തീർച്ചയായും തന്റെ സവിശേഷതയായ പ്രായോഗിക ബുദ്ധിയോടെ അമ്മ പ്രവർത്തിച്ചു. വളരെ പ്രയാസപ്പെട്ട് നിർമ്മിച്ച വീട് വിറ്റു. പ്രകാശിനൊപ്പം അവർ ഡൽഹിയിലേക്ക് താമസം മാറി. അക്കാലത്തെ അദ്ദേഹത്തിന്റെ സുഹൃത്തുക്കളായിരുന്നു അതിന്റെ ഗുണഭോക്താക്കൾ - അവർക്ക് എല്ലായ്പ്പോഴും വയറു നിറയെ അല്ലെങ്കിൽ രുചികരമായ ഭക്ഷണം കിട്ടുമെന്ന ഒരുറപ്പുണ്ടായിരുന്നു. അവർക്ക് ഭക്ഷണം കൊടുക്കുന്നത് അമ്മ ഇഷ്ടപ്പെട്ടു, അവരിൽ പലരുമായും അടുത്ത ബന്ധം ഉണ്ടാക്കുകയും ചെയ്തു.

അടിയന്തരാവസ്ഥ ഇതെല്ലാം മാറ്റിമറിച്ചു. വിത്തൽഭായ് പട്ടേൽ ഹൗസിലെ മുറിയിൽ നിന്ന് പ്രകാശിന് ഒളിവിൽ പോകേണ്ടിവന്നു. ആരോഗ്യം ക്ഷയിച്ച സമയത്താണ് അമ്മ ഒറ്റയ്ക്ക് ജീവിക്കാൻ നിർബന്ധിതയായത്. പ്രകാശിനും അമ്മയ്ക്കും അത് ചിന്തിക്കാൻ കഴിയാത്ത വിഷമമാണുണ്ടാക്കിയത്. നിരവധി ജെ എൻ യു വിദ്യാർഥികൾ അറസ്റ്റിലായി. അവരെല്ലാം നിരവധി ബുദ്ധിമുട്ടുകൾ നേരിട്ടു. അമ്മയെ സന്ദർശിക്കാൻ അവർക്ക് കഴിയാതെയായി. ഭാഗ്യവശാൽ, ഡൽഹിയിൽ ബിരുദാനന്തര ബിരുദം ചെയ്യുന്ന കേരളത്തിൽ നിന്നുള്ള ജൂനിയർ ഡോക്ടർമാരുടെ ഒരു സംഘം പ്രകാശിന്റെ സുഹൃത്തുക്കളായി അന്നുണ്ടായിരുന്നു. അവരിൽ ചിലർ താമസിച്ചിരുന്നത് ഓൾ ഇന്ത്യ ഇൻസ്റ്റിറ്റ്യൂട്ട് ഓഫ് മെഡിക്കൽ സയൻസസിലെ (എയിംസ്) ഹോസ്റ്റലിലാണ്. അവർ പ്രകാശിന് എയിംസ് കാമ്പസിലെ ഹോസ്റ്റലിൽ അഭയം നൽകുക മാത്രമല്ല - ഒരു രാഷ്ട്രീയ പ്രവർത്തകൻ ഒളിവിൽ കഴിയാൻ യാതൊരു സാധ്യതയില്ലാത്ത സ്ഥലം - അവർ പലപ്പോഴും അമ്മയെ സന്ദർശിക്കുകയും ആവശ്യമായ പരിചരണം നൽകുകയും ചെയ്തു. ഇപ്പോൾ ഡോക്ടർമാരായ ഭാസ്കരൻ, മോഹൻ, സുകുമാരൻ, വേണു എന്നീ സദാ സഹായസന്നദ്ധരായിരുന്ന മെഡിക്കൽ വിദ്യാർത്ഥികളുടെ സംഘത്തെ ഞാൻ സ്നേഹത്തോടെ ഓർക്കുന്നു.

വിത്തൽഭായ് പട്ടേൽ ഹൗസിൽനിന്ന് മാറി ഞങ്ങളോടൊപ്പം കഴിയാൻ അമ്മയ്ക്ക് സാധിച്ചതിൽ പ്രകാശിന് വളരെയധികം ആശ്വാസവും സന്തോഷവും തോന്നി. മോഡൽ ടൗണിലെ ആ ചെറിയ, സുഖപ്രദമായ ഫ്ലാറ്റിൽ ഞങ്ങൾ ഒരുമിച്ച് മനോഹരമായ ദിവസങ്ങൾ ചെലവഴിച്ചു. താമസിയാതെ വീട്ടുടമസ്ഥയുമായി ചങ്ങാത്തം കൂടിയ അമ്മ പലഹാരങ്ങൾ ഉണ്ടാക്കി അവർക്ക് കൊടുത്തയച്ച് തുടങ്ങി. ബർമ്മയിലെ ജീവിതത്തിന്റെ കഥകൾ ഞാനുമായി പങ്കുവച്ചു. പ്രകാശിന്റെ കുട്ടിക്കാലത്തെ ഞാൻ ഒരിക്കലും അറിയാത്ത, കാര്യങ്ങൾ എനിക്ക് പറഞ്ഞു തന്നു.

പക്ഷേ, ഞങ്ങൾക്ക് ഒരുമിച്ച് ജീവിക്കാൻ വളരെ കുറച്ചു സമയം മാത്രമാണ് കിട്ടിയത്. വെറും നാല് മാസം. അമ്മയുടെ ആരോഗ്യനില വഷളായി. 1976 മാർച്ച് ആദ്യം അമ്മ മരിച്ചു. അമ്മയുടെ മരണം പ്രകാശിനെ ആഴത്തിൽ ബാധിച്ചു. ജെ എൻ യുവിൽനിന്നുള്ള എല്ലാ സുഹൃത്തുക്കളും അമ്മയുടെ നിരവധി ആരാധകരും അവസാനമായി അമ്മയെ കാണാനായി വന്നിരുന്നു. ഞാൻ അമ്മയെ അഗാധമായി സ്നേഹിച്ചു. ഞങ്ങൾക്ക് കൂടുതൽ കാലം ഒരുമിച്ച് ജീവിക്കാൻ കഴിഞ്ഞിരുന്നെങ്കിൽ, വേണ്ട സ്നേഹവും കരുതലും കൊടുക്കാൻ കഴിഞ്ഞിരുന്നെങ്കിൽ എന്ന് ഞാൻ ആഗ്രഹിക്കുന്നു.

സഖാവ് പി എസ്

1976 മാർച്ചിൽ അമ്മ മരിച്ചതിന് തൊട്ടുപിന്നാലെ ഒരു പ്രഭാതത്തിൽ ഞങ്ങളുടെ വാതിലിൽ ആരോ മുട്ടുന്നതുകേട്ട് ഞാനും പ്രകാശും എഴുന്നേറ്റു. വാതിൽ തുറന്നപ്പോൾ ഞങ്ങൾ അമ്പരന്നു. സഖാവ് പി സുന്ദരയ്യ ഹൃദ്യമായി ചിരിച്ചുകൊണ്ട് നിൽക്കുന്നു. അമ്മയുടെ മരണവാർത്ത അദ്ദേഹം അറിഞ്ഞിരുന്നു. പ്രകാശ് എത്രമാത്രം അസ്വസ്ഥനാണെന്നും അദ്ദേഹത്തിനറിയാമായിരുന്നു.

സഖാവ് പി എസ് തന്റെ ജീവിതകാലത്തെ ഒരു ഇതിഹാസ തുല്യനായ നേതാവായിരുന്നുവെന്ന് ഞാൻ നേരത്തെ സൂചിപ്പിച്ചിരുന്നല്ലോ. ഹൈദരാബാദ് സംസ്ഥാനത്തെ നൈസാമിന്റെയും ഭൂപ്രഭുക്കന്മാരുടെയും ഫ്യൂഡൽ, കിരാത ഭരണത്തിനെതിരെ തെലങ്കാനയിൽ നടന്ന സായുധ കർഷക പ്രക്ഷോഭത്തിന്റെ മുൻനിര നേതാവായിരുന്നു പി എസ്. 1946 ജൂലൈയിൽ സ്വാതന്ത്ര്യത്തിന്റെ തലേന്ന് ആരംഭിച്ച് 1951 വരെ അഞ്ച് വർഷം പ്രക്ഷോഭം തുടർന്നു. നെഹ്റു സമരത്തെ അടിച്ചമർത്തി. കലാപത്തിന്റെ മൂർദ്ധന്യാവസ്ഥയിൽ ഏതാണ്ട് മുഴുവൻ തെലങ്കാന മേഖലയെയും സ്വതന്ത്രമാക്കുകയും ഒരു സമാന്തര സർക്കാരായി, ഫലപ്രദമായി പ്രവർത്തിക്കുന്ന ഗ്രാമരാജ്യങ്ങൾ എന്ന ഗ്രാമ കമ്യൂണുകളുടെ ഒരു ശൃംഖലതന്നെ സൃഷ്ടിക്കുകയും ചെയ്തു. ദരിദ്രർക്കും ഭൂരഹിതരായ കർഷകർക്കും ഗ്രാമരാജ്യങ്ങൾ ഭൂമി പുനർവിതരണം ചെയ്തു. ഗ്രാമരാജ്യങ്ങൾക്ക് കീഴിൽ, ജാതീയവും ലിംഗപരവുമായ ചൂഷണം കുറഞ്ഞു, കർഷകരുടെ ജീവിതാവസ്ഥ ഗണ്യമായി മെച്ചപ്പെട്ടു, കൂടാതെ നിരവധി സ്ത്രീകൾ സായുധ സമരത്തിലൂടെപ്പെടെ, പൊതുജീവിതത്തിൽ സജീവമായി പങ്കെടുത്തു തുടങ്ങി.

പിന്നീട് വനിതാ പ്രസ്ഥാനത്തിലെ എന്റെ പ്രവർത്തനത്തിന്റെ ഭാഗമായി, ജനാധിപത്യ മഹിളാ അസോസിയേഷന്റെ സ്ഥാപക അംഗങ്ങളിലൊരാളായ തെലങ്കാന സമര നായിക സഖാവ് മല്ലു സ്വരാജ്യവുമായി അടുത്തിടപഴകാൻ ഭാഗ്യവശാൽ എനിക്ക് കഴിഞ്ഞു. ഞങ്ങളുടെ ഊന്നൽ പാവപ്പെട്ട ഗ്രാമീണ സ്ത്രീകളെ സംഘടിപ്പിക്കലായിരിക്കണമെന്ന അവർ ശക്തമായി വിശ്വസിച്ചു. മഹിളാ അസോസിയേഷന്റെ പ്രവർത്തനത്തെക്കുറിച്ചുള്ള പ്രാരംഭ ചർച്ചകളിൽ ആ കാഴ്ചപ്പാട് അവർ കൊണ്ടുവരികയും ചെയ്തു. ഡൽഹി സന്ദർശിക്കുമ്പോഴെല്ലാം ഞങ്ങളോടൊപ്പം താമസിക്കുമെന്ന് പ്രകാശിനെയും എന്നെയും സന്തോഷിപ്പിച്ചുകൊണ്ട് പി എസ് പ്രഖ്യാപിച്ചു. പി എസ് ഞങ്ങളുടെ വീട്ടിൽ ഒളിവിലായിരുന്നപ്പോൾ പ്രകാശിന്റെ അമ്മാവൻ എന്നു പറഞ്ഞാണ് പി എസിനെ വീട്ടുടമസ്ഥന് പരിചയപ്പെടുത്തിയത്.

എസ് എഫ് ഐയിൽ പ്രവർത്തിക്കുന്നതിനാൽ പ്രകാശിന് അഖിലേന്ത്യാ ചുമതലകൾ ഉണ്ടായിരുന്നു. പാർട്ടിയുടെ കേന്ദ്ര നേതൃത്വവുമായി പ്രകാശ് നിരന്തരം ബന്ധപ്പെട്ടിരുന്നു. ഡൽഹിയിലും അദ്ദേഹത്തിന് ചില ചുമതലകൾ ഉണ്ടായിരുന്നു. എനിക്ക് ജോലിക്ക് വളരെ നേരത്തെ തന്നെ പോകണമായിരുന്നു. പോകുന്നതിനുമുമ്പ് പി എസിനും പ്രകാശിനും ആഹാരം ഉണ്ടാക്കിവയ്ക്കും. ഒരു ദിവസം, വൈകുന്നേരം ഞാൻ വീട്ടിൽ തിരിച്ചെത്തിയപ്പോൾ, പി എസ് പ്രകാശിനൊപ്പം അടുക്കളയിലെ തറയിൽ കുത്തിയിരുന്ന് പച്ചക്കറികൾ മുറിച്ച് നിർദ്ദേശങ്ങൾ നൽകുന്നത് കണ്ടു. ഇതുപോലുള്ള അവസരങ്ങൾക്കായി കരുതിവച്ചിരിക്കുന്ന ഒരു പ്രത്യേക, കുസൃതി നിറഞ്ഞ പുഞ്ചിരി പി എസിന് ഉണ്ടായിരുന്നു. 'ഇവിടെയുള്ളതിനേക്കാൾ രുചികരമായ ഭക്ഷണം തെലങ്കാനയിലെ വനങ്ങളിൽ നിന്ന് എനിക്ക് ലഭിക്കുമായിരുന്നു, അതിനാൽ ഞാൻ നിങ്ങളെ രണ്ടുപേരെയും പാചകം പഠിപ്പിക്കാൻ പോകുന്നു.' എന്റെ ഗുരുവായി കരുതുന്ന പി എസിൽ നിന്ന് ഞാൻ പഠിച്ച പല കാര്യങ്ങളിൽ ഒന്ന് സ്വാദിഷ്ടമായ ആന്ധ്രാരീതിയിലുള്ള കറി ഉണ്ടാക്കാനാണ്! പ്രകാശ് അടുക്കളയിലെ ഒന്നോ രണ്ടോ കാര്യങ്ങൾ പഠിച്ചു, വീട്ടുജോലികൾ പങ്കിട്ടു.

അങ്ങനെയുള്ള ഒരു സായാഹ്നത്തിലാണ് ഞങ്ങൾ കുടുംബത്തെക്കുറിച്ച് ചർച്ചചെയ്തത്. ഞാനും പ്രകാശും മുഴുവൻ സമയ പാർട്ടിപ്രവർത്തകരാകാൻ വേണ്ടി കുട്ടികൾ വേണ്ടെന്ന് തീരുമാനിച്ചിരുന്നു. പി എസ് തന്റെ സ്വന്തം കഥ ഞങ്ങളോട് പങ്കുവെച്ചു. ബോംബെയിലെ കമ്യൂണിസ്റ്റ് കമ്യൂണിൽ വച്ചാണ് അദ്ദേഹം ഭാര്യ ലീലയെ ആദ്യമായി കണ്ടത്. പി എസ് ഒളിവിലായിരുന്ന സമയം, കമ്യൂൺ നോക്കി നടത്തുന്നവരിൽ ലീലയും ഉണ്ടായിരുന്നു. വിവാഹശേഷം കുട്ടികൾ വേണ്ടെന്ന് അവർ തീരുമാനിച്ചിരുന്നു. പി എസ് ലീലയോട് പറയാതെ തന്നെ വാസക്ടമി ചെയ്തു. അദ്ദേഹം പറഞ്ഞു, 'എനിക്ക് വ്യക്തിപരമായി അങ്ങയെ

റ്റം കുറ്റബോധമുണ്ടാക്കിയ എന്തെങ്കിലുമൊന്നുണ്ടെങ്കിൽ, അത് ഇതാണ് - ലീല എന്നോട് ഇക്കാര്യത്തിൽ യോജിച്ചുവെന്ന് ഞാൻ കരുതിയിരുന്നെങ്കിലും, സാഹചര്യങ്ങളുടെ സമ്മർദ്ദം, ഞങ്ങളുടെ ബുദ്ധിമുട്ടുള്ള ജീവിതാവസ്ഥ ഒക്കെയാകാം അവളുടെ സമ്മതമായി എനിക്ക് തോന്നിയത്. കുട്ടികൾ വേണമെന്ന് പിന്നീട് അവളുടെ മനസ്സിൽ തോന്നിയിരിക്കാം, പക്ഷേ, ഞാനവൾക്ക് ഒരിക്കലും ഒരവസരം നൽകിയില്ല.' ലീല ചേച്ചി ഒരിക്കലും അത്തരം ചിന്തകൾ പ്രകടിപ്പിച്ചിട്ടില്ല. അവർക്ക് പരസ്പരം സ്നേഹവും കരുതലുമുള്ള, ആഴത്തിലുള്ള ബന്ധമുണ്ടായിരുന്നു. ഇതെന്നിൽ വലിയ മതിപ്പാണുണ്ടാക്കിയത്.

ഇത്തരം സന്ദർശനവേളകളിൽ പി എസ് തന്റെ പല അനുഭവങ്ങളും ഞങ്ങളോട് പങ്കുവച്ചു. ഒരിക്കൽ അദ്ദേഹം എന്നോട് പറഞ്ഞു, 'കമ്യൂണിസ്റ്റ് പ്രസ്ഥാനത്തിൽ ഒരു വ്യക്തിയുടെ പങ്ക് പ്രധാനമാണ്. എന്നാൽ എപ്പോഴും ഓർക്കുക: ഒരു നേതാവിന് പാർട്ടിയോളം ഉയരമുണ്ട്. പാർട്ടി വളരുന്നില്ലെങ്കിൽ, ഒരു വ്യക്തിയുടെ വളർച്ചയിൽ കാര്യമില്ല.' ഇപ്പോൾ ഈ വാക്കുകൾ വളരെ പ്രസക്തമാണ്, പ്രത്യേകിച്ച് ചില ബൂർഷ്വാ പാർട്ടികൾ വ്യക്തികൾക്ക് ചുറ്റും ആരാധന സംഘങ്ങളെ പ്രോത്സാഹിപ്പിക്കുമ്പോൾ.

ഞങ്ങളുടെ ജീവിതരീതിയിലും പി എസ് മാറ്റങ്ങൾ വരുത്തി. കുറഞ്ഞത് ഒന്നോ രണ്ടോ മണിക്കൂറെങ്കിലും വായനയ്ക്കായി മാറ്റിവയ്ക്കുന്ന ഒരു ദിനചര്യ. നമ്മുടെ സ്വന്തം ജോലിക്ക് പ്രത്യേകമായി പ്രസക്തിയുണ്ടെന്ന് കരുതുന്ന കാര്യങ്ങൾ കുറിച്ചുവയ്ക്കണമെന്നും അദ്ദേഹം ഉപദേശിച്ചു.

അടിയന്തരാവസ്ഥക്കാലത്താണ് പല മാർക്സിസ്റ്റ് ക്ലാസിക്കുകളും ഞാൻ വായിച്ചത്. അത് എന്റെ പ്രവർത്തനങ്ങളെ സഹായിച്ചു എന്ന് തന്നെയാണ് കരുതുന്നത്. എന്റെ പ്രത്യയശാസ്ത്ര വിദ്യാഭ്യാസത്തിന് വായന നിർണായകമായിരുന്നു. നമ്മുടെ ഇന്നത്തെ ബൈറ്റുകളുടെയും ടിക്ടോക് ഷോർട്ട്സുകളുടെയും ഇൻസ്റ്റാഗ്രാം റീലുകളുടെയും യുഗത്തിൽ, മനുഷ്യമനസ്സിന്റെ വിശാലമായ സാധ്യതകൾ ഏതാനും നിമിഷങ്ങളിലേക്ക് ചുരുങ്ങുന്നതുപോലെ തോന്നുന്നു; വിദ്യാഭ്യാസത്തിന്റെ പ്രാധാന്യം ഒരിക്കലും സ്വയം കുറച്ചുകാണാൻ കഴിയില്ല. പ്രത്യയശാസ്ത്രപരമായ വ്യക്തതയ്ക്ക്, പ്രത്യേകിച്ച് നിലവിലുള്ള അവസ്ഥയെ അട്ടിമറിക്കുന്ന പ്രസ്ഥാനങ്ങൾ കെട്ടിപ്പടുക്കുന്നതിന് അത് നിർണായകമാണ്. നമ്മുടെ പ്രവർത്തനങ്ങൾ വിലയിരുത്തുമ്പോൾ, നമ്മുടെ പാർട്ടിയിലും വായനാശീലം കുറഞ്ഞുവരുന്നതായി കാണാം. മാർക്സിസ്റ്റ് സൈദ്ധാന്തിക ഉപകരണങ്ങളിലും രീതിശാസ്ത്രത്തിലും അടിയുറച്ചിട്ടുള്ള കമ്യൂണിസ്റ്റുകളെ സംബന്ധിച്ചിടത്തോളം, വായന പിൻവാങ്ങുകയാണെങ്കിൽ, അത് അങ്ങേയറ്റം ദോഷംചെയ്യും. മാർക്സിസം എന്നത് എല്ലാക്കാലത്തും മാറ്റമില്ലാതെ നിൽക്കുന്ന ഒരുകൂട്ടം വിശ്വാസങ്ങളല്ല; മാറിക്കൊണ്ടിരിക്കുന്ന വർത്തമാനകാലത്തെ മനസ്സിലാക്കാൻ നമ്മെ സഹായിക്കുന്ന ജീവനുള്ള, ചലനാത്മകമായ ഒരു വിശകലന ചട്ടക്കൂടാണ്.

തൊഴിലാളികളുടെ ജീവിതങ്ങൾ

പാർട്ടിയിലും ട്രേഡ് യൂണിയൻ മുന്നണിയിലും അക്കാലത്തെ എന്റെ പ്രവർത്തനം പ്രധാനമായും വടക്കൻ ഡൽഹിയിലെ കർണാൽ റോഡും വസീർപൂരും ഉൾപ്പെടുന്ന ജി ടിയിലെ വ്യാവസായിക മേഖലകളിലെ ടെക്സ്റ്റൈൽ മില്ലുകൾക്കിടയിൽ വ്യാപിച്ചുകിടക്കുന്ന തൊഴിലാളിവർഗ കോളനികളിലായിരുന്നു. സാവൻ പാർക്കിലെ കൈത്തറി തൊഴിലാളികളുടെ കോളനിയിൽ ഞാൻ പോകാൻ തുടങ്ങി. അടിയന്തരാവസ്ഥയ്ക്ക് മുമ്പ്, ഡി യുവിൽനിന്നുള്ള സഖാക്കൾ ഈ പ്രദേശത്ത് വന്ന് മാർക്സിസത്തെക്കുറിച്ച് തൊഴിലാളികൾക്ക് പഠന ക്ലാസുകൾ നടത്തുമായിരുന്നു. ഈ സഖാക്കളിൽ ബാബ്ലി ഗുപ്തയും (മുമ്പ് നാഗ്പാൽ) നീന ചോപ്രയും (പിന്നീട് റാവു) ഉൾപ്പെടുന്നു. ഇരുവരും ഡി യുവിൽ അദ്ധ്യാപകരായിരുന്നു. തൊഴിലാളികൾ അവരുടെ ക്ലാസുകൾ ഇഷ്ടപ്പെട്ടു. ചെങ്കൊടിയോട് അഗാധമായ പ്രതിബദ്ധതയുള്ള സഖാക്കളുടെ ഒരു സമർപ്പിത സംഘം രൂപീകരിക്കുന്നതിന് അവർ കളമൊരുക്കി. കിറ്റി മേനോൻ (മുമ്പ് ബോംല) പരിശീലിപ്പിച്ച ഒരുക്കൂട്ടം യുവതികളിൽ പെട്ടവരായിരുന്നു ബാബ്ലിയും നീനയും. 1940-കളുടെ തുടക്കത്തിൽ ലണ്ടൻ സ്കൂൾ ഓഫ് ഇക്കണോമിക്സിലെ സമർത്ഥയായ വിദ്യാർത്ഥിനിയായിരുന്നു കിറ്റി. ഇന്ത്യൻ വിപ്ലവത്തിന്റെ ലക്ഷ്യത്തിൽ ചേരാൻ അവർ ലണ്ടനിലെ സുഖപ്രദമായ ജീവിതം ഉപേക്ഷിച്ചു. ബോംബെ കമ്യൂണിലെ ആദ്യകാല കമ്യൂണിസ്റ്റ് വനിതാ അംഗങ്ങളിൽ ഒരാളായിരുന്നു അവർ. പിന്നീട്, കേരളത്തിൽനിന്നുള്ള കമ്യൂണിസ്റ്റ് സൈദ്ധാന്തികനും സംഘാടകനുമായ രാംദാസ് മേനോനെ അവർ വിവാഹം കഴിച്ചു, 1964 ൽ സി പി

ഐയുമായുള്ള പിളർപ്പിന് ശേഷം സി പി ഐ (എം) ന്റെ ആദ്യ കേന്ദ്ര കമ്മിറ്റി അംഗമായി. സഖാവ് രാംദാസ് വർഷങ്ങളോളം പീപ്പിൾസ് ഡെമോക്രസിയുടെ പത്രാധിപരായിരുന്നു. കൽക്കത്തയിലെ പീപ്പിൾസ് ഡെമോക്രസിയിൽ ഒരു പൂർണസമയപ്രവർത്തക എന്ന നിലയിൽ അദ്ദേഹത്തിന്റെ കീഴിൽ ഞാൻ ജോലിചെയ്തു. വിദ്യാർത്ഥിനികൾക്കും അധ്യാപകർക്കും വേണ്ടി കിറ്റി സ്ഥിരമായി പഠന ക്ലാസുകൾ നടത്തിയിരുന്നു. പ്രത്യയശാസ്ത്രപരമായി പ്രതിബദ്ധതയുള്ള സഖാക്കളുടെ ഒരു ടീമിനെ ഡൽഹിയിൽ കെട്ടിപ്പടുക്കാൻ അവർ സഹായിച്ചു, അത് മുന്നോട്ടുള്ള ശ്രമകരമായ ദിവസങ്ങളിൽ പാർട്ടിക്ക് സഹായകമായി.

അതിനടുത്തായി, ഡൽഹി ട്രാൻസ്പോർട്ട് കോർപ്പറേഷനിലെ (ഡി ടി സി) ചില തൊഴിലാളികൾ താമസിച്ചിരുന്ന മറ്റൊരു കോളനി പ്രദേശമുണ്ടായിരുന്നു. അതിലൊരാൾ ശ്രീറാമുമായി ബന്ധമുള്ള ഡ്രൈവറായ ലഡ്ഡൂ റാം ആണ്. അദ്ദേഹവും മറ്റ് ചില ഡി ടി സി പ്രവർത്തകരും അടിയന്തരാവസ്ഥക്കാലത്ത് നഗരത്തിലുടനീളമുള്ള പാർട്ടി യൂണിറ്റുകൾക്കിടയിൽ വാർത്തകളും നിർദ്ദേശങ്ങളും എത്തിച്ചിരുന്ന ഞങ്ങളുടെ സന്ദേശവാഹകരായിരുന്നു. ഞങ്ങൾ ലഡ്ഡൂ റാമിന്റെ ഡ്യൂട്ടി ചാർട്ടിന്റെ ഒരു പകർപ്പ് സൂക്ഷിക്കുകയും കൃത്യസമയത്ത് അദ്ദേഹം ബസിൽ കയറിയെന്ന് ഉറപ്പാക്കുകയും ചെയ്യും. ഞങ്ങൾ സന്ദേശം കൈമാറും, ലഡു റാം അത് കാര്യക്ഷമമായും കൃത്യമായും എത്തേണ്ടിടത്ത് എത്തിക്കും. ലഡ്ഡൂ റാമും മറ്റ് ഡി ടി സി സഖാക്കളും ഡൽഹി സി പി ഐ (എം) പ്രസിദ്ധീകരിച്ച ഒരു രാഷ്ട്രീയ വാർത്താപത്രത്തിന്റെയും വിതരണക്കാരായിരുന്നു.

തൊഴിലാളികൾ പലപ്പോഴും അവരുടെ ഷിഫ്റ്റ് കഴിഞ്ഞുവരുമ്പോൾ സന്ധ്യയാകുന്നതുകൊണ്ട്, രാത്രി വൈകിയും ഞങ്ങൾ യോഗങ്ങൾ നടത്താറുണ്ട്. കൈത്തറിത്തൊഴിലാളികളുടെ കോളനികളിലും രാത്രിയാണ് ഞങ്ങൾ ഒത്തുചേരുക. അത്തരം യോഗങ്ങൾക്ക് ശേഷം, ഒരു തൊഴിലാളി സഖാവ് സൈക്കിളിൽ എന്നെ വീട്ടിൽ കൊണ്ടുവിടും. ആരുടേയും ശ്രദ്ധയിൽപ്പെടാതിരിക്കാൻ ഞാൻ സാരിയുടെ തുമ്പുകൊണ്ട് തല മറച്ചാണ് പോകുന്നത്. കൈത്തറിത്തൊഴിലാളികളുടെ സൈക്കിളിലെ യാത്ര സുഖകരമായിരുന്നു, കാരണം അവർ പഞ്ഞിനൂലുകളും പരുത്തികൊണ്ടുള്ള പുതപ്പുകളും ഒക്കെവെച്ച് പിൻസീറ്റ് പരിഷ്കരിച്ചിരുന്നു. ഒരു രാത്രി, യോഗം കഴിഞ്ഞ്, ബുദ്ധസെൻ എന്ന കൈത്തറിത്തൊഴിലാളി എന്നെ സൈക്കിളിൽ വീട്ടിലേക്ക് കൊണ്ടുപോകുകയായിരുന്നു. ലഡ്ഡൂ റാം ഞങ്ങളെ രണ്ടുപേരെയും അത്താഴത്തിന് ക്ഷണിച്ചു. ഞങ്ങൾ അവിടെ എത്തുമ്പോൾ വൈദ്യുതി ഇല്ലായിരുന്നു. എണ്ണവിളക്കിന്റെ നൃത്തംചെയ്യുന്ന ദീപത്തിന്റെ മങ്ങിയ വെളിച്ചത്തിൽ ഞങ്ങൾക്ക് എന്താണ് വിളമ്പുന്നതെന്ന് എനിക്ക് മനസിലാക്കാൻ കഴിഞ്ഞില്ല.

പക്ഷേ, ബുദ്ധസെൻ സന്തോഷംകൊണ്ട് തുള്ളിച്ചാടി - അത് അവന്റെ പ്രിയപ്പെട്ട വിഭവമായിരുന്നു. ഞാൻ പാത്രത്തിലേക്ക് നോക്കിയപ്പോൾ ഒരു ആടിന്റെ തല എന്നെ നോക്കുന്നതാണ് കണ്ടത്. കാലുകൾ അതിനെ ചുറ്റിയിട്ടുണ്ട്. ലഡ്ഡു റാം ഞാൻ ശ്വാസംമുട്ടുന്നത് കണ്ടു പറഞ്ഞു: 'ഏറ്റവും രുചികരമായ സാധനമാണ് ഇത് സഖാവേ — തലയുംകാലും' എനിക്കത് കഴിക്കാൻ കഴിയില്ല, എന്റെ മനംപിരട്ടുന്ന വയറിനെ പ്രശംസകൊണ്ട് മറയ്ക്കാൻ ഞാൻ ശ്രമിച്ചു. എന്നാൽ ലഡ്ഡു റാമിനെ പറ്റിക്കാൻ കഴിഞ്ഞില്ല. 'അയ്യോ സഖാവേ, നിങ്ങൾ സസ്യാഹാരികളെപ്പോലെയാണല്ലോ!'

കൈത്തറി തൊഴിലാളികൾ ദയനീയമായ സാഹചര്യത്തിലാണ് ജീവിച്ചിരുന്നത്. തറി ഷെഡ്ഡുകളായിരുന്നു അവരുടെ വീടുകൾ. സർവാന് നാല് തറികൾ ഉണ്ടായിരുന്നു, അതിനാൽ അല്പം ഭേദപ്പെട്ട അവസ്ഥയായി കണക്കാക്കപ്പെട്ടു. മിക്ക തൊഴിലാളികൾക്കും ഒന്നോ രണ്ടോ തറികളേ ഉണ്ടായിരുന്നുള്ളൂ, ചിലർക്ക് ഒന്നുമില്ലാത്തതിനാൽ മറ്റുള്ളവരുടെ തറികളിൽ കൂലിപ്പണി ചെയ്തു. സർവാന്റെ ഭാര്യ പ്രസന്നി ചർക്കയിൽ നൂൽ നൂൽക്കും. ഇന്ത്യൻ സ്വാതന്ത്ര്യ സമരത്തിന്റെ ആദരണീയമായ പ്രതീകമായിരുന്നു ചർക്ക, പക്ഷേ, ഇവിടെ സാവൻ പാർക്കിൽ അത് ദാരിദ്ര്യത്തിന്റെയും ചൂഷണത്തിന്റെയും കൂടെയാണുള്ളത്. പ്രസന്നിയെപ്പോലുള്ള ഡസൻ കണക്കിന് സ്ത്രീകൾ ചർക്കകളിൽ നൂല് ചുറ്റിക്കൊണ്ട് മണിക്കൂറുകളോളം നിരയായി ഇരിക്കും, തുച്ഛമായ കൂലിക്കു വേണ്ടി. ദാരിദ്ര്യം സർവ്വശക്തമായിരുന്നു - അൽപവസ്ത്രം ധരിച്ച കൊച്ചു കുട്ടികൾ തറികൾക്കിടയിൽ ഓടിക്കളിച്ചു; സ്ത്രീകളുടെ വിളർച്ച ബാധിച്ച ശരീരങ്ങൾ അവരുടെ മോശം ഭക്ഷണത്തിന്റെ സാക്ഷ്യപത്രമായി; വല്ലാതെ മെലിഞ്ഞുപോയ തൊഴിലാളികളുടെ ശരീരത്തിൽ ക്ഷയരോഗം നാശം വിതച്ചു; മനുഷ്യ ഉപഭോഗത്തിന് യോഗ്യമല്ലാത്ത ആഴംകുറഞ്ഞ കുഴൽക്കിണറിലെ വെള്ളമാണ് തൊഴിലാളികൾ കുടിക്കുന്നത്; മഞ്ഞപ്പിത്തം സർവസാധാരണമായിരുന്നു. ഒരു ദശാബ്ദത്തിനു ശേഷം, ചെങ്കൊടിക്കു കീഴിലുള്ള നീണ്ട പോരാട്ടത്തിനൊടുവിൽ ന്യായമായ വിജയം നേടിയപ്പോൾ മാത്രമാണ് ജീവിത സാഹചര്യങ്ങൾ മെച്ചപ്പെട്ടത്. ഒത്തുതീർപ്പു ധാരണ പ്രകാരം അശോക് വിഹാറിനടുത്ത് നൂറുകണക്കിന് വീടുകൾക്ക് പട്ടയം ലഭിച്ചു.

കൈത്തറി ഉൾപ്പെടുന്ന വസ്ത്രനിർമാണമേഖലയിലെ പ്രതിസന്ധി നേരത്തെതന്നെ പ്രകടമായിരുന്നു. കേന്ദ്ര സർക്കാർ കൈത്തറി മേഖലയ്ക്കായി ഡെവലപ്മെന്റ് കമ്മീഷണറുടെ ഒരു ഓഫീസ് സ്ഥാപിക്കുകയും ഡൽഹിക്കായി പ്രത്യേക ബ്രാഞ്ച് തുറക്കുകയും ചെയ്തു. കൈത്തറി മേഖലയ്ക്ക് സബ്സിഡി വകയിരുത്തിയെങ്കിലും കൈത്തറി ഉടമകൾക്കോ

തൊഴിലാളികൾക്കോ അത് ലഭിച്ചിട്ടില്ല. സർവാൻ മുൻകൈയെടുത്ത് നെയ്ത്തുകാരുടെ സഹകരണ സംഘങ്ങൾ രജിസ്റ്റർ ചെയ്തു. സങ്കീർണ്ണമായ നിരവധി ഫോറങ്ങൾ പൂരിപ്പിക്കുന്നതിന് തൊഴിലാളികളെ സഹായിക്കാൻ ഞങ്ങൾ മണിക്കൂറുകൾ ചെലവഴിച്ചു. ഇതിന്റെയെല്ലാം ഫലമായി, അടിയന്തരാവസ്ഥ പിൻവലിച്ച ഉടൻതന്നെ ശക്തമായ കൈത്തറി തൊഴിലാളി യൂണിയൻ രൂപീകരിക്കുന്നതിൽ ഞങ്ങൾ വിജയിച്ചു. സർവാന്റെ നേതൃത്വത്തിൽ വീണ്ടും സഹകരണസംഘങ്ങൾ ഒത്തുചേർന്ന് ഫെഡറേഷൻ രൂപീകരിച്ചു.

ദില്ലിയുടെ 'സൗന്ദര്യവത്കരണം'

1976-ൽ തൊഴിലാളികളുടെ ജീവിതത്തിൽ മറ്റൊരു അട്ടിമറിയുണ്ടായി. സഞ്ജയ് ഗാന്ധിയുടെ നേതൃത്വത്തിൽ കോൺഗ്രസ് ഗവൺമെന്റ് കോളനികൾ നീക്കംചെയ്ത് ഡൽഹിയെ 'മനോഹരമാക്കാൻ' തീരുമാനിച്ചു. അന്ന് ഡൽഹി വികസന അതോറിറ്റി (ഡി ഡി എ) വൈസ് ചെയർമാനായിരുന്ന ജഗ്മോഹന്റെ നേതൃത്വത്തിലായിരുന്നു പൊളിച്ചുനീക്കൽ. ഡി ഡി എ പൊളിച്ച കോളനികളിലെ താമസക്കാർ നഗരത്തിന്റെ അരികുകളിലേക്ക് വലിച്ചെറിയപ്പെട്ടു. ആ ക്രൂരമായ 'മാറ്റിതാമസിപ്പിക്കലിന്റെ' വ്യാപ്തി ഇന്ന് വിസ്മരിക്കപ്പെട്ടിരിക്കുന്നു. വാസ്തവത്തിൽ, ലക്ഷക്കണക്കിന് തൊഴിലാളികളെ അവരുടെ വാസസ്ഥലങ്ങളിൽ നിന്ന് നിർബന്ധിതമായി പുറത്താക്കി വീടുകൾ പൊളിച്ചുനീക്കി, ഭൂമി നിരപ്പാക്കുകയാണുണ്ടായത്. ഇന്ത്യയിലോ ലോകത്ത് എവിടെയെങ്കിലുമോ ഈ തോതിൽ ഒരു കൂട്ട കുടിയൊഴിപ്പിക്കൽ നടന്നിട്ടുണ്ടോയെന്ന് എനിക്ക് സംശയമാണ്. സഞ്ജയ് ഗാന്ധിയുടെ അക്രമാസക്തമായ സൗന്ദര്യവൽക്കരണ പരിപാടിക്ക് അടിവരയിടുന്നത് ഒരു ക്രൂരമായ യാഥാർത്ഥ്യമാണ് - ഭൂമിയുടെ വില - ഭൂമികച്ചവടം - അത് പാവപ്പെട്ട തൊഴിലാളികളുടെ ജീവിതത്തിന്റെ മൂല്യത്തേക്കാൾ എത്രയോ കൂടുതലാണ്. സാമ്പത്തിക പരിഷ്കരണത്തിന് പതിറ്റാണ്ടുകൾക്ക് മുമ്പായിരുന്നു ഇത്. ആക്രമണാത്മക നവ ഉദാരവത്കരണ നയങ്ങളുടെ ഇത്തരം പ്രവർത്തനങ്ങളെ സാധാരണമായി കണക്കാക്കാൻ സഹായിക്കുന്ന തെറ്റിദ്ധാരണാജനകമായ പദമാണല്ലോ സാമ്പത്തിക പരിഷ്കരണം.

ഡൽഹിയിലെ വാൾഡ് സിറ്റിയുടെ അരികിലുള്ള തുർക്ക്മാൻ

ഗേറ്റിന്റെ കാര്യമെടുക്കുക. മുഗൾകാലം മുതൽ തന്നെ നിരവധി കുടുംബങ്ങൾ ഈ പ്രദേശത്ത് താമസിച്ചിരുന്നു. 'മാറ്റിപ്പാർപ്പിക്കൽ' എന്നതിന്റെ അർഥം നൂറ്റാണ്ടുകൾ പഴക്കമുള്ള സാമ്പത്തികവും സാമൂഹികവുമായ ബന്ധങ്ങളെ പൂർണമായി വേരോടെ പിഴുതെറിയുക എന്നതായിരുന്നു. 1976 ഏപ്രിൽ 18-ന് പോലീസ് അവിടെ ഇരച്ചു കയറി, നിരവധി പ്രതിഷേധക്കാരെ അറസ്റ്റുചെയ്തു, ചെറുത്തുനിൽപ്പ് തകർക്കാൻ അത് മതിയാകാതെ വന്നപ്പോൾ, അവർക്ക് നേരെ വെടിയുതിർത്തു. ആ കോളനി നിവാസികൾ ബുൾഡോസറുകളെ ധീരമായി ചെറുത്തു. ഈ വെടിവയ്പിൽ എത്രപേർ കൊല്ലപ്പെട്ടുവെന്ന് ഔദ്യോഗികമായി ഒരു അറിയിപ്പും ഉണ്ടായില്ല, കൂടാതെ പത്ര സെൻസർഷിപ്പുമൂലം മാധ്യമപ്രവർത്തകർക്കും റിപ്പോർട്ട് ചെയ്യാൻ കഴിയില്ല. എന്നാൽ കുറഞ്ഞത് ആറ് പേരെങ്കിലും കൊല്ലപ്പെട്ടുവെന്നാണ് വിശ്വസിക്കപ്പെടുന്നത്, ഒരുപക്ഷേ കൂടുതലാകാനും മതി. ദരിദ്രരുടെ മേൽ ഡൽഹിയിലുടനീളം അന്നത്തെ ഭരണകൂടം അഴിച്ചുവിട്ട ഭീകരമായ അടിച്ചമർത്തലിനെ സൂചിപ്പിക്കാൻ 'തുർക്ക്മാൻ ഗേറ്റ്' ഒരു ചുരുക്കെഴുത്തായി മാറി. വ്യാവസായിക തൊഴിലാളികൾ, വീട്ടുജോലിക്കാർ, വഴിയോരക്കച്ചവടക്കാർ, കൈവേലക്കാർ, ദിവസക്കൂലിക്കാർ തുടങ്ങി - അവർ ലക്ഷ്യമിട്ട കോളനികളിൽ താമസിക്കുന്നവരുടെയെല്ലാം താമസസ്ഥലങ്ങളും തുച്ഛമായ സമ്പാദ്യങ്ങളും ബുൾഡോസർ കയറ്റി നിരപ്പാക്കി നശിപ്പിച്ചു. മാറ്റിപ്പാർപ്പിക്കുന്ന സ്ഥലം ഏതാണെന്നുള്ള സ്ലിപ്പുകൾ തൊഴിലാളികൾക്കു നൽകിയിരുന്നു. കൂടുതൽപേരും കിഴക്കൻ ദില്ലിയിൽ നദിക്ക് അപ്പുറത്തേക്ക്, 'യമുന-പാർ പുനരധിവാസ കോളനികൾ' എന്ന് വിളിക്കപ്പെടുന്നിടങ്ങളിലേക്ക് മാറാൻ നിർബന്ധിതരായി, അവരുടെ ജോലി സ്ഥലങ്ങളിൽ നിന്ന് വളരെ അകലെയാണ് ഈ പ്രദേശം.

ദരിദ്രരോടുള്ള മനോഭാവത്തിൽ ഇന്ത്യയിലെ ബൂർഷ്വാ രാഷ്ട്രീയ പാർട്ടികൾക്കിടയിലെ സമ്പൂർണ്ണ ഐക്യത്തിന്റെ ഒരുദാഹരണമാണ് ജഗ്മോഹന്റെ പ്രവർത്തന ചരിത്രം. ദരിദ്രജനങ്ങൾക്ക് വിനാശകരമാകുന്ന നടപടികൾക്കുള്ള പ്രതിഫലമായി മൂന്ന് പ്രാവശ്യം അദ്ദേഹത്തിന് ഉന്നത സ്ഥാനമാനങ്ങൾ നൽകി. പ്രത്യയശാസ്ത്രപരമായി പരസ്പര വിരുദ്ധമായ അംഗീകാരങ്ങളായിരുന്നു അവ മൂന്നും. അടിയന്തരാവസ്ഥക്കാലത്ത് അദ്ദേഹം സഞ്ജയ് ഗാന്ധിയുടെ അനുചര സംഘത്തിൽപ്പെട്ട ആളായിരുന്നു. ആദ്യം ഗോവയിലും പിന്നീട് ഡൽഹിയിലും ലെഫ്റ്റനന്റ് ഗവർണർ പദവി കോൺഗ്രസ് അദ്ദേഹത്തിന് സമ്മാനിച്ചു. പത്മഭൂഷൺ, പത്മശ്രീ എന്നിവയും അദ്ദേഹത്തെ തേടിയെത്തി. കോൺഗ്രസിന് പകരം ജനതാദളിന്റെ നേതൃത്വത്തിലുള്ള യുണൈറ്റഡ് ഫ്രണ്ട് സർക്കാർ വന്നപ്പോൾ അദ്ദേഹം ജമ്മു കശ്മീരിന്റെ ഗവർണറായി. പിന്നീട്

ജഹാംഗീർ പുരി, 2023 ഏപ്രിലിൽ സുപ്രീംകോടതി ഉത്തരവ് ലംഘിച്ച
കൊണ്ട് കോളനി ഒഴിപ്പിക്കാനായി വന്ന ബുൾഡോസറുകൾക്കു മുന്നിൽ

അദ്ദേഹം 1995-ൽ ഭാരതീയ ജനതാ പാർട്ടിയിൽ (ബി ജെ പി) ചേർന്നു, ആ പാർട്ടിയെ മൂന്ന് തവണ പാർലമെന്റിൽ പ്രതിനിധീകരിച്ച് അടൽ ബിഹാരി വാജ്പേയിയുടെ സർക്കാരിൽ മന്ത്രിയായി. ജമ്മു കശ്മീരിന് പ്രത്യേക പദവി നൽകിയിരുന്ന ആർട്ടിക്കിൾ 370 റദ്ദാക്കിയതിനെ ശക്തമായി പിന്തുണച്ചതിന് മോദി സർക്കാർ അദ്ദേഹത്തിന് 2016-ൽ പത്മവിഭൂഷൺ നൽകി ആദരിച്ചു. ഭരണഘടനാപരവും നിയമപരവുമായ ചട്ടക്കൂടുകളുടെ പിന്തുണയോടെ പാവപ്പെട്ടവരുടെ അവകാശങ്ങൾ സംരക്ഷിക്കാൻ പ്രവർത്തിക്കുന്ന സത്യസന്ധരായ ഉദ്യോഗസ്ഥർക്ക് ഒരിക്കലും ഇത്തരം അംഗീകാരങ്ങൾ ലഭിക്കാറില്ല. ശിക്ഷാനടപടികൾ സ്വീകരിക്കാനാണ് അവർക്ക് കൂടുതൽ സാധ്യതയുള്ളത്. ഐ എ എസിലെ (ഇന്ത്യൻ അഡ്മിനിസ്ട്രേറ്റീവ് സർവീസസ്) നിരവധി ഉദ്യോഗസ്ഥരെ ഞാൻ കണ്ടിട്ടുണ്ട്, അവർ ദരിദ്രരെ സഹായിക്കാൻ സർക്കാർ സേവനത്തിൽ ചേരുന്നു, പക്ഷേ, പലപ്പോഴും ഒടുവിൽ നിരാശരായി തീരുകയാണ് ചെയ്യുന്നത്. ഇന്നത്തെ ഇന്ത്യയിൽ സ്ഥിതി കൂടുതൽ മോശമാണ്.

ഭരണത്തിന്റെ 'ഇരുമ്പ് ചട്ടക്കൂട്' ഉരുകുകയും ഭരണകക്ഷിയായ ബി ജെ പിയുടെ താൽപ്പര്യങ്ങൾ സേവിക്കാൻ ഉദ്യോഗസ്ഥർ കീഴടങ്ങുകയും ചെയ്യുന്നതാണ് കണ്ടുവരുന്നത്.

വടക്കൻ ഡൽഹിയിൽ ഞാൻ ജോലിചെയ്തിരുന്ന പ്രദേശങ്ങളിലും ആയിരക്കണക്കിന് വീടുകൾ തകർന്നുതരിപ്പണമായി. തൊഴിലാളികൾ പരിഭ്രാന്തരായി സഹായത്തിനായി ഞങ്ങളെ വിളിച്ചുകൊണ്ടിരുന്നു. ഞാൻ ആദ്യംപോയ 'പുനരധിവാസ കോളനി', വടക്ക് കിഴക്കൻ ഡൽഹിയിൽ ഷഹ്ദാരയ്ക്ക് സമീപം നന്ദ് നഗരിയിലെ തിരക്കേറിയ കോളനി കണ്ടിട്ടുള്ളവർക്ക്, 1976-ൽ ഞാൻ കണ്ട കോളനിയിലെ കാഴ്ച ഊഹിക്കാൻ പോലും കഴിയില്ല. ഒരു മരംപോലും കാണാനില്ലാത്ത വിശാലമായ തരിശുഭൂമി. ഡൽഹിയിലെ ക്രൂരമായ വേനലിന്റെ പൊള്ളുന്ന പൊടിക്കാറ്റിൽനിന്നും ആർക്കും രക്ഷപ്പെടാനാവില്ല. നമ്മുടെ മുഖവും വസ്ത്രങ്ങളും, ഉപേക്ഷിക്കപ്പെട്ട കുടുംബങ്ങളുടെ തുച്ഛമായ സാധനങ്ങളും പൊടികൊണ്ടു നിറയും. ഇല്ലാത്ത ജലസ്രോതസുകൾക്കായി നിരാശരായ അമ്മമാർ ഓടിനടക്കുമ്പോൾ ദാഹിച്ചുവലഞ്ഞ കുട്ടികൾ അലറിവിളിച്ചു കരയും. പേടിസ്വപ്നംപോലെ ഭയാനകമായിരുന്നു ആ കാഴ്ചകൾ.

നഗരത്തിന്റെ മറ്റേ അറ്റത്ത്, വടക്കൻ ഡൽഹിയിൽ, ജഹാംഗീർ പുരിയായിരുന്നു മറ്റൊരു 'പുനരധിവാസ കോളനി.' നന്ദ് നഗരിയിലെ സ്ഥിതിയായിരുന്നു ഇവിടെയും. ആയിരക്കണക്കിന് തൊഴിലാളികളും കോളനി നിവാസികളും ഇവിടെ ഉപേക്ഷിക്കപ്പെട്ടു. അവരിൽ പലരും ബംഗാളിൽ നിന്ന് ഡൽഹിയിലേക്ക് കുടിയേറിയ പാവപ്പെട്ട മുസ്ലീങ്ങളായിരുന്നു. മിക്കവാറും എല്ലാവരും യമുനയുടെ തീരത്ത്, കോളനികളിൽ ജീവിക്കുന്ന ദിവസ വേതനക്കാരായിരുന്നു, അവിടെനിന്ന് അവരെ ജഹാംഗീർപുരിയിലെ സി ബ്ലോക്കിലേക്ക് മാറ്റി. അവരുടെ അവസ്ഥ തികച്ചും പരിതാപകരമായിരുന്നു. സമ്പാദ്യങ്ങളൊന്നുമില്ല, വായ്പ നൽകാൻ ആരും തയ്യാറല്ല. വളരെ ക്രൂരമായാണ് ഉദ്യോഗസ്ഥർ അവരോട് പെരുമാറിയിരുന്നത്. പതിറ്റാണ്ടുകൾക്ക് ശേഷം, 2022 ഏപ്രിലിൽ, ജഹാംഗീർപുരിയിലെ പാവപ്പെട്ട മുസ്ലീങ്ങൾ വീണ്ടും ബുൾഡോസറുകളുടെ രോഷത്തിന് വിധേയരായി, ഇത്തവണ ബി ജെ പി സർക്കാരിനു കീഴിൽ. സുപ്രീംകോടതി ഉത്തരവുപോലും അവർ കണക്കിലെടുത്തില്ല. ബുൾഡോസറുകൾക്ക് മുന്നിൽ കോടതി ഉത്തരവ് വീശിക്കാട്ടിനിന്നുകൊണ്ട് എനിക്കും എന്റെ പാർട്ടിക്കും കായികമായി ഇടപെടേണ്ടിവന്നു. ശിക്ഷയെക്കുറിച്ചുള്ള ഭയലേശമില്ലാതെ ഭരണാധികാരികൾ കോടതി ഉത്തരവ് ലംഘിച്ചു. എങ്കിലും നിർണായകമായ ചില വ്യത്യാസങ്ങളുണ്ടായിരുന്നു. ഒന്ന്, 1976 ൽ, കുടിയൊഴിപ്പിക്കൽ യജ്ഞം ആരംഭിച്ചപ്പോൾ പൗരന്മാരെ അവരുടെ മതത്തിന്റെ അടി

സ്ഥാനത്തിൽ ലക്ഷ്യം വച്ചിരുന്നില്ല - രണ്ടാമത്, കുടിയൊഴിപ്പിക്കപ്പെട്ടവർക്ക് പകരം ഭൂമി ലഭിച്ചു. ഇന്ന്, കുടിയൊഴിപ്പിക്കലുകളും ബുൾഡോസറുകളും ന്യൂനപക്ഷ സമുദായത്തിലെ പൗരന്മാരെ ലക്ഷ്യംവച്ചുകൊണ്ട് നഗ്നമായ വർഗീയ രീതിയിലാണ്.

1976-ൽ ഡൽഹിയിലെ പാവപ്പെട്ടവർ മുതലാളിത്ത വികസനത്തിന്റെ ക്രൂരതയും മനുഷ്യത്വമില്ലായ്മയും തങ്ങളാൽ കഴിയുന്ന വിധത്തിൽ നേരിട്ടു. ഞാൻ കണ്ടുമുട്ടിയ മിക്കവാറും എല്ലാവർക്കും അവരുടെ പുതിയ പാർപ്പിടത്തിനായി, തരിശായി കിടക്കുന്ന ഭൂപ്രകൃതിയിലേക്ക് മാറാൻ കൊള്ളപ്പലിശയ്ക്ക് വായ്പ എടുക്കേണ്ടിവന്നു. സാധനങ്ങൾ മാറ്റാൻ വാനുകൾ വാടകയ്ക്കെടുക്കേണ്ടിവന്നു; തലയ്ക്ക് മുകളിൽ ഒരു മേൽക്കൂരയുണ്ടാക്കാൻ അവർക്ക് താൽക്കാലിക ഷെഡ്ഡുകൾ നിർമ്മിക്കേണ്ടി വന്നു; കുട്ടികൾക്ക് പുതിയ സ്കൂളുകളിൽ പ്രവേശനം കണ്ടെത്തുകയോ വിദ്യാഭ്യാസം പൂർണ്ണമായും ഉപേക്ഷിക്കുകയോ ചെയ്യേണ്ടി വന്നു; സ്ത്രീകൾക്ക് വീട്ടുജോലിക്കായി പുനരധിവാസ കോളനികൾക്ക് സമീപം വീടുകൾ കണ്ടെത്തേണ്ടി വന്നു; ഇരുപതോ മുപ്പതോ കിലോമീറ്റർ അകലെയുള്ള ജോലിസ്ഥലങ്ങളിലേക്ക് പുരുഷന്മാർക്ക് യാത്ര ചെയ്യേണ്ടി വന്നു. നേരത്തെ തന്നെ ദരിദ്രരായ ലക്ഷക്കണക്കിന് ജനങ്ങളെ പുനരധിവാസം കൊടും പട്ടിണിയിലേക്ക് തള്ളിവിട്ടു. എന്നാൽ, ഫാക്ടറി മുതലാളിമാർക്കും മില്ലുടമകൾക്കും അത് പ്രയോജനകരമായി, കാരണം തൊഴിലാളികൾ ക്രൂരമായ കുടിയൊഴിപ്പിക്കലിന്റെ പ്രശ്നങ്ങളിൽ പെട്ടുപോയതിനാൽ യൂണിയനിൽനിന്നും സംഘ സമരത്തിൽനിന്നും അവരുടെ ശ്രദ്ധ മാറിപ്പോയിരുന്നു.

പാർട്ടിയിൽ ഞങ്ങളുടെ ചുമതലകൾ പുനക്രമീകരിച്ചു. ഞങ്ങളിൽ പലരും സ്ഥിരമായി പുനരധിവാസ കോളനികളിലേക്ക് പോകാൻ തുടങ്ങി. നഗരത്തിന്റെ രണ്ടറ്റത്തുള്ള നന്ദ് നഗരിയിലും ജഹാംഗീർപുരിയിലേക്കുമാണ് ഞാൻ പോകാറുണ്ടായിരുന്നത്. ശാരീരികമായി മാത്രമല്ല, വൈകാരികമായും തളർത്തുന്നതായിരുന്നു അന്നത്തെ പ്രവർത്തനം. സർക്കാരിന്റെ നിർദയത്വത്തേക്കാൾ ഞങ്ങളുടെ നിസ്സഹായത എന്നെ രോഷംകൊള്ളിച്ചു. പ്രശ്നത്തിന്റെ തീവ്രത നോക്കുമ്പോൾ ഞങ്ങൾ അവർക്കു നൽകിയ ആശ്വാസം തീർത്തും നിസ്സാരമായിരുന്നു. താമസിയാതെ, മഴക്കാലമെത്തി, സാഹചര്യം കൂടുതൽ മോശമായി. ടൈഫോയ്ഡ്, മഞ്ഞപ്പിത്തം, വിവിധ പനികൾ തുടങ്ങിയ രോഗങ്ങളും സാധാരണമായി. പ്രാദേശിക അധികാരികളെ കൊണ്ട് വാട്ടർ ടാങ്കറുകൾ ഏർപ്പാടാക്കുവാൻ ഞങ്ങൾ കഴിയുന്നത് ചെയ്തു. പക്ഷേ, ഒടിഞ്ഞ കാലിൽ ബാൻഡ് എയ്ഡ് വയ്ക്കുന്നതുപോലെ മാത്രമായിരുന്നു അത്.

പുനരധിവാസക്കാരുടെ ഭൂമിക്ക് ഉടമസ്ഥാവകാശം നൽകണമെ

ന്നാവശ്യപ്പെട്ട് ഞങ്ങൾ അന്ന് പ്രക്ഷോഭം നടത്തിയിരുന്നു. എന്നാൽ അത് നടന്നില്ല. കോളനികൾക്ക് കുടിവെള്ളം, ഡ്രെയിനേജ് സംവിധാനം തുടങ്ങിയ അടിസ്ഥാന സൗകര്യങ്ങൾ ലഭിക്കാൻ വീണ്ടും നിരവധി വർഷങ്ങൾ വേണ്ടിവന്നു. നേരത്തെ അവിടെ താമസിച്ചിരുന്നവരിൽ പലരുടെയും ജീവിതം തടസ്സപ്പെട്ടു - ഓർക്കുക, പുതിയ പുനരധിവാസ കോളനികൾ അവരുടെ പഴയ വീടുകളിൽ നിന്ന് വളരെ അകലെ ആയിരുന്നു - പലരും ഗ്രാമങ്ങളിലേക്ക് മടങ്ങാൻ അവരുടെ സ്ഥലം വിറ്റു. സ്വതന്ത്രമായ അവകാശങ്ങളുടെ അഭാവത്തിൽ, 'പവർ ഓഫ് അറ്റോർണി' മുഖേനയാണ് ഈ വിൽപ്പന നടത്തിയത്. അതിനർത്ഥം ദുരുപയോഗങ്ങളും വളഞ്ഞവഴിയിലൂടെയുള്ള ഇടപാടുകളും സാധാരണമായിരുന്നു എന്നാണ്. കാലക്രമേണ, പുനരധിവാസ കോളനികളുടെ ചില ഭാഗങ്ങൾ, പ്രത്യേകിച്ച് പ്രധാന റോഡുകൾക്ക് സമീപമുള്ളവ, ഒരു പരിധിവരെ കുലീനവൽക്കരിക്കപ്പെട്ടു. മനുഷ്യരുടെ ഇത്തരം കഷ്ടപ്പാടുകൾ ഒഴിവാക്കാമായിരുന്നു, 'സൗന്ദര്യവൽക്കരണം' എന്ന ലക്ഷ്യം മറ്റേതെങ്കിലും തരത്തിലാകാമായിരുന്നു. വലിയ തോതിലുള്ള പറിച്ചുനടൽ, കുടിയൊഴിപ്പിക്കൽ, വേർപെടുത്തൽ എന്നിവയൊന്നുമില്ലാത്ത കോളനി വികസന നയത്തിൽ സർക്കാർ നിക്ഷേപം നടത്തേണ്ടതുണ്ട്. പശ്ചിമ ബംഗാളിലെ ഇടതുമുന്നണി സർക്കാർ കൽക്കത്തയിലെ കോളനികളിലെ താമസക്കാർക്ക് അവകാശങ്ങൾ നൽകുകയും കോളനികൾ വികസിപ്പിക്കാൻ സഹായിക്കുകയും ചെയ്യുക എന്ന നയമാണ് പിന്തുടരുന്നത്. നഗരത്തിലെ ദരിദ്രരുടെ താൽപ്പര്യങ്ങൾക്ക് മുൻതൂക്കം നൽകുന്ന ഒരു ബദൽ മാർഗമായിരുന്നു അത്.. 'വികസന'ത്തിനും 'സൗന്ദര്യവൽക്കരണ'ത്തിനുമുള്ള ഏക മാർഗം പാവപ്പെട്ടവരെ അദൃശ്യരാക്കുകയും അവരെ നഗരത്തിന്റെ അരികുകളിലേക്കു തള്ളുകയോ പുറത്താക്കുകയോ ആണെന്നുമുള്ള നയം അവർ നിരസിച്ചു. അസംഖ്യം അവശ്യ സേവനങ്ങൾ നൽകിക്കൊണ്ട്, ദരിദ്രർ നഗരജീവിതത്തിന് നിർണായകമായ സാമ്പത്തിക സംഭാവന നൽകുന്നു എന്ന യാഥാർത്ഥ്യമാണ് ഇത്തരം മനുഷ്യത്വ രഹിത നയം അവഗണിക്കുന്നത്.

സ്ത്രീകളുടെ ജോലി

അടിയന്തരാവസ്ഥക്കാലത്ത് തൊഴിലാളികളുടെ കോളനികളിലാണ് ഞാൻ പ്രവർത്തിച്ചിരുന്നത്. മുമ്പ് പറഞ്ഞതുപോലെ, രമേശിന്റെ വീട്ടിലാണ് ഞാനുറങ്ങുന്നത്. രണ്ട് ചെറിയ മുറികളാണ് ആ വീട്ടിൽ ഉണ്ടായിരുന്നത്. രമേശും മഞ്ജുവും ഒരു മുറിയിൽ കിടക്കും. ഞാൻ അമ്മ എന്ന് വിളിച്ചിരുന്ന രമേശിന്റെ അമ്മ ഓംവതി മറ്റേ മുറിയിലും. ആ മുറിയുടെ മൂലയിൽ ഒരു മണ്ണെണ്ണ സ്റ്റൗ ഉണ്ടായിരുന്നു, അങ്ങനെ അതൊരു അടുക്കള കൂടിയായി. അമ്മയ്ക്കൊപ്പം ഞാനും ആ മുറി പങ്കിട്ടു. അവരുടെ മുറ്റത്തിനപ്പുറം രമേശിന്റെ സഹോദരൻ സുരേഷും കുടുംബവും താമസിച്ചിരുന്നു.

അമ്മയോടും മഞ്ജുവിനോടും ഞാൻ പലപ്പോഴും ദീർഘനേരം സംസാരിക്കുമായിരുന്നു. അവർ ചിലപ്പോൾ മറ്റ് സ്ത്രീകളെയും ചർച്ചകൾക്കായി ക്ഷണിക്കും. ഈ സംഭാഷണങ്ങളിലൂടെയും അവരോടൊപ്പമുള്ള ജീവിതാനുഭവങ്ങളിലൂടെയുമാണ് സ്ത്രീകൾക്ക് വഹിക്കേണ്ടിവരുന്ന അദൃശ്യമായ ഭാരങ്ങളെക്കുറിച്ച് ഞാൻ മനസ്സിലാക്കിയത്. സ്ത്രീകൾ ചെയ്യുന്ന അവസാനിക്കാത്ത, കൂലിയില്ലാത്ത, അംഗീകരിക്കപ്പെടാത്ത, കണക്കാക്കപ്പെടാത്ത ജോലികളില്ലാതെ മാർക്സ് പറയുന്ന അദ്ധ്വാനശക്തിയുടെ പുനർനിർമ്മാണം അസാധ്യമാണ്. എന്നാൽ ഈ സൈദ്ധാന്തിക ബന്ധം വ്യക്തമായി മനസ്സിലാക്കാൻ ഞാൻ കുറച്ച് വർഷമെടുത്തു. അക്കാലത്ത്, തൊഴിലാളിവർഗ വീടുകളിലെ സ്ത്രീകളെ ശ്രദ്ധിച്ചും അവരുടെ കഠിനമായ ജീവിതം നിരീക്ഷിച്ചും ഞാനെല്ലാം പഠിക്കുകയായിരുന്നു. വിലക്കയറ്റവും മോശമായി പ്രവർത്തിക്കുന്ന പൊതുവിതരണ

സമ്പ്രദായവും ('റേഷൻ സമ്പ്രദായം') തൊഴിലാളികളുടെ കുറഞ്ഞ വേതനവുംമൂലം ഒരിക്കലും തൊഴിലാളി കുടുംബങ്ങളുടെ ചെലവുകൾ സുഗമമായി നടന്നിരുന്നില്ല. അമ്മ ഭക്ഷണം എങ്ങനെയാണ് പങ്കുവെക്കുന്നതെന്ന് ഞാൻ ശ്രദ്ധിച്ചു. അവർ ആദ്യം തന്റെ മകനു വിളമ്പും; അടുത്തത് കുട്ടികൾക്ക്; മഞ്ജുവും അമ്മയും അവസാനവും ഏറ്റവും കുറച്ചും ഭക്ഷണം കഴിച്ചു. കുടുംബത്തിനുള്ളിലെ ഭക്ഷണ വിതരണത്തിലെ അസമത്വം, ഉത്പന്നങ്ങളുടെയും വിഭവങ്ങളുടെയും കുറവ് എന്നിവയൊക്കെ ഇപ്പോൾ നന്നായി ഗവേഷണം ചെയ്യപ്പെടുകയും വിപുലമായി രേഖപ്പെടുത്തുകയും ചെയ്തിട്ടുണ്ട്. എന്നാൽ എന്നെ സംബന്ധിച്ചിടത്തോളം ആരുടെ പാത്രത്തിൽ എത്ര ഭക്ഷണം എപ്പോൾ വിളമ്പി എന്നത്, പുരുഷാധിപത്യവും മുതലാളിത്തവും പരസ്പരം ഇഴചേർന്നുകൊണ്ട് തൊഴിലാളിവർഗ കുടുംബങ്ങളിൽ സ്ത്രീകളുടെ ത്യാഗം നിർബന്ധിതമാക്കുന്നതെങ്ങനെ എന്നതിന്റെ സുവ്യക്തമായ ഉദാഹരണമായിരുന്നു.

തൊഴിലാളികൾക്കിടയിൽ, പ്രത്യേകിച്ച് പാർട്ടി പ്രവർത്തകർക്കിടയിൽ രാഷ്ട്രീയാവബോധം ഉയർന്നുവരുമ്പോഴും, സ്വന്തം കുടുംബത്തിലെ സ്ത്രീകളുടെ പങ്ക് വളരെ അപൂർവമായി മാത്രം ചർച്ച ചെയ്യപ്പെടുന്ന ഒരു വിഷയമായി തുടർന്നു. സാവൻ പാർക്കിനടുത്തുള്ള കബീർ നഗറിൽ ഞാൻ പങ്കെടുത്ത ഒരു യോഗം ഓർക്കുന്നു. കൈത്തറി, അസംഘടിത മേഖലയിലെ തൊഴിലാളികൾ പങ്കെടുക്കുന്ന പാർട്ടി ഓക്സിലറി ഗ്രൂപ്പിന്റെ (എ ജി) യോഗമായിരുന്നു അത്. കാര്യപരിപാടി തയ്യാറാക്കുമ്പോൾ, നമ്മുടെ കുടുംബങ്ങൾക്കുള്ളിൽ നമ്മൾ എങ്ങനെ പെരുമാറുന്നു എന്നതിനെക്കുറിച്ചുള്ള ചർച്ചകൂടി ഞാനുൾപ്പെടുത്തി. ബൂർഷ്വാ പാർട്ടികളിലേതു പോലെ ആർക്കും പാർട്ടി ഓഫീസിൽ കയറിച്ചെന്ന് അംഗമാകാൻ കഴിയില്ല. കമ്യൂണിസ്റ്റ് പാർട്ടിയിൽ ഒരു വ്യക്തിയെ ചേർക്കുന്നതിന് ശ്രദ്ധാപൂർവ്വമായ ഒരു പ്രക്രിയയുണ്ട്. ബഹുജന, വർഗ മുന്നണികളിൽ പ്രവർത്തിക്കുന്നവർ ജനങ്ങൾക്കിടയിൽ നടത്തുന്ന പ്രവർത്തനങ്ങളുടെ മികവ്, രാഷ്ട്രീയ ബോധം, മാർക്സിസത്തെക്കുറിച്ച് പഠിക്കാനുള്ള താൽപ്പര്യം എന്നീ കാര്യങ്ങൾ വിലയിരുത്തി പാർട്ടി വ്യക്തികളെ ക്ഷണിച്ച് ഒരു ഓക്സിലറി ഗ്രൂപ്പ് (എ ജി) രൂപീകരിക്കുന്നു. മാർക്സിസത്തിന്റെ തത്വങ്ങൾ, രാഷ്ട്രീയ പ്രശ്നങ്ങൾ, പാർട്ടി സംഘടനാ തത്വങ്ങൾ എന്നിവയെക്കുറിച്ച് എ ജി സ്ഥിരമായി ക്ലാസുകളും ചർച്ചകളും നടത്തുന്നു. സാധാരണഗതിയിൽ, എ ജിയുടെ പ്രക്രിയ ഒരു വർഷത്തേക്ക് തുടരും. ഓരോ എ ജി അംഗത്തിനും തനിക്ക് പാർട്ടിയിൽ അംഗമാകാൻ താൽപ്പര്യമുണ്ടോ എന്ന് സ്വയം പരിശോധിക്കുവാനും വ്യക്തി പാർട്ടിയിൽ ചേരാൻ സന്നദ്ധനായിട്ടുണ്ടോയെന്ന് പാർട്ടിക്ക് വിലയിരുത്താനും ഇതിനാൽ അവസരം ലഭിക്കുന്നു. എ ജിയുടെ പ്രക്രിയയ്ക്ക് ശേഷവും,

വ്യക്തിക്ക് ഒരു വർഷത്തേക്ക് കാൻഡിഡേറ്റ് അംഗത്വമാണ് ലഭിക്കുക. ഈ കാലയളവിൽ അവർ പാർട്ടി ബ്രാഞ്ച് യോഗങ്ങളിൽ പങ്കെടുക്കും. അവർക്ക് ചർച്ചകളിൽ പങ്കെടുക്കുവാനും അവരുടെ അഭിപ്രായങ്ങൾ പ്രകടിപ്പിക്കുവാനും കഴിയും. എന്നാൽ വോട്ട് ചെയ്യാനുള്ള അവകാശമില്ല. ഒരു വർഷത്തിനുശേഷം, പാർട്ടി വീണ്ടും ഈ വ്യക്തിയുടെ പ്രവർത്തനവും പ്രത്യയശാസ്ത്ര വളർച്ചയും വിലയിരുത്തുകയും തുടർന്ന് അവർക്ക് സ്ഥിരാംഗത്വ (പി എം) പദവി നൽകുകയും ചെയ്യുന്നു. എന്നാൽ സ്ഥിരാംഗമാകുക എന്നതിനർത്ഥം സൗജന്യ പാസ് ലഭിക്കുന്നു എന്നല്ല - എല്ലാ വർഷവും ഓരോ പാർട്ടി യൂണിറ്റും ഒരു 'പുതുക്കൽ' പ്രക്രിയ നടത്തുന്നു, അവിടെ ഓരോ അംഗത്തിന്റെയും പ്രവർത്തനവും രാഷ്ട്രീയ വികസനവും കൂട്ടായി വിലയിരുത്തപ്പെടുന്നു, അതിനുശേഷം മാത്രമേ അംഗത്വം പുതുക്കുകയുള്ളൂ. ഈ പ്രക്രിയ കർശനവും സൂക്ഷ്മവും മാത്രമല്ല, ഓരോ പാർട്ടി അംഗത്തിനും അവരവരുടെയും മറ്റു സഖാക്കളുടെയും പ്രവർത്തനങ്ങളെ വിലയിരുത്താനും അവർ അഭിമുഖീകരിക്കുന്ന പ്രശ്നങ്ങളെയും വെല്ലുവിളികളെയുംക്കുറിച്ച് സ്വതന്ത്രമായും തുറന്നും സംസാരിക്കാനും വ്യക്തതകളോ വിശദീകരണങ്ങളോ ആവശ്യമെങ്കിൽ അവ തേടാനും അവസരം ലഭിക്കുന്നതിനാൽ, ഇത് വളരെ ജനാധിപത്യപരവുമാണ്. ഈ പ്രക്രിയ പരസ്പരം നല്ല രീതിയിൽ മനസ്സിലാക്കാൻ അംഗങ്ങളെ പ്രാപ്തരാക്കുന്നു, അതേസമയം ഓരോരുത്തരുടെയും സംഭാവനകൾ വസ്തുനിഷ്ഠമായി വിലയിരുത്തുവാനും കഴിയുന്നു.

ഭർത്താവിന്റെ മർദനത്തെക്കുറിച്ചും മറ്റ് ഗാർഹിക പീഡനങ്ങളെക്കുറിച്ചും സ്ത്രീകൾ എന്നോട് പരാതിപ്പെട്ടതിനാൽ ഗാർഹിക മേഖലയിലെ സഖാക്കളുടെ പെരുമാറ്റം ഞാൻ കബീർ നഗർ യോഗത്തിന്റെ കാര്യപരിപാടിയിൽ ചേർത്തിരുന്നു. തൊഴിലാളികളിൽ ഒരാളായ നാഥുസിംഗ് പറഞ്ഞു, 'സഖാവേ, ഞങ്ങളുടെ പ്രവർത്തനങ്ങൾക്ക് തടസ്സമുണ്ടായാൽ ഞങ്ങൾതന്നെ അത് കൈകാര്യം ചെയ്യണമെന്ന് നിങ്ങൾ കഴിഞ്ഞ മീറ്റിംഗിൽ പറഞ്ഞില്ലേ?. അതാണ് എന്റെ ജോലി തടസ്സപ്പെടുത്തിയപ്പോൾ ഞാനെന്റെ ഭാര്യയെ തല്ലിയത്.' നാഥുസിംഗ് നീണ്ടുമെലിഞ്ഞ ഒരു കൈത്തറി തൊഴിലാളിയായിരുന്നു. അദ്ദേഹം മദ്യപിക്കാൻ ഇഷ്ടമുള്ള ആളുമാണ്. അദ്ദേഹത്തിന്റെ പ്രസ്താവനയിൽ ഞാൻ വല്ലാതെ അസ്വസ്ഥയായി, പക്ഷേ, ഞാൻ പ്രതികരിക്കുന്നതിന് മുമ്പുതന്നെ മുറിയിൽ ബഹളം തുടങ്ങി. 'നിങ്ങൾക്ക് നാണമില്ലേ', ഒരു തൊഴിലാളി ചോദിച്ചു. 'നീ ചെങ്കൊടി പിടിക്കാൻ യോഗ്യനല്ല', മറ്റൊരാൾ ആക്രോശിച്ചു. നാഥുസിങ്ങിന് മാപ്പ് പറയേണ്ടി വന്നു, ഇനി ഭാര്യയെ തല്ലില്ലെന്ന് ഉറപ്പ് നൽകുകയും ചെയ്തു.

പൊതുവിൽ ഗാർഹിക പീഡനത്തിനു മദ്യവുമായി ബന്ധമുണ്ട്.

സമ്പന്ന കോളനികളിലെ കുടുംബങ്ങൾക്കുള്ളിൽ സ്ത്രീകൾക്കെതിരായ അതിക്രമങ്ങൾ പലപ്പോഴും നിശ്ശബ്ദമാക്കപ്പെടുന്നു, കൂടാതെ അവർ മുഖത്ത് ചായം തേച്ചും ഇരുണ്ട കണ്ണട വച്ചും - ഒരു പരിഷ്കൃത വരേണ്യ സംസ്കാരത്തിന്റെ ഭാവം നിലനിർത്താൻ - അവരുടെ ചതവുകളും മുറിവുകളും മറയ്ക്കുന്നു. മറുവശത്ത്, തൊഴിലാളിവർഗ കോളനികളിലെ ഇടുങ്ങിയ വഴികളിൽ അടുത്തടുത്ത് നിലകൊള്ളുന്ന ചെറിയ വീടുകൾക്ക് രഹസ്യങ്ങളില്ല. ഒരു പുരുഷൻ മദ്യപിച്ച് ഭാര്യയെ മർദിച്ചാൽ (മദ്യപിക്കാതെയാണെങ്കിലും) എല്ലാവരും അറിയും. ഞാൻ സ്ത്രീകളുടെ യോഗങ്ങൾ നടത്താൻ തുടങ്ങി. ഇത്തരം യോഗങ്ങൾ അടിസ്ഥാനപരമായി അവരുടെ അനുഭവങ്ങൾ പങ്കിടാനുള്ള വേദികളായാണ് ആരംഭിച്ചത്. മുറിയിൽ സ്ത്രീകൾ മാത്രമായതിനാൽ എല്ലാവർക്കും അവരുടെ രഹസ്യങ്ങൾ പങ്കുവെക്കാൻ കഴിഞ്ഞു. ഇത് തുറന്നതും സ്വതന്ത്ര്യവുമായ ചർച്ചകൾക്ക് അവസരം നൽകി. സ്ത്രീകൾക്ക് ഇവിടെ സുരക്ഷിതത്വം അനുഭവപ്പെട്ടു, തങ്ങൾ ശ്രദ്ധിക്കപ്പെടുന്നുണ്ടെന്നും തങ്ങളുടെ ശബ്ദങ്ങൾക്ക് പ്രാധാന്യമുണ്ടെന്നും അവർക്ക് തോന്നലുണ്ടായി. ഞാൻ ആഗ്രഹിച്ചതു പോലെ പതിവായി യോഗങ്ങൾ നടന്നില്ലെങ്കിലും, സ്ത്രീകൾ അവരുടെ സ്വന്തം അനുഭവങ്ങൾ പങ്കുവെക്കുന്നതിനുപുറമെ, രാഷ്ട്രീയത്തിൽ താൽപ്പര്യം പ്രകടിപ്പിക്കുകയും അടിയന്തരാവസ്ഥ അവരെ എങ്ങനെ ബാധിച്ചുവെന്ന് ചർച്ചചെയ്യുന്നതും കണ്ടപ്പോൾ എനിക്ക് സന്തോഷം തോന്നി. ഉദാഹരണത്തിന്, നിർബന്ധിത വന്ധ്യംകരണ പ്രചാരണം അവരിലുളവാക്കിയ ഭയത്തെക്കുറിച്ച് അവർ സംസാരിച്ചു. അതുവരെ, ഈ കോളനികൾ ഇന്ദിരാഗാന്ധിക്ക് ശക്തമായ പിന്തുണ നൽകിയിരുന്നു. എന്നാൽ അടിയന്തരാവസ്ഥക്കാലത്ത് അസംതൃപ്തി വർദ്ധിച്ചുകൊണ്ടിരുന്നു.

സഞ്ജയ് ഗാന്ധി വിഭാവനം ചെയ്തതുപ്രകാരം തൊഴിലാളിവർഗത്തിനും പാവപ്പെട്ടവർക്കുമുള്ള നിർബന്ധിത വന്ധ്യംകരണത്തിന്റെ (നസ്ബന്ദി) സമയം കൂടിയായിരുന്നു അടിയന്തരാവസ്ഥ. ജനസംഖ്യ കൂടുതലായതാണ് ഇന്ത്യയുടെ ദരിദ്ര്യത്തിനു കാരണമെന്ന നവ-മാൽത്തുഷ്യൻ വാദമായിരുന്നു ഇതിന്റെ പിന്നിലുള്ള യുക്തി. പതിനെട്ടാം നൂറ്റാണ്ടിന്റെ അവസാനത്തിൽ, തോമസ് മാൽത്തുസ് 'ജനസംഖ്യയുടെ തത്വം' എന്ന തന്റെ പ്രശസ്തമായ ലേഖനത്തിൽ വാദിക്കുന്നത് ജനസംഖ്യാ വർദ്ധനവ് ഭക്ഷ്യവിതരണത്തെ മറികടക്കുമ്പോൾ, ദുരന്തം പിന്നാലെയെത്തുമെന്നാണ്. തൊഴിലാളിവർഗങ്ങളെ അദ്ദേഹം പ്രത്യേകമായി വിമർശിച്ചു. കൂടുതൽ കുട്ടികളെ ജനിപ്പിക്കുന്ന തൊഴിലാളികളുടെ രീതിയാണ് ദാരിദ്ര്യത്തിന് കാരണമെന്നാണ് അദ്ദേഹത്തിന്റെ വിമർശനം.

നൂറ്റാണ്ടുകൾക്ക് ശേഷം, ഈ കാഴ്ചപ്പാടിൽനിന്ന് പ്രചോദനമുൾ

ക്കൊണ്ട ഒരു നയം ക്രൂരമായി നടപ്പിലാക്കുന്നത് ദരിദ്രർ താമസിച്ചിരുന്ന ഡൽഹിയിലെ കോളനികൾ കണ്ടു. നിരവധി സർക്കാർ ആനുകൂല്യങ്ങളുടെ ലഭ്യത വന്ധ്യംകരണ സർട്ടിഫിക്കറ്റ് ഹാജരാക്കുന്നതുമായി ബന്ധപ്പെടുത്തി. ഉദാഹരണത്തിന്, ലെഫ്റ്റനന്റ് ഗവർണർ കൃഷൻ ചന്ദ് ഒരു ഉത്തരവ് പുറപ്പെടുവിച്ചു. സർക്കാർ ആശുപത്രികളിൽ അതുവരെ സൗജന്യമായി ലഭിച്ചിരുന്ന മെഡിക്കൽ സേവനങ്ങൾക്ക് വന്ധ്യംകരിച്ചതായി തെളിയിക്കുന്ന സർട്ടിഫിക്കറ്റ് ഹാജരാക്കിയില്ലെങ്കിൽ പണം നൽകേണ്ടിവരും. സർക്കാർ വകുപ്പുകൾക്ക് 'ക്വോട്ട' ലഭിച്ചു - എണ്ണം തികയ്ക്കുന്നതിനായി എങ്ങനെയെങ്കിലും പുരുഷന്മാരെ വളഞ്ഞ് പിടിച്ച് വന്ധ്യംകരണ ക്യാമ്പുകളിലേക്ക് എത്തിക്കേണ്ടിവന്നു. കൊണ്ടുപോകേണ്ടിവന്നു; അല്ലാത്തപക്ഷം അവർക്ക് അച്ചടക്ക നടപടി നേരിടേണ്ടിവരും. വന്ധ്യംകരിക്കേണ്ട ആളുകളുടെ പട്ടികയുമായി സർക്കാർ ജീവനക്കാരും ഉദ്യോഗസ്ഥരും തൊഴിലാളികളുടെ കോളനികളിലേക്ക് വന്നിറങ്ങും. പട്ടികയിൽ ഉൾപ്പെട്ടവരെ പിന്നീട് കന്നുകാലികളെപ്പോലെ കൂട്ടമായി ക്യാമ്പുകളിലേക്ക് കൊണ്ടുപോകും. പാവപ്പെട്ടവർക്ക് അതൊരു ഭയാനകമായ അനുഭവമായിരുന്നു. വന്ധ്യംകരണം ഒഴിവാക്കാൻ തൊഴിലാളികൾ അവധിയെടുത്ത് ഗ്രാമങ്ങളിലേക്ക് അപ്രത്യക്ഷരാകും. ഇത് ബലഹീനതയ്ക്കോ ലൈംഗികാസക്തി നഷ്ടപ്പെടാനോ ഇടയാക്കുമെന്ന് പലരും വിശ്വസിച്ചു. അതുകൊണ്ടാണ് പല സ്ത്രീകളും തങ്ങളുടെ ഭർത്താക്കന്മാരെ കത്തിവയ്ക്കുന്നതിനേക്കാൾ സ്വയം വന്ധ്യംകരണം ചെയ്യാൻ തയാറായത്. നിർബന്ധിത വന്ധ്യംകരണം സ്ത്രീകൾക്കിടയിൽ സജീവ ചർച്ചാ വിഷയമായിരുന്നു. ഇന്ദിരാഗാന്ധിക്ക് ശക്തമായ അടിത്തറയുണ്ടായിരുന്ന നഗരത്തിലെ ഒരു വിഭാഗം പാവപ്പെട്ട സ്ത്രീകളുടെയിടയിൽ അവർക്കുള്ള പിന്തുണ നഷ്ടപ്പെടുകയാണെന്ന് എനിക്ക് വ്യക്തമായി.

വിദ്യാർത്ഥികളുടെയും അധ്യാപകരുടെയും നേതൃത്വത്തിൽ ധീരമായ സമരങ്ങൾ ഡൽഹിയിൽ പലയിടത്തും നടന്നു, പ്രത്യേകിച്ച് ജെ എൻ യുവിൽ. പ്രകാശിൽനിന്ന് ഇവയുടെ വിശദാംശങ്ങൾ ഞാൻ മനസ്സിലാക്കി. അക്കാലത്ത് നിരവധി എസ് എഫ് ഐ പ്രവർത്തകർ പാർട്ടിയിലേക്ക് ആകർഷിക്കപ്പെട്ടു. അടിയന്തരാവസ്ഥ പ്രഖ്യാപിച്ച ഉടൻതന്നെ അന്നത്തെ ജെ എൻ യു സ്റ്റുഡന്റ്സ് യൂണിയൻ പ്രസിഡന്റ് ഡി പി ത്രിപാഠി (പിന്നീടദ്ദേഹം പ്രമുഖ നാഷണലിസ്റ്റ് കോൺഗ്രസ് പാർട്ടി നേതാവായി) അറസ്റ്റ് ചെയ്യപ്പെട്ടു. മറ്റൊരു വിദ്യാർത്ഥി നേതാവായ പ്രബീർ പുർകായസ്തയും അറസ്റ്റിലായി. ഹോസ്റ്റലുകളിലും ക്യാമ്പസുകളിലും റെയ്ഡ് നടത്തി വിദ്യാർത്ഥികളെ ഭയപ്പെടുത്താനും നിശബ്ദരാക്കാനും പോലീസ് ശ്രമിച്ചു. എന്നാൽ വിദ്യാർത്ഥികൾ പത

റിയില്ല. ത്രിപാഠിയുടെ അറസ്റ്റിനുശേഷം പ്രമുഖ നേതാവായി മാറിയ അശോക ലത ജെയിൻ എന്ന സമർത്ഥയും ഊർജസ്വലയുമായ ഒരു യുവതിയെക്കുറിച്ച് ഞാൻ കേട്ടറിഞ്ഞു. വിദ്യാർത്ഥി യൂണിയൻ കൗൺസിലറായിരുന്ന അശോകയെ പോലീസ് ഭീഷണിപ്പെടുത്താനും വേട്ടയാടാനും ശ്രമിച്ചു, പക്ഷേ, അവരുടെ നട്ടെല്ല് ഉരുക്കായിരുന്നു. അവരുടെ നേതൃത്വത്തിൽ വിദ്യാർത്ഥികൾ സമരത്തിനിറങ്ങി. ജെ എൻ യുവിൽ എസ് എഫ് ഐയുടെ ജനകീയ നേതാവായി ഉയർന്നുവന്ന മിടുക്കനായ വിദ്യാർത്ഥി സീതാറാം യെച്ചൂരിയുമുണ്ടായിരുന്നു. അടിയന്തരാവസ്ഥയ്ക്കുശേഷം നടന്ന ആദ്യ തിരഞ്ഞെടുപ്പിൽ സീതാറാം വിദ്യാർത്ഥി യൂണിയൻ പ്രസിഡന്റായി. 1977 സെപ്റ്റംബറിൽ പ്രധാനമന്ത്രി ഇന്ദിരാഗാന്ധിയുടെ വീട്ടിലേക്ക് സീതാറാമിന്റെ നേതൃത്വത്തിൽ വിദ്യാർത്ഥികൾ പ്രകടനം നടത്തി. സമരക്കാരെ കാണുന്നതിനായി ഇന്ദിരാഗാന്ധി ഇറങ്ങിവന്നപ്പോൾ സർവകലാശാല ചാൻസലർ സ്ഥാനം രാജിവയ്ക്കണമെന്ന് ആവശ്യപ്പെടുന്ന നിവേദനം യൂണിയനെ പ്രതിനിധീകരിച്ച് സീതാറാം വായിച്ചു. ശ്രീമതി ഗാന്ധിയുടെ വീടിന് മുന്നിൽ സീതാറാം മെമ്മോറാണ്ടം വായിക്കുന്നതും അവർ ഒരുവശത്ത് കൈകൾ കെട്ടി ശ്രദ്ധയോടെ കേൾക്കുന്നതും പകർത്തിയ ശ്രദ്ധേയമായ ചിത്രം ഇടയ്ക്കിടെ സാമൂഹ്യ മാധ്യമത്തിൽ ഇപ്പോഴും പ്രത്യക്ഷപ്പെടാറുണ്ട്.

ഈ കഥകൾ ഞാൻ പ്രകാശിൽ നിന്നാണ് അറിഞ്ഞത്. പക്ഷേ, ആ സമയത്ത് ഈ സഖാക്കളെ ആരെയും ഞാൻ കണ്ടിട്ടില്ല. തൊഴിലാളികളെ സംഘടിപ്പിക്കുന്ന പ്രവർത്തനങ്ങളിൽ ഞാൻ മുഴുകിയപ്പോൾ അവർ കാമ്പസിലെ പ്രതിഷേധത്തിന്റെ തിരക്കിലായിരുന്നു. അടിയന്തരാവസ്ഥ പിൻവലിച്ചതിനുശേഷമാണ് ഞങ്ങൾ പരസ്പരം അനുഭവങ്ങൾ പങ്കുവെച്ചത്.

പക്ഷേ, ഞങ്ങൾ പ്രതീക്ഷിച്ചതിലും നേരത്തെ ആ സമയമെത്തി. 1977 ജനുവരി 18-ന്, ആകാശവാണിയിലെ ഒരു ദേശീയ പ്രക്ഷേപണത്തിൽ, മാർച്ച് മാസത്തിൽ തിരഞ്ഞെടുപ്പ് നടക്കുമെന്ന് ഇന്ദിരാഗാന്ധി പ്രഖ്യാപിച്ചു. തടവിലാക്കപ്പെട്ട നേതാക്കൾ മോചിതരായി, ഒളിവിലുള്ളവർക്ക് ഇപ്പോൾ സ്വന്തം പേരിൽ സ്വതന്ത്രമായി സഞ്ചരിക്കാം. ആഹ്ലാദകരമായ സമയമായിരുന്നു അത്. തെലങ്കാന സായുധ പ്രക്ഷോഭത്തിന്റെ ഇതിഹാസ നേതാവും പാർട്ടിയുടെ ഡൽഹി സംസ്ഥാന കമ്മിറ്റി സെക്രട്ടറിയുമായ മേജർ ജയ്പാൽ സിംഗ് പാർട്ടി ഓഫീസിലേക്ക് വന്നപ്പോൾ ഞങ്ങളുടെ പ്രവർത്തകർ ആവേശകരമായ സ്വീകരണം നൽകി. ഒരു സാഹസിക നോവലിസ്റ്റിന് ഒരിക്കലും എഴുതിയുണ്ടാക്കാൻ കഴിയാത്ത ഒരു ജീവിതമായിരുന്നു സഖാവ് മേജറിന്റേത്. കൊളോണിയൽ സൈന്യത്തിലെ പ്രധാനിയായ അദ്ദേഹം സ്വാതന്ത്ര്യ സമരത്തെ സഹാ

യിക്കാൻ സേനയ്ക്കുള്ളിൽ ഒരു രഹസ്യ സമിതി സംഘടിപ്പിച്ചു. 1942-ലെ ക്വിറ്റ് ഇന്ത്യാ സമരഭടന്മാർക്ക് അദ്ദേഹത്തിന്റെ നേതൃത്വത്തിൽ ആയുധങ്ങൾ നൽകിയിരുന്നു. തുടർന്ന്, 1946 ൽ, നെഹ്റു ഉൾപ്പെടെയുള്ള ദേശീയ നേതാക്കളെ വധിക്കാനുള്ള രഹസ്യ ഗൂഢാലോചന അദ്ദേഹം വെളിപ്പെടുത്തി. അദ്ദേഹം ഈ വിവരം സോഷ്യലിസ്റ്റുകൾക്കും കമ്യൂണിസ്റ്റുകാർക്കും കൈമാറി. ബ്രിട്ടീഷുകാർ ഇത് രാജ്യദ്രോഹമായി കണക്കാക്കി. അദ്ദേഹം സൈന്യത്തിൽനിന്നും രക്ഷപ്പെട്ട് ഒളിവിൽ പോയി. അന്ന് പിടിക്കപ്പെട്ടിരുന്നെങ്കിൽ തീർച്ചയായും അദ്ദേഹത്തെ സൈനിക കോടതി വിചാരണ ചെയ്ത് വെടിവെച്ച് കൊല്ലുമായിരുന്നു. നെഹ്റുവിന്റെ ജീവൻ രക്ഷിച്ചിട്ടും, സ്വതന്ത്ര ഇന്ത്യാ ഗവൺമെന്റ് 1947 സെപ്റ്റംബറിൽ അദ്ദേഹത്തെ അറസ്റ്റ് ചെയ്യുകയും കുപ്രസിദ്ധമായ ഫോർട്ട് വില്യം മിലിട്ടറി ജയിലിൽ രാജ്യദ്രോഹക്കുറ്റത്തിന് വിചാരണ ചെയ്യുകയും ചെയ്തു. ഈ അതി സുരക്ഷാ ജയിലിൽനിന്നും അദ്ദേഹം വീണ്ടും ധീരവും അവിശ്വസനീയവുമായ രീതിയിൽ രക്ഷപ്പെട്ടു. തുടർന്ന് അദ്ദേഹം ഒളിവിൽ പോയി. രാജ്യത്തിന്റെ വിവിധ ഭാഗങ്ങളിൽ കമ്യൂണിസ്റ്റ് ഗ്രൂപ്പുകളെ ഒളിപ്പോര് പരിശീലിപ്പിച്ചു. 1970 ൽ വീണ്ടും അറസ്റ്റിലാവുകയും ഒരു വർഷം അലിപൂർ ജയിലിൽ കഴിയുകയും ചെയ്തു. അദ്ദേഹത്തിന്റെ അവസാനത്തെ ജയിൽവാസം 1975 ജൂൺ മുതൽ 1976 നവംബർ വരെ അടിയന്തരാവസ്ഥക്കാലത്തായിരുന്നു. സെൻട്രൽ ഡൽഹിയിലെ റാഫി മാർഗിലുള്ള വി പി ഹൗസിലെ പാർട്ടി ഓഫീസിൽ അദ്ദേഹത്തെ അഭിവാദ്യം ചെയ്യാൻ തടിച്ചുകൂടിയ ജനക്കൂട്ടത്തിൽ ഞാനുമുണ്ടായിരുന്നു. അദ്ദേഹത്തിന്റെ കൈ പിടിച്ചുകുലുക്കി ഒരു ലാൽ സലാം നൽകുമ്പോൾ വർഗസമരം മറ്റൊരു ഭാവം കൈക്കൊള്ളാൻ പോവുകയാണെന്ന് ഞാൻ മനസ്സിലാക്കി.

3

അത്യാഹ്ലാദവും പ്രതീക്ഷയും

അടിയന്തരാവസ്ഥയ്ക്ക് ശേഷം

14, വിത്തൽഭായ് പട്ടേൽ ഹൗസ്, റാഫി മാർഗ്, സി പി ഐ (എം) എന്ന ഡൽഹി സംസ്ഥാന കമ്മിറ്റിയുടെ വിലാസം അടിയന്തരാവസ്ഥയ്ക്കുശേഷം സജീവ രാഷ്ട്രീയത്തിന്റെ കേന്ദ്രമായി മാറി. പാർട്ടി സെക്രട്ടറി മേജർ ജയ്പാൽ സിങ്ങിന് എല്ലാ രാഷ്ട്രീയ പാർട്ടികളിലും നിരവധി ആരാധകരുണ്ടായിരുന്നു. ജയിലിൽ അദ്ദേഹത്തിനൊപ്പം കഴിഞ്ഞിരുന്ന നേതാക്കൾ പലരും ഇടയ്ക്കിടെ പാർട്ടി ഓഫീസിൽ വരും. മാർച്ചിൽ നടക്കാനിരിക്കുന്ന തിരഞ്ഞെടുപ്പായിരുന്നു പ്രധാന ചർച്ചാ വിഷയം - അത് സ്വതന്ത്രവും നീതിയുക്തവുമാകുമോ? പലതരം ഗൂഢാലോചന സിദ്ധാന്തങ്ങൾ ചുറ്റിക്കറങ്ങി. പുതിയ അറസ്റ്റുകൾക്കായി രഹസ്യാന്വേഷണ ഏജൻസികൾ പട്ടിക തയ്യാറാക്കുന്നതിനെക്കുറിച്ചും സംസാരമുണ്ടായിരുന്നു. രഹസ്യാന്വേഷണ ഏജന്റുമാർ എന്ന് എളുപ്പത്തിൽ തിരിച്ചറിയാൻ കഴിയുന്ന ഒന്നോ രണ്ടോ നിർഭാഗ്യ കഥാപാത്രങ്ങൾ വിവരങ്ങൾ ചോർത്തിയെടുക്കുന്നതിനായി എല്ലായ്പ്പോഴും അവിടെയൊക്കെ കറങ്ങി നടന്നിരുന്നതിനാൽ അത്തരം സിദ്ധാന്തങ്ങൾക്ക് വിശ്വാസ്യതയും ലഭിച്ചു.

എന്നാൽ പാർട്ടി ഓഫീസിൽ മാത്രമല്ല നഗരത്തിൽ ആകെയും നിറഞ്ഞുനിന്ന അത്യാഹ്ലാദത്തിന്റെയും സ്വാതന്ത്ര്യത്തിന്റെയും അന്തരീക്ഷത്തെ തളർത്താൻ യാതൊന്നിനും കഴിഞ്ഞില്ല. ആളുകൾക്കിടയിൽ നിശ്ശബ്ദമായ ഒരുതരം ആത്മബന്ധം ഉടലെടുത്തു. ഒരു പേടിസ്വപ്നത്തിൽ നിന്ന് രക്ഷപ്പെട്ടതുപോലെ അപരിചിതർ പരസ്പരം പുഞ്ചിരിക്കുകയും ആശംസകൾ കൈമാറുകയും ചെയ്തു. നേരത്തെ മൂകമായിരുന്ന ഡി ടി സി ബസുകളിൽ ഉച്ചത്തിലുള്ള സംസാരവും ചിരിയും നിറഞ്ഞു. എല്ലാ

യാത്രക്കാർക്കും സ്വന്തമായ ഒരു രാഷ്ട്രീയ അഭിപ്രായം ഉണ്ടായിരുന്നു, ആരും അത് മറച്ചുവെക്കാൻ കൂട്ടാക്കിയില്ല.. ഞാനും പ്രകാശും അപ്പോഴും മോഡൽ ടൗണിലാണ് താമസിച്ചിരുന്നത്, പാർട്ടി ഓഫീസിൽ നിന്ന് പത്ത് മിനിറ്റ് നടന്നെത്താവുന്ന കേന്ദ്ര സെക്രട്ടേറിയറ്റിലേക്ക് 100-ാം നമ്പർ ബസിലാണ് ഞാൻ പോയിരുന്നത്. കേന്ദ്ര സർക്കാർ ഓഫീസുകൾ ധാരാളമുള്ള അവിടെ ജീവനക്കാർ അവിടെയും ഇവിടെയും കൂട്ടം കൂടിനിന്ന് തർക്കിക്കുകയും ഏറ്റവും പുതിയ രാഷ്ട്രീയ ഏഷണികൾ പങ്കിടുകയും ചെയ്തിരുന്നു.

1977 ഫെബ്രുവരിയിൽ പ്രമുഖ കോൺഗ്രസ് നേതാവ് ജഗ്ജീവൻ റാം ഒരു ബോംബിട്ടു. അദ്ദേഹം ഇന്ദിരാഗാന്ധിയുടെ മന്ത്രിസഭയിലെ മുതിർന്ന മന്ത്രി മാത്രമല്ല, പാർട്ടിയിലെ ഏറ്റവും തലപ്പൊക്കമുള്ള ദളിത് നേതാവുമായിരുന്നു. ജനാധിപത്യ സംരക്ഷണത്തിനായി അദ്ദേഹത്തിന്റെ നേതൃത്വത്തിൽ ഒരുകൂട്ടം കോൺഗ്രസ് നേതാക്കൾ പാർട്ടി വിട്ടു. ഇത് കോൺഗ്രസിനെതിരായ പ്രതിപക്ഷത്തിന്റെ ശ്രമങ്ങൾക്ക് ആവേശം പകർന്നു. കോൺഗ്രസ് വിരുദ്ധ വോട്ടുകൾ ഭിന്നിക്കാതിരിക്കാൻ നേരിട്ടുള്ള മത്സരങ്ങൾ ഉറപ്പാക്കേണ്ടതിന്റെ ആവശ്യകതയെക്കുറിച്ച് അന്ന് ഏറെ ചർച്ച നടന്നു. കോൺഗ്രസിനെതിരായ വിശാല ഐക്യമെന്നതായിരുന്നു അന്നത്തെ രാഷ്ട്രീയ പൊതു ധാരണ.

പ്രതിപക്ഷം പൊതുയോഗങ്ങളുടെ പരമ്പരതന്നെ പ്രഖ്യാപിച്ചു. ഇതിൽ ആദ്യത്തേത് ചരിത്രപ്രസിദ്ധമായ രാംലീല മൈതാനത്തായിരുന്നു. ന്യൂഡൽഹി റെയിൽവേ സ്റ്റേഷനോട് ചേർന്നുകിടക്കുന്ന നീണ്ടതും ഇടുങ്ങിയതുമായ ഈ മൈതാനം പഴയ ഡൽഹിക്കും പുതിയ ഡൽഹിക്കും ഇടയിലാണ്. അതിന്റെ ഒരുവശത്ത് തുർക്ക്മാൻ ഗേറ്റും ഡൽഹി സ്റ്റോക്ക് എക്സ്ചേഞ്ചും. മറുവശത്ത് ഡൽഹി ഗേറ്റും പഴയ ഇർവിൻ ആശുപത്രിയും - 1977 നവംബറിൽ ലോക് നായക് ജയ്പ്രകാശ് നാരായൺ എന്ന് അത് പുനർനാമകരണം ചെയ്യപ്പെട്ടു -. 1975 ജൂൺ 25 നാണ് അവിടെവച്ച് ജയ്പ്രകാശ് നാരായൺ ('ജെ പി') ആ അവിസ്മരണീയമായ പ്രസംഗം നടത്തിയത്, അദ്ദേഹം അന്നാണ് 'സമ്പൂർണ വിപ്ലവത്തിന്'' ആഹ്വാനം ചെയ്തുകൊണ്ട്, രാംധാരി സിംഗ് ദിനകറിന്റെ കവിത ഉദ്ധരിച്ചത് :

'സിംഹാസനം ഒഴിയുക, കാരണം ജനങ്ങൾ പുറപ്പെട്ടു കഴിഞ്ഞു.'

അതേ അർദ്ധരാത്രിയിൽ, ഇന്ദിരാഗാന്ധി അടിയന്തരാവസ്ഥ പ്രഖ്യാപിക്കുകയും ജെ പി ഉൾപ്പെടെ എല്ലാ പ്രധാന പ്രതിപക്ഷ നേതാക്കളെയും അറസ്റ്റ് ചെയ്യുകയും ചെയ്തു. അന്നത്തെ റാലി വളരെ വലുതായിരുന്നു, 100,000-ത്തിലധികം ആളുകൾ. അനേകംപേർ മൈതാനത്തിനു പുറത്തേക്ക് ഒഴുകി. ഈ റാലിയും വളരെ വലുതായിരിക്കുമെന്ന് ഞങ്ങൾ

ക്കറിയാമായിരുന്നു, അതിനാൽ പ്രഖ്യാപിത സമയത്തിന് വളരെ മുമ്പേ തന്നെ ഞാനും പ്രകാശും രാംലീല മൈതാനത്തേക്ക് തിരിച്ചു. ഫെബ്രുവരിയിലെ ഒരു തണുത്ത സായാഹ്നമായിരുന്നുവെന്ന് ഞാൻ ഓർക്കുന്നു, പക്ഷേ ഞങ്ങൾ തണുപ്പ് അവഗണിച്ച് അല്പം നനഞ്ഞ നിലത്തിരുന്നു, ചുറ്റുമുള്ള ആളുകളുമായി ആവേശത്തോടെ സംസാരിച്ചു. എല്ലാ പ്രധാന പ്രതിപക്ഷ നേതാക്കളും അവിടെയുണ്ടായിരുന്നു: ജഗ്ജീവൻ റാം, അടൽ ബിഹാരി വാജ്പേയി, ചരൺ സിംഗ്, മൊറാർജി ദേശായി, ചന്ദ്രശേഖർ. ജനക്കൂട്ടം ഓരോരുത്തർക്കും ആവേശകരമായ കരഘോഷം നൽകി. ജഗ്ജീവൻ റാമിന്റെ പ്രസംഗമാണ് ഏറ്റവും ശ്രദ്ധേയമായി എനിക്ക് തോന്നിയത്. ഓരോ വാക്കും അളന്നുതൂക്കി, മുഴക്കമുള്ള ശബ്ദത്തിൽ സാവധാനമുള്ള പ്രസംഗം.

പ്രകാശും ഞാനും ഇത്തരത്തിലുള്ള അനവധി യോഗങ്ങളിൽ കഴിയുന്നത്ര പങ്കെടുത്തു. ശ്വസിക്കുന്ന വായുവിൽ പോലും ഉണ്ടെന്നു തോന്നുന്ന ഇത്രയും ആസ്വാദ്യകരമായ പ്രതീക്ഷയും ശുഭാപ്തിവിശ്വാസവും ഞാൻ ഇതിനുമുൻപ് അനുഭവിച്ചിട്ടില്ല. യാതൊരു സംശയവുമില്ല - ജനം അടിയന്തരാവസ്ഥയുടെ ശക്തികളെ പരാജയപ്പെടുത്തുക തന്നെ ചെയ്യും.

ഗെയിറ്റിനു മുന്നിലെ പ്രസംഗം

വടക്കൻ ഡൽഹിയിൽ, മിൽ ഗേറ്റുകൾ വീണ്ടും പ്രവർത്തന കേന്ദ്രങ്ങളായി രൂപാന്തരപ്പെട്ടു. ഒരു ഷിഫ്റ്റ് അവസാനിക്കുകയും അടുത്തത് ആരംഭിക്കുകയും ചെയ്യുമ്പോൾ നൂറു കണക്കിന് തൊഴിലാളികൾ ഗേറ്റിനരുകിൽ സജീവമായി. വഴിയോരങ്ങളിൽ ചായക്കടകൾ നിരന്നു. ഏത് സമയത്തും തൊഴിലാളികൾ കൂട്ടംകൂടി നിന്നോ അവിടവിടെ കുത്തിയിരുന്നോ ചായ കുടിക്കുകയും രാഷ്ട്രീയം ചർച്ചചെയ്യുകയും ചെയ്യുന്നതു കാണാം. എന്റെ പ്രിയപ്പെട്ട ചായക്കട ഏറ്റവും രുചികരമായ ചായ ഉണ്ടാക്കുന്ന സർദാർ അമർ നടത്തിയതാണ്. നിങ്ങൾ കൂടുതലോ കുറവോ ആവശ്യപ്പെട്ടാൽ, അതിന് പറ്റിയ അളവിലുള്ള കപ്പിൽ സർദാർ ചായ തരും. മൂടൽമഞ്ഞ് അന്തരീക്ഷത്തിൽ നേർത്ത നനവുണ്ടാക്കുന്ന ശീതകാല പ്രഭാതങ്ങളിൽ, രാവിലത്തെ ഷിഫ്റ്റിലേക്കുള്ള വഴിയിൽ ഞാൻ സർദാർ അമറിന്റെ കടയിൽ വരുന്നത് ചായ കുടിക്കാൻ മാത്രമല്ല, ചൂടേറിയ രാഷ്ട്രീയ ചർച്ചകളും സഖാക്കളുടെ പരസ്പര സൗഹൃദവും ഹൃദ്യമാക്കുന്ന ഡൽഹി തൊഴിലാളിവർഗത്തിന്റെ സവിശേഷമായ അന്തരീക്ഷം ആസ്വദിക്കുവാൻ കൂടിയായിരുന്നു.

ഗേറ്റിന് പുറത്ത് വലിയ ബ്ലാക്ക് ബോർഡുകളുടെ ഒരു നിര ഉണ്ടായിരുന്നു, അഞ്ചടി മുതൽ ആറടി വരെ ഉയരമുള്ള അവ ഓരോന്നും ഓരോ യൂണിയന്റേതാണ്. യൂണിയൻ അംഗങ്ങളെ വിവരങ്ങൾ അറിയിക്കാനാണ് ബ്ലാക്ക്ബോർഡുകൾ ഉപയോഗിക്കുന്നത്. തൊഴിലാളികളുടെ ഒരുതരം വാർത്താ പത്രം എന്ന് പറയാം. ആഴ്ചയിലൊരിക്കൽ യൂണിയനുകൾ അവരുടെ സന്ദേശങ്ങളോ വാർത്തകളോ ബ്ലാക്ക്ബോർഡിൽ

എഴുതി അറിയിക്കും. അടിയന്തരാവസ്ഥ പിൻവലിച്ച് ഏതാനും ദിവസങ്ങൾക്ക് ശേഷം സി ഐ ടി യു 'ജനങ്ങൾ പോരാടി, ജനം ജയിച്ചു: അടിയന്തരാവസ്ഥ ഇല്ലാതായി, പക്ഷേ, പോരാട്ടം തുടരുന്നു' എന്ന ഒരു സന്ദേശം അഞ്ച് മില്ലുകളിലെയും ബ്ലാക്ക്ബോർഡിൽ എഴുതി പ്രദർശിപ്പിക്കാനായി കൊടുത്തു.

ആവേശത്തോടെ, നവോന്മേഷത്തോടെ ഞങ്ങൾ യൂണിയൻ പ്രവർത്തനത്തിൽ മുഴുകി. മിൽ ഗേറ്റുകളിൽ തൊഴിലാളികളെ കാണാൻ ഞാൻ അനേകം മണിക്കൂറുകൾ ചെലവഴിച്ചു. യൂണിയൻ പ്രവർത്തകയായിട്ടാണ് എന്നെ പരിചയപ്പെടുത്തിയത്. മിൽ ഗേറ്റിലെ യോഗങ്ങളുടെ - 'ഗേറ്റ് യോഗം' എന്നാണ് അവർ പറയുന്നത് - സമയം നിശ്ചയിക്കേണ്ടതുണ്ട്. തൊഴിലാളികൾ ഷിഫ്റ്റിൽ കയറുന്നതിനു തൊട്ടു മുൻപായിട്ടാണ് സാധാരണ യോഗം നടക്കുക. സ്വാഭാവികമായും രണ്ട് യൂണിയനുകൾക്ക് അവരുടെ യോഗം ഒരേ ദിവസം ഒരേ സമയം നടത്താൻ കഴിയില്ല. അതിനാൽ ഓരോ യൂണിയനും സമയം മുൻകൂട്ടി അറിയിക്കണം. മറ്റ് യൂണിയനുകളുടെ യോഗദിവസത്തെക്കുറിച്ചുള്ള ധാരണ മനസ്സിൽ വച്ചുകൊണ്ടാണ് ദിവസം തീരുമാനിക്കേണ്ടത്. അല്ലെങ്കിൽ തീയതികൾ പരസ്പരം കൂടിക്കുഴയുമല്ലോ. യൂണിയനുകൾ തമ്മിൽ കടുത്ത മത്സരം ഉണ്ടായിരുന്നിട്ടും പരസ്പരധാരണയും സഹകരണവുംകൊണ്ട് ഈ സംവിധാനം വളരെ സുഗമമായി പ്രവർത്തിച്ചുവന്നു.

മിൽഗേറ്റ് യോഗത്തിൽ സ്ത്രീ തൊഴിലാളികളെ അഭിസംബോധന ചെയ്ത് സംസാരിക്കുന്നു (1980 കളുടെ തുടക്കം)

സഖാക്കളുടെ പ്രോത്സാഹനമുണ്ടായിരുന്നിട്ടും എനിക്ക് ഗേറ്റ് യോഗങ്ങളെ അഭിസംബോധന ചെയ്യാനുള്ള ആത്മവിശ്വാസം അപ്പോഴും ഉണ്ടായിരുന്നില്ല. ഹിന്ദിയിൽ ഒഴുക്കോടെ പ്രസംഗിക്കുവാനുള്ള എന്റെ പരിമിതിയെക്കുറിച്ച് നല്ല ബോധ്യം എനിക്കുണ്ടായിരുന്നു. എന്നെ പ്രോത്സാഹിപ്പിക്കാൻ വേണ്ടി ഞങ്ങളുടെ മുതിർന്ന ചില നേതാക്കളുടെ ചില ഉദാഹരണങ്ങൾ സഖാക്കൾ ചൂണ്ടിക്കാണിക്കും. പാർട്ടി സ്ഥാപക നേതാക്കളായ, കേരളത്തിൽ നിന്നുള്ള എ കെ ഗോപാലൻ, തമിഴ്നാട്ടിൽ നിന്നുള്ള മുൻ പാർലമെന്റ് അംഗം ആർ ഉമാനാഥ് തുടങ്ങിയവർക്കൊന്നും ഹിന്ദി നന്നായി കൈകാര്യം ചെയ്യാൻ കഴിഞ്ഞിരുന്നില്ലല്ലോ.. അവർ ഇംഗ്ലീഷിലാണ് പ്രസംഗിക്കുക. തൊഴിലാളികൾക്ക് കൃത്യമായി കാര്യം മനസ്സിലായില്ലെങ്കിലും നേതാക്കളുടെ സ്വരവും ശൈലിയും അവരോട് പലതും പറഞ്ഞു. തൊഴിലാളികൾ ഉച്ചത്തിൽ കരഘോഷത്തോടെ നേതാക്കളുടെ പ്രസംഗത്തെ അഭിവാദ്യം ചെയ്തു.

അടിയന്തരാവസ്ഥക്കാലത്ത് കുറച്ച് ആളുകൾ പങ്കെടുക്കുന്ന ചെറിയ യോഗങ്ങളിൽനിന്നും, ദിവസവും എന്നപോലെ നടക്കുന്ന തൊഴിലാളികളുടെ ഈ വലിയ ഒത്തുചേരലുകളിലേക്കുള്ള മാറ്റം എന്റേയും രസകരമായ പരിവർത്തനമായിരുന്നു. ഗേറ്റ് യോഗങ്ങളിൽ പ്രസംഗിക്കുന്നതിന് പ്രത്യേകമായ വൈദഗ്ധ്യം ആവശ്യമാണ്. ചുരുങ്ങിയ സമയത്തിനുള്ളിൽ എങ്ങനെ കൃത്യമായി സംസാരിക്കണമെന്ന് നമ്മൾ അറിഞ്ഞിരിക്കണം. ഷിഫ്റ്റ് ആരംഭിക്കുന്നതിന് ഏകദേശം പതിനഞ്ച് മിനിറ്റ് മുമ്പ് തൊഴിലാളികൾ ഗേറ്റിലെത്തും. പക്ഷേ, ഷിഫ്റ്റിനുള്ള വിസിൽ മുഴങ്ങിക്കഴിഞ്ഞാൽ, മികച്ച പ്രാസംഗികനുപോലും സദസ്സിനെ പിടിച്ചുനിർത്താൻ കഴിയില്ല. അവരെല്ലാം മില്ലിലേക്ക് കയറാൻ തിരക്കിട്ട് ഓടും. ഒരിക്കൽ ഞാനും ഇതനുഭവിച്ചു. ഹിന്ദിയിൽ വലിയ മോശമല്ലാത്ത രീതിയിൽ പ്രസംഗിക്കുന്നുണ്ടെന്ന് ഞാൻ കരുതിയ ഒരു ദിവസം ഇടയ്ക്കുവച്ച് വിസിൽ മുഴങ്ങി, ഇൻക്വിലാബ് സിന്ദാബാദ് എന്നുപോലും പറയുന്നതിന് മുൻപ് പ്രദേശം ശൂന്യമായി. ഒരാളുപോലും അവശേഷിച്ചില്ല, സഹതാപം തോന്നിയ ചില ചായക്കച്ചവടക്കാരൊഴിച്ച്!

ഞാൻ ആദ്യമായി ഒരു ഗേറ്റ് യോഗത്തിൽ സംസാരിച്ചത് സഖാവ് അഹല്യ രംഗനേക്കർ അക്ഷരാർത്ഥത്തിൽ ബലംപ്രയോഗിച്ചതിനെ തുടർന്നാണ്. പാർലമെന്റംഗമായ അഹല്യ മുംബൈയിൽ നിന്ന് ലോക് സഭാ സീറ്റിൽ വിജയിക്കുന്ന ആദ്യ കമ്യൂണിസ്റ്റ് സ്ഥാനാർത്ഥിയാണ്. വളരെ ജനപ്രീതിയുള്ള നേതാവായിരുന്നു അവർ. അതെന്തുകൊണ്ടെന്ന് ഞാൻ താമസിയാതെ മനസ്സിലാക്കി. തന്നോട് സംസാരിക്കുന്ന ആരുമായും തൽക്ഷണം അടുത്ത ബന്ധമുണ്ടാക്കാനുള്ള കഴിവ് അഹല്യക്കുണ്ടായിരുന്നു. മറ്റുള്ളവരെക്കുറിച്ച് അറിയാൻ അവർ എപ്പോഴും താത്പ

ര്യം കാട്ടി. വളരെ അപൂർവമായേ അവർ വിശിഷ്ടവും പ്രചോദിതവുമായ സ്വന്തം ജീവിതത്തെക്കുറിച്ച് സംസാരിക്കാറുള്ളൂ. ജനാധിപത്യ മഹിളാ അസോസിയേഷൻ *തടസ്സങ്ങൾ തകർക്കുന്നു* എന്ന പേരിൽ ഒരു പ്രസിദ്ധീകരണം പുറത്തിറക്കിയപ്പോൾ അഹല്യയെ സംസാരിപ്പിക്കാൻ ഏറെ നിർബന്ധിക്കേണ്ടിവന്നു. സംഘടനയുടെ സ്ഥാപകരെക്കുറിച്ചുള്ള ഒരു പ്രസിദ്ധീകരണമായിരുന്നു അത്. അഹല്യ ഒരു ട്രേഡ് യൂണിയൻ നേതാവ് കൂടിയായിരുന്നു. അടിയന്തരാവസ്ഥയ്ക്കുശേഷം തൊഴിലാളികളുടെ അവകാശങ്ങൾ പുനഃസ്ഥാപിക്കുന്നതിനുള്ള സമരത്തെക്കുറിച്ച് ഗെയിറ്റ് യോഗത്തിൽ സംസാരിക്കാൻ ഞങ്ങൾ അഹല്യയോട് ആവശ്യപ്പെട്ടു.

നല്ല ജനപങ്കാളിത്തം പ്രതീക്ഷിച്ച് ഷിഫ്റ്റ് ആരംഭിക്കുന്നതിന് ഒരു മണിക്കൂർ മുമ്പ് യോഗം തുടങ്ങാനായിരുന്നു തീരുമാനം. അപ്പോൾ സാധാരണ പോലെ തിടുക്കപ്പെട്ടു തീർക്കേണ്ടി വരില്ല. അവർ ഗേറ്റിലെത്തിയ ഉടൻതന്നെ പ്രാസംഗികരുടെ പട്ടിക നോക്കി. അതിൽ എന്റെ പേരില്ലെന്ന് കണ്ടപ്പോൾ എന്നെ ഉൾപ്പെടുത്തണമെന്ന് അവർ നിർബന്ധം പിടിച്ചു. ഞാൻ സംസാരിക്കാൻ വിസമ്മതിച്ചതാണെന്ന് മൈക്കിനു മുന്നിൽ നിൽക്കുന്ന സഖാവ് പറഞ്ഞു. പക്ഷേ, അതൊന്നും സമ്മതിക്കാൻ അവർ തയ്യാറായില്ല. അഹല്യ അക്ഷരാർത്ഥത്തിൽ എന്നെ മൈക്കിനു മുന്നിലേക്ക് തള്ളിക്കൊണ്ട് നിർത്തി. അങ്ങനെ യാതൊരു മുന്നൊരുക്കവും ഇല്ലാതെ, പരിഭ്രാന്തയായ ഞാൻ ആദ്യമായി ഡി സി എം ഗേറ്റിൽ പ്രസംഗിച്ചു. അതായിരുന്നു അഹല്യ - മറ്റുള്ളവർക്കായി അവർ വേദി വിട്ടുകൊടുത്തു! ഞാൻ അവരിൽനിന്ന് പഠിച്ച പാഠമായിരുന്നു അത്. അതിന്റെ പ്രാധാന്യം പലപ്പോഴും ഞാൻ മനസ്സിലാക്കുകയും ചെയ്തു. ചെറുപ്പക്കാരായ പ്രവർത്തകരെ പ്രോത്സാഹിപ്പിക്കുന്നതിന്, പൊതു വേദികളിൽ പ്രസംഗിക്കുന്നതിന്, ചിലപ്പോൾ അക്ഷരാർത്ഥത്തിൽ തന്നെ കൈപിടിച്ച് നടത്തേണ്ടി വരും. പ്രത്യേകിച്ച് പുരുഷന്മാരാൽ ചുറ്റപ്പെട്ടിരിക്കുമ്പോൾ ചില സ്ത്രീകൾക്ക് കൂടുതൽ സങ്കോചമുണ്ടാകും.

ആ സമയത്ത്, പുരുഷ തൊഴിലാളികളുടെയും യൂണിയൻ സംഘാടകരുടെയും ഇടയിൽ ഞാൻ ഏക വനിതാ തൊഴിലാളി സംഘടനാ പ്രവർത്തകയായിരുന്നു. അടിയന്തരാവസ്ഥയ്ക്കു മുൻപുതന്നെ മില്ലുകളിൽ ജോലി ചെയ്തിരുന്ന സ്ത്രീ തൊഴിലാളികളെ പിരിച്ചുവിട്ടിരുന്നു. എന്നാൽ ഞാൻ ലിംഗപരമായ വിവേചനം അനുഭവിച്ചതായി ഓർക്കുന്നതേയില്ല. പുരുഷ നേതാക്കളോട് പെരുമാറിയ അതേ രീതിയിലാണ് തൊഴിലാളികൾ എന്നോടും പെരുമാറിയത്. എതിർയൂണിയൻ നേതാക്കളിൽ നിന്ന് എനിക്ക് മോശമായ ചില അനുഭവങ്ങൾ ഉണ്ടായിട്ടുണ്ട്. എന്നാൽ അവർ തൊഴിലാളികൾക്കെതിരെ മാനേജ്മെന്റുമായി പരസ്യമായി

പക്ഷംചേർന്ന ഘട്ടത്തിലായിരുന്നു അത്. ഞങ്ങൾ അവരെ തുറന്നു കാട്ടുകയും ചെയ്തു. ഡൽഹിയിലെ ടെക്സ്റ്റൈൽ തൊഴിലാളികൾക്കിടയിൽ പ്രവർത്തിക്കുന്ന ആദ്യത്തെ വനിതാ യൂണിയൻ നേതാവ് പ്രശസ്ത സ്വാതന്ത്ര്യ സമര സേനാനി അരുണ അസഫ് അലിയാണെന്ന് പഴയ തൊഴിലാളികൾ എന്നോട് പറഞ്ഞു. തൊഴിലാളികൾക്കിടയിൽ അവർ വളരെ ജനപ്രിയയായിരുന്നു. പിന്നീട് ഡൽഹി മേയറായി. എന്നെപ്പോലുള്ള യുവതികൾക്ക് വഴിയൊരുക്കിയതിന് അഗ്രഗാമിയായ അവരോട് എനിക്ക് നന്ദിയുണ്ട്. പതിറ്റാണ്ടുകൾക്ക് ശേഷം പുരുഷ മേധാവിത്വപരമായ പാർലമെന്റിലെ ഒരംഗമെന്ന നിലയിൽ എനിക്കുണ്ടായ ചില അനുഭവങ്ങളേക്കാൾ, തൊഴിലാളികൾക്ക് എന്നോടുണ്ടായിരുന്ന തുറന്നതും സമത്വമാർന്നതും ജനാധിപത്യപരവുമായ മനോഭാവത്തിലേക്ക് തിരിഞ്ഞു നോക്കുമ്പോൾ എനിക്ക് അത്ഭുതം തോന്നുന്നു.

കോൺഗ്രസ് പരാജയം നേരിടുന്നു

1977 മാർച്ച് പകുതിയോടെ തിരഞ്ഞെടുപ്പ് നടക്കുമെന്ന് ഇന്ദിരാഗാന്ധി ജനുവരിയിൽ പ്രഖ്യാപിച്ചതോടെ തൊഴിലാളി പ്രസ്ഥാനത്തിലെ എല്ലാവരുടെയും പ്രധാന വിഷയം അതായി മാറി. കോൺഗ്രസിന്റെയും അടിയന്തരാവസ്ഥയെ പിന്തുണച്ച മറ്റെല്ലാ കക്ഷികളുടെയും തോൽവി ഉറപ്പാക്കുകയായിരുന്നു ഞങ്ങളുടെ പ്രധാന ലക്ഷ്യം. ഡൽഹിയിൽ ജനതാ പാർട്ടി സ്ഥാനാർത്ഥികളെ പിന്തുണയ്ക്കാൻ പാർട്ടി തീരുമാനിച്ചു. ടെക്സ്റ്റൈൽ തൊഴിലാളികൾ താമസിച്ചിരുന്ന ചില പ്രദേശങ്ങൾ വിശാലമായ ഈസ്റ്റ് ഡൽഹി പാർലമെന്റ് മണ്ഡലത്തിലായിരുന്നു. മുൻ കോൺഗ്രസ് നേതാവ് കിഷോർ ലാൽ ആയിരുന്നു ഇവിടെ ജനതാ പാർട്ടി സ്ഥാനാർത്ഥി. തൊഴിലാളികൾക്ക് അദ്ദേഹത്തെ നന്നായി അറിയാമായിരുന്നു. എ ടി എം ദേശസാത്കരണത്തിലേക്ക് നയിച്ച ചർച്ചകളിൽ അദ്ദേഹം പങ്കെടുത്തിരുന്നു. സദർ ബസാർ മണ്ഡലത്തിലെ ജനതാ പാർട്ടി സ്ഥാനാർത്ഥി, മുമ്പ് ജനസംഘമായിരുന്ന കൻവർ ലാൽഗുപ്തയായിരുന്നു. ജയിലിൽ സഖാവ് മേജറിന്റെയൊപ്പം ഒരേ തടവറയിലാണ് ഗുപ്തയും കിടന്നിരുന്നതെന്നത് ജനസംഘബന്ധം ഉണ്ടായിരുന്നിട്ടും അദ്ദേഹത്തെ ഞങ്ങളുടെ പാർട്ടിപ്രവർത്തകർക്ക് കുറച്ചുകൂടി സ്വീകാര്യനാക്കി. ജനതാ പാർട്ടി പ്രചാരണത്തിനൊപ്പം ചേരുന്നതിനുപകരം നമ്മുടെ സ്വന്തം ചെങ്കൊടിക്ക് കീഴിൽ സ്വതന്ത്ര പ്രചാരണം നടത്താമെന്ന് ഞങ്ങൾ തീരുമാനിച്ചിരുന്നു.. തൊഴിലാളി വർഗത്തിനും പാവപ്പെട്ടവർക്കും നേരെയുള്ള ആക്രമണങ്ങൾ ഉയർത്തിക്കാട്ടാനും ഒപ്പം നേതാക്കളേക്കാൾ നയങ്ങളിൽ ശ്രദ്ധ കേന്ദ്രീകരിക്കുന്ന

ഒരു യഥാർത്ഥ ബദൽ എങ്ങനെ നിർമ്മിക്കാം എന്നതിനും പ്രാധാന്യം നൽകാൻ ഞങ്ങളുടെ പ്രചാരണത്തിലൂടെ ഞങ്ങളാഗ്രഹിച്ചു. ചില ശക്തികൾ മതത്തെയും മതചിഹ്നങ്ങളെയും ഉപയോഗിക്കുന്നതും ഞങ്ങൾ വിമർശിച്ചു. ജനതാ പാർട്ടി ജനാധിപത്യത്തിന്റെയും പൗരസ്വാതന്ത്ര്യത്തിന്റെയും പുനഃസ്ഥാപനത്തിൽ മാത്രം പ്രത്യേകമായി കേന്ദ്രീകരിച്ചപ്പോൾ ഞങ്ങളുടെ പ്രചാരണം പൗരാവകാശങ്ങൾ, തൊഴിലാളികളുടെ അവകാശങ്ങൾ, മതേതരത്വം എന്നിവ ഉൾക്കൊള്ളുന്ന വിശാലമായ അടിസ്ഥാനത്തിലായിരുന്നു.

ഉച്ചഭാഷിണികൾ ഘടിപ്പിച്ച ടെമ്പോകളിലായിരുന്നു (തുറന്ന, ചെറിയ ട്രക്കുകൾ) ഞങ്ങളുടെ പ്രചാരണം. ഒരു ടെമ്പോയിൽ മുപ്പത്തിയഞ്ചു പേർക്ക് വരെ കയറാൻ കഴിയും. ഞങ്ങളുടെ ടെമ്പോ തൊഴിലാളികളുടെ കോളനികളിലൂടെ, പുതിയ പുനരധിവാസ കോളനികൾ ഉൾപ്പെടെ കടന്നുപോകുമ്പോൾ, കോർണർ യോഗങ്ങളിൽ ഞങ്ങൾ സംസാരിക്കും. തൊഴിലാളി കുടുംബങ്ങളിലെ കുറച്ചു സ്ത്രീകളെയും പ്രചാരണത്തിൽ അണിചേർക്കാൻ കഴിഞ്ഞതിൽ ഞാൻ സന്തോഷിച്ചു. ഞങ്ങളിൽ ഒരാൾ ജനക്കൂട്ടത്തെ അഭിസംബോധന ചെയ്യുമ്പോൾ ബാക്കിയുള്ളവർ ലഘുലേഖകൾ വിതരണം ചെയ്യും. ഞങ്ങൾ സദസ്സിൽനിന്നും സംഭാവനകളും ശേഖരിച്ചു - ചെറിയ തുകകളാണെങ്കിലും കുറേപ്പേർ സംഭാവന നൽകിയതിനാൽ ഞങ്ങളുടെ ചെലവുകൾക്ക് അത് മതിയായിരുന്നു. ജനങ്ങൾക്കിടയിൽ അനുകൂലമെന്നല്ല ആവേശകരമായ പ്രതികരണം തന്നെ ഉണ്ടായി. കോൺഗ്രസ് തോൽവിയിലേക്കാണ് നീങ്ങുന്നതെന്ന് വ്യക്തമായിരുന്നു. മാർച്ച് 23 ന് തിരഞ്ഞെടുപ്പ് കഴിഞ്ഞ് ദിവസങ്ങൾക്ക് ശേഷം പ്രതീക്ഷിച്ചതുപോലെ, ഫല പ്രഖ്യാപനം വന്നപ്പോൾ ജനതാ പാർട്ടിയും അതിന്റെ സഖ്യകക്ഷികളും ഡൽഹിയിലെ ഏഴ് സീറ്റുകളും തൂത്തുവാരി. ഈ തോൽവിക്ക് തൊഴിലാളിവർഗ കോളനികൾ വലിയ പങ്കുവഹിച്ചു എന്നതിൽ സംശയമില്ലായിരുന്നു.

ദേശീയ തലത്തിൽ 295 സീറ്റുകളുമായി ജനതാ പാർട്ടി മികച്ച വിജയം നേടി. കോൺഗ്രസിന് 154 ആയി ചുരുങ്ങി (മുമ്പത്തെ കണക്കുമായി താരതമ്യം ചെയ്യുമ്പോൾ 198 ന്റെ നഷ്ടം) 22 സീറ്റുകളുള്ള സി പി ഐ(എം) പാർലമെന്റിലെ ഏറ്റവും വലിയ മൂന്നാമത്തെ കക്ഷിയായി. പാർട്ടിയുടെ ഭൂരിഭാഗം സീറ്റുകളും പശ്ചിമ ബംഗാളിൽ നിന്നായിരുന്നു. നമ്മുടെ പുതുതായി തിരഞ്ഞെടുക്കപ്പെട്ട എം പിമാർ ഡൽഹിയിൽ എത്തിയപ്പോൾ ചെങ്കൊടിയുമായി മുദ്രാവാക്യങ്ങൾ മുഴക്കി അവരെ സ്വീകരിക്കാൻ ഞങ്ങൾ വിമാനത്താവളത്തിൽ പോയി. പശ്ചിമ ബംഗാൾ ഫലങ്ങൾ ശരിക്കും പ്രചോദനം നൽകുന്നതായിരുന്നു - പാർട്ടി, ക്രൂരമായ അടിച്ചമർത്തലുകൾക്കിടയിലും അവിശ്വസനീയമാംവിധം മികച്ച

പ്രകടനം കാഴ്ചവച്ചു. കഴിഞ്ഞ അഞ്ച് വർഷങ്ങളിൽ നമ്മുടെ സഖാക്കൾ കോൺഗ്രസ് സർക്കാരും ഗുണ്ടകളും അഴിച്ചുവിട്ട അർദ്ധ ഫാസിസ്റ്റ് ഭീകരതയെയാണ് അഭിമുഖീകരിച്ചിരുന്നത്. പാർട്ടി ജനങ്ങൾക്കുവേണ്ടി പോരാടി, ജനങ്ങൾ ചുവന്ന പതാകയിലുള്ള അവരുടെ വിശ്വാസം പുനഃസ്ഥാപിച്ചു. ആ വർഷം അവസാനം നടന്ന തെരഞ്ഞെടുപ്പിൽ നിയമസഭയിൽ ഇടതുമുന്നണി വൻ വിജയം നേടി. തുടർച്ചയായി മുപ്പത്തഞ്ചു വർഷത്തെ ഭരണത്തിനുവേണ്ടി ഉണ്ടായ ഏഴ് വിജയങ്ങളിൽ ആദ്യത്തേത്. അന്തരീക്ഷത്തിൽ ഒരു പ്രത്യേക സുഗന്ധം ഉണ്ടായിരുന്നു - പ്രതീക്ഷയുടെ സുഗന്ധം.

പ്രവർത്തനം പുനഃസംഘടിപ്പിക്കുന്നു

വിവാഹത്തിനുമുമ്പ് പ്രകാശും അമ്മയും വി പി ഹൗസിലാണ് താമസിച്ചിരുന്നത്. വി പി ഹൗസ് പാർലമെന്റ് അംഗങ്ങൾക്കുള്ള ഹോസ്റ്റലാണ്. ബൂർഷ്വാ പാർട്ടികളിൽ നിന്ന് വ്യത്യസ്തമായി എം പിമാർക്ക് അനുവദിച്ചിരിക്കുന്ന താമസസ്ഥലം മുഴുവൻസമയ പാർട്ടി പ്രവർത്തകരുമായി പങ്കിടുന്നു. ഉദാഹരണത്തിന്, ഒരു എം പിക്ക് ഹോസ്റ്റലിൽ മൂന്ന് മുറികൾ അനുവദിച്ചിട്ടുണ്ടെങ്കിൽ ഒന്നിൽ അവർ താമസിക്കും. മറ്റ് രണ്ടെണ്ണം പാർട്ടി പ്രവർത്തകർക്ക് നൽകും. പലപ്പോഴും ഒരു മുതിർന്ന എം പിക്ക് അനുവദിക്കുന്ന ബംഗ്ലാവ് പലർക്കായി പങ്കുവെക്കും. ഒരേ ബംഗ്ലാവിൽ ഒന്നോ രണ്ടോ ഓഫീസ് പോലും ഉണ്ടായിരിക്കാം. കമ്യൂണിസ്റ്റ് എം പിമാർ മറ്റുള്ളവരിൽ നിന്ന് വ്യത്യസ്തരാണ്. ആർക്കും സമീപിക്കാവുന്ന, ധാർഷ്ട്യമില്ലാത്ത അച്ചടക്കമുള്ള പാർട്ടി പ്രവർത്തകർ. പാർട്ടിയിലെ മറ്റുള്ളവരിൽനിന്ന് ഇവർ വ്യത്യസ്തരല്ല. ഡൽഹി 'വി ഐ പി സംസ്കാര'മുള്ള ഒരു നഗരമാണ്. അവിടെ ലാളിത്യവും വിനയവുംകൊണ്ട് കമ്യൂണിസ്റ്റ് എം പിമാർ വേറിട്ടു നിൽക്കുന്നു. 1970 കളിൽ, പ്രത്യേകിച്ച്, ഇടതുപക്ഷത്തിന്റെ ബദൽ സംസ്കാരത്തിന്റെ മാതൃകകളായി അവർ സ്വയം കണ്ടു.

അടിയന്തരാവസ്ഥക്ക് മുമ്പ് വി പി ഹൗസിൽ പ്രകാശിന് അനുവദിച്ച മുറിയിലേക്ക് ഞങ്ങൾ മടങ്ങിപ്പോയി. പിന്നീടുള്ള മുപ്പത്തിയേഴ് വർഷക്കാലം, 1977 മുതൽ 2014 ൽ പാർലമെന്റിൽ ഞങ്ങളുടെ പാർട്ടിയുടെ സീറ്റുകൾ വല്ലാതെ കുറയുന്നതുവരെ, ആ ഒറ്റമുറി വീട്ടിലായിരുന്നു ഞങ്ങൾ താമസിച്ചിരുന്നത്.

കപ്ഡ മസ്ദൂർ ലാൽ ഝണ്ട യൂണിയൻ സഖാക്കളായ ഷാദിറാം (ചാച്ച) ദയാദനന്ദ്, ഇന്ദർപാൽ, ബ്രിജ് ഭൂഷൺ, അവ്ദേശ് കുമാർ, ഛോട്ടേലാൽ, ത്രിപുരാരി എന്നിവർക്കൊപ്പം

വടക്കൻ ഡൽഹിയിലേക്ക് പുറപ്പെടുന്നതിനുമുമ്പ് വി പി ഹൗസിന്റെ താഴത്തെ നിലയിലുള്ള പാർട്ടി ഓഫീസിൽ കയറി സഖാവുമേജറുമായി (ജയ്പാൽ സിംഗ്) അൽപ്പം കുശലം പറയുക എന്നത് എന്റെ പതിവ് ദിനചര്യയായിരുന്നു. അദ്ദേഹത്തോടൊപ്പം പഴഞ്ചൻ സോഫ പങ്കുവയ്ക്കാൻ എല്ലാവരും സ്നേഹത്തോടെ 'ചാച്ചാ' (അമ്മാവൻ) എന്ന് വിളിച്ചിരുന്ന സഖാവ് ഷാദിറാം എന്ന മറ്റൊരു മുതിർന്ന സഖാവും ഉണ്ടായിരിക്കും. ഒരു ദളിത് കുടുംബത്തിൽ ജനിച്ച ചാച്ച ചെറുപ്പത്തിൽ ഹരിയാനയിലെ തന്റെ ഗ്രാമം വിട്ടു ഡൽഹി മുനിസിപ്പൽ കോർപ്പറേഷൻ ജലവകുപ്പിൽ ജോലിക്ക് ചേർന്നു. രണ്ട് പതിറ്റാണ്ടിലേറെയായി, വികസിച്ചുകൊണ്ടിരിക്കുന്ന നഗരത്തിന്റെ വിവിധ ഭാഗങ്ങളിലേക്ക് ജല വിതരണം നടത്തുന്നതിനുള്ള പൈപ്പ് ചാച്ച സ്ഥാപിച്ചതാണ്. തന്റെ ജോലിയിൽ വളരെ അഭിമാനിക്കുന്ന ചാച്ചയും അദ്ദേഹത്തിന്റെ ഭൂരിപക്ഷം ദളിത് സഹപ്രവർത്തകരും എങ്ങനെയാണ് അവരുടെ ജോലി യുടെ ഭാഗമായ അപകടങ്ങളെ നേരിട്ടതെന്ന് കേൾക്കാൻ എനിക്ക് ഇഷ്ടമായിരുന്നു. അദ്ദേഹം വിരമിച്ചിട്ട് വളരെക്കാലമായെങ്കിലും മുനിസിപ്പൽ തൊഴിലാളികൾക്കിടയിൽ ജനപ്രിയനായി തുടർന്നു. ഡൽഹി സി ഐ ടി യു കമ്മിറ്റി പ്രസിഡന്റായി അദ്ദേഹം തിരഞ്ഞെടുക്കപ്പെട്ടു. ചാച്ച വ്യക്തിത്വമുള്ള, അന്യ

രോട് കരുതലുള്ള സഖാവായിരുന്നു. പ്രായോഗികമായ ഉപദേശങ്ങൾ ഉദാരമായി അദ്ദേഹം നൽകുമായിരുന്നു. അദ്ദേഹത്തിന്റെ ഭാര്യയെ (നല്ല ഉയരവും കരുത്തുമുള്ള സ്ത്രീ) ഞങ്ങൾ ചാച്ചിയെന്നാണ് വിളിച്ചിരുന്നത്. ഇരുവരുമായും നല്ല സ്നേഹബന്ധം എനിക്കുണ്ടായിരുന്നു. ഞങ്ങൾ നടത്തിയ ഒരു പ്രകടനത്തിന് ശേഷം പോലീസ് ജലപീരങ്കി പ്രയോഗിച്ചതിനാൽ ആകെ നനഞ്ഞുകുതിർന്നു കയറിവന്ന എന്നെ ഒന്ന് നോക്കിയിട്ട് ചാച്ച പറഞ്ഞു, 'റീത്ത.... നിനക്ക് പ്രാന്താണ് എന്റെ പ്രാന്തി മോൾ.'

അടിയന്തരാവസ്ഥയ്ക്കുശേഷം എ ടി എം, ഡി സി എം മേഖലകളിൽ രാഷ്ട്രീയ പ്രവർത്തനവും എന്റെ ചുമതലകളിൽ ഉൾപ്പെട്ടു. യൂണിയൻ പ്രവർത്തനത്തിന്റെ പേരിൽ എ ടി എമ്മിൽ നിന്ന് പുറത്താക്കപ്പെട്ട ബീഹാറി തൊഴിലാളി ദയാനന്ദനെ ഞാൻ പരിചയപ്പെട്ടു. അടിയന്തരാവസ്ഥയിൽ അറസ്റ്റിലായി മാസങ്ങൾക്ക് ശേഷം ജാമ്യത്തിൽ പുറത്തിറങ്ങിയതായിരുന്നു അയാൾ. തൊഴിലാളികൾ താമസിച്ചിരുന്ന ആസാദ്പൂരിലെ ചേരികൾ നിറഞ്ഞ റെയിൽവേ ട്രാക്കിനരുകിൽ വച്ചാണ് ഞാൻ അദ്ദേഹത്തെ കണ്ടത്. ഞങ്ങൾ ട്രാക്കിലൂടെ നടന്നു. ദയാനന്ദനും ഇവിടെ ഒരു കുടിൽ ഉണ്ടായിരുന്നു. മാർക്സിസ്റ്റ് സിദ്ധാന്തത്തെക്കുറിച്ച് കഴിയുന്നത്ര കൂടുതൽ പഠിക്കാനും വായിക്കാനും അദ്ദേഹത്തിന് വളരെ താൽപ്പര്യമുണ്ടായിരുന്നു. രാഷ്ട്രീയ സംഭവവികാസങ്ങളെക്കുറിച്ച് അദ്ദേഹം ക്ലാസെടുത്തിരുന്നു. സമകാലിക സംഭവവികാസങ്ങൾ വർഗ വീക്ഷണത്തോടെ വിശകലനം ചെയ്യുന്നതിൽ അദ്ദേഹം ശ്രദ്ധിച്ചു. ദയാനന്ദൻ ഭാര്യ ഗീതയോടൊപ്പമാണ് താമസിച്ചിരുന്നത്. ഞാനവളെ ആദ്യമായി കാണുമ്പോൾ എപ്പോഴും സാരികൊണ്ട് തല മറച്ച ഒരു ലജ്ജാശീലയായിരുന്നു, ഞാൻ അവരുടെ വീട്ടിലെ പതിവ് സന്ദർശകയായി. ഗീത എനിക്ക് ഉച്ചഭക്ഷണം തരും. വായിൽ വെള്ളമൂറുന്ന ആ ചട്ണിയുടെ രുചി ഇപ്പോഴും ഓർമയുണ്ട്. ഭക്ഷണം ലളിതവും ഏറ്റവും രുചികരവുമായിരുന്നു. പിന്നീട് ഗീത ഊർജസ്വലയായ ഒരു പാർട്ടി പ്രവർത്തകയായി വളർന്നു.

ദയാനന്ദൻ എന്നെ മറ്റ് സഖാക്കൾക്ക് പരിചയപ്പെടുത്തി: ചങ്ങൂർ, റാം നരേഷ്, രാം പ്രീത്, രാം ദുലാർ. ഇവരായിരുന്നു യൂണിയനിലെ ശക്തമായ രാഷ്ട്രീയമുണ്ടായിരുന്ന തൊഴിലാളികൾ. കിഴക്കൻ ഉത്തർപ്രദേശിൽ നിന്നുള്ളവരായിരുന്നു ഇവർ. പക്ഷേ, ഡൽഹിയിലെ ജീവിതം ചെലവേറിയതായിരുന്നതുകൊണ്ട് അവർക്ക് കുടുംബങ്ങളെ കൊണ്ടുവരാൻ കഴിഞ്ഞില്ല.. മറ്റുള്ള മില്ലുകളിലുള്ള തൊഴിലാളികളെ അപേക്ഷിച്ച് ഇവർക്കിടയിൽ പരസ്പര സൗഹൃദം കൂടുതലുള്ളതായി ഞാൻ കണ്ടു. ഭൂരഹിതരായിരുന്ന അവരെല്ലാം ദളിതരോ അങ്ങേയറ്റം പിന്നാക്ക സമുദായങ്ങളിൽ പെട്ടവരോ ആണെന്ന് ദയാനന്ദൻ എന്നോട് വിശദീകരിച്ചു.. അവരിൽ ചിലർക്ക് തുണ്ട് ഭൂമി ഉണ്ടായിരുന്നിരിക്കാം, പക്ഷേ, പാവ

പ്പെട്ട കുടിയേറ്റ തൊഴിലാളികൾ എന്ന നിലയിൽ സാമൂഹികവും സാമ്പത്തികവുമായ പരാധീനതകൾ അടിസ്ഥാനപരമായി ഒന്നുതന്നെയായിരുന്നു. എന്നിലും 'പ്രാദേശിക' തൊഴിലാളികളേക്കാൾ അവർക്കിടയിലെ സാംസ്കാരിക ബന്ധങ്ങൾ ശക്തമാണ്.

ഡി സി എമ്മിലെ സഖാക്കളെയും ഞാൻ പരിചയപ്പെട്ടു. ഒരാൾ നാഥു പർഷാദായിരുന്നു. യൂണിയൻ പ്രവർത്തനത്തിന്റെ പേരിൽ 1970-ൽ അദ്ദേഹത്തെ മില്ലിൽനിന്ന് പിരിച്ചുവിട്ടു. അന്നുമുതൽ മുഴുവൻ സമയ യൂണിയൻ പ്രവർത്തകനായി. അടിയന്തരാവസ്ഥക്കാലത്ത് രണ്ടു തവണ ജയിലിൽ കിടന്നു. അദ്ദേഹം ഒരു ജനകീയ നേതാവായിരുന്നു, യുവാവും ധീരനും പോരാളിയുമാണ്. മില്ലിൽനിന്ന് വളരെ അകലെയല്ലാത്ത മനക്പുരയിലെ ഒറ്റമുറി വീട്ടിൽ ഭാര്യയ്ക്കും കുട്ടികൾക്കുമൊപ്പമാണ് ഇയാൾ താമസിച്ചിരുന്നത്. സുന്ദരമായ കൈയക്ഷരമായതിനാൽ സ്ഥിരമായി യൂണിയൻ ബ്ലാക്ക്ബോർഡിൽ എഴുതുന്നത് നാഥു പർഷാദാണ്. ഒരു ആജീവനാന്ത കമ്യൂണിസ്റ്റായ നാഥു പർഷാദ് ഡൽഹിയിലെ ഞങ്ങളുടെ പാർട്ടിയുടെ ഒരു പ്രധാന നേതാവാണ്. എനിക്ക് ഇപ്പോഴും അദ്ദേഹവുമായി ബന്ധമുണ്ട്. ഡി സി എമ്മിലെ മറ്റൊരു മുഴുവൻ സമയ യൂണിയൻ പ്രവർത്തകൻ ബാബുലാൽ ആയിരുന്നു. ഒരു 'കാർക്കശ്യക്കാരൻ' എന്നറിയപ്പെട്ട അദ്ദേഹം നേരത്തെ മാനേജ്മെന്റിന്റെ പക്ഷത്തായിരുന്നു. സി ഐ ടി യുവുമായി ബന്ധപ്പെട്ടപ്പോൾ, തൊഴിലാളികൾക്ക് വേണ്ടി യൂണിയൻ ചെയ്യുന്നത് എന്താണെന്ന് കണ്ടറിഞ്ഞപ്പോൾ, അദ്ദേഹം കൂറുമാറി ഉറച്ച യൂണിയൻ പ്രവർത്തകനായിത്തീർന്നു. അദ്ദേഹത്തെയും യൂണിയൻപ്രവർത്തനങ്ങളുടെ പേരിൽ മാനേജ്മെന്റ് പിരിച്ചുവിട്ടു. അദ്ദേഹം പരുക്കനാണെങ്കിൽ, ഭാര്യ സൗമ്യയായിരുന്നു. അമ്പലവാലി ഗലിയിലെ ഒരു ചെറിയ മുറിയിലാണവർ താമസിച്ചിരുന്നത്.

നേരം പുലരുമ്പോൾ യോഗങ്ങൾക്കായി യൂണിയൻ ഗേറ്റിലെത്തുക ഒരു വെല്ലുവിളിയായിരുന്നു., കാരണം ആ സമയത്ത് കുറച്ച് ബസുകളേ ഉണ്ടായിരുന്നുള്ളൂ. അതിനാൽ ഞാൻ നാഥുവിന്റേയോ ബാബുലാലിന്റേയോ വീട്ടിൽ താമസിക്കും. ചിലപ്പോൾ മുൻകൂട്ടി പറയാറുപോലുമില്ല. ഇവരുടെയും മറ്റു സഖാക്കളുടെയും അവരുടെ കുടുംബങ്ങളുടെയും എന്നോടുള്ള കരുതലും ഔദാര്യവും തികച്ചും അകൃത്രിമവും ഹൃദയസ്പർശിയുമായിരുന്നു. 'റീത്തയെ എപ്പോഴും ശ്രദ്ധിക്കണം - എപ്പോൾ എന്ന് പറയാനാവില്ല ഒരു കപ്പ് ചായക്കോ ഭക്ഷണത്തിനോ വേണ്ടി ഒരു തൊഴിലാളിയുടെ വീട്ടിലേക്ക് വലിഞ്ഞുകയറിയെന്നിരിക്കും, മറ്റുള്ളവരെ പട്ടിണിയിലാക്കും!' യൂണിയൻ നേതാക്കൾക്കിടയിലെ തമാശയായിരുന്നു ഇത്.

പാർട്ടി സംഘടനയെക്കുറിച്ചുള്ള പാഠങ്ങൾ

ഒരിക്കൽ വി പി ഹൗസിൽ പ്രകാശിനും എനിക്കുമൊപ്പം പി എസ് താമസിക്കുകയായിരുന്നു. എല്ലാ ദിവസവും രാവിലെ വളരെ നേരത്തെ ഞാനവിടുന്നിറങ്ങും. ഒരുദിവസം പി എസ് എന്നോട് അതിന്റെ കാരണം ചോദിച്ചു. ഗേറ്റ് യോഗങ്ങളിൽ പങ്കെടുക്കാനാണ് പോകുന്നതെന്ന് ഞാൻ പറഞ്ഞു. അദ്ദേഹം എന്നെ പിടിച്ചിരുത്തി കർക്കശമായി സംസാരിച്ചു. 'നിങ്ങൾ മുൻഗണന നൽകുന്ന കാര്യങ്ങൾ ശരിയല്ല എങ്കിൽ, നിങ്ങൾ സാമ്പത്തികവാദത്തിന്റെ ഇരയാകും' എന്നദ്ദേഹം മുന്നറിയിപ്പ് നൽകി. തൊഴിലാളികളുടെ രാഷ്ട്രീയ ബോധത്തിന്റെയും വർഗബോധത്തിന്റെയും വളർച്ചയുടെ ചെലവിൽ, കൂടുതൽ ആനുകൂല്യങ്ങൾ നേടിയെടുക്കൽ മാത്രമാണ് തങ്ങളുടെ ഉത്തരവാദിത്വം എന്ന് കണക്കാക്കുന്ന ട്രേഡ് യൂണിയനുകളോടുള്ള തന്റെ വിമർശനത്തിൽ ലെനിൻ ഉപയോഗിച്ച പദമാണ് 'സാമ്പത്തികവാദം.' സാമ്പത്തികവാദത്തിൽ കുടുങ്ങിയ തൊഴിലാളികൾ ഒരിക്കലും മുതലാളിത്ത വ്യവസ്ഥിതിയെ അട്ടിമറിക്കാനുള്ള പോരാട്ടത്തിനു തുനിയില്ല. 'നിങ്ങൾ ആഗ്രഹിക്കുന്നതുപോലെ നിരവധി ഗേറ്റ് യോഗങ്ങളിൽ പങ്കെടുക്കാം, പക്ഷേ, സോഷ്യലിസ്റ്റ് ആശയങ്ങളെയും പാർട്ടിയേയും തൊഴിലാളികൾക്ക് പരിചയപ്പെടുത്തുന്നതിന് നിങ്ങൾ മുൻഗണന നൽകുന്നില്ലെങ്കിൽ വർഗസമരത്തിൽ ഇത് ഒരു മാറ്റവും വരുത്തില്ല. അതിന് നിരന്തരമായ കഠിനാധ്വാനവും അപാരമായ സമർപ്പണവും ആവശ്യമാണ്.' പി എസ് എന്നോട് പറഞ്ഞു.

അദ്ദേഹം പറഞ്ഞത് ശരിയാണ്. മിൽ ഗേറ്റ് എന്റെ ലഹരിയായി മാറിയിരുന്നു. ഒരു മിൽ ഗേറ്റെങ്കിലും സന്ദർശിച്ചില്ലെങ്കിൽ എന്റെ

ദിവസം പൂർത്തിയായതായി തോന്നില്ല. പി എസിന്റെ ഉപദേശത്തിനു ശേഷം തൊഴിലാളിവർഗത്തിനിടയിൽ പാർട്ടിയുടെ സാന്നിധ്യം വിപുലീകരിക്കുന്നതിൽ ഞാൻ കൂടുതൽ ശ്രദ്ധ കേന്ദ്രീകരിക്കാൻ തുടങ്ങി. മിൽ പ്രദേശങ്ങളിലും വലിയ വ്യാവസായിക മേഖലകളിലും ജഹാംഗീർ പുരി, നന്ദ് നഗരി തുടങ്ങിയ പുനരധിവാസകോളനികളിലും ഞങ്ങൾ ഓക്സിലറി ഗ്രൂപ്പുകൾ രൂപീകരിച്ചു.

അക്കാലത്ത്, തൊഴിലാളിവർഗ മേഖലകളിൽ കോൺഗ്രസിനും ഒരു പരിധിവരെ സി പി ഐക്കുമായിരുന്നു രാഷ്ട്രീയ ആധിപത്യം. സി പി ഐ (എം) ന് അടിത്തറയുണ്ടാക്കാനുള്ള ശ്രമം യഥാർത്ഥത്തിൽ പോരാട്ടവും വെല്ലുവിളിയുമായിരുന്നു. 1964 ൽ സി പി ഐ പിളർന്നപ്പോൾ ഡൽഹിയിലെ ഭൂരിപക്ഷം നേതാക്കളും സി പി ഐയിൽ തന്നെ നിലയുറപ്പിച്ചു. വിരലിലെണ്ണാവുന്നവർ മാത്രം സി പി ഐ (എം) ൽ എത്തി. അതിന്റെ ഫലമായി, പിളർപ്പിന് ശേഷമുള്ള സി പി ഐക്ക് തൊഴിലാളിവർഗ മേഖലകളിലെ ഇടതുപക്ഷ അടിത്തറ പരമ്പരാഗത അവകാശമായി ലഭിച്ചു. എന്നാൽ കോളേജ്, യൂണിവേഴ്സിറ്റി വിദ്യാർത്ഥികൾക്കും അധ്യാപകർക്കും ഇടയിൽ അടിത്തറ കെട്ടിപ്പടുക്കുന്നതിൽ സി പി ഐ (എം) വിജയിച്ചു. ഡി യുവിൽനിന്നുള്ള സഖാക്കൾ തൊഴിലാളികൾക്ക് രാഷ്ട്രീയ പഠന ക്ലാസുകൾ എടുത്തുകൊണ്ട് തൊഴിലാളി-വർഗ മേഖലകളിൽ പാർട്ടിയെ വിപുലീകരിക്കാനുള്ള ഞങ്ങളുടെ ശ്രമങ്ങളിൽ പ്രധാന പങ്ക് വഹിച്ചു. ഇന്നത്തെ ബി ജെ പിയുടെ മുന്നോടിയായ ജനസംഘത്തിന് (ജെ എസ്), തൊഴിലാളികൾക്കിടയിൽ തുടക്കത്തിൽ ശക്തമായ അടിത്തറയില്ലായിരുന്നു. 1977ലെ തിരഞ്ഞെടുപ്പിന് ശേഷം മുൻകാലങ്ങളിൽ ജനസംഘമായിരുന്ന ജനതാ പാർട്ടി എം പിമാരുടെ എണ്ണം 100 കവിഞ്ഞതോടെ അവരുടെ സ്വാധീനം വർദ്ധിച്ചുതുടങ്ങി. തൊഴിലാളികളുടെ കോളനികളിൽ രാഷ്ട്രീയ സ്വയംസേവക് സംഘിന്റെ (ആർ എസ് എസ്) കൂടുതൽ ശാഖകൾ ഞാൻ ശ്രദ്ധിച്ചു. എല്ലാ ദിവസവും രാവിലെ അവർ ഒത്തുകൂടി കാക്കി ഷോർട്ട്സും ധരിച്ച് ഡ്രിൽ ചെയ്യും. ജനതാപാർട്ടി യഥാർത്ഥത്തിൽ വിവിധ കോൺഗ്രസ് വിരുദ്ധ പാർട്ടികൾ ഒരു കുടക്കീഴിൽ ഒന്നിച്ചതായിരുന്നു.. ജനതാ പാർട്ടിയിൽ നിന്ന് വേറിട്ടുനിന്ന്, സ്വന്തം വ്യക്തിത്വം നിലനിർത്താൻ സി പി ഐ (എം) ജാഗ്രത പുലർത്തിയിരുന്നു. ഞാൻ അന്നും ഇന്നും വിശ്വസിക്കുന്നത് അതാണ് ശരിയായ സമീപനമെന്നു തന്നെയാണ്. അടിയന്തരാവസ്ഥയ്ക്കു ശേഷമുള്ള പ്രതീക്ഷയുടെയും ആഹ്ലാദത്തിന്റെയും അന്തരീക്ഷത്തിൽ ജനതാപാർട്ടി സർക്കാർ വന്നെങ്കിലും തൊഴിലാളിവർഗത്തിന്റെ പ്രശ്നങ്ങളോടുള്ള സമീപനം കോൺഗ്രസിൽ നിന്ന് വ്യത്യസ്തമായിരുന്നില്ല. സർക്കാരും ഭരണകക്ഷിയും ആർ എസ് എസിന്റെ വിഷാംശംകൂടി അടങ്ങിയതായപ്പോൾ കാര്യങ്ങൾ കൂടുതൽ വഷളായി.

തത്ഫലമായി ജനതാ പാർട്ടി സർക്കാർ രൂപീകരണത്തിന് ശേഷമുള്ള മാസങ്ങളിൽ ഇന്ത്യയിലുടനീളം പ്രക്ഷോഭങ്ങളും, ഘരാവോകളും പണിമുടക്കുകളുമായി സമരങ്ങളുടെ ഒരു പൊട്ടിത്തെറി തന്നെ ഉണ്ടായി. ജനാധിപത്യത്തിലേക്കുള്ള തിരിച്ചുവരവിന് തൊഴിൽമേഖലയുടെ അസ്വസ്ഥതയിലൂടെ, ഇന്ത്യ വില കൊടുക്കുകയാണെന്ന് ചില നിരീക്ഷകർ കരുതി. ബിസിനസ് പത്രങ്ങൾ ലേഖനങ്ങളിലൂടെയും മുഖപ്രസംഗത്തിലൂടെയും വ്യാവസായിക മേഖലയിലെ അസ്വസ്ഥത നിയന്ത്രിക്കണമെന്ന് സർക്കാരിന് മുന്നറിയിപ്പ് നൽകി. പുതിയ പ്രധാനമന്ത്രി മൊറാർജി ദേശായിക്ക് മുതലാളിത്ത അനുകൂലി എന്നൊരു പേരുണ്ടായിരുന്നു. അത് അദ്ദേഹം അർഹിക്കുന്നതായിരുന്നു. അദ്ദേഹത്തിന്റെ സ്ഥാനക്കയറ്റത്തിൽ തൊഴിലാളികൾ സന്തുഷ്ടരായിരുന്നില്ല. മൊറാർജി ദേശായി അധികാരമേറ്റപ്പോൾ സോഹൻ ലാൽ അന്ന് ഡി സി എം ബ്ലാക്ക് ബോർഡിൽ എഴുതിയതുപോലെ, 'പൂച്ച വഴിക്ക് കുറുകെ ചാടി'; ദുശ്ശകുനം അല്ലെങ്കിൽ കുഴപ്പങ്ങൾ ആസന്നമാണ് എന്നർത്ഥം.

1977 മെയ് പകുതിയോടെ ഏകദേശം 2,00,000 തൊഴിലാളികൾ ബോംബെ തുറമുഖം, ബറോഡയിലെ എണ്ണ ശുദ്ധീകരണശാല, ഗ്ലാക്സോ പോലുള്ള ബഹുരാഷ്ട്ര കമ്പനികൾ, കൽക്കട്ടയിലെ ബാർജ് മെൻ ഉൾപ്പെടെ സംഘടിത മേഖലയിലെ സ്ഥാപനങ്ങളിൽ പണിമുടക്കി. ജനാധിപത്യ അവകാശങ്ങൾ ഇല്ലാതാക്കൽ, പത്രമാധ്യമങ്ങളുടെ വായമൂടിക്കെട്ടൽ, പാവപ്പെട്ടവരുടെ പാർപ്പിടംതകർക്കൽ, നിർബന്ധിത വന്ധ്യംകരണം എന്ന തരത്തിലാണ് അടിയന്തരാവസ്ഥക്കാലം ഇപ്പോൾ ഓർമിക്കപ്പെടുന്നത്. എന്നാൽ അത് തൊഴിലാളികൾക്ക് നേരെയുള്ള കടുത്ത ആക്രമണത്തെയും അവർ നേടിയ നേട്ടങ്ങളുടെ വെട്ടിച്ചുരുക്കലിനേയും പ്രതിനിധീകരിക്കുന്നു എന്നത് പലപ്പോഴും നമ്മൾ മറന്നുപോകുന്നു. ഉദാഹരണത്തിന്, ഇന്ദിരാഗാന്ധിയുടെ സർക്കാർ അടിയന്തരാവസ്ഥ കാലത്താണ് ബോണസ് നിയമം ഭേദഗതി ചെയ്തത്. ഇത് തൊഴിലാളികൾക്ക് നൽകേണ്ട നിയമപരമായ ബോണസ് 8.33 ശതമാനത്തിൽ നിന്ന് 4 ശതമാനമായി കുറയ്ക്കുകയും ലാഭമില്ലെന്ന് പ്രഖ്യാപിക്കുന്ന കമ്പനികളെ ബോണസ് നൽകുന്നതിൽ നിന്ന് ഒഴിവാക്കുകയും ചെയ്തു. നിർബന്ധിത നിക്ഷേപ പദ്ധതി (സി ഡി എസ്) റദ്ദാക്കുന്നത് ഉൾപ്പെടെയുള്ള ആവശ്യങ്ങൾ സർക്കാർ ജീവനക്കാർക്കും ഉണ്ടായിരുന്നു. 15,000 രൂപയിലധികം പ്രതിമാസം ശമ്പളമുള്ള സർക്കാർ ജീവനക്കാർ അവരുടെ ശമ്പളത്തിന്റെ നിശ്ചിത ശതമാനം പണപ്പെരുപ്പം തടയാനെന്ന പേരിൽ സർക്കാരിൽ നിർബന്ധമായും നിക്ഷേപിക്കണം. ജനതാപാർട്ടി അധികാരത്തിൽ വന്നാൽ ഈ പണം തിരികെ നൽകുമെന്ന് വാഗ്ദാനം ചെയ്തിരുന്നു. എന്നാൽ 1974 ലെ പണിമുടക്കിൽ പിരി

ച്ചുവിട്ട ആയിരക്കണക്കിന് റെയിൽവേ തൊഴിലാളികളെ പുതിയ സർക്കാർ പുനഃസ്ഥാപിച്ചുവെങ്കിലും ജീവനക്കാരുടെ പിരിച്ചെടുത്ത പണം തിരികെ നൽകാൻ ഒരു നീക്കവും നടത്തിയില്ല. 1978-ൽ സർക്കാർ വ്യാവസായിക ബന്ധബിൽ പാർലമെന്റിൽ കൊണ്ടുവന്നു. ഇതുപ്രകാരം തൊഴിലാളികളുടെ നിയമപരമായ പ്രക്ഷോഭ രീതികളായ ഘരാവോയും സാവധാനനീക്കങ്ങളും മറ്റും നിയമവിരുദ്ധമായി പ്രഖ്യാപിക്കുകയും സമരങ്ങൾ കൂടുതൽ ദുഷ്കരമാക്കുന്ന വ്യവസ്ഥകൾ കൂട്ടിച്ചേർക്കുകയും ചെയ്തു. ബില്ലിനെതിരായ തൊഴിലാളികളുടെ വൻ എതിർപ്പ് മൂലം അത് പാർലമെന്റിൽ പാസാക്കാൻ ശ്രമിക്കുന്നതിനു പകരം കാലഹരണപ്പെടാൻ അനുവദിക്കുന്നതാണ് വിവേകമെന്ന് സർക്കാർ കരുതി.

ജനാധിപത്യ അവകാശങ്ങളുടെയും പൗരാവകാശങ്ങളുടെയും പുനഃസ്ഥാപനമായിരുന്നു അടിയന്തരാവസ്ഥയ്ക്ക് ശേഷമുള്ള മൂർത്തമായ വിജയം. എന്നിരുന്നാലും പുതിയ സർക്കാരിന്റെ സാമ്പത്തിക, തൊഴിൽ നയങ്ങളിൽ തൊഴിലാളികൾക്ക് ഒരു മാറ്റവും കാണാൻ കഴിഞ്ഞില്ല. വടക്കൻ ഡൽഹിയിലെ വ്യാവസായിക പ്രദേശങ്ങൾ, ജി ടി കർണാൽ റോഡ് വ്യവസായ ബെൽറ്റ്, വസീർപൂർ തുടങ്ങിയ സ്ഥലങ്ങളിലെ നൂറുകണക്കിന് വ്യവസായ യൂണിറ്റുകളിൽ സർക്കാർ നിശ്ചയിച്ച മിനിമം വേതനം നൽകുന്നില്ലായെന്ന് ഞങ്ങൾക്കറിയാമായിരുന്നു. ഈ പ്രദേശങ്ങളിൽ നിന്നുള്ള ധാരാളം തൊഴിലാളികൾ കമല നഗറിലെ ഓഫീസിലേക്ക് വരാൻ തുടങ്ങി. മിനിമം വേതനം ലഭിക്കാൻവേണ്ടി യൂണിയൻ രൂപീകരിക്കാൻ സഹായമഭ്യർത്ഥിച്ചാണ് അവർ വന്നിരുന്നത്. 1977-78 കാലഘട്ടത്തിൽ നിരവധി സി ഐ ടി യു-അനുബന്ധ യൂണിയനുകൾ രൂപീകരിക്കാൻ കഴിഞ്ഞു. അടിയന്തരാവസ്ഥയിൽ റദ്ദാക്കിയ, യൂണിയൻ രൂപീകരിക്കാനുള്ള നിയമപരമായ അവകാശം പുനഃസ്ഥാപിച്ചുവെങ്കിലും ജോലി സാഹചര്യങ്ങൾ കഠിനമായി തന്നെ തുടർന്നു. തൊഴിലാളികളെ ഫാക്ടറി മാനേജ്മെന്റുകൾ പിരിച്ചുവിട്ടാൽ നിയമപരമായി ആരും ചോദിക്കാനില്ലാത്ത അവസ്ഥ. അതിനായി യൂണിയൻ നിവേദനം കൊടുത്താൽ കേസ് 'തൊഴിൽതർക്ക ഒത്തുതീർപ്പിന്' പോകും. തൊഴിലാളികളെ സംബന്ധിച്ചിടത്തോളം അത്യന്തം അന്യായമായ ഒരു പ്രക്രിയയായി അതിപ്പോഴും തുടരുന്നു. വളരെക്കാലം നീണ്ടുപോകുന്ന ഈ പ്രക്രിയയിൽ പലപ്പോഴും തൊഴിലാളികൾക്ക് പിടിച്ചുനിൽക്കാനുള്ള സാമ്പത്തിക ശേഷി ഉണ്ടാവില്ല. അപ്പോൾ അവർ രാജിവയ്ക്കാൻ നിർബന്ധിതരാകും. ദുരിതപൂർണമായ രാജി എന്ന് മാത്രമേ ഇതിനെ വിശേഷിപ്പിക്കാനാവൂ. മുതലാളിമാർ കൊടുക്കുന്ന തുച്ഛമായത് എന്തോ അവർ സ്വീകരിക്കുന്നു. നിയമത്തിൽ ഇതിനെ മാനേജ്മെന്റിൽ നിന്നുള്ള 'പൂർണ്ണവും അന്തിമവുമായ ഒത്തുതീർപ്പ്' എന്ന് വിളിക്കുന്നു.

മുതലാളിത്ത സമൂഹത്തിലെ ജനാധിപത്യത്തെക്കുറിച്ചുള്ള ബൂർഷ്വാ സങ്കൽപ്പം തൊഴിലാളികളുടെ അവകാശങ്ങളിലേക്ക് വ്യാപിക്കുന്നില്ല. സർക്കാരുകളുടെ തൊഴിൽ നയത്തിൽ സമൂലമായ മാറ്റം കൊണ്ടുവരുന്നതിനായി നമ്മൾ പോരാടേണ്ടതുണ്ട്. അടിയന്തരാവസ്ഥക്കെതിരെ പോരാടിയ ബൂർഷ്വാ പാർട്ടികളുടെ നേതാക്കളിൽ പലർക്കും തൊഴിലാളികളുടെ അവകാശങ്ങളോട് പ്രതിബദ്ധതയില്ലായിരുന്നു.. തൊഴിലാളികൾക്കെതിരായ വ്യവസ്ഥയുടെ പക്ഷപാതം തുടർന്നു. ലേബർ ഇൻസ്പെക്ടർമാരും വ്യാവസായിക യൂണിറ്റുകളുടെ മാനേജ്മെന്റുകളും തമ്മിലുള്ള തുറന്നതും അഴിമതി നിറഞ്ഞതുമായ സഹകരണം പഴയതുപോലെ തന്നെ തഴച്ചുവളർന്നു. ബൂർഷ്വാ മാധ്യമങ്ങളും രാഷ്ട്രീയ പാർട്ടികളും ഇതിനെ 'ഇൻസ്പെക്ടർ രാജ്' എന്നാണ് വിമർശനാത്മകമായി പരാമർശിക്കുന്നത്. വാസ്തവത്തിൽ, ഇൻസ്പെക്ടർ രാജ് ഉണ്ടായിരുന്നില്ല. ഇൻസ്പെക്ടർമാരിൽ പലരുടെയും പോക്കറ്റുകൾ മാനേജ്മെന്റുകൾ നിറച്ചപ്പോൾ, മിക്കപ്പോഴും അവർ സ്ഥലത്തേയുണ്ടാവില്ല. മിനിമം വേതനവും മറ്റ് അടിസ്ഥാന ആനുകൂല്യങ്ങളും ഉറപ്പാക്കാൻ സർക്കാരിന് പ്രതിബദ്ധതയുണ്ടായിരുന്നില്ല. ലേബർ കമ്മീഷണറുടെ ഓഫീസിലേക്ക് യൂണിയനുകൾ പലവട്ടം പ്രതിഷേധ പ്രകടനം നടത്തി. പലതും വിജയിക്കുകയും പ്രത്യക്ഷമായ നേട്ടങ്ങൾ തൊഴിലാളികൾ ഉണ്ടാക്കുകയും ചെയ്തു. മറ്റുള്ളവ അനുരഞ്ജന പ്രക്രിയയ്ക്ക് വിട്ടു.

ഇത് പി എസ് എനിക്ക് നൽകിയ ഉപദേശത്തിന്റെ പ്രാധാന്യത്തെ അടിവരയിട്ടു. യൂണിയൻവൽക്കരണവും സാമ്പത്തിക നേട്ടങ്ങൾക്കായുള്ള പോരാട്ടവും തൊഴിലാളിവർഗത്തിന്റെ അവസ്ഥയിൽ മാറ്റം കൊണ്ടുവരില്ല. അത് സംഭവിക്കണമെങ്കിൽ തൊഴിലാളികളെ രാഷ്ട്രീയ സമരത്തിലേക്ക് കൊണ്ടുവന്നുകൊണ്ട് പാർട്ടിയിൽ ചേരാൻ പ്രോത്സാഹിപ്പിക്കണം.

കരിങ്കാലികൾ നേരിട്ട അപമാനം

1977 ഓഗസ്റ്റിൽ രക്ഷാബന്ധൻ ഉത്സവത്തിന് ബിർള മിൽസ് മാനേജ്മെന്റ് അവധി പ്രഖ്യാപിച്ചു. പക്ഷേ, ജന്മാഷ്ടമിക്ക് അവധി നൽകില്ല. രക്ഷാബന്ധൻ ഉത്തരേന്ത്യയിലെ ഒരു പ്രശസ്തമായ ആഘോഷമാണ്. രാഖി കെട്ടാൻ സഹോദരന്മാരുടെ വീടുകളിൽ സഹോദരിമാർ വരുമെന്നതിനാൽ തൊഴിലാളികളുടെ കോളനികളിൽ അന്ന് തിരക്കാണ്. സഹോദരന്മാർ സഹോദരിമാർക്ക് തിരിച്ചും സമ്മാനം കൊടുക്കും. പലപ്പോഴും അത് പണമായിരിക്കും. കുട്ടികൾ അവരുടെ ഏറ്റവും നല്ല വസ്ത്രങ്ങൾ ധരിച്ച് ഓടിക്കളിക്കും. ധാരാളം മധുരപലഹാരങ്ങൾ എല്ലാവരും ഉണ്ടാക്കും. തടവറയിൽ ജനിച്ച കൃഷ്ണന്റെ അവതാരവുമായി ബന്ധപ്പെട്ട പ്രദർശനങ്ങളോടുകൂടിയ ഉത്സവമാണ് ശ്രീകൃഷ്ണന്റെ ജന്മദിനമായ ജന്മാഷ്ടമി. ആ വർഷം സെപ്തംബർ ആദ്യം ജന്മാഷ്ടമി വരേണ്ടതായിരുന്നു. മറ്റ് മില്ലുകളിലെ തൊഴിലാളികൾക്ക് അന്ന് അവധി ലഭിക്കുമ്പോൾ ബിർള മിൽസിലെ തൊഴിലാളികൾക്ക് ജോലിക്ക് പോകേണ്ടിവന്നു. സ്വാഭാവികമായും തൊഴിലാളികൾക്ക് ദേഷ്യമുണ്ടായി. സി ഐ ടി യു വിന്റേയും ഐ എൻ ടി യു സിയുടെയും കൂടെയുള്ള യൂണിയനുകൾ ജന്മാഷ്ടമി അവധിയായി പ്രഖ്യാപിക്കണമെന്നാവശ്യപ്പെട്ട് സമരം സംഘടിപ്പിക്കാൻ തീരുമാനിച്ചു.

തലേന്ന് രാത്രി ഞാൻ രമേശിന്റെ വീട്ടിൽ താമസിച്ച് ലേബർ ഗേറ്റിലെ പിക്കറ്റിങ്ങിൽ പങ്കെടുക്കുകയായിരുന്നു. പണിമുടക്കിന് പിന്തുണയുമായി വലിയൊരു കൂട്ടം തൊഴിലാളികൾ അവിടെയുണ്ടായിരുന്നു. ഞങ്ങൾക്ക് രാവിലത്തെ ഷിഫ്റ്റ് ഗേറ്റിൽ വച്ചുതന്നെ നിർത്തിവെക്കാൻ

കഴിഞ്ഞതിനാൽ സമരം വിജയകരമായിരുന്നു. പക്ഷേ, ചില കരിങ്കാലികൾ ഓഫീസർമാരുടെ ഗേറ്റിലൂടെ മില്ലിൽ കടന്നതായി ഞങ്ങൾ കേട്ടു. ഷിഫ്റ്റ് അവസാനിക്കാനിരിക്കെ, ഉദ്യോഗസ്ഥരുടെ ഗേറ്റിലേക്ക് വരണമെന്നാവശ്യപ്പെടുന്ന ശ്രീറാമിന്റെ ഒരു അടിയന്തര സന്ദേശം എനിക്ക് ലഭിച്ചു. അവിടെ ചെന്നപ്പോൾ ഞാൻ അമ്മയെയും (രമേശിന്റെ അമ്മ ഓംവതി) ഷീലയെയും (ശ്രീറാമിന്റെ ഭാര്യ) കണ്ടു. അമ്മ അസ്വസ്ഥയായിരുന്നു. 'എല്ലാ തൊഴിലാളികളുടെയും പൊതുതാൽപ്പര്യത്തിന് വേണ്ടി നമ്മുടെ ആൺകുട്ടികൾ അവരുടെ വേതനം ഉപേക്ഷിച്ച് പണിമുടക്ക് നടത്തുമ്പോൾ, ജോലിക്കുപോയ ഉദ്യോഗസ്ഥരെയും തൊഴിലാളികളെയും കണ്ടില്ലേ? നമ്മൾ ഇവരെ ഒരു പാഠം പഠിപ്പിക്കണം' അവർ പറഞ്ഞു. തൊഴിലാളികളുടെ ഗേറ്റ് തടഞ്ഞിരിക്കുന്നതിനാൽ ഈ ഗേറ്റിൽക്കൂടിയേ അവർക്ക് പുറത്തിറങ്ങാൻ കഴിയൂവെന്ന് ഞങ്ങൾക്കറിയാമായിരുന്നു. കരിങ്കാലികൾക്കുള്ള ഏറ്റവും മികച്ച മറുമരുന്നുമായി മൂന്ന് രോഷാകുലരായ സ്ത്രീകൾ കറുത്ത ചായം നിറച്ച ബക്കറ്റും ബ്രഷുകളുമായി തങ്ങൾക്കായി കാത്തിരിക്കുകയാണെന്ന് അവർ അറിഞ്ഞില്ല.

വിസിൽ മുഴങ്ങി. ഷിഫ്റ്റ് അവസാനിച്ചു. തുറന്ന ഗേറ്റിലൂടെ ഇറങ്ങിവന്ന കരിങ്കാലികൾക്കൊപ്പം ഞങ്ങളുടെ ഒരംഗം കൃപാലുമുണ്ടെന്ന് ഞാൻ കണ്ടു. ഞങ്ങളെ കണ്ടപ്പോൾ തന്നെ കുഴപ്പങ്ങൾ നടക്കുമെന്ന് അയാൾക്ക് മനസ്സിലായി. അയാളും മറ്റ് കരിങ്കാലികളും വേഗത്തിൽ ഗേറ്റ് കടക്കാൻ ശ്രമിച്ചു, പക്ഷേ, ഞങ്ങൾക്ക് നിശ്ചയ ദാർഢ്യവും ചടുലതയും ഉണ്ടായിരുന്നു. മുഖമാകെ കറുത്തചായം പൂശിനിന്ന് കരിങ്കാലികൾക്ക് അപമാനം നേരിടേണ്ടി വന്നു. കൃപാലും രക്ഷപ്പെട്ടില്ല. തൊഴിലാളികളുടെ ഒരു വലിയ കൂട്ടം ഞങ്ങളെ പ്രോത്സാഹിപ്പിച്ചു . കാണേണ്ട കാഴ്ചയായിരുന്നു അത്. മാനേജ്മെന്റ് പോലീസിനെ വിളിച്ചുവരുത്തി, അവർ ലാത്തിവീശി ജനക്കൂട്ടത്തെ പിരിച്ചുവിട്ടു. ഞങ്ങൾ മൂന്നുപേരെയും പോലീസ് വളഞ്ഞു. ബലംപ്രയോഗിച്ച് വാനിൽ കയറ്റി പോലീസ് സ്റ്റേഷനിലേക്ക് കൊണ്ടുപോയി.

പക്ഷേ, ഞങ്ങൾക്ക് കാര്യം വ്യക്തമാക്കാൻ കഴിഞ്ഞു. ഞങ്ങളുടെ പ്രവർത്തകർ ആവേശത്തിലായിരുന്നു. തൊഴിലാളികളുടെ മാനസികാവസ്ഥ മനസ്സിലാക്കിയ മാനേജ്മെന്റ് ആ ദിവസത്തെ വേതനം വെട്ടിക്കുറച്ചില്ല. അമ്മയെയും ഷീലയെയും എന്നെയും മജിസ്ട്രേറ്റിനു മുമ്പിൽ ഹാജരാക്കി. ഞങ്ങളെ ജയിലിലാക്കുമെന്ന് ഞാൻ പ്രതീക്ഷിച്ചു, പക്ഷേ, അദ്ദേഹം ഞങ്ങൾക്ക് ജാമ്യം അനുവദിച്ചു. ചെറുകിടസമരനായികമാരായി ഞങ്ങൾ മടങ്ങി. നിർഭയരായ മൂന്ന് സ്ത്രീകൾ കരിങ്കാലികളുടെ മുഖം കറുപ്പിച്ച കഥ മറ്റു മില്ലുകളിലേക്കും പരന്നു. തൊഴിലാളികൾ ഭാവനാത്മകമായ രീതിയിൽ പൊടിപ്പും തൊങ്ങലുമായി കഥകൾ അലങ്കരിച്ചിട്ടു

ണ്ടാകാം എന്നതിൽ സംശയമില്ല. കുറച്ച് ദിവസങ്ങൾക്ക് ശേഷം അപമാനഭാരത്തോടെ കൃപാൽ യൂണിയൻ ഓഫീസിൽ ഹാജരായി. അദ്ദേഹം രേഖാമൂലം ക്ഷമാപണം നടത്തി. ഇനിയൊരിക്കലും തൊഴിലാളികളെ വഞ്ചിക്കില്ലെന്ന് ഉറപ്പ് നൽകി. ഇത് അദ്ദേഹത്തിന്റെ യൂണിയൻ അംഗത്വം നിലനിർത്തി. എന്നാൽ സത്യം പറഞ്ഞാൽ, തൊഴിലാളികൾ പിന്നെ അദ്ദേഹത്തെ ഒരിക്കലും വിശ്വസിച്ചിരുന്നില്ല.

വൃത്തികെട്ട കളികളുടെ വകുപ്പ്

വിവിധ മില്ലുകളുടെ മാനേജ്മെന്റുകൾ തൊഴിലാളികളുടെ ജോലി ഭാരം വർദ്ധിപ്പിച്ചതോടെ വിവിധ വകുപ്പുകളിൽ തൊഴിലാളികളുടെ സ്വാമേധയാ ഉള്ള പ്രതിഷേധങ്ങളും ഉയരാൻ തുടങ്ങി. ഞങ്ങളുടെ പ്രതിഷേധത്തിന്റെയും സമരത്തിന്റെയും ആഹ്വാനങ്ങൾ കൂടുതൽ കൂടുതൽ തൊഴിലാളികൾ തുറന്ന മനോഭാവത്തോടെ സ്വീകരിച്ചു. യൂണിയന്റെ അടിത്തറ വിപുലീകരിക്കാൻ വലിയ സാധ്യതയുണ്ടെന്ന് ഞങ്ങൾ തിരിച്ചറിഞ്ഞു. മില്ലുകളുടെ മാനേജ്മെന്റുകൾക്കും ഇത് മനസ്സിലായെന്ന് വേണം കരുതാൻ. കാരണം യൂണിയൻ നേതാക്കളെ കൈക്കൂലി കൊടുത്തു പാട്ടിലാക്കുന്ന പഴയ തന്ത്രം അവർ പരീക്ഷിക്കുകയാണെന്ന് ഞങ്ങൾക്ക് മനസ്സിലായി. ഞങ്ങളുടെ സ്വന്തം യൂണിയനിലെ പോലും ചില പ്രധാന നേതാക്കളുടെ മനോഭാവം മാറിത്തുടങ്ങിയെന്നത് എന്നെ ഞെട്ടിച്ചു. സി ഐ ടി യുവിലെ ചില യൂണിയൻ നേതാക്കൾ തൊഴിലാളികളുമായി ചർച്ചചെയ്തില്ല എന്നുമാത്രമല്ല മറ്റ് ഭാരവാഹികളുമായി പോലും ചർച്ചചെയ്യാതെയും കൂടിയാലോചിക്കാതെയും മാനേജ്മെന്റുമായി നേരിട്ട് ചർച്ച നടത്തി എന്ന് ഞങ്ങൾക്ക് റിപ്പോർട്ടുകൾ ലഭിച്ചു. ഇത് പ്രധാനമായും ബിർള മിൽസിലാണ് സംഭവിച്ചതെങ്കിലും വസ്ത്രനിർമാണ മേഖലയിലെ ഞങ്ങളുടെ യൂണിയനെ സഹായിക്കുന്ന ഒന്നോ രണ്ടോ സംസ്ഥാന സി ഐ ടി യു നേതാക്കളും ഇതിൽ ഉൾപ്പെട്ടിരുന്നു.മാനേജ്മെന്റിന്റെ ആളുകളുമായി അവർ സൗഹാർദം പുലർത്തുകയും ചർച്ചകൾക്കായി യൂണിയൻ ഓഫീസിലേക്ക് പോകുന്നതിനുപകരം വീട്ടിലേക്ക് വിളിച്ചുകൊണ്ടുപോകുകയും ചെയ്യും. ചില സന്ദർഭങ്ങളിൽ, മാനേജ്മെന്റ് കരുത്തന്മാരായ

ചില സി ഐ ടി യു പ്രവർത്തകരേയും നേതാക്കളെയും തെരഞ്ഞുപിടിച്ച കുറ്റപത്രം നൽകുന്നു. പ്രതിഷേധങ്ങൾ സംഘടിപ്പിക്കുന്നതിനുപകരം, ജാഗ്രത പാലിക്കാൻ മറ്റു തൊഴിലാളികളോട് ഇവർ ആവശ്യപ്പെടുന്നു. കൂടുതൽ ശിക്ഷാ നടപടികൾ ഒഴിവാക്കുന്നതിനാണ് ഈ തന്ത്രം. ഈ രീതിയിൽ, നിരവധി മിൽ തൊഴിലാളി യൂണിയൻ പ്രവർത്തകർ ഇരയാക്കപ്പെട്ടിട്ടുണ്ട്. ഈ പ്രവണത വസ്ത്ര നിർമ്മാണ മില്ലുകളിൽ മാത്രമായി പരിമിതപ്പെട്ടിരുന്നില്ല; മറ്റ് മേഖലകളിൽനിന്നും സമാനമായ സംഭവങ്ങൾ റിപ്പോർട്ട് ചെയ്യപ്പെട്ടിട്ടുണ്ട്. പാർട്ടി സംസ്ഥാന നേതൃത്വത്തിനും ട്രേഡ് യൂണിയൻ നേതൃത്വത്തിനും ഇതേക്കുറിച്ച് അറിയാമായിരുന്നു. അവർ ബന്ധപ്പെട്ട നേതാക്കളോട് സംസാരിക്കുകയും അച്ചടക്ക നടപടി ഉണ്ടാകുമെന്ന് താക്കീത് നൽകുകയും ചെയ്തുവെങ്കിലും കാര്യങ്ങൾ മെച്ചപ്പെട്ടില്ല.

1978 ആയപ്പോഴേക്കും ഞങ്ങളുടെ പ്രവർത്തനങ്ങൾക്ക് ബുദ്ധിമുട്ട് നേരിട്ടു തുടങ്ങിയതായി ഞങ്ങൾ മനസ്സിലാക്കി. സംഘടനയുടെ അന്തരീക്ഷത്തിൽ മാറ്റം വന്നു. സാഹചര്യങ്ങൾ ഏറ്റവും അനുകൂലമായിരുന്നിട്ടും അടിത്തറ ഉറപ്പിക്കുന്നതിൽ ശ്രദ്ധിക്കുന്നതിനുപകരം പ്രശ്നങ്ങൾ പരിഹരിക്കുന്നതിനായി സമയം ചെലവിടുവാൻ ഞങ്ങൾ നിർബന്ധിതരായി. ചില നേതാക്കളുടെ മാനേജ്മെന്റ് അനുകൂല സമീപനം കാരണം യൂണിയനിലെ അംഗങ്ങൾ ഐക്യപ്പെടുന്നതിനുപകരം ഭിന്നിക്കുകയാണുണ്ടായത്. ഇത് സി ഐ ടി യുവിന്റെ വളർച്ചയിൽ ആശങ്കയിലായിരുന്ന മറ്റ് യൂണിയനുകളിലെ അണികൾക്കിടയിൽ സന്തോഷത്തിന് വക നൽകി. ഞങ്ങൾക്കെതിരെ അവർ ദുഷ്പ്രചാരണം തുടങ്ങി. ഇത്തരം ശ്രമങ്ങൾക്ക് പിന്നിൽ മാനേജ്മെന്റിന്റെ കൈകൾ സുവ്യക്തമാണ്. ഒരു ദിവസം ഡി സി എം ഗേറ്റിൽ ഒരു യൂണിയന്റെ ബ്ലാക്ക്ബോർഡിന് ചുറ്റും അസാധാരണമായ വിധം ആളുകൾ തടിച്ചുകൂടിയിരിക്കുന്നത് ഞാൻ കണ്ടു. തൊഴിലാളികളുടെ ശ്രദ്ധതിരിക്കാനും അതുവഴി അംഗസംഖ്യ വർദ്ധിപ്പിക്കാനും സി ഐ ടി യു 'ഒരു യുവതിയെ കൊണ്ടുവന്നു' എന്ന വൃത്തികെട്ട സന്ദേശം ആരോ എഴുതിയിരുന്നു. സി ഐ ടി യു യൂണിയനിലെ എന്റെ സഖാക്കൾ രോഷാകുലരായി. അവർ ബോർഡ് തകർക്കുമെന്ന് ഭീഷണിപ്പെടുത്തുകയും മറ്റൊരു യൂണിയനിലെ അംഗങ്ങളുമായി രൂക്ഷമായ വാഗ്വാദത്തിൽ ഏർപ്പെടുകയും ചെയ്തു. സുരക്ഷാ ഉദ്യോഗസ്ഥർ സി ഐ ടി യു അംഗങ്ങളെ ഭീഷണിപ്പെടുത്തുകയും മാനേജ്മെന്റിന് റിപ്പോർട്ട് ചെയ്യുകയും ചെയ്തു. ഇതു തന്നെയായിരുന്നു അവരുടെ ഉദ്ദേശ്യമെന്ന് വ്യക്തമായി. സന്ദേശം ആ ദിവസം മുഴുവൻ ബോർഡിൽ തുടർന്നത്, തൊഴിലാളികൾക്കിടയിൽ രൂക്ഷമായ ചർച്ചകൾക്കും തർക്കങ്ങൾക്കും വഴിവച്ചു. ഇതെല്ലാം എനിക്ക് വളരെ അരോചകമായിരുന്നു. പക്ഷേ,

തൊഴിലാളികളുടെ മൊത്തത്തിലുള്ള മാനസികാവസ്ഥ ഇത്തരം വിലകുറഞ്ഞ തന്ത്രങ്ങൾക്ക് എതിരായിരുന്നു. ഇതിന് ഉത്തരവാദികളായവരെ തൊഴിലാളികൾ കഠിനമായി ശാസിച്ചതായി പിന്നീട് ഞാനറിഞ്ഞു.

ഒരു മാസത്തിന് ശേഷം ഡി സി എം മാനേജ്മെന്റ് ബോണസ്സിനെക്കുറിച്ച് യൂണിയനുകളുമായി ചർച്ച ആരംഭിച്ചു. മാനേജ്മെന്റ് ബോണസ് 8.33 ശതമാനത്തിൽ നിന്ന് 4 ശതമാനമായി കുറച്ചിരുന്നു. ജനതാ പാർട്ടി സർക്കാർ നിലവിലുള്ള നിയമത്തിൽ ചില മാറ്റങ്ങൾ വരുത്തിയതനുസരിച്ച് ബോണസ് 8.33 ശതമാനമായി നിശ്ചയിച്ചെങ്കിലും മാനേജ്മെന്റിന് അവരുടെ നേട്ടത്തിനായി ഉപയോഗിക്കാനുള്ള ചില പഴുതുകൾ അവശേഷിപ്പിച്ചിരുന്നു. എല്ലാ യൂണിയനുകളും ചേർന്ന് സംയുക്ത പണിമുടക്കിന് ആഹ്വാനം ചെയ്തു. ഞങ്ങൾ ഓരോ ഷിഫ്റ്റിന് മുമ്പും ശേഷവും ഗേറ്റ് മീറ്റിംഗുകൾ സംഘടിപ്പിച്ച് ശക്തമായ പ്രചാരണം നടത്തി. സമരത്തിന്റെ ആക്കം കൂടിയതോടെ യൂണിയനുകൾ മറ്റ് മില്ലുകളിലേക്കും പ്രചാരണം വ്യാപിപ്പിക്കാൻ തീരുമാനിച്ചു. വിവിധ മില്ലുകളിലേക്ക് പോകുന്നതിനുള്ള ചുമതല ഞങ്ങൾ പങ്കിട്ടെടുത്തു. രാത്രിഷിഫ്റ്റ് കഴിഞ്ഞുള്ള യോഗത്തിനായി എനിക്ക് ബിർള മിൽസിൽ പോകണമായിരുന്നു. യോഗങ്ങളിൽ പ്രസംഗിക്കേണ്ടവരുടെ പട്ടിക യൂണിയനുകളുടെ ഐക്യവേദി സംയുക്തമായി എല്ലാ ഗേറ്റുകളിലേക്കും അയച്ചു കൊടുക്കുന്നതിനാൽ ഞാൻ ബിർള മിൽ ഗേറ്റിൽ അർദ്ധരാത്രി സംസാരിക്കും എന്ന കാര്യം എല്ലാവർക്കും അറിയാമായിരുന്നു. യൂണിയനിൽ ഞങ്ങൾ ചില പ്രശ്നങ്ങൾ അഭിമുഖീകരിച്ചിരുന്നു. ലംബമായ പിളർപ്പിന്റെ വക്കിലായിരുന്ന ബിർള മിൽസിലെ യൂണിയൻ നേതാക്കളിൽ പ്രധാനപ്പെട്ട പലരും സി ഐ ടി യുവിനെതിരെ രംഗത്തുവന്നു. തൊഴിലാളികളുടെ താൽപ്പര്യങ്ങൾക്ക് എതിരായി മാനേജ്മെന്റുമായുള്ള നേതാക്കളുടെ സഹകരണം സൂചിപ്പിക്കുന്നതിന്, 'നേതാവിന് മാനേജ്മെന്റുമായി ചില ഏർപ്പാടുകളുണ്ട്' എന്നാണ് പറഞ്ഞിരുന്നത്. ബിർള മിൽസിലും സംഭവിച്ചത് അതാണ്.

ഏതാനും സഖാക്കളുടെ അകമ്പടിയോടെ ഞാൻ ഗേറ്റിലെത്തി. പ്രവർത്തകരുടെ ഒരു വലിയ ജനക്കൂട്ടം യോഗത്തിന് എത്തിയിരുന്നു. ബോണസിനായുള്ള പോരാട്ടത്തിന്റെ പ്രാധാന്യവും 'തടഞ്ഞുവെക്കപ്പെട്ട വേതനം' ആണ് ബോണസ് എന്ന തത്വവും ഞാൻ വിശദീകരിക്കുകയായിരുന്നു. മറ്റൊരു വിധത്തിൽ പറഞ്ഞാൽ, തൊഴിലാളികൾ ബോണസ് നിയമാനുസൃതമായി സമ്പാദിച്ചതാണ്, അല്ലാതെ മാനേജ്മെന്റിന്റെ ഔദാര്യമായിട്ടല്ല കാണേണ്ടത്. പെട്ടെന്ന് വിളക്കുകൾ അണഞ്ഞു. നല്ല ഇരുട്ടായിരുന്നു; എനിക്ക് ഒന്നും കാണാൻ കഴിഞ്ഞില്ല; മൈക്ക് പ്രവർത്തനരഹിതമായി. ബഹളത്തിനിടയിൽ, 'അവളെ

പിടിക്ക്' എന്ന അലർച്ച ഞാൻ കേട്ടു. പെട്ടെന്ന് രമേഷ് എന്റെ കൈ പിടിച്ചു, തല കുനിച്ച്, എന്നെ വലിച്ചുകൊണ്ട് ഓടി. 'വേഗം പോകാം, ഒരക്ഷരം മിണ്ടരുത്.' അവൻ പറഞ്ഞു. കമലാ നഗറിലെ ചില ചെറിയ ഇടവഴികളിലൂടെ ഞങ്ങൾ ഓടി. ഒരു ഓട്ടോറിക്ഷ പിടിച്ച് ഡി സി എം മിൽസ് ഗേറ്റിൽ തിരിച്ചെത്തി. ഞാനും രമേശും വല്ലാത്ത ആഘാതത്തിലായിരുന്നു. എന്താണ് സംഭവിച്ചതെന്ന് ഞങ്ങൾക്ക് മനസ്സിലായില്ല. ഡി സി എമ്മിൽ സമരം ഇതിനകം ആരംഭിച്ചിരുന്നു. അതിനാൽ സഖാക്കൾക്കിടയിൽ ഡി സി എം ഗേറ്റിൽ തന്നെ നിൽക്കാൻ ഞാൻ തീരുമാനിച്ചു. രമേഷ് വീണ്ടും വിവരങ്ങൾ അന്വേഷിച്ചറിയാനായി ബിർള മിൽസിലേക്ക് പോയി. മാനേജർ മറ്റ് ചില യൂണിയൻ നേതാക്കൾക്കൊപ്പം തയ്യാറാക്കിയ ഒരു പദ്ധതിയായിരുന്നെന്നും എന്നെയാണ് അവർ ലക്ഷ്യംവച്ചതെന്നും രാത്രിയിൽ രമേശ് തിരികെവന്ന് എന്നോട് പറഞ്ഞു. അവർക്ക് എന്നെ ആ പ്രദേശത്തുനിന്ന് പുറത്താക്കണമായിരുന്നു. കോൺഗ്രസുമായി ബന്ധമുള്ള ഒരു യൂണിയൻ നേതാവ് സൗദാൻ സിംഗ് ഇക്കാര്യം പിന്നീട് സ്ഥിരീകരിക്കുകയും ചെയ്തു. പതിറ്റാണ്ടുകൾക്ക് ശേഷവും സൗദാൻ സിംഗുമായി ഞാൻ സൗഹൃദം പുലർത്തുന്നുണ്ട്. എന്റെ വസ്തുങ്ങൾ അഴിച്ചുമാറ്റി എന്നെ അപമാനിക്കുവാനും പണിമുടക്കിന് താത്പര്യമില്ലാത്ത 'രോഷാകുലരായ' തൊഴിലാളികൾ സമരം ചെയ്യാൻ നിർബന്ധിക്കപ്പെട്ടതിന്റെ വൈരാഗ്യം തീർത്തതാണെന്ന് ചൂണ്ടിക്കാട്ടി, അവരുടെ മേൽ കുറ്റം വച്ചുകെട്ടാനുമായിരുന്നു പദ്ധതിയെന്നും അദ്ദേഹം പറഞ്ഞു. ഗേറ്റിലെ ലൈറ്റുകളുടെ സ്വിച്ച് ബോർഡ് സുരക്ഷാ ഗാർഡുകളുടെ മുറിയിലായിരുന്നു. ഞാൻ സംസാരിച്ചുതുടങ്ങുമ്പോൾ ആ പ്രദേശം ഇരുട്ടിലാക്കണമെന്ന് മാനേജർ ഇവർക്ക് നിർദേശം നൽകിയിരുന്നത്രേ. രാത്രി മുഴുവൻ ഞാൻ ഡി സി എമ്മിലെ ഗെയിറ്റിൽ പണിമുടക്കിയ തൊഴിലാളികൾക്കൊപ്പം ചെലവഴിച്ചു. ഡി സി എം ഗ്രൂപ്പിന്റെ മൂന്ന് മില്ലുകൾക്കുള്ള ഒത്തുതീർപ്പു ചർച്ചയിൽ ഞാനും പങ്കെടുത്തു. നിയമാനുസൃത ബോണസായ 8.33 ശതമാനം എല്ലാവർക്കും കിട്ടി. ദേശസാൽകൃത മില്ലായ എ ടി എം ഇതിനകംതന്നെ 8.33 ശതമാനം ബോണസ് നൽകിയിരുന്നു. ബിർള മിൽസിൽ മാത്രം സമരത്തെ തടസ്സപ്പെടുത്തുന്നതിൽ മാനേജ്മെന്റ് വിജയിച്ചു. ആ സമയത്ത് നിയമപരമായ ബോണസ് തൊഴിലാളികൾക്ക് ലഭിച്ചില്ലെങ്കിലും പിന്നീട് അവർ ഒരു ധാരണയിലെത്തുകയുണ്ടായി. എനിക്ക് ഇത് വളരെ പ്രധാനപ്പെട്ട ഒരു പഠനാനുഭവമായിരുന്നു.

പഠിച്ച പാഠങ്ങൾ

മുതലാളിമാരും ഭരണവർഗ പാർട്ടികളും തൊഴിലാളികളുടെ ഐക്യം തകർക്കുന്നതിന് പല വൃത്തികെട്ട തന്ത്രങ്ങളും പ്രയോഗിക്കുന്നു - അവർ അക്രമവും ബലപ്രയോഗവും നടത്തും; പണംകൊണ്ട് വശീകരിക്കും; അവർ ജാതി, ഭാഷ, പ്രദേശം എന്നിവയുടെ അടിസ്ഥാനത്തിൽ വിഭജനമുണ്ടാക്കും. ഫാക്ടറി മുതലാളിമാർ ഏത് തന്ത്രവും ഉപയോഗിച്ച് സമരങ്ങൾ തകർക്കുകയും സമരോത്സുകമായ യൂണിയനുകളെ ദുർബലപ്പെടുത്തുകയും ചെയ്യും. യൂണിയനുകൾക്കിടയിൽ അഭിപ്രായവ്യത്യാസങ്ങളില്ലെന്ന് ഇതിനർത്ഥമില്ല. 'യൂണിയനുകളുടെ പരസ്പര വൈരാഗ്യം' എന്ന് പറയപ്പെടുന്നത്, പലപ്പോഴും രണ്ടു നിലപാടുകൾ തമ്മിലുണ്ടാകുന്ന ആഴത്തിലുള്ള സംഘർഷത്തിന്റെ പ്രതിഫലനമാണ്. ഒരു നിലപാട് പോരാട്ടത്തിന്റെ, മറ്റൊന്ന് കീഴടങ്ങലിന്റെയും വഞ്ചനയുടെയും. ടെക്സ്റ്റൈൽ തൊഴിലാളി യൂണിയനിലേതുപോലെ ഇത് ഏത് യൂണിയനിലും സംഭവിക്കാം. 1979 ആയപ്പോഴേക്കും പിളർപ്പ് ഔദ്യോഗികമായി. ഒരേ പേരിൽ രണ്ട് യൂണിയനുകൾ പ്രവർത്തിക്കാൻ തുടങ്ങി. ഭിന്നിച്ചുപോയ വിഭാഗത്തിന് സി ഐ ടി യുവുമായുള്ള അഫിലിയേഷൻ നഷ്ടപ്പെട്ടു എന്ന വ്യത്യാസം മാത്രം. ഞങ്ങളുടെ യൂണിയനായിരുന്നു ഭൂരിപക്ഷം അംഗത്വമെങ്കിലും മാനേജ്മെന്റിന് സഹായകമാകുന്ന വിധത്തിൽ, ഞങ്ങളുടെ ശക്തിയിൽ കുറവ് സംഭവിച്ചു.

വൃത്തികെട്ടകളികളുടെവകുപ്പിനെഅഭിമുഖീകരിക്കുമ്പോൾ,ശാന്തത പാലിക്കേണ്ടത് അത്യാവശ്യമാണ്, തിടുക്കപ്പെട്ട് തീരുമാനങ്ങൾ എടുക്കരുത്, വികാരത്തിനും ആത്മനിഷ്ഠമായ വിലയിരുത്തലുകൾക്കും

വഴങ്ങരുത്. അത്തരം തീരുമാനങ്ങൾക്ക് വലിയ വിലകൊടുക്കേണ്ടി വരുകയും തികച്ചും ദോഷകരമാകുകയും ചെയ്യുമെന്നത് തെളിയിക്കപ്പെട്ടിട്ടുണ്ട്. ബിർള മിൽസിൽ സ്വന്തം അണികൾക്കിടയിലുണ്ടായ ഭിന്നിപ്പ് ഞങ്ങൾക്ക് ക്ഷീണമുണ്ടാക്കി. തൊഴിലാളികളുടെ ഐക്യം തകർക്കാൻ മാനേജ്മെന്റും അതിന്റെ കങ്കാണിമാരും ഏതറ്റം വരെ പോകുമെന്ന് ശരിയായി വിലയിരുത്തുന്നതിൽ ഞങ്ങൾ പരാജയപ്പെട്ടിരുന്നു. വ്യക്തിപരമായി, അന്ന് ഞാൻ ഭാഗ്യംകൊണ്ട് രക്ഷപ്പെട്ടു. രമേഷ് അപകടം മനസ്സിലാക്കി യുക്തിപൂർവ്വം പ്രവർത്തിക്കുകയും ചെയ്തു. എന്നാൽ പ്രശ്നം ഗുരുതരമായിരുന്നു. യൂണിയന്റെ മനോവീര്യം തകർക്കാനുള്ള ഒരു 'മൃദു' ലക്ഷ്യമായിട്ടാണ് അവർ എന്നെ കണക്കാക്കിയിരുന്നത്. ഈ സംഭവത്തിന് തൊട്ടുപിന്നാലെ ഞങ്ങൾ ബിർള മിൽസ് യൂണിറ്റിന്റെ യോഗം ചേർന്നു. ഗൂഢാലോചനയെക്കുറിച്ച് അറിഞ്ഞ കാര്യങ്ങൾ സഖാക്കൾ ഈ യോഗത്തിൽ പങ്കുവച്ചു. സംഘത്തലവന്മാരെയും അവർ തിരിച്ചറിഞ്ഞു. ഞങ്ങൾ ഒരു ഗേറ്റ് മീറ്റിംഗ് നടത്താൻ തീരുമാനിച്ചു. ഞാനും യൂണിയന്റെ മറ്റ് നേതാക്കളും പ്രസംഗിച്ചു. ഇത്തവണ ഞങ്ങൾ നന്നായി തയ്യാറെടുപ്പ് നടത്തിയിരുന്നു. ഞങ്ങളുടെ സാന്നിധ്യം ശക്തിപ്പെടുത്തുന്നതിന് എ ടി എമ്മിൽ നിന്ന് ഒരു സംഘംകൂടി എത്തിയിരുന്നു. അന്നത്തെ സംഭവത്തെക്കുറിച്ച് പരാമർശിക്കുകയെ വേണ്ടെന്ന് ഞങ്ങൾ തീരുമാനിച്ചിരുന്നു. ബോണസോ മറ്റേതെങ്കിലും ആവശ്യമോ നേടിയെടുക്കുന്നതിനുവേണ്ട തൊഴിലാളി ഐക്യത്തിന്റെ അനിവാര്യതയ്ക്കാണ് ഞങ്ങൾ ഊന്നൽ നൽകിയത്. ഞാൻ ഒരു പ്രധാന പാഠം പഠിച്ചു - യൂണിയനെയോ നേതാക്കളെയോ ദുർബലപ്പെടുത്താനുള്ള മാനേജ്മെന്റ് തന്ത്രങ്ങൾ ഭാഗികമായിപ്പോലും വിജയിച്ചുവെന്ന് സൂചിപ്പിക്കുന്ന യാതൊന്നും ചെയ്യാൻ പാടില്ല. അതായത്, ഒരിഞ്ച് പിന്നോട്ടില്ല! ഗേറ്റിലേക്ക് തിരിച്ചുപോയി വിജയകരമായ ഒരു വൻ യോഗം നടത്തുക മാത്രമല്ല അന്നത്തെ ആക്രമണത്തെക്കുറിച്ച് പരാമർശിക്കുകയോ മാനേജ്മെന്റുമായി കൈകോർത്തതിന് മറ്റ് യൂണിയനുകളെ വിമർശിക്കുകയോ ഞങ്ങൾ ചെയ്തില്ല. മാനേജ്മെന്റിന്റെയും മറ്റു യൂണിയനുകളുടെയും ഗൂഢാലോചന പൊളിഞ്ഞു.

ഇതിൽനിന്നെല്ലാം ഞാൻ കൂടുതൽ വ്യക്തിപരമായ പാഠം ഉൾക്കൊണ്ടു. വർഗ പ്രശ്നങ്ങളിൽ ഉറച്ചുനിൽക്കുമ്പോൾ വ്യക്തിബന്ധങ്ങളെയും സൗഹൃദങ്ങളെയും അത് ബാധിച്ചേക്കാം എന്നു ഞാൻ മനസ്സിലാക്കി. ഞാൻ അടുത്ത് പ്രവർത്തിച്ചിരുന്ന നിരവധി സഖാക്കൾ, പ്രധാനമായും ബിർള മിൽ യൂണിറ്റിൽനിന്നുള്ള ശ്രീറാമും ഡി സി എം യൂണിറ്റിലെ ഒരു അംഗവും അദ്ദേഹത്തിന്റെ ഭാര്യയും സി ഐ ടി യുവിന്റെ തുറന്ന വിമർശകരായി മാറുകയും ഞങ്ങളുടെ യൂണിയനെ ദുർബലപ്പെടുത്താൻ സാധ്യമായതെല്ലാം ചെയ്യുകയും ചെയ്തു. ബാബുലാലും അവർക്കൊപ്പം ചേർന്നു.

ഒരിക്കൽ ഞാൻ അയാളുടെ വീടിനു മുന്നിലൂടെ കടന്നുപോയപ്പോൾ അയാളുടെ ഭാര്യ പുറത്ത് ഇരിക്കുകയായിരുന്നു. ഞാൻ അവരെ അഭിവാദ്യം ചെയ്യാൻവേണ്ടി നിന്നു. എന്താണ് സംഭവിച്ചതെന്ന് അവർക്കറിയാമായിരുന്നു. പഴയതുപോലെ കാണാൻ കഴിയുന്നില്ലല്ലോ എന്നവൾ ഖേദം പ്രകടിപ്പിക്കുകയും ചെയ്തു. ശ്രീറാമിനൊപ്പം പോയ പലരുമായും എനിക്ക് വളരെ അടുത്ത ബന്ധമുണ്ടായിരുന്നതിനാൽ ശരിക്കും സങ്കടം തോന്നി. രാഷ്ട്രീയ പ്രവർത്തനങ്ങളിൽ സ്ത്രീകൾ എത്രത്തോളം ആക്രമണ വിധേയരാണെന്ന് എനിക്കു മനസ്സിലായി. ലൈംഗിക ചുവയുള്ള വാക്കുകളിലൂടെയും പ്രവൃത്തികളിലൂടെയും ഒരു സ്ത്രീയെ അപമാനിക്കാൻ വളരെ എളുപ്പമാണ്. ഞാൻ ഭാഗ്യത്തിന് പരിക്കേൽക്കാതെ രക്ഷപ്പെട്ടു. പക്ഷേ, വ്യക്തികളെയും സാഹചര്യങ്ങളേയും കൂടുതൽ ജാഗ്രതയോടെ ശ്രദ്ധിക്കാൻ ഞാൻ പഠിച്ചു. യൂണിയൻ പുനഃസംഘടിപ്പിച്ചു, പുതിയ നേതൃത്വത്തെ തിരഞ്ഞെടുത്തു. യൂണിയന്റെ സെക്രട്ടറിമാരിൽ ഒരാളായി ഞാൻ തുടർന്നു. സി പി ഐ (എം) ന്റെ ലോക്കൽ കമ്മിറ്റി സെക്രട്ടറിയായും ഞാൻ തിരഞ്ഞെടുക്കപ്പെട്ടു. അതെന്റെ ഉത്തരവാദിത്വങ്ങൾ വർധിപ്പിച്ചു.

ജലന്ധർ പാർട്ടി കോൺഗ്രസ്

ഇതിനിടയിൽ ദേശീയ തലത്തിൽ പാർട്ടിക്കുള്ളിൽ നിർണായകമായ സംഭവവികാസങ്ങൾ നടക്കുന്നുണ്ടായിരുന്നു. അടിയന്തരാവസ്ഥയുടെ അനുഭവത്തിൽ നിന്ന് പാർട്ടിക്ക് പാഠങ്ങൾ പഠിക്കേണ്ടതുണ്ടായിരുന്നു. 1978 ഏപ്രിലിൽ, ജലന്ധർ കോൺഗ്രസ് എന്ന് പിന്നീട് പ്രസിദ്ധമായ, പാർട്ടി കോൺഗ്രസ് നടന്നു. പഞ്ചാബിലെ ജലന്ധർ എന്ന നഗരത്തിൽ നടന്നതിനാലാണ് ആ പേരിൽ അറിയപ്പെട്ടത്.

കമ്യൂണിസ്റ്റ് പാർട്ടികൾ ബൂർഷ്വാ പാർട്ടികളെപ്പോലെയല്ല പ്രവർത്തിക്കുന്നത്. ബൂർഷ്വാ പാർട്ടിയിൽ ഒരു നേതാവിനോ, ഒരു കുടുംബത്തിനോ, ശക്തമായ ഒരു ചേരിക്കോ ഏറിയും കുറഞ്ഞും തീരുമാനമെടുക്കാൻ കഴിയും. എന്നാൽ കമ്യൂണിസ്റ്റ് പാർട്ടി വളരെ ഉയർന്ന ജനാധിപത്യ തത്വങ്ങളുടെ അടിസ്ഥാനത്തിലാണ് പ്രവർത്തിക്കുന്നത്. ഞങ്ങൾ മൂന്ന് വർഷത്തിലൊരിക്കൽ പാർട്ടി കോൺഗ്രസ് നടത്തുന്നു. പാർട്ടിയിലെ തീരുമാനമെടുക്കുന്ന ഏറ്റവും ഉയർന്നവേദിയാണ് പാർട്ടി കോൺഗ്രസ്. എല്ലാ സംസ്ഥാനങ്ങളിൽനിന്നും പ്രതിനിധികളും നിരീക്ഷകരും തിരഞ്ഞെടുക്കപ്പെടുന്നു. അവരാണ് കേന്ദ്ര കമ്മിറ്റിയെ (സി സി) തെരഞ്ഞെടുക്കുക. പൊളിറ്റ് ബ്യൂറോയേയും (പി ബി) ജനറൽ സെക്രട്ടറിയെയും (ജി എസ്) സി സി അംഗങ്ങളിൽ നിന്ന് തിരഞ്ഞെടുക്കുന്നു. സി സി എല്ലാ നാലുമാസം കൂടുമ്പോഴും യോഗം ചേരുന്നു. സി സി മീറ്റിംഗുകൾക്കിടയിൽ തീരുമാനങ്ങൾ എടുക്കാൻ സി സി അംഗങ്ങൾ തെരഞ്ഞെടുത്ത പി ബിയെ ചുമതലപ്പെടുത്തിയിരിക്കുന്നു. പാർട്ടി കോൺഗ്രസിനു മുന്നോടിയായി പാർട്ടിയുടെ എല്ലാ തലങ്ങളിലും - വ്യക്തിഗത യൂണിറ്റു

മുതൽ സംസ്ഥാന കമ്മിറ്റികൾ വരെ സമ്മേളനങ്ങൾ ചേരും. പാർട്ടി കോൺഗ്രസിന്റെ കരട് രാഷ്ട്രീയ പ്രമേയം - കഴിഞ്ഞ മൂന്ന് വർഷത്തെ സംഭവവികാസങ്ങൾ വിശകലനം ചെയ്യുകയും അടുത്ത മൂന്ന് വർഷത്തേക്കുള്ള പാർട്ടിയുടെ തന്ത്രപ്രധാനമായ കാഴ്ചപ്പാട് രൂപീകരിക്കുകയും ചെയ്യുന്ന പ്രധാന രാഷ്ട്രീയ രേഖ - പാർട്ടിയുടെ എല്ലാ തലങ്ങളിലും വളരെ മുൻപേതന്നെ നന്നായി പ്രചരിപ്പിക്കുകയും അത് വിശദമായി ചർച്ച ചെയ്യപ്പെടുകയും ചെയ്യുന്നു. അക്ഷരാർത്ഥത്തിൽ ആയിരക്കണക്കിന് ഭേദഗതികൾ പാർട്ടി കോൺഗ്രസ് നടക്കുമ്പോഴും അതിനുമുൻപും ലഭിക്കുന്നു, ഒരു ഡസനിലോ അതിലധികമോ ഭാഷകളിൽ ആണെന്നതും പറയണമല്ലോ. ഇവയോരോന്നും നേതൃത്വം പരിശോധിക്കുകയും ഏതൊക്കെ ഭേദഗതികൾ അംഗീകരിക്കുന്നു, ഏതൊക്കെ ഇല്ല എന്നത് സംബന്ധിച്ച ഒരു റിപ്പോർട്ട് ജനറൽ സെക്രട്ടറി പാർട്ടി കോൺഗ്രസിൽ വയ്ക്കുകയും ചെയ്യുന്നു. ഏകദേശം ആറുമാസത്തെ ഈ വലിയ ജനാധിപത്യപ്രക്രിയയ്ക്ക് ശേഷമാണ് പാർട്ടി കോൺഗ്രസ് രാഷ്ട്രീയ പ്രമേയം അംഗീകരിക്കുന്നത്.

ഞാൻ പാർട്ടി കോൺഗ്രസിൽ നിരീക്ഷകയായി തിരഞ്ഞെടുക്കപ്പെട്ടു. നിരീക്ഷകർക്ക് വോട്ടുചെയ്യാനോ സംസാരിക്കാനോ അവകാശമില്ല, പക്ഷേ, എല്ലാ ചർച്ചകളിലും പങ്കെടുക്കാൻ കഴിയും. അതെനിക്ക് ആവേശം നൽകിയ അനുഭവമായിരുന്നു. കൽക്കത്തയിൽ പാർട്ടി ഓക്സിലറി ഗ്രൂപ്പ് അംഗമായി, പിന്നീട് പൂർണ അംഗത്വം നേടുന്നു, യൂണിറ്റ് തലം മുതൽ പ്രവർത്തിച്ച് ലോക്കൽ കമ്മിറ്റി അംഗമായി സ്ഥാനക്കയറ്റം ലഭിക്കുന്നു, സംസ്ഥാന കമ്മിറ്റിയിലേക്ക് തിരഞ്ഞെടുക്കപ്പെടുന്നു, ഇപ്പോഴിതാ അടിയന്തരാവസ്ഥയ്ക്കുശേഷമുള്ള ആദ്യ പാർട്ടി കോൺഗ്രസിൽ പങ്കെടുക്കാൻ കഴിയുന്നു, ഇത് വലിയ ഒരു ബഹുമതി തന്നെയാണ്. പാർട്ടിയുടെ ഉന്നത നേതാക്കളുടെ അവതരണങ്ങളും തുടർന്നുണ്ടായ സജീവ ചർച്ചകളും കേൾക്കാൻ കഴിഞ്ഞു. കമ്യൂണിസ്റ്റ് പാർട്ടിയെക്കുറിച്ചുള്ള പരിഹാസ്യ ചിത്രത്തിന് നേർ വിപരീതമായിരുന്നു ഈ സംവാദങ്ങൾ. ഓരോ പ്രതിനിധിക്കും അഭിപ്രായം പ്രകടിപ്പിക്കാനുള്ള അവകാശമുണ്ട്. ഒന്നുകിൽ അവരുടെ സംസ്ഥാന പ്രതിനിധികൾ മുഖേന അല്ലെങ്കിൽ, തങ്ങളുടെ അഭിപ്രായങ്ങൾ വേണ്ടത്ര പ്രകടിപ്പിക്കപ്പെട്ടിട്ടില്ല എന്ന് തോന്നുന്നുണ്ടെങ്കിൽ രേഖാമൂലം നൽകാം. ഇന്ത്യയിൽ മറ്റൊരു പാർട്ടിയും ഇത്തരമൊരു ജനാധിപത്യ പ്രക്രിയ സ്വീകരിക്കുന്നില്ല.

അടിയന്തരാവസ്ഥയ്ക്കുശേഷമുള്ള സാഹചര്യങ്ങൾ തുറന്നിട്ട സാധ്യതകളെക്കുറിച്ചായിരുന്നു ജലന്ധറിലെ പ്രധാന രാഷ്ട്രീയ ചർച്ചകൾ. അടിയന്തരാവസ്ഥക്കെതിരെയുള്ള പ്രക്ഷോഭങ്ങളിൽ സി പി ഐ (എം) മുൻനിരയിൽ ഉണ്ടായിരുന്നു. കമ്യൂണിസ്റ്റ് പാർട്ടി പ്രവർത്തകരുടെ പങ്ക്

വലിയൊരു വിഭാഗം ആളുകൾ ശ്രദ്ധിക്കുകയും അംഗീകരിക്കുകയും ചെയ്തിരുന്നു. അടിയന്തരാവസ്ഥ വിരുദ്ധ ശക്തികൾക്കിടയിലെ ഐക്യം കെട്ടുറപ്പുള്ളതാക്കി നിർത്തുമ്പോൾ തന്നെ, ഇവരിലേക്ക് എങ്ങനെ എത്തിച്ചേരാം, സ്വതന്ത്രമായ അടിത്തറ എങ്ങനെ നിർമ്മിക്കാം തുടങ്ങിയവയായിരുന്നു പാർട്ടി കോൺഗ്രസിന് മുന്നിലുള്ള ചില ചോദ്യങ്ങൾ. കരട് റിപ്പോർട്ടിനുമേൽ അഭിപ്രായവ്യത്യാസമുണ്ടെങ്കിലും രാജ്യത്തുടനീളം ജനങ്ങളുമായുള്ള ബന്ധം ശക്തിപ്പെടുത്തിക്കൊണ്ട് പാർട്ടിയെ വികസിപ്പിക്കാനുള്ള ദൃഢപ്രതിജ്ഞ ഞങ്ങൾ കൂട്ടായി എടുത്തുകൊണ്ടാണ് കോൺഗ്രസ് സമാപിച്ചത്. പശ്ചിമ ബംഗാൾ സംഘത്തിന്റെ നേതൃത്വത്തിൽ 'ഇന്റർനാഷണൽ' പാടുന്നതിനായി ഞങ്ങൾ ഒറ്റക്കെട്ടായി എഴുന്നേറ്റു നിന്നു.

ജലന്ധറിന് ശേഷം

ഞാൻ ദത്തെടുത്ത രാഷ്ട്രീയ വീടായ വടക്കൻ ഡൽഹിയിലെ വസ്ത്ര നിർമാണ തൊഴിലാളികൾക്കിടയിൽ പാർട്ടി കെട്ടിപ്പടുക്കാൻ സഹായിക്കണമെന്ന ഉറച്ച തീരുമാനത്തിലാണ് ഞാൻ തിരിച്ചെത്തിയത്. വേതന പരിഷ്കരണത്തിന്റെ പ്രശ്നങ്ങളും വൈദ്യലിംഗം ശുപാർശ നടപ്പാക്കണമെന്ന ദീർഘകാലമായുള്ള ആവശ്യവും മുൻനിർത്തി 1979 ൽ ടെക്സ്റ്റൈൽ യൂണിയനുകളുടെ സംയുക്ത വേദി രൂപീകരിച്ചു. ഈ ശുപാർശ പ്രകാരം പണപ്പെരുപ്പ സൂചികയുടെ അടിസ്ഥാനത്തിൽ 90 ശതമാനം ക്ഷാമബത്തയാണ് കണക്കാക്കിയിരുന്നത്. എന്നാൽ മില്ലുടമകൾ പ്രവൃത്തിദിനങ്ങൾ എണ്ണുന്ന രീതിയിൽ കൃത്രിമം കാണിച്ചുകൊണ്ട്, ഫലത്തിൽ 78 ശതമാനം ക്ഷാമബത്ത നൽകുകയും 12 ശതമാനം ലാഭിക്കുകയും ചെയ്തു. അക്കാലത്ത്, ഒരു വസ്ത്രനിർമാണ തൊഴിലാളിക്ക് അടിസ്ഥാന വേതനം മാസം മുപ്പത് രൂപ മാത്രമായിരുന്നു. മില്ലുകളിലെ പല വകുപ്പുകളിലും ഉൽപ്പാദനതോതുമായി ബന്ധപ്പെട്ട് വേതന വ്യവസ്ഥ നടപ്പിലാക്കിയിരുന്നു. ഉദാഹരണത്തിന്, നെയ്ത്ത് വകുപ്പിൽ, ഒരു തൊഴിലാളിയുടെ കൂലി അവൻ എത്രമീറ്റർ തുണിനെയ്തു എന്നതിനെ നേരിട്ട് ആശ്രയിച്ചിരിക്കുന്നു. ഇതായിരുന്നു തൊഴിലാളികളുടെ ഉൽപ്പാദനക്ഷമതയുടെ ഓരോ തുള്ളിയും പിഴിഞ്ഞെടുക്കുന്നതിനുള്ള മാനേജ്മെന്റിന്റെ ഒരു മാർഗം. ഇത് പലപ്പോഴും അവരുടെ ആരോഗ്യത്തെ വളരെ ഗുരുതരമായി ബാധിച്ചിരുന്നു.

മറ്റൊന്ന് 'ഹെൽപ്പർമാർ' എന്ന് വിളിക്കപ്പെടുന്നവരുടെ പ്രശ്നമാണ്. സ്ഥിരം തൊഴിലാളികൾ ചെയ്തു അതേ ജോലിയാണ് ഇവരും ചെ

യ്തിരുന്നത്, എന്നാൽ ഇവർക്ക് അടിസ്ഥാന വേതനം മാത്രമാണ് ലഭിക്കുന്നത്. മറ്റ് അലവൻസുകളൊന്നുമില്ല. കരാർ പ്രകാരമുള്ള ജോലിക്ക് പുറമേ, അവർക്ക് പലപ്പോഴും മറ്റ് വിട്ടുപണികളും ചെയ്യേണ്ടിവരും. തറയും യന്ത്രങ്ങളും വൃത്തിയാക്കണം. അല്ലെങ്കിൽ തറികളിൽ പണിയെടുക്കണം. നെയ്ത്തു വിഭാഗത്തിലെ ഹെൽപ്പറായ ഛോട്ടേ ലാൽ സ്വതന്ത്ര ഭാരത് മിൽസിലെ തന്റെ ജോലിയെക്കുറിച്ച് വിവരിച്ചത്, 'ജോലി ചെയ്യുന്നത് ഒരു മഞ്ഞുകാറ്റിലാണെ'ന്നാണ്. 'പക്ഷേ, മഞ്ഞല്ല, പഞ്ഞിയാണ് ഞങ്ങൾ ശ്വസിക്കുന്നതെന്നുമാത്രം', അത് എല്ലായിടത്തും പറ്റിപ്പിടിക്കും - വസ്ത്രങ്ങളിൽ, തറയിൽ, യന്ത്രങ്ങളിൽ. പിന്നെ അതെല്ലാം വൃത്തിയാക്കണം. സ്ഥിരം തൊഴിലാളികൾക്കുതന്നെ വളരെ കുറവാണ് വേതനം, അതിന്റെയും പകുതിയാണ് ഹെൽപ്പർമാർക്ക് കൂലിയായി ലഭിച്ചിരുന്നത്. വിലകയറുന്നതിനനുസരിച്ച് തൊഴിലാളികൾക്ക് ലഭിക്കുന്ന യഥാർത്ഥ വേതനം ചുരുങ്ങി വന്നു.

തൊഴിലാളികൾ അവരുടെ അതൃപ്തി വ്യക്തമാക്കുന്നതിന് താഴെത്തട്ടു മുതലുള്ള ഖാത കമ്മിറ്റികൾ രൂപീകരിക്കാൻ തുടങ്ങി. മിൽ ഗേറ്റുകളിലും ലേബർ ഓഫീസുകൾക്ക് മുന്നിലും മറ്റും നിരവധി ശക്തമായ പ്രകടനങ്ങൾ നടന്നു. വിപുലമായ പിന്തുണ നേടുന്നതിനുള്ള ഒരു പ്രചാരണ പരിപാടി തൊഴിലാളികളുടെ കുടുംബങ്ങൾക്കിടയിൽ ഞങ്ങളാരംഭിച്ചു. ഇതിൽ രണ്ട് യുവതികൾ സവിശേഷമായ പങ്ക് വഹിച്ചു. പോസ്റ്റൽ വർക്കേഴ്സ് യൂണിയൻ നേതാവായ ആദി നാരായണന്റെ മകളായിരുന്ന ആശാലതയും തൊഴിലാളിവർഗത്തിന്റെ മുതിർന്ന നേതാക്കളായ എം കെ പാന്ഥ, പ്രമീള എന്നിവരുടെ മകളായ ഉജ്ജ്വലും. ആശാലതയും ഉജ്ജ്വലും ഈ പ്രദേശം പതിവായി സന്ദർശിക്കുകയും തൊഴിലാളികളുടെ കുടുംബത്തിലുള്ളവരുമായി സംവദിക്കുകയും ചെയ്യുമായിരുന്നു. അവരുടെ ശ്രമഫലമായി തൊഴിലാളി കുടുംബങ്ങളിലെ സ്ത്രീകളും പ്രകടനങ്ങളിൽ പങ്കെടുക്കാൻ തുടങ്ങി. പിന്നീട് ആശാലത ഡൽഹിയിലെ വനിതാ പ്രസ്ഥാനത്തിന്റെ ഒരു പ്രധാന നേതാവായി തീർന്നു.

തൊഴിലാളികളുടെ രോഷം കൂടുതൽ പ്രകടമായപ്പോൾ, മാനേജ്മെന്റ് അനുകൂല യൂണിയനുകൾക്ക് പോലും സമരത്തിൽ പങ്കുചേരേണ്ടിവന്നു. ഈ സമയത്താണ് ലളിത് മാക്കൻ ഡൽഹി രാഷ്ട്രീയത്തിൽ ഒരു പ്രധാന വ്യക്തിയായി ഉയർന്നത്. യുവ കോൺഗ്രസ് രാഷ്ട്രീയക്കാരനായിരുന്ന അദ്ദേഹം മെട്രോപൊളിറ്റൻ കൗൺസിലർ ആയിരുന്നു. മാക്കന് യൂണിയനുകളിലും തൊഴിലാളികൾക്കിടയിലും അനുയായികൾ ഉണ്ടായിരുന്നു. അയാൾ തൊഴിലാളികളിൽ തന്റെ ഭാഗ്യപരീക്ഷണം നടത്തി. (ലളിത് മാക്കൻ പിന്നീട് ലോക്സഭയിലേക്ക് തിരഞ്ഞെടുക്ക

പ്പെട്ടു. അധികം വൈകാതെ, ഇന്ദിരാഗാന്ധിയുടെ കൊലപാതകത്തെ തുടർന്നുണ്ടായ സിഖുകാരുടെ കൊലപാതകത്തിൽ അദ്ദേഹത്തിന് പങ്കുണ്ടെന്നാരോപിച്ച് സിഖ് തീവ്രവാദികൾ അദ്ദേഹത്തെ വധിച്ചു. അദ്ദേഹത്തിന് 34 വയസ്സായിരുന്നു. പിന്നീട് ഇന്ത്യയുടെ രാഷ്ട്രപതിയായ ശങ്കർ ദയാൽ ശർമ്മയുടെ മകളായിരുന്നു അദ്ദേഹത്തിന്റെ ഭാര്യ.)

പണിമുടക്ക് ഒഴിവാക്കുന്നതിനായി തൊഴിലാളികളുടെ ആവശ്യങ്ങളെ അടിസ്ഥാനമാക്കി ചർച്ചകൾ തുടങ്ങാൻ യൂണിയനുകളുടെ സംയുക്ത വേദി എല്ലാ ശ്രമങ്ങളും നടത്തി. പ്രശ്നങ്ങൾ പരിഹരിക്കുന്നതിനായി ഇടപെടുന്നതിന് പാർലമെന്റ് അംഗങ്ങളും സർക്കാരിനെ സമീപിച്ചു. എന്നാൽ ജനതാ സർക്കാരിന് യാതൊരു അനുകൂലഭാവവും ഉണ്ടായില്ല. തൊഴിലാളികൾക്കിടയിൽ സർക്കാരിനുള്ള പിന്തുണ അതിവേഗം നഷ്ടപ്പെടുകയായിരുന്നു.

ഡി സി എം മിൽസിന് സമീപമുള്ള മൈതാനത്ത് ആയിരക്കണക്കിന് തൊഴിലാളികൾ പങ്കെടുത്തുകൊണ്ട് വലിയ പൊതുയോഗം നടന്നു. സി പി ഐ (എം) പോളിറ്റ് ബ്യൂറോ അംഗവും സി ഐ ടി യു സ്ഥാപക പ്രസിഡന്റുമായ ബി ടി രണദിവെ (ബി ടി ആർ എന്നാണ് അദ്ദേഹത്തെ സ്നേഹപൂർവ്വം വിളിച്ചിരുന്നത്)യോട് യൂണിയനുവേണ്ടി സംസാരിക്കാൻ ഞങ്ങളാവശ്യപ്പെട്ടു. മാനേജ്മെന്റുകളുടെ തൊഴിലാളി വിരുദ്ധ നടപടികളോട് തത്വദീക്ഷയില്ലാതെ വിട്ടുവീഴ്ചചെയ്യുവാനുള്ള യൂണിയനുകൾക്കിടയിലെ പ്രബലമായ പ്രവണതക്കെതിരെ പോരാടുന്നതിന് ഇന്ത്യയിലെ തൊഴിലാളിവർഗത്തിന്റെ മുൻനിര നേതാക്കളിൽ ഒരാളും നിരവധി സമരങ്ങളുടെ നായകനുമായ ബി ടി ആർ ഞങ്ങളെ എന്നും ഉപദേശിക്കുമായിരുന്നു.

പൊതുയോഗത്തിൽ ബി ടി ആർ നടത്തിയ നിശിതമായ പ്രസംഗത്തിൽ ജനതാ ഗവൺമെന്റിന്റെ വർഗ സ്വഭാവത്തെ അദ്ദേഹം തുറന്നുകാട്ടി, മുൻ കോൺഗ്രസ് ഭരണത്തിൽനിന്ന് അതിനെ വേറിട്ട് നിർത്തിയെന്നുമാത്രം. മറ്റ് പല ഉന്നത ദേശീയ നേതാക്കളും ജനത സർക്കാരിനെ വെള്ള പൂശുകയാണുണ്ടായത്. ബി ടി ആർ പിന്നീട് ഞങ്ങളെ ശാസിച്ചു. 'എന്തുതരം സമരമാണ് നിങ്ങൾ കെട്ടിപ്പടുക്കുന്നത്? അണികൾ എല്ലാവരും നമ്മുടേത്, നേതാക്കൾ അവരുടെ? ഇത് സമരത്തെ ദുർബലപ്പെടുത്തുകയേയുള്ളൂ.' അത് സത്യമായിരുന്നു. ബി ടി ആർ ഒഴികെ, മറ്റൊരു നേതാവും തൊഴിലാളികളെ അഭിസംബോധന ചെയ്യുവാൻ സി ഐ ടി യുവിൽ നിന്ന് ഉണ്ടായിരുന്നില്ല, മറ്റുള്ളവർക്കാകട്ടെ നിരവധി ദേശീയ നേതാക്കൾ ഉണ്ടായിരുന്നു. ബി ടി ആറിന് ഇതേക്കുറിച്ച് എപ്പോഴും വ്യക്തതയുണ്ടായിരുന്നു. തൊഴിലാളികളുടെ സംയുക്ത പോരാട്ടങ്ങൾ വിപ്ല

വപാതയെ ശക്തിപ്പെടുത്തുന്നതിനിടയാക്കണം. നമ്മുടെ പ്രവർത്തകർ താഴെത്തട്ടിൽ നിരവധി പ്രവർത്തനങ്ങൾ നടത്തിയിട്ടും പരിഷ്കരണ വാദി നേതാക്കളുടെ ആധിപത്യം സമരത്തെ ദുർബലപ്പെടുത്തി. ഐക്യ ത്തിന്റെ പേരിൽ തൊഴിലാളികൾക്കിടയിൽ രാഷ്ട്രീയം വിശദീകരിക്കു ന്നതിൽനിന്നും ഞങ്ങൾ പലപ്പോഴും ഒഴിഞ്ഞുമാറുന്നുവെന്ന വിമർശനം അദ്ദേഹത്തിന് എപ്പോഴുമുണ്ടായിരുന്നു.

1979 ലെ സമരം

1979 ജൂൺ 27 ന് സമരം ആരംഭിച്ചു. ഒരു സമരം തുടങ്ങിയാൽ പകലോ രാത്രിയോ എന്നില്ല ഏത് സമയത്തും നൂറുകണക്കിന് തൊഴിലാളികൾ മിൽ ഗേറ്റിൽ തടിച്ചുകൂടും. ഞങ്ങൾ ഒരു ഗേറ്റിൽനിന്നും മറ്റൊന്നിലേക്ക് നിരന്തരം പോവുകയും യോഗങ്ങൾ നടത്തുകയും പ്രവർത്തനങ്ങൾ ആസൂത്രണം ചെയ്യുകയും ചെയ്തു. പണിമുടക്ക് ഒഴിവുകാലമല്ല, കഠിനമായ അധ്വാനമാണ്. മാത്രമല്ല, സമരം നീണ്ടുപോയാൽ കടുത്ത സാമ്പത്തിക ബുദ്ധിമുട്ട് എന്നാണർത്ഥം. പണിമുടക്കിന്റെ ആദ്യത്തെ ഒന്നോ രണ്ടോ ആഴ്ച, ഞങ്ങൾ സമൂഹ അടുക്കളകൾ തയ്യാറാക്കുകയും ഭക്ഷണം വിതരണം ചെയ്യുകയും ചെയ്തു. തൊഴിലാളികളുടെ സംഘങ്ങൾ ഫണ്ട് ശേഖരിച്ചുകൊണ്ട് സമരക്കാർക്ക് സഹായം നൽകും. സമര സമിതി നേതാക്കൾക്ക് കുറ്റപത്രങ്ങളും പിരിച്ചുവിടൽ നോട്ടീസുകളും നൽകിക്കൊണ്ട് മാനേജ്മെന്റ് പ്രതികാരം ചെയ്തു.

1976-ലെ സമരത്തിന്റെ നായകൻ ഹരീഷ് ചന്ദ്ര പാന്ത് തന്റെ സഹോദരന്റെ കുടുംബത്തോടൊപ്പം താമസിച്ചിരുന്ന മിൽ ക്വാർട്ടേഴ്സിലേക്ക് മാനേജ്മെന്റിന്റെ ഒരു കത്ത് നൽകാൻ ഒരു ദിവസം ബിർള മിൽസിലെ ഒരു പ്യൂൺ പോയി. പാന്തിന്റെ കുടുംബം ഗുരുതരമായ സാമ്പത്തിക പ്രതിസന്ധിയിലായിരുന്നു. വെറും രണ്ട് മാസങ്ങൾക്ക് മുമ്പാണ് പാന്തും ഭാര്യ ബസന്തി ദേവിയും അവരുടെ രണ്ടാമത്തെ മകന്റെ ജനനം ആഘോഷിച്ചത്. ഒരു കുട്ടിയുടെ ജനനം സന്തോഷകരമാണെങ്കിലും, അത് ചെലവ് വർദ്ധിപ്പിക്കുന്നു. സമരം തുടങ്ങിയപ്പോൾ, അവർക്ക് ഭക്ഷണത്തിന്റെ അളവ് കുറയ്ക്കേണ്ടി വന്നു. ചപ്പാത്തി മുറിച്ച് വിലകുറഞ്ഞ

പാചക എണ്ണയും ഉപ്പും ചേർത്ത് കഴിക്കാൻ മാത്രമേ അവർക്ക് കഴിയുന്നുണ്ടായിരുന്നുള്ളൂ. പ്യൂൺ കത്ത് ബസന്തിയെ ഏൽപ്പിച്ച ശേഷം ഭർത്താവിനെ 'ഡിസ്മിസ്' ചെയ്തു എന്ന് പറഞ്ഞു. ആ വാക്കിന്റെ അർത്ഥം അവൾക്കറിയില്ലായിരുന്നു. അവൾ പാന്തിനോട് ആ വാക്ക് ആവർത്തിച്ചുകൊണ്ട് നിഷ്കളങ്കമായി ചോദിച്ചു 'ഇത് എന്തെങ്കിലും നല്ല കാര്യമാണോ?' പാന്തിന് കുടുംബത്തെ തിരികെ ഉത്തരാഖണ്ഡിലേക്ക് (അന്ന് യു പി) അയക്കുകയല്ലാതെ വേറെ വഴിയില്ലായിരുന്നു. വർഷങ്ങൾ ഇത്ര കഴിഞ്ഞിട്ടും, ആ ചിത്രം പാന്തിന്റെ തലച്ചോറിൽ പതിഞ്ഞു നിൽക്കുന്നു - ഓടുന്ന ബസിൽ നിന്ന് ഭാര്യ തന്നെനോക്കുന്നു, അവളുടെ കവിളിൽ കണ്ണുനീർ ഒഴുകിയിറങ്ങുന്നുണ്ട്, കൈകളിൽ പൊടിക്കുഞ്ഞ്, മൂത്തകുട്ടി അവന്റെ ചെറിയ മുഖം ജനലിന്റെ ചില്ലിൽ ഒട്ടിച്ചു വച്ച് പാന്തിന് നേരെ കൈവീശുന്നു.

സമരം രണ്ടാം മാസത്തിലേക്ക് കടന്നതോടെ ഇത്തരം ദൃശ്യങ്ങൾ പതിവായി മാറി. കുടുംബച്ചെലവുകൾ എങ്ങനെയെങ്കിലും ഒപ്പിച്ചുകൊണ്ടുപോകുന്ന സ്ത്രീകൾക്ക് ഈ സാഹചര്യം കൂടുതൽ ബുദ്ധിമുട്ടുണ്ടാക്കി. ധാരാളം സ്ത്രീകൾ തൊഴിലെടുക്കാൻ തുടങ്ങി. പല സ്ത്രീകളും ഗാർഹികാധിഷ്ഠിത തൊഴിലുകൾ ചെയ്യാൻ തുടങ്ങിയതായി തൊഴിലാളികളുടെ വീടുകളിൽ പോയപ്പോൾ ഞങ്ങൾ കണ്ടു. ഡി സി എം മില്ലിലെ ബിഷെൻ പാൽ എന്ന നേതാവ് അദ്ദേഹം താമസിച്ചിരുന്ന തെരുവിൽ സംഘടിപ്പിച്ച ഒരു യോഗത്തിന് പോയത് ഞാൻ ഓർക്കുന്നു. സ്ത്രീകൾ അവർ നേരിടുന്ന ബുദ്ധിമുട്ടുകളെക്കുറിച്ചും ജോലി കണ്ടെത്തേണ്ടതിന്റെ ആവശ്യകതയെക്കുറിച്ചും സംസാരിച്ചു. ബിഷെൻ പാലിന്റെ ഭാര്യ ആശയും മക്കളും ചേർന്ന് ഒരു വലിയകെട്ട് ചെമ്പ് കമ്പി ചെറിയ കഷണങ്ങളായി വെട്ടി ഇരുമ്പ് സ്റ്റൂവിൽ ചുറ്റുകയാണ്. പകൽ മുഴുവൻ ജോലി ചെയ്താൽ ഒരു ദിവസം ശരാശരി നാൽപ്പത് രൂപയാണ് അവർക്ക് കിട്ടുന്നത്. ഇതു കൊണ്ടാണ് കുടുംബം പുലർന്നുപോകുന്നത്. ഗാർഹികാധിഷ്ഠിത തൊഴിലിന്റെ പ്രശ്നം, അനിവാര്യമായും കുടുംബത്തിലെ എല്ലാ അംഗങ്ങളും അത് ചെയ്യുന്ന സ്ഥിതിയുണ്ടാകും എന്നതാണ്. അത് കുടുംബത്തിന്റെ മുഴുവൻ സമയവും അപഹരിക്കുന്നു. കുട്ടികൾ സ്കൂളിൽ പോകാതെയാകുന്നു. ചിലർ കൊഴിഞ്ഞുപോകുന്നു - എങ്ങനെയെങ്കിലും കുടുംബത്തിന്റെ അതിജീവനത്തെ സഹായിച്ചേ കഴിയൂ, അതിനായി ചില സ്ത്രീകൾ വീട്ടു ജോലി കണ്ടെത്തി.

എന്നാൽ, ആശ്ചര്യപ്പെടുത്തുന്നത് സ്ത്രീകളുടെ ഉത്സാഹവും സമരം വിജയിപ്പിക്കുവാനുള്ള അവരുടെ നിശ്ചയദാർഢ്യവുമാണ്. ഈ നിശ്ചയദാർഢ്യത്തിന്റെ പ്രതീകമായിരുന്നു സ്വതന്ത്ര ഭാരത മിൽസിലെ ഞങ്ങളുടെ നേതാക്കളിലൊരാളും പിന്നീട് യൂണിയന്റെ ജനറൽ സെക്ര

ട്ടറിയുമായ ഇന്ദർ പാലിന്റെ ഭാര്യ കമല. ലജ്ജാവതിയായ അവൾ ഒരു കുട്ടുകുടുംബം നോക്കിനടത്തുന്നതിനാലാകാം മറ്റൊന്നിലും താത്പര്യം കാണിച്ചിരുന്നില്ല. സമരത്തിന് പിന്തുണ ലഭിക്കുന്നതിന് തൊഴിലാളി കളുടെ കുടുംബങ്ങൾക്കിടയിൽ പ്രചാരണം നടത്തുവാനുള്ള ഞങ്ങളുടെ അഭ്യർത്ഥന അവൾ അംഗീകരിച്ചു. ആകർഷകവും അന്തസ്സുള്ളതുമായ പെരുമാറ്റംമൂലം അവളുടെ വാക്കുകൾക്ക് അവരിൽ ശക്തമായ സ്വാധീനം ചെലുത്താൻ കഴിഞ്ഞു. സ്കൂളിൽ പോകുന്ന നാല് കുട്ടികളുടെ അമ്മയായ താൻ നേരിടുന്ന ബുദ്ധിമുട്ടുകളെക്കുറിച്ചും ഉള്ള ഭക്ഷണം കുടുംബത്തിലെ എല്ലാവർക്കുമായി പങ്കുവയ്ക്കുന്നതിനെക്കുറിച്ചും തൊഴിലാളികളുടെ അന്ത സ്സിനെക്കുറിച്ചും അഭിമാനത്തെക്കുറിച്ചും അവരെടുക്കുന്ന കഠിനാധ്വാന ത്തെക്കുറിച്ചും അവൾ സംസാരിച്ചു. അനീതിക്കെതിരെ അവരുടെ കോപം ഉണർത്തുവാൻ അവൾക്ക് കഴിഞ്ഞു. അവളുടെ സംസാരം കേട്ടിരിക്കുന്ന ത് ആവേശകരമായ അനുഭവമായിരുന്നു.

തൊഴിലാളികൾ പണിമുടക്കുന്നത് യൂണിയനുകൾക്ക് ഇഷ്ടമാ ണെന്നാണ് ചിലർ കരുതുന്നത്. മുതലാളിത്ത മാധ്യമങ്ങൾ ഇത്തരം നുണകൾ പ്രചരിപ്പിക്കാൻ കൂട്ടുനിൽക്കുന്നു. വാസ്തവത്തിൽ തൊഴിലാ ളികൾ മറ്റാരെക്കാളും കൂടുതൽ പണിമുടക്കുകൾ വെറുക്കുന്നു. സമരങ്ങൾ അക്ഷരാർത്ഥത്തിൽ അവരുടെ അവസാന ആശ്രയമാണ്. ടെക്സ്റ്റൈൽ തൊഴിലാളികളെപ്പോലെ ദിവസക്കൂലികൊണ്ടാണ് അവർ ജീവിക്കുന്ന ത്. കൂലിയില്ലാത്ത സമര കാലത്തേക്ക് സൂക്ഷിച്ചുവെക്കാൻ അവർക്കു മിച്ചമൊന്നുമുണ്ടാവില്ല. ഒരു പണിമുടക്ക് തങ്ങളെ കടക്കെണിയിലാക്കു മെന്ന് അവർക്കറിയാം, നൂറുകണക്കിന് തൊഴിലാളികൾ കടക്കെണി യിലാകുകയും ചെയ്തു. തൊഴിലാളികളുടെ സമരത്തിന് കുടുംബങ്ങളുടെ പിന്തുണ പ്രധാനമാണ്. അത് അവരുടെ മനോവീര്യത്തെ കാര്യമായി സ്വാധീനിക്കും. ആ അർത്ഥത്തിൽ, മുതലാളിത്ത ചൂഷണത്തിനെതി രായ പോരാട്ടത്തിന്റെ കേന്ദ്രം കൂടിയാണ് തൊഴിലാളി കുടുംബങ്ങൾ.

ഒട്ടുമിക്ക യൂണിയനുകളും കുടുംബത്തിലെ സ്ത്രീകളെക്കുറിച്ച് ചി ന്തിക്കാറില്ല. പശ്ചിമ ബംഗാൾ പോലുള്ള സംസ്ഥാനത്ത്, തൊഴിലാളി കൾ ജീവിക്കുന്ന കോളനികളിൽ പാർട്ടി വളർന്നു. തൊഴിലാളിവർഗ കുടുംബങ്ങളിലെ സ്ത്രീകൾ വർഗസമര രാഷ്ട്രീയത്തിൽ സജീവമായിരു ന്നു. ഞാൻ കൊൽക്കത്തയിൽ പ്രവർത്തിച്ചിരുന്ന കാലത്ത് ഖിദിർപൂർ ഡോക്ക് ഏരിയയ്ക്ക് ചുറ്റുമുള്ള കോളനികളിൽ കുറച്ചു ദിവസം പോയിരു ന്നത് ഓർക്കുന്നു. ബിഹാറിയായ, ബുദ്ധിമാനും സൗമ്യനുമായ ബാബു നന്ദൻ എന്ന തൊഴിലാളി യൂണിയൻ നേതാവ് അന്നെന്നോട് പറഞ്ഞ ത്, പണിമുടക്ക് സമരങ്ങളുടെ ഏറ്റവും വലിയ ശക്തി തൊഴിലാളിയുടെ കുടുംബത്തിൽ നിന്നുള്ള പിന്തുണയാണെന്നാണ്. കൽക്കത്തയിലെ

ഡോക്കിനു ചുറ്റുമുള്ള മേഖലകളിൽനിന്നും സമരത്തിന് പിന്തുണ ലഭിക്കാൻ കാരണം പാർട്ടിയുടെ പ്രവർത്തനമാണെന്നും അദ്ദേഹം പറഞ്ഞു.

പാർട്ടിക്ക് പരിമിതമായ സ്വാധീനം മാത്രമുണ്ടായിരുന്ന ഡൽഹിയിൽ ഇത്തരം പിന്തുണ ഗ്രൂപ്പുകൾ ഉണ്ടായിരുന്നില്ല. ഞങ്ങളുടെ വനിതാ പ്രവർത്തകരുടെ സംഘം സമരത്തിന്റെ പ്രശ്നങ്ങൾ തൊഴിലാളികളുടെ കുടുംബങ്ങളിലേക്ക് എത്തിക്കാൻ ചെറിയ രീതിയിൽ ശ്രമിച്ചപ്പോൾ, പണിമുടക്കിന്റെ കാര്യങ്ങൾ കുടുംബങ്ങൾക്കകത്ത് ചർച്ച ചെയ്യുന്നില്ലെന്ന് ഞങ്ങൾ കണ്ടെത്തി. തൊഴിലാളികളുടെ കുടുംബങ്ങളിലും പുരുഷാധിപത്യ സംസ്കാരം നിലനിൽക്കുന്നുവെന്നത് വ്യക്തമാണ്. തൊഴിൽ, യൂണിയനുകൾ, സമരങ്ങൾ എന്നിവയുമായി ബന്ധപ്പെട്ട പ്രശ്നങ്ങൾ കുടുംബ ഇടപെടലുകളുടെ ഭാഗംപോലുമല്ല, ചർച്ചയെക്കുറിച്ച് പിന്നെ പറയാനുമില്ല. ഞങ്ങൾ തൊഴിലാളികളുടെ യോഗങ്ങളിലേക്ക് സ്ത്രീകളെ ക്ഷണിക്കുവാൻ തുടങ്ങി. അധികമാരും വരില്ലെങ്കിലും ഇത്തരം യോഗങ്ങൾ നടക്കുന്നതായി വാർത്ത പരന്നു. സമരത്തിന്റെ പ്രശ്നങ്ങൾ വീട്ടിൽ ഭാര്യയും കുട്ടികളുമായി ചർച്ച ചെയ്യണമെന്നു ഞങ്ങൾ ഗേറ്റ് യോഗങ്ങളിൽ തൊഴിലാളികളോട് അഭ്യർത്ഥിച്ചു. ഈ വിഷയത്തിന് മൂർച്ച കൂട്ടുവാൻ ഒരു മുദ്രാവാക്യത്തിലൂടെ ഞങ്ങൾ ശ്രമിച്ചു:

നമ്മുടെ പോരാട്ടം
ഗേറ്റ് മുതൽ വീട്ടിലേക്ക്,
വീട്ടിൽ നിന്ന് ഗേറ്റ് വരെ!

അതൊരു നല്ല തുടക്കമായിരുന്നു, പക്ഷേ, സാമ്പത്തിക സമ്മർദ്ദം കാരണം കൂടുതൽ തൊഴിലാളികൾ കുടുംബത്തോടൊപ്പം അവരുടെ ഗ്രാമങ്ങളിലേക്ക് തിരികെ പോയി.

ജയിൽ

തൊഴിലാളികളുടെ പ്രശ്നങ്ങൾ രാഷ്ട്രീയവൽക്കരിക്കാൻ പാടില്ല എന്ന് പലപ്പോഴും പറയുന്നത് കേൾക്കാറുണ്ട്. ഇത് തീർത്തും അസംബന്ധമാണ്. സർക്കാരിന്റെ മുതലാളിത്ത അനുകൂലപക്ഷപാതം 'രാഷ്ട്രീയ'മല്ലെങ്കിൽ പിന്നെ എന്താണ് രാഷ്ട്രീയം? ഇടതുപക്ഷ പാർട്ടികളുടെ പിന്തുണയോടെ കേന്ദ്ര ട്രേഡ് യൂണിയനുകൾ നിരവധി ഐക്യദാർഢ്യ പ്രവർത്തനങ്ങൾ സംഘടിപ്പിച്ചു. സർക്കാർ ഇടപെടൽ ആവശ്യപ്പെട്ട് ഒരു പാർലമെന്റ് മാർച്ച് നടത്തി. എം പിമാർ വിഷയം ഉന്നയിച്ചപ്പോൾ പ്രധാനമന്ത്രി മൊറാർജി ദേശായി പറഞ്ഞത്, 'പാത്രങ്ങൾ ശൂന്യമാകുമ്പോൾ, തൊഴിലാളികൾ സ്വയം ജോലിയിലേക്ക് മടങ്ങും' എന്നാണ്. പഴയ ബോംബെ സംസ്ഥാനത്തിന്റെ മുൻ മുഖ്യമന്ത്രി എന്ന നിലയിൽ മൊറാർജി ദേശായി തീവ്രമായ മുതലാളിത്ത അനുകൂല, തൊഴിലാളി വിരുദ്ധ നയമാണ് പിന്തുടർന്നിരുന്നത്. ബോംബെ സഹോദരന്മാർക്ക് അദ്ദേഹത്തോട് ഇത്രയധികം വെറുപ്പുണ്ടായത് എന്തുകൊണ്ടാണെന്ന് ഡൽഹിയിലെ തൊഴിലാളികൾ ഇപ്പോൾ മനസ്സിലാക്കി.

1979 ജൂലൈ അവസാനം ടെക്സ്റ്റൈൽ തൊഴിലാളികൾക്ക് ഐക്യദാർഢ്യം പ്രഖ്യാപിച്ച് പൊതുപണിമുടക്കിന് ആഹ്വാനം ചെയ്തു. വ്യവസായ മേഖലകളിൽ നിന്നുള്ള തൊഴിലാളികൾക്കൊപ്പം ഞാനും ഒരു പ്രകടനത്തിൽ പങ്കെടുക്കുകയായിരുന്നു. ഞങ്ങൾ കമലാ നഗർ കടക്കുമ്പോൾ ഒരു വലിയ പോലീസ് സേന ഞങ്ങളുടെ വഴിതടഞ്ഞു. മുന്നറിയിപ്പില്ലാതെ അവർ ലാത്തിചാർജ് തുടങ്ങി, തൊഴിലാളികൾ തിരിച്ചടിച്ചു. റോഷനാര റോഡ് പോലീസ് സ്റ്റേഷനിലെ ഇൻസ്പെക്ടറാണ്

നേതൃത്വം നൽകിയത്. അയാൾ എന്റെ തലയിൽ അടിച്ചു, കൈയിൽ പിടിച്ചുവലിച്ച് പോലീസ് വാനിലേക്ക് കയറ്റാൻ തുടങ്ങി. ഞാൻ എതിർത്തപ്പോൾ അയാൾ എന്റെ മുടിപിടിച്ച് വലിച്ചു. ഞാൻ അയാളെ ആഞ്ഞടിച്ചു, അയാൾ തിരിച്ചും. തൊഴിലാളിയായ ഗണേഷനും ദയാനന്ദനും എന്റെ അരികിലുണ്ടായിരുന്നു. എന്നെ സംരക്ഷിക്കാൻ ശ്രമിച്ചപ്പോൾ അവർക്കും മർദനമേറ്റു. മറ്റ് പല സമരസ്ഥലങ്ങളിലും പ്രവർത്തകർക്ക് നേരെ പോലീസ് ലാത്തിവീശി. വിവിധ യൂണിയനുകളിൽ നിന്നുള്ള 83 തൊഴിലാളികൾ അന്ന് അറസ്റ്റ് ചെയ്യപ്പെട്ടു. ഞങ്ങളെ ഒരു മജിസ്ട്രേറ്റിന മുന്നിൽ ഹാജരാക്കി, അയാൾ ഞങ്ങളെ തിഹാർ ജയിലിലേക്കയച്ചു.

ഞങ്ങളെ എല്ലാവരെയും ഒരേ വാനിലാണ് കൊണ്ടുപോയത്, പക്ഷേ, അതിൽ ഒരേയൊരു സ്ത്രീ ഞാനായിരുന്നു. ജയിലിൽ എത്തിയപ്പോൾ ബാക്കിയുള്ളവരിൽ നിന്ന് എന്നെ മാറ്റി. അടിയന്തരാവസ്ഥക്കാലത്ത് തടവുകാർക്ക് നേരിടേണ്ടിവന്ന യാതനകളെക്കുറിച്ച് ഒരുപാട് കേട്ടിരുന്നതിനാൽ ഇനി എന്ത് സംഭവിക്കുമെന്ന് എനിക്ക് കുറച്ച് ആശങ്കയുണ്ടായിരുന്നു. എന്നെ ഒരു ഇടത്തരം മുറിയിലേക്കാണ് കൊണ്ടുപോയത്. ജനലഴികൾ ഒഴിച്ചാൽ, അതൊരു ജയിൽ മുറിയാണെന്ന് തോന്നില്ല. ഒരു കട്ടിലും വൃത്തിയുള്ള കിടക്കയും ഒരു മേശയും കസേരയും അവിടെയുണ്ടായിരുന്നു. ഒരു ശുചിമുറി - നല്ല വൃത്തിയുള്ളത് - വളരെ കുറച്ച് തടവുകാർ മാത്രം ഉപയോഗിക്കുന്നതാണെന്ന് മനസ്സിലായി. ഞാൻ അമ്പരന്നുപോയി. കഴിഞ്ഞ ഡിസംബറിൽ അറസ്റ്റ് ചെയ്യപ്പെട്ടപ്പോൾ ഇന്ദിരാഗാന്ധി കിടന്ന അതേ സെല്ലിലാണ് ഇപ്പോൾ ഞാനുള്ളതെന്നാണ് എന്റെ അമ്പരപ്പുകണ്ട വാർഡൻ പറഞ്ഞത്. സാധാരണ തടവറകൾക്ക് പകരം എന്തിനാണ് എന്നെ ഇവിടെ കൊണ്ടുവന്നതെന്ന് എനിക്കറിയില്ലായിരുന്നു. എന്റെ ആദ്യത്തെ ജയിലനുഭവം ഞാൻ വിചാരിച്ചതുപോലെ ആയിരുന്നില്ല. പക്ഷേ, ഞാൻ പിന്നീട് കിടന്നതെല്ലാം ചെറിയ ഇടുങ്ങിയ സെല്ലുകളിലാണ്. തറയിൽ കിടന്ന് ഉറങ്ങുകയും വൃത്തികെട്ട ശുചിമുറികൾ പലരുമായി പങ്കിടുകയും ചെയ്യേണ്ടിവന്നു. ജയിൽ പരിഷ്കരണം ഒരു അടിയന്തര ആവശ്യമാണ്. പ്രത്യേകിച്ച് ഇപ്പോൾ നിലവിലുള്ള ഭരണത്തിനുകീഴിൽ രാഷ്ട്രീയ കാരണങ്ങളാൽ തടവിലാക്കപ്പെടുന്നവർക്ക് അടിസ്ഥാന സൗകര്യങ്ങൾ പോലും നിഷേധിക്കപ്പെടുമ്പോൾ.

ജയിലറകൾക്ക് പുറത്ത് ചുറ്റി സഞ്ചരിക്കാൻ ഞങ്ങൾക്ക് അനുവാദം കിട്ടിയപ്പോൾ മറ്റ് ചില തടവുകാരെ ഞാനവിടെ കണ്ടു. അക്കൂട്ടത്തിൽ മേരി എലൻ എന്ന ഓസ്ട്രേലിയൻ യുവതിയും ഉണ്ടായിരുന്നു. ഞങ്ങൾ മിക്കവാറും എല്ലാ ദിവസവും കുറച്ചു നേരത്തേക്കെങ്കിലും പരസ്പരം കാണും. അവളുടെ കഥകൾ കേൾക്കുന്നത് എനിക്ക് കൗതുകമായിരുന്നു. ചാൾസ്

ശോഭരാജ് ഉൾപ്പെട്ട കൊലക്കേസിൽ തന്നെയും ഉൾപ്പെടുത്തി കുടുക്കിയതാണെന്നും താൻ കബളിപ്പിക്കപ്പെട്ടെന്നും അവൾ അവകാശപ്പെട്ടു. പിന്നീട് അവൾ കൂറുമാറി ജയിലിൽ നിന്ന് നേരത്തെ മോചനം നേടിയതായി ഞാൻ കേട്ടു. ഒരു ദിവസം സൂപ്രണ്ടിന്റെ ഓഫീസിലേക്ക് വക്കീലന്മാരെ കാണാനായി എന്നെ വിളിച്ചപ്പോൾ മുറിയിൽ ഞാൻ മറ്റൊരാളെ കണ്ടു. അത് ചാൾസ് ശോഭരാജായിരുന്നു. അയാൾ ഒരു സ്ത്രീയോടൊപ്പം അവിടെ മൂലയ്ക്കുള്ള ബെഞ്ചിൽ ഇരിക്കുന്നു, ഒപ്പം കൂട്ടുപ്രതിയായ വേറൊരു സ്ത്രീയും ഉണ്ടായിരുന്നു. അയാൾ അവളെ ഗാഢമായി ആലിംഗനം ചെയ്യുന്നു. ജയിൽ സൂപ്രണ്ടിന്റെ ഓഫീസിൽ കണ്ട അസാധാരണമായ ഒരു രംഗം!

ഭൂരിഭാഗം തൊഴിലാളികളെയും ഏതാനും ദിവസങ്ങൾക്കുള്ളിൽ വിട്ടയച്ചു, പക്ഷേ, മറ്റുചിലർക്കൊപ്പം, കൊലപാതകശ്രമത്തിന് വകുപ്പ് 307 പ്രകാരം എനിക്കെതിരെ കുറ്റം ചുമത്തി. ഒപ്പം ജാമ്യം കിട്ടാവുന്ന മറ്റു ചില വകുപ്പുകളും. എന്നെ ആക്രമിച്ച ഇൻസ്പെക്ടർ ഞാനും മറ്റു ചിലരും ചേർന്ന് അയാളെ കൊല്ലാൻ ശ്രമിച്ചുവെന്ന് പരാതി നൽകിയിരുന്നു. ഇത് പിന്നീട് കോടതി ഒഴിവാക്കിയെങ്കിലും ഞങ്ങൾക്ക് ജാമ്യം ലഭിക്കുന്നതിന് മൂന്നാഴ്ച വേണ്ടിവന്നു. ഞങ്ങൾ തിരിച്ചെത്തിയപ്പോൾ തൊഴിലാളികൾ ഗേറ്റിൽവച്ച് ഊഷ്മളമായ സ്വീകരണം നൽകി, പക്ഷേ, പൊതുവിൽ അവസ്ഥ പരിതാപകരമായിരുന്നു.

കരാർ

ജനതാ പാർട്ടി അതിന്റെ ആന്തരിക വൈരുദ്ധ്യങ്ങളിലും മത്സരങ്ങളിലും കുടുങ്ങി, ഒടുവിൽ 1979 ജൂലൈയിൽ സർക്കാർ തകർന്നു. ചരൺ സിംഗ് പുതിയ സർക്കാർ രൂപീകരിച്ചു. അതിനും മുമ്പുതന്നെ ഭൂരിപക്ഷം തെളിയിക്കാൻ അദ്ദേഹത്തിന് പാർലമെന്റിനെ അഭിമുഖീകരിക്കേണ്ടി വന്നു. പ്രധാനമന്ത്രി സ്ഥാനത്തേക്കുള്ള അദ്ദേഹത്തിന്റെ ശ്രമത്തെ ആദ്യം പിന്തുണച്ച കോൺഗ്രസ് പിന്നീട് അത് പിൻവലിച്ചു. 1979 ഓഗസ്റ്റ് 22-ന് ലോക്സഭ പിരിച്ചുവിട്ടു. 1980 ജനവരിയിൽ അടുത്ത ലോക്സഭാ തിരഞ്ഞെടുപ്പ് നടക്കുന്നതുവരെ ചരൺസിങ്ങിന്റെ സർക്കാരിനെ 'കാവൽ' സർക്കാരായി പ്രഖ്യാപിച്ചു.

ഇത്തരം അപ്രതീക്ഷിത രാഷ്ട്രീയ സംഭവവികാസങ്ങൾ ഉണ്ടാകുമ്പോൾ ജനങ്ങൾക്ക് സ്ഥൂലചിത്രത്തിൽ മാത്രമേ താൽപ്പര്യമുണ്ടാകൂ. എന്നാൽ ഇതിനകംതന്നെ വളരെ നീണ്ടുപോയ സമരം ഞങ്ങളെ സംബന്ധിച്ചിടത്തോളം വിനാശകരമായി തീർന്നിരുന്നു. തൊഴിലാളികൾ വല്ലാത്ത വിഷാദത്തിലും ആത്മവീര്യം നഷ്ടപ്പെട്ട അവസ്ഥയിലുമായിരുന്നു. സർക്കാർ സഹായിക്കുമെന്ന് ഞങ്ങൾക്ക് യാതൊരു പ്രതീക്ഷയും ഉണ്ടായിരുന്നില്ല. പക്ഷേ, അതിശയകരമെന്നു പറയട്ടെ പുതിയ തൊഴിൽ മന്ത്രി ഫസൽ-ഉർ-റഹ്മാൻ തൊഴിലാളികളെയും എല്ലാ യൂണിയനുകളെയും സർക്കാരുമായുള്ള ചർച്ചയ്ക്ക് വിളിച്ചു. പുതിയ ജനറൽ സെക്രട്ടറി ('ഡോക്ടർ') കമൽ നാരായന്റെ നേതൃത്വത്തിൽ ഓരോ മില്ലിൽനിന്നും ഓരോ പ്രതിനിധി വീതം അടങ്ങുന്ന ഭാരവാഹികളുടെ, ഒരു സംഘത്തെ ഞങ്ങൾ അയച്ചു. എല്ലാ ദിവസവും ചർച്ചയ്ക്ക് ശേഷം ഞങ്ങൾ

മുതിർന്ന സി ഐ ടി യു നേതാവ് എം കെ പാന്ഥയുടെ വീട്ടിൽ ഒത്തുകൂടും. അനുരഞ്ജന ചർച്ച് നടത്തിയതിന്റെ അനുഭവ സമ്പത്ത് ഉണ്ടായിരുന്ന അദ്ദേഹം ഞങ്ങൾക്കാവശ്യമായ ഉപദേശം നൽകി.

വിവരങ്ങൾ അറിയിക്കുന്നതിന് ഞങ്ങൾ തൊഴിലാളികളുടെ യോഗങ്ങളും വിളിച്ച് ചേർത്തു. ഒത്തുതീർപ്പ ചർച്ചകൾ ആരംഭിച്ചതോടെ ഏറ്റവും പുതിയ വാർത്തകളറിയാൻ ആകാംക്ഷയോടെ തൊഴിലാളികൾ വീണ്ടും ഗേറ്റുകളിൽ തിങ്ങിനിറഞ്ഞു. രണ്ട് പ്രധാന പ്രശ്നങ്ങളാണുണ്ടായിരുന്നത്. ഒന്ന്, ക്ഷാമബത്തയുടെ ശതമാനം ഉയർത്തുക. രണ്ടാമത്തേത്, പ്രതികാര നടപടികൾ ഉണ്ടാവില്ലെന്ന് ഉറപ്പ നൽകുകയും എല്ലാ പുറത്താക്കൽ നോട്ടീസുകളും പിൻവലിക്കുകയും വേണം. വേതന വർധനവിനായി ഒരു ട്രിബ്യൂണലിന് വിടുക തുടങ്ങിയ ആവശ്യങ്ങളിൽ തീരുമാനമായി കഴിഞ്ഞിരുന്നു. ക്ഷാമബത്ത തുക നടപ്പാക്കുന്നതിന് വേണ്ടി ഒരിക്കൽക്കൂടി ഒരു കമ്മിറ്റിക്ക് വിടാൻ അന്തിമ ഉടമ്പടിയിൽ തീരുമാനമായി, അത് സമയബന്ധിതമായിരുന്നു എന്നതാണ് മെച്ചം. പിന്നീട് ക്ഷാമബത്ത 90 ശതമാനമെന്ന ശരിയായ കണക്കിൽ വർദ്ധിപ്പിക്കുക തന്നെ ചെയ്തു. പ്രതികാര നടപടി പാടില്ലെന്ന ആവശ്യം മാനേജ്മെന്റുകൾക്ക് അംഗീകരിക്കേണ്ടി വന്നു. എല്ലാ ശിക്ഷാ നടപടികളും പിൻവലിക്കേണ്ടി വന്നു. ഉൽപ്പാദനക്ഷമത, മാനദണ്ഡങ്ങളുമായി ബന്ധപ്പെട്ട് മാനേജുമെന്റുകൾ നിർബന്ധിതമായി മുന്നോട്ടുവച്ച ഒരു വ്യവസ്ഥയിൽ യൂണിയനുകൾക്കിടയിൽ ഭിന്നതയുണ്ടായിരുന്നു. മാനേജ്മെന്റിനെ സർക്കാർ പിന്തുണച്ചു. ഉൽപ്പാദനക്ഷമതാ മാനദണ്ഡം ഒരു ട്രൈബ്യൂണലിന് കൈമാറണമെന്ന അഭിപ്രായത്തിൽ മിക്കവാറും എല്ലാ യൂണിയനുകളും യോജിച്ചു. ട്രൈബ്യൂണലിന്റെ ഉത്തരവുകൾ അന്തിമവും എല്ലാവർക്കും ബാധകവുമായിരിക്കും.

ഞങ്ങൾക്ക് ഇതിനോട് ശക്തമായ എതിർപ്പായിരുന്നു. തൊഴിലാളികൾ തങ്ങളുടെ ജോലിയുടെ ഉത്തരവാദിത്വങ്ങളിൽ നിന്ന് ഒഴിഞ്ഞുമാറുകയല്ല, പക്ഷേ, തൊഴിലാളികൾക്ക് ജോലിഭാരം കൂട്ടുന്നതിനനുസരിച്ചുണ്ടാകുന്ന ലാഭം മില്ലുകളിൽ നിക്ഷേപിക്കുന്നതിന് മാനേജ്മെന്റുകൾ വിസമ്മതിച്ചു. സമരം പിൻവലിച്ച ശേഷം മാനേജ്മെന്റുകളും തൊഴിലാളികളും തമ്മിൽ പ്രത്യേക ചർച്ച നടത്താമെന്ന് ഞങ്ങൾ നിർദ്ദേശിച്ചു. തൊഴിലാളികളെ പിരിച്ചുവിടുമെന്നതായിരുന്നു ഞങ്ങളുടെ പ്രധാന ആശങ്ക. മറ്റ് വ്യവസ്ഥകളോട് ഞങ്ങൾ യോജിച്ചെങ്കിലും ഉത്പാദനക്ഷമത സംബന്ധിച്ച വ്യവസ്ഥയിൽ ഒപ്പിടുന്നതിന് ഞങ്ങൾ തയ്യാറായില്ല. യൂണിയനുകൾ ഐക്യത്തോടെ നിലനിന്നിരുന്നെങ്കിൽ, ഞങ്ങൾ വിജയിക്കുമായിരുന്നു. എന്നാൽ പരിഷ്കരണവാദി യൂണിയനുകൾ വീണ്ടും സമ്മർദത്തിൽകുടുങ്ങി. വരുംനാളുകളിൽ ഇതിനു വലിയ വില നൽകേണ്ടി

വരും. എങ്കിലും ആ സമയത്ത്, ഒരു കരാർ ഉണ്ടായതിൽ തൊഴിലാളികൾ ആശ്വസിച്ചു. നാല് മാസത്തോളം നീണ്ടുനിന്ന സമരമായിരുന്നു അത്.

ജനതാപാർട്ടിയുടെ രാഷ്ട്രീയപതനം തൊഴിലാളികളുടെ മാനസികാവസ്ഥയിൽ കോൺഗ്രസിന് അനുകൂലമായ ഒരു നാടകീയ മാറ്റത്തിന് ഇടയാക്കി. ജനതാ പാർട്ടി സർക്കാരിന്റെ തകർച്ചയെ തുടർന്ന് 1980 ൽ നടന്ന ലോക്സഭ തിരഞ്ഞെടുപ്പിൽ, അടൽ ബിഹാരി വാജ്പേയ് ജയിച്ച സീറ്റൊഴികെ ഡൽഹിയിലെ ഏഴ് സീറ്റുകളിൽ ആറും കോൺഗ്രസാണ് വിജയിച്ചത്. പശ്ചിമ ബംഗാളിൽനിന്നും കേരളത്തിൽനിന്നും 47 സീറ്റുകൾ (സി പി ഐ (എം) ന് 37, സി പി ഐയ്ക്ക് 10) വിജയിച്ച ഇടതുപക്ഷത്തിന്റെ തകർപ്പൻ പ്രകടനം ഞങ്ങൾ അവതരിപ്പിക്കാൻ ശ്രമിച്ച ബദൽ രാഷ്ട്രീയത്തിനു വലിയ ഉത്തേജനമായിരുന്നു. ഇടതുപക്ഷത്തിന്റെ ഉയർന്ന പ്രതിച്ഛായ ഡൽഹിയിലും ഞങ്ങൾക്ക് ഉത്തേജനമേകി. പുതിയ മേഖലകളിലേക്ക് പാർട്ടിയുടെ അടിത്തറ വികസിപ്പിക്കാൻ അത് സഹായിച്ചു.

തൊഴിലെടുക്കുന്ന സ്ത്രീകളുടെ സമ്മേളനം, 1979

സമരത്തെ തുടർന്ന് യൂണിയന്റെ അംഗത്വം വർധിച്ചു, വിവിധ കോളനികളിലുള്ളവരുമായുള്ള ഞങ്ങളുടെ ബന്ധവും വർധിച്ചു. ഞങ്ങൾ പുതിയ പ്രവർത്തകരെ കണ്ടെത്തുകയും അവരെ പാർട്ടിയിലേക്ക് കൊണ്ടുവരികയും ചെയ്തു. ഇത് വരുന്ന വർഷം സ്ത്രീകളുടെയും യുവാക്കളുടെയും സംഘടനകൾ കെട്ടിപ്പടുക്കുന്നതിൽ ഞങ്ങൾക്ക് സഹായകമായി. പാർട്ടി ലോക്കൽ കമ്മിറ്റി വിദ്യാർത്ഥി പ്രതിനിധികളെ ഉൾപ്പെടുത്തി വിപുലീകരിച്ചു, അവരിൽ ഒരാൾ ഡൽഹി സർവകലാശാലയിലെ സെന്റ് സ്റ്റീഫൻസ് കോളേജിലെ സുബോധ് വർമ്മയായിരുന്നു. വളരെ പ്രതിബദ്ധതയുള്ള, ആശയവ്യക്തതയുള്ള അദ്ദേഹം പ്രാദേശിക ട്രേഡ് യൂണിയൻ നേതാവായും പാർട്ടി സംസ്ഥാന കമ്മിറ്റി അംഗമായും വളർന്നു. മിൽ പ്രവർത്തക സമിതികളിൽ ഞങ്ങൾക്ക് സീറ്റുകൾ നേടാൻ കഴിഞ്ഞു. സമര നേതാക്കളിൽ ചിലർ ഇങ്ങനെ തിരഞ്ഞെടുക്കപ്പെട്ടവരിൽ ഉൾപ്പെടുന്നു.

1979 ൽ ഒരു സുപ്രധാന സംഭവവികാസമുണ്ടായി. തൊഴിലാളി സ്ത്രീകളെ ട്രേഡ് യൂണിയനുകളിലേക്ക് കൊണ്ടുവരുന്നതിനും അവരുടെ പങ്കാളിത്തം മെച്ചപ്പെടുത്തുന്നതിനും കൂടുതൽ പ്രാധാന്യം നൽകാൻ സി ഐ ടി യു ദേശീയ കേന്ദ്രം തീരുമാനിച്ചു. ജോലി ചെയ്യുന്ന സ്ത്രീകളുടെ കോർഡിനേഷൻ കമ്മിറ്റി രൂപീകരിക്കാനും തീരുമാനിച്ചു. ഇതിനു മുൻകൈ എടുത്തത് ബി ടി രണദിവെയാണ്. 'ലോക തൊഴിലാളിവർഗം ഒന്നിക്കുക' എന്ന് മാർക്സ് പറഞ്ഞപ്പോൾ പുരുഷ തൊഴിലാളി വർഗ്ഗത്തെ മാത്രമല്ല ഉദ്ദേശിച്ചത്!' എന്ന് അദ്ദേഹം പറഞ്ഞത് പ്രസിദ്ധമാണല്ലോ.

1979 ജനുവരിയിൽ, തൊഴിലെടുക്കുന്ന സ്ത്രീകളുടെ ആദ്യ കൺവെൻഷൻ സംഘടിപ്പിക്കാനുള്ള ചുമതല രഞ്ജന നിരുലക്കൊപ്പം എനിക്കു ലഭിച്ചു. ദേശീയ കൺവെൻഷൻ ഏപ്രിലിൽ നടത്താൻ നിശ്ചയിച്ചിരുന്നതിനാൽ അതിനുമുമ്പ് സ്ത്രീകളുടെ സമ്മേളനം നടത്തേണ്ടതുണ്ടായിരുന്നു. അമേരിക്കയിൽ വിദ്യാർത്ഥിനിയായിരിക്കുമ്പോൾ വിയറ്റ്നാമിനെതിരെ നടന്ന സാമ്രാജ്യത്വ യുദ്ധത്തിനെതിരായ പ്രസ്ഥാനത്തിന്റെ സ്വാധീനത്താൽ, എഴുപതുകളുടെ തുടക്കത്തിൽ ഡൽഹിയിൽ മടങ്ങിയെത്തിയ രഞ്ജന ഇടതുപക്ഷപ്രസ്ഥാനത്തിൽ ചേർന്നു. അടിയന്തരാവസ്ഥയ്ക്ക് ശേഷം പാർട്ടിയിൽ ചേരുകയും 1978-ൽ ഫരീദാബാദിലേക്ക് താമസം മാറുകയും ചെയ്തു. അവിടെ അവർ തൊഴിലാളികളുടെ കോളനികളിൽ താമസിച്ച് സി ഐ ടി യു യൂണിയനുകളിൽ പ്രവർത്തിച്ചു. രഞ്ജന വളരെ നല്ല സഖാവും സുഹൃത്തുമായിരുന്നു. വളർന്നുവരുന്ന വ്യവസായ മേഖലയിലെ ആദ്യ തലമുറ സ്ത്രീ തൊഴിലാളികളെ സംഘടിപ്പിച്ചത് രഞ്ജനയാണ്.

വടക്കൻ ഡൽഹിയിൽ വച്ച് കൺവെൻഷൻ ചേരുന്നതാകും തൊഴിലാളി സ്ത്രീകൾക്ക് പങ്കെടുക്കുവാൻ കൂടുതൽ സൗകര്യമെന്ന് ഞങ്ങൾ രണ്ടുപേരുംകൂടി ആലോചിച്ച് തീരുമാനിച്ചു. ബാബ്ലി ഗുപ്ത, നീന റാവു തുടങ്ങിയ ധാരാളം വനിതാ പ്രവർത്തകർ കൺവെൻഷൻ സംഘടിപ്പിക്കുവാൻ സജീവമായിട്ടുണ്ടായിരുന്നു. ജെ എൻ യുവിൽനിന്നുള്ള വിദ്യാർത്ഥികളും സഹായിച്ചു. സി ഐ ടി യു തൊഴിലാളികളുടെ സഹായത്തോടെ 500-ഓളം സ്ത്രീകളിൽ ഞങ്ങൾ പെട്ടെന്ന് ഒരു സർവേ നടത്തി. അതിൽ ഉയർന്നുവന്ന പ്രാധാനപ്പെട്ട ചില പ്രശ്നങ്ങൾ തുല്യ വേതനം, മെച്ചപ്പെട്ട ഗതാഗത സൗകര്യങ്ങൾ, ഗാർഹിക തൊഴിലാളികൾക്ക് തിരിച്ചറിയൽ കാർഡ്, കൈത്തറി സ്ത്രീ തൊഴിലാളികൾക്ക് നിശ്ചിത വേതന നിരക്ക്, ക്രെഷുകൾ (കുട്ടികൾക്കുള്ള ഇടം) എന്നിവയാണ്. യുവതികൾക്ക് ശുചിമുറി ഉപയോഗിക്കാൻ പുരുഷ സൂപ്പർവൈസർമാരിൽ നിന്ന് അനുമതി വാങ്ങണമെന്നും അവർ അപമാനിതരാകുകയും ലൈംഗിക പീഡനത്തിന് സമാനമായ, ലൈംഗിക ചുവയുള്ള വാക്കുകൾ കേൾക്കേണ്ടി വരുന്നുണ്ടെന്നും ഫരീദാബാദിൽ രഞ്ജന കണ്ടെത്തി. തൊഴിലിടങ്ങളിൽ സ്ത്രീകളുടെ സംരക്ഷണം ഉറപ്പാക്കണമെന്ന ആവശ്യംകൂടി ഞങ്ങൾ ഉൾപ്പെടുത്തി. ഒരുപക്ഷേ, തൊഴിലെടുക്കുന്ന സ്ത്രീകളുടെ അവകാശപത്രികയിൽ ജോലിസ്ഥലത്തെ ലൈംഗികാതിക്രമം ആദ്യമായി ഉൾപ്പെടുന്നത് ഇതായിരിക്കാം. ഇതോടെ ട്രേഡ് യൂണിയൻ പ്രവർത്തനം പുതിയ മാനം കൈവരിക്കുകയായിരുന്നു.

തൊഴിലാളി അനുകൂല തീവ്ര ഇടതുപക്ഷ സ്വഭാവമുള്ള, ഊർജസ്വലമായി പ്രവർത്തിക്കുന്ന തെരുവു നാടക സംഘമായ ജന നാട്യ മഞ്ചിന്റെ

(ജനം) ഒരു യുവപ്രവർത്തകൻ ഞങ്ങളുടെ പ്രവർത്തനങ്ങൾക്കിടയിൽ എന്നെ ബന്ധപ്പെട്ടു. അത് ഊർജസ്വലനായ, പ്രതിഭാധനനായ സഫ്ദർ ഹാഷ്മിയായിരുന്നു. പതിറ്റാണ്ടിനുശേഷം സി ഐ ടി യുവിനു വേണ്ടി നാടകം അവതരിപ്പിക്കുന്നതിനിടെ ഡൽഹിയുടെ പ്രാന്തപ്രദേശത്തുള്ള സാഹിബാബാദിലെ ജൻദാപൂരിൽ വച്ച് ക്രൂരമായി കോൺഗ്രസ് ഗുണ്ട കൾ കൊലപ്പെടുത്തിയ, രക്തസാക്ഷിയായ സഫ്ദർ ഹാഷ്മി. തൊഴിലെ ടുക്കുന്ന സ്ത്രീകളെക്കുറിച്ച് കൺവെൻഷനിൽ അവതരിപ്പിക്കുവാൻ 'ജനം' ഒരു നാടകം ചെയ്യാമെന്ന് അദ്ദേഹം പറഞ്ഞു. ഞങ്ങൾ ദീർഘമായി ചർച്ച നടത്തി. തൊഴിലാളിവർഗ സ്ത്രീകളുടെ എനിക്കറിയാവുന്ന ജീവി താനുഭവങ്ങൾ ഞാൻ പങ്കുവെച്ചു. മുതലാളിത്തത്തിന്റെയും പുരുഷാധിപ ത്യ സങ്കൽപ്പങ്ങളുടെയും സങ്കലനം അവരുടെ ജീവിതത്തെ എങ്ങനെ ബാധിക്കുന്നുവെന്ന് ഞാൻ ഹാഷ്മിയോട് വിശദീകരിച്ചു. അദ്ദേഹം ശ്ര ദ്ധയോടെ കേൾക്കുകയും ചർച്ചയ്ക്ക് പുതിയ മാനങ്ങൾ നൽകുകയും ചെയ്തു. ഉദാഹരണത്തിന് പണിമുടക്ക് ഒരു തൊഴിലാളിവർഗ കുടുംബത്തിലെ പെൺകുട്ടിയുടെ വിദ്യാഭ്യാസത്തെ എങ്ങനെ ബാധിക്കുമെന്നറിയാൻ അദ്ദേഹം ആഗ്രഹിച്ചു. സ്ത്രീധനം തൊഴിലാളികളുടെ കുടുംബങ്ങളെ ബാ ധിച്ചിട്ടുണ്ടോ എന്ന് അദ്ദേഹത്തിന് അറിയണമായിരുന്നു. മൊളോയശ്രീ റോയി എന്ന മിടുക്കിയായ അഭിനേത്രിയെയും ഞാൻ പരിചയപ്പെട്ടു. ജനത്തിന്റെ അംഗമായ ഏകദേശം ഇരുപത്തിയഞ്ച് വയസ്സുണ്ടായിരുന്ന മോളോയ് ശ്രീയാണ് നാടകത്തിലെ പ്രധാന വേഷം ചെയ്തത്. അവളും സഫ്ദറും, പിന്നീട് 1979 ൽ, വിവാഹിതരായി. ജനം ചെയ്ത നാടകത്തി ന്റെ പേര് *ഔരത്ത്*(സ്ത്രീ) എന്നായിരുന്നു. കഷ്ടിച്ച് 25 മിനിറ്റ് ദൈർഘ്യമു ള്ള ഈ നാടകം, ഒരു പെൺകുട്ടി, ഒരു ഇടത്തരം വിദ്യാഭ്യാസമുള്ള സ്ത്രീ, ഒരു തൊഴിലാളിവർഗ സ്ത്രീ എന്നീ പല നിലകളിലും സാഹചര്യങ്ങളിലും സ്ത്രീകൾ നേരിടുന്ന അസമത്വങ്ങളുടെയും അപമാനങ്ങളുടെയും ശക്തമായ ചിത്രീകരണമായിരുന്നു. പ്രത്യേകിച്ച്, മൊളോയശ്രീയുടെ പ്രകടനം അവിസ്മരണീയമായിരുന്നു - ആവേശകരവും ഉജ്വലവും, പ്രചോദനാത്മ കവുമായിരുന്നു! *ഔരത്ത്* തീർച്ചയായും തെരുവ് നാടക ചരിത്രത്തിലെ ഏറ്റവും മികച്ചവയിൽ ഒന്നായി കണക്കാക്കപ്പെടും. ഇത് രചിക്കപ്പെട്ടതും ആദ്യമായി അവതരിപ്പിച്ചതും 1979 മാർച്ചിൽ വടക്കൻ ഡൽഹിയിലെ ത്രുപ് നഗറിലെ ഒരു ഹാളിൽ നടന്ന, തൊഴിലെടുക്കുന്ന വനിതകൾക്കാ യുള്ള കൺവെൻഷനിലാണെന്നതിൽ ഞാൻ അഭിമാനിക്കുന്നു.

കൺവെൻഷൻ രേഖകൾ പ്രകാരം 192 സ്ത്രീകൾ അന്ന് പങ്കെടു ത്തു. ഏറ്റവും വലിയ സംഘം കൈത്തറി തൊഴിലാളികളായിരുന്നു. രണ്ടാമത്തേത് ഡൽഹി ആസ്ഥാനമായുള്ള ജനറൽ മസ്ദൂർ ലാൽ ഝണ്ട യൂണിയൻ സംഘടിപ്പിച്ച ഫാക്ടറി തൊഴിലാളികൾ. കൂടാതെ ഗാർഹിക

മൊളയശ്രീയും സംഘവും *ഔരത്തി*ന്റെ ആദ്യ അവതരണ വേളയിൽ

തൊഴിലാളികൾ, അസംഘടിത മേഖലയിൽനിന്നുള്ള സ്ത്രീകൾ, ഫരീദാബാദിൽനിന്നുള്ള പതിനഞ്ച് സ്ത്രീ തൊഴിലാളികൾ എന്നിവരും കൺവെൻഷനിൽ പങ്കെടുത്തിരുന്നു. അതുപോലെ ഡൽഹി സർവകലാശാലയിൽനിന്നുള്ള അധ്യാപകരും സ്കൂൾ അധ്യാപകരും ഉണ്ടായിരുന്നു. ഞാൻ സംഘടിപ്പിക്കുന്ന ആദ്യ വനിതാ കൺവെൻഷനായിരുന്നു അത്. അന്ന് രാവിലെ ഞാൻ എത്രമാത്രം പരിഭ്രാന്തയായിരുന്നുവെന്ന് ഓർക്കുന്നു. സ്ത്രീകളെ അണിനിരത്താൻ ഞങ്ങൾ കഠിനമായി പരിശ്രമിച്ചിട്ടുണ്ടെങ്കിലും യഥാർത്ഥത്തിൽ എത്രപേർ വരുമെന്ന് ഞങ്ങൾക്ക് യാതൊരു ഉറപ്പുമുണ്ടായിരുന്നില്ല. അധ്വാനിക്കുന്ന സ്ത്രീകളുടെ ജീവിതം തികച്ചും അനിശ്ചിതമാണ്. പല തരത്തിലുള്ള ഉത്തരവാദിത്വങ്ങളാൽ അവർക്ക് അവരുടേതായ സമയം ഉണ്ടാവില്ല. അവരുടെ നിയന്ത്രണത്തിന് അതീതമായ ഘടകങ്ങളാൽ അവരുടെ പരിപാടികൾ മാറ്റിവെക്കപ്പെടും. എന്നാൽ ആ ദിവസം, സ്ത്രീകൾ വന്നു, അവരിൽ മുപ്പതോളം പേർ സംസാരിച്ചു. അവരെല്ലാവരും ജീവിതത്തിൽ ആദ്യമായി ഒരു പൊതു പ്രസംഗം നടത്തുകയായിരുന്നു. നന്ദ് നഗരിയിൽ ഞങ്ങൾ സർവേ നടത്തിയപ്പോൾ ഒരു സ്ത്രീ പറഞ്ഞത്, പെട്ടെന്ന് തന്റെ മനസ്സിലും ഹൃദയത്തിലും ശബ്ദത്തിലും ഉണ്ടായിരുന്ന ഒരു തടസ്സം നീങ്ങിപ്പോയത് പോലെ തോന്നുകയും വാക്കുകൾ പെട്ടെന്ന് പുറത്തേക്ക് ഒഴുകി വന്നുവെന്നുമാണ്. അവർ ഒരു വിധവയായിരുന്നു. പുനരധിവാസ കോളനികളിൽ വിവിധ കരാറുകാരുടെ കീഴിൽ റോഡ് പണിക്കുവേണ്ടി ചല്ലിയടിക്കുന്ന ജോലിയാണവർ ചെയ്യുന്നത്. ഞാൻ ആ ദിവസം അനുഭവിച്ച അഭിമാനവും സന്തോഷവും എന്റെ ഓർമ്മയിൽ പതിഞ്ഞു നിൽക്കുന്നു.

സ്വാതന്ത്ര്യസമരസേനാനി വിമല രണദിവെ കൺവെൻഷൻ ഉദ്ഘാടനം ചെയ്തു. പശ്ചിമ ബംഗാളിലെ സ്ത്രീ തേയിലത്തോട്ട തൊഴിലാളികളുടെ സംഘടന രൂപീകരിക്കാൻ മുൻകൈ എടുത്തിട്ടുള്ള, പോരാളിയായ, അർപ്പണബോധമുള്ള കമ്യൂണിസ്റ്റാണ് വിമൽ രണദിവെ. ഒരു മാസത്തിനുശേഷം 1979 ഏപ്രിലിൽ സി ഐ ടി യുവിന്റെ മൂന്നാമത്തെ സമ്മേളനം വിമൽ രണദിവെ സ്ഥാപക ദേശീയ കൺവീനറായുള്ള വർക്കിംഗ് വിമൻസ് കോർഡിനേഷൻ കമ്മിറ്റി (WWCC) രൂപീകരിച്ചു. ടെക്സ്റ്റൈൽ യൂണിയനുവേണ്ടിയുള്ള എന്റെ തിരക്കിട്ട ജോലിയും ഡൽഹിയിലെ സമരങ്ങളും കാരണം വർക്കിംഗ് വിമൻസ് കോർഡിനേഷൻ കമ്മിറ്റിയുടെ ആദ്യ പരിപാടിയിൽ - ഡൽഹിയിലെ ഡബ്ല്യു ഡബ്ല്യു സി സി കൺവീനറാണെങ്കിലും - എനിക്ക് പങ്കെടുക്കാൻ കഴിഞ്ഞില്ല. ഡൽഹിയിൽ നിന്നുള്ള ഏഴ് വനിതാ തൊഴിലാളി പ്രതിനിധികൾ സമ്മേളനത്തിൽ പങ്കെടുത്തു. വിമൽ രണദിവെ ചെറുപ്പത്തിൽ ചില സിനിമകളിൽ അഭിനയിച്ചെങ്കിലും സ്വാതന്ത്ര്യ സമരത്തിൽ നിന്ന് പ്രചോദനം

ഉൾക്കൊണ്ട് താമസിയാതെ അഭിനയം ഉപേക്ഷിച്ചു. പിന്നീട് അവർ ബി ടി രണദിവെയെ വിവാഹം ചെയ്യുകയും അവർ ഒരുമിച്ച് വിപ്ലവത്തിനായി വലിയ ത്യാഗങ്ങൾ സഹിക്കുകയും ചെയ്തു. മഹിളാ അസോസിയേഷന്റെ സ്ഥാപക നേതാവ് കൂടിയാണ് വിമൽ രണദിവെ. ജലന്ധറിൽ നടന്ന കോൺഗ്രസിൽ ദേശീയ വനിതാ സംഘടന രൂപീകരിക്കണമെന്ന് ആവശ്യം ഉന്നയിച്ച വനിതാ പ്രതിനിധികളിൽ വിമലും ബന്ധുവായ അഹല്യയും ഉണ്ടായിരുന്നു.

പ്രതിഭാധനരായ 'ജനം' കലാകാരന്മാർ, ജെ എൻ യു വിദ്യാർത്ഥികൾ, ഡൽഹി സർവകലാശാല അധ്യാപകർ, വിദ്യാർത്ഥികൾ, തൊഴിലാളി സംഘടനകൾ എന്നിവർ ഉൾപ്പെട്ട പ്രസ്ഥാനത്തിന്റെ വിവിധ വിഭാഗങ്ങൾ തമ്മിലുള്ള സഹകരണം, തൊഴിലെടുക്കുന്ന സ്ത്രീകളെ അണിനിരത്താനുള്ള ശ്രമങ്ങളുടെ പിന്നിലെ പ്രധാന ഘടകങ്ങളിലൊന്നായിരുന്നു. വരും വർഷം ഞങ്ങൾ യുവാക്കളുടെയും സ്ത്രീകളുടെയും സംഘടനകൾ കെട്ടിപ്പടുക്കാൻ തുടങ്ങിയപ്പോഴും രാഷ്ട്രീയമായി തരിശായ ഡൽഹിയിലെ ഭൂപ്രകൃതിയിൽ ഇടതുപക്ഷപ്രസ്ഥാനത്തെ വളർത്തിയെടുക്കുവാൻ ശ്രമിച്ചപ്പോഴും ഈ അനുഭവം ഞങ്ങൾക്ക് പ്രധാനമായിരുന്നു.

പാർട്ടി കെട്ടിപ്പടുക്കുന്നു

ഞാൻ ബഹുമുഖ പ്രവർത്തനങ്ങളിൽ ഏർപ്പെട്ടു: താഴെത്തട്ടിൽ ഒരു യൂണിയൻ സംഘാടക, രാഷ്ട്രീയ തലത്തിൽ പാർട്ടി ലോക്കൽ കമ്മിറ്റി സെക്രട്ടറി, ഇപ്പോൾ ഡൽഹിയിൽ ഒരു വനിതാ സംഘടന കെട്ടിപ്പടുക്കാനുള്ള ഉത്തരവാദിത്വവും. പാർട്ടിക്ക് വിശാലമായ അടിത്തറയും കൂടുതൽ പ്രവർത്തകരുമുള്ള സംസ്ഥാനങ്ങളിൽ നിന്ന് വ്യത്യസ്തമായി, ഡൽഹിപോലെയുള്ള സംസ്ഥാനങ്ങളിൽ മിക്ക സംസ്ഥാന കമ്മിറ്റി അംഗങ്ങൾക്കും ഒന്നിലധികം ഉത്തരവാദിത്വങ്ങൾ ഏറ്റെടുക്കേണ്ടി വന്നിരുന്നു. വ്യവസായ മേഖലകളിലെ വിപുലീകരിച്ച തൊഴിലാളി യൂണിയനുകളുടെ പ്രവർത്തനത്തിന്റെ തിരക്കിലാണ് കമല നഗർ ഓഫീസ്. അവിടെ രാഷ്ട്രീയ പ്രവർത്തനത്തിനും പാർട്ടിയോഗങ്ങൾക്കും ചർച്ചകൾക്കും മറ്റുമുള്ള സ്ഥലസൗകര്യം ഉണ്ടായിരുന്നില്ല. പാർട്ടി ലോക്കൽ കമ്മിറ്റിക്ക് ഒരു പ്രത്യേക ഓഫീസ് നിർമ്മിക്കുന്നതിനായി ഞങ്ങൾ ഒരു ഫണ്ട് ശേഖരണ പ്രചാരണ പരിപാടി നടത്തി.

ഓഫീസ് കെട്ടിടനിർമാണത്തിന്റെ മേൽനോട്ട ചുമതല ആരെയാണ് ഏൽപ്പിക്കുക എന്നതിനെക്കുറിച്ച് ഞങ്ങൾ ചർച്ച നടത്തി. മില്ലിനടുത്ത് കോളനിയിൽ താമസിക്കുന്ന ശാന്തി എന്ന സ്ത്രീയുടെ പേര് എ ടി എം യൂണിറ്റ് നിർദ്ദേശിച്ചു. സ്വതന്ത്രയും ഊർജസ്വലയുമായ ശാന്തിയുടെ സവിശേഷതയായിരുന്നു അവരുടെ വെള്ള സാരി. എന്താണ് എപ്പോഴും വെള്ള സാരി മാത്രം ഉടുക്കുന്നതെന്ന് ഞാൻ ഒരിക്കൽ ചോദിച്ചു. തനിച്ചു ജീവിക്കുന്ന സ്ത്രീകൾ സ്വന്തം സുരക്ഷയ്ക്കായി പല തന്ത്രങ്ങളും കണ്ടെത്തുന്നു എന്ന പൊതു അനുഭവത്തെ വെളിപ്പെടുത്തുന്നതാ

യിരുന്നു അവരുടെ മറുപടി. ചെറുപ്പത്തിൽത്തന്നെ വിധവയാകുകയും വീണ്ടും ഒരു വിവാഹം വേണ്ടെന്ന് തീരുമാനിക്കുകയും ചെയ്തതിനാൽ, ലൈംഗിക പീഡനത്തിന്റെ അരികുവരെ എത്തുന്ന അനാവശ്യമായ ശ്രദ്ധ തന്നിലേക്ക് വരുന്നത് അവർ മനസ്സിലാക്കി. 'വെള്ള വസ്ത്രം ധരിച്ചു കൊണ്ട് നിത്യ ദുഃഖത്തിൽ വിധവയായി ജീവിച്ചാൽ പുരുഷന്മാരിൽ നിന്നുള്ള ലൈംഗികമായ ഉപദ്രവത്തിൽ നിന്ന് രക്ഷപ്പെടാൻ കഴിയുമെന്ന് ഞാൻ ചിന്തിച്ചു'. ശാന്തി പറഞ്ഞു.

പാർട്ടി അംഗമായ ശാന്തി തന്റെ ഉത്തരവാദിത്വങ്ങൾ ഗൗരവത്തോടെ നിറവേറ്റി. അവൾ റെക്കോർഡ് സമയത്തിനുള്ളിൽ ചെറിയ ഓഫീസ് കെട്ടിടത്തിന്റെ പണി പൂർത്തിയാക്കി. അത് രാഷ്ട്രീയ പ്രവർത്തനങ്ങളുടെ കേന്ദ്രമായി മാറി. എല്ലാ ഞായറാഴ്ചകളിലും പാർട്ടി ക്ലാസുകളും വിവിധ യൂണിറ്റുകളുടെ യോഗങ്ങളും അവിടെ ചേർന്നു. അടുത്ത നാല് വർഷം എന്റെ പ്രവർത്തന കേന്ദ്രം അതായിരുന്നു. ആ പ്രദേശത്ത് താമസിക്കുന്ന കുടുംബങ്ങളെ ഞാൻ പരിചയപ്പെട്ടു. ഇടുങ്ങിയ വഴികളിൽ, പരിമിതമായ സൗകര്യങ്ങളുമുള്ള ചെറിയ കോളനിയിൽ താമസിക്കുന്ന ഇവരിൽ ഏറെപ്പേരും പഞ്ചാബികളായിരുന്നു. വിവിധ ആവശ്യങ്ങൾ ഉന്നയിച്ച് അധികാരികൾക്ക് നിവേദനം നൽകാൻ ഞാൻ അവരെ സഹായിച്ചു. പലതും വിജയിച്ചില്ല. എന്തെങ്കിലും സഹായം ആവശ്യമുണ്ടെങ്കിൽ ഓഫീസിലേക്ക് വരാൻ ഞങ്ങൾ അവരെ പ്രോത്സാഹിപ്പിച്ചു. അവിടെ താമസിക്കുന്ന ഒരു സിഖ് കുടുംബത്തിലെ ദത്തെടുത്ത അംഗം പോലെയായി ഞാൻ. കുടുംബനാഥൻ അമർസിംഗ്ഗ്യാനി, അടുത്തുള്ള ഗുരുദ്വാരകളിൽ കീർത്തനങ്ങൾ ആലപിച്ചിരുന്ന മൂന്നംഗ സംഘത്തെ നയിച്ചു. ഭാര്യ ബിബി ഗുർബച്ചൻ കൗർ പാചകം ചെയ്യുകയും വീട് വൃത്തിയാക്കുകയും മക്കളെ പരിപാലിക്കുകയും ചെയ്തു. അവർക്ക് അഞ്ച് പെൺമക്കളും മൂന്ന് ആൺമക്കളും ഉണ്ടായിരുന്നു. പഠിക്കാനായി പെൺകുട്ടികൾ ഞങ്ങളുടെ ഓഫീസിൽ വരും. എനിക്ക് ഈ കുടുംബവുമായി നല്ല അടുപ്പമായിരുന്നു.

പാർട്ടിയുടെ പ്രവർത്തകരാകാൻ സാധ്യതയുള്ളവരെ തിരിച്ചറിയുക എന്നതാണ് സെക്രട്ടറിയുടെ ഒരു പ്രധാനപ്പെട്ട ജോലി. യൂണിയൻ പ്രവർത്തനങ്ങളിൽ ഏർപ്പെട്ടിരുന്നതിനാൽ പല ട്രേഡ് യൂണിയൻ തൊഴിലാളികളുടെയും സാധ്യതകളെക്കുറിച്ച് എനിക്ക് സാമാന്യം ധാരണയുണ്ടായിരുന്നു. സാമ്പത്തിക ബാധ്യതകൾമൂലം ജോലി ഉപേക്ഷിച്ച് മുഴുവൻ സമയ പാർട്ടി പ്രവർത്തകരാകാൻ അവർക്ക് ബുദ്ധിമുട്ടായിരുന്നു. എന്നിരുന്നാലും രാഷ്ട്രീയമായി കൂടുതൽ മുന്നേറിയ, നിരവധി തൊഴിലാളികൾ ജോലിക്കൊപ്പം തന്നെ വടക്കൻ ഡൽഹിയിലെ വ്യാവസായിക പ്രദേശങ്ങളിൽ പാർട്ടി കെട്ടിപ്പടുക്കുന്നതിനുള്ള ഉത്തരവാദിത്വങ്ങൾ

ഏറ്റെടുക്കാൻ തയ്യാറായിട്ടുണ്ട്. അവരുടെ പ്രവർത്തനമികവിനാൽ ഞങ്ങൾ പുതിയ മേഖലകളിലേക്ക് വ്യാപിച്ചു. പാർട്ടിയുടെ വളർച്ചയുടെയും സോഷ്യലിസ്റ്റ് ബോധത്തിന്റെയും അടിസ്ഥാന ഘടകം തൊഴിലാളികൾ ആകണമെന്ന കമ്യൂണിസ്റ്റ് സംഘാടനത്തിന്റെ ഉത്തമമാതൃകയുടെ നല്ല ഉദാഹരണമാണ്, മിൽ തൊഴിലാളികൾ അവരുടെ ബന്ധങ്ങൾ ഉപയോഗിച്ച് പാർട്ടി യൂണിറ്റുകൾ രൂപീകരിക്കുന്ന രീതി. മുതലാളിത്തം, ചൂഷണ വ്യവസ്ഥയുടെ അടിവേരുകൾ, തൊഴിലാളികളുടെ സംഭാവനകളുടെ പ്രാധാന്യത്തെ പാർശ്വവൽക്കരിക്കുന്ന ഭരണവർഗസംസ്കാരം എന്നിവയെയെല്ലാംകുറിച്ച് ഞങ്ങൾ പഠനക്ലാസുകൾ നടത്തി. തൊഴിലാളികളായ നിരവധി പാർട്ടി പ്രവർത്തകർ ഉണ്ടായത് പാർട്ടിയുടെ അടിത്തറ ശക്തിപ്പെടുത്തി. മിനിമം വേതനത്തിനു വേണ്ടിയും പിരിച്ചുവിടലിനെതിരെയുമുള്ള സമരങ്ങളിലൂടെ വ്യവസായ മേഖലകളിൽ ഞങ്ങൾ പുതിയ പാർട്ടി യൂണിറ്റുകൾ രൂപീകരിച്ചു. ഞങ്ങളുമായി ബന്ധപ്പെട്ടവർ വിവിധ കോളനികളിലും അതുതന്നെ ചെയ്തു. ഞങ്ങൾ പുതിയ പ്രവർത്തകരെ കണ്ടെത്തുകയും അവരെ പാർട്ടിയിലേക്ക് കൊണ്ടുവരുകയും ചെയ്തു.

കമലാ നഗർ ഓഫീസിനോട് ചേർന്നുള്ള ഡൽഹി സർവകലാശാലയിലെ വിദ്യാർത്ഥികൾക്കിടയിൽ പാർട്ടി യൂണിറ്റുകൾ രൂപീകരിച്ച് ലോക്കൽ കമ്മിറ്റിയുമായി ചേർന്ന് പ്രവർത്തിക്കണമെന്നുള്ള ഡൽഹി സംസ്ഥാന കമ്മിറ്റിയുടെ തീരുമാനം നന്നായി. തൊഴിലാളിവർഗ മേഖലകളുമായും തൊഴിലാളികളുടെ ജീവിതവുമായി ബന്ധപ്പെട്ട പ്രശ്നങ്ങളും സമരങ്ങളുമായും വിദ്യാർത്ഥികൾ പരിചയപ്പെടുന്നത് പാർട്ടി പ്രവർത്തകരായി അവരെ വളർത്തിക്കൊണ്ടുവരുന്നതിന് അത്യാവശ്യമാണെന്നാണ് എന്റെ അനുഭവം. അറുപതുകളിലെ ഉന്മാദത്തിന്റെ അനന്തരഫലമായി പടിഞ്ഞാറൻ രാജ്യങ്ങളിൽ പല വിദ്യാർത്ഥി നേതാക്കൾക്കും സംഭവിച്ചതുപോലെ, നേരിട്ടുള്ള ഇത്തരം അനുഭവത്തിന്റെ അഭാവം യുവാക്കളെ വഴിതെറ്റിച്ചേക്കാം. ഉദാഹരണത്തിന് സുബോധിന്റെ കാര്യം തന്നെയെടുത്താൽ അദ്ദേഹം മുഴുവൻ സമയ പാർട്ടി പ്രവർത്തകനായി മാറുകയും ലോക്കൽ കമ്മിറ്റിയിൽ ഉൾപ്പെടുകയും ചെയ്തു.

ഫണ്ട് ശേഖരണം

തൊഴിലാളികൾക്ക് സാമ്പത്തിക പ്രതിസന്ധിമൂലം അവരുടെ ജോലി ഉപേക്ഷിക്കാൻ കഴിയാത്തതിനാൽ മുഴുവൻ സമയപ്രവർത്തകർ കുറവായിരുന്നു. യൂണിയൻ പ്രവർത്തനം കാരണം മാനേജ്മെന്റ് പിരിച്ചുവിട്ടവർക്കാണ് പാർട്ടി പ്രവർത്തനത്തിനായി കൂടുതൽ സമയം നൽകാൻ കഴിയുക. വിരോധാഭാസമെന്നു പറയട്ടെ, മുഴുവൻസമയ പ്രവർത്തകരായി മാറിയവർക്കുവേണ്ടി ഞങ്ങൾക്ക് തൊഴിലുടമകളോട് നന്ദി പറയേണ്ടി വന്നു! സെക്രട്ടറി എന്ന നിലയിൽ ഫണ്ട് ശേഖരണത്തിനായി കൂടുതൽ കാര്യങ്ങൾ ഞാൻ ചെയ്യേണ്ടതുണ്ടെന്ന് എനിക്ക് തോന്നി. ഞങ്ങൾ സാധാരണയായി 'പെട്ടി പിരിവ്' (പാർട്ടി ഭാഷയിൽ) എന്ന പരിപാടി ചെയ്യാറുണ്ട്. ടിന്നുകളുമായി കടകളിലും വീടുകളിലും പണപ്പിരിവിനു പോകുന്നതാണിത്. മാസത്തിലൊരിക്കൽ ഞങ്ങൾ ഇത് ചെയ്യാറുണ്ടായിരുന്നു.

വിദ്യാർത്ഥി യൂണിയനൊപ്പം കൽക്കത്തയിൽ വച്ചാണ് ഞാൻ ആദ്യമായി ഇത്തരത്തിൽ ഫണ്ട് ശേഖരണം നടത്തുന്നത്. യൂണിവേഴ്സിറ്റിയിൽ നിന്ന് ഞങ്ങളുടെ തകരപ്പെട്ടികളുമായി നഗരമധ്യത്തിലെ ചൗരിംഗിയിലേക്ക് നടന്നു. എന്റെ ഒപ്പം താമസിക്കുന്ന മൂത്ത സഹോദരി ജ്ഞനിക്ക് അച്ഛന്റെ ഒരു ഫോൺ വിളി വന്നു. എന്റെ അച്ഛന്റെ പഴയ സുഹൃത്തായ ഒരു പോലീസ് കമ്മീഷണറുടെ പരിഭ്രാന്തമായ സന്ദേശം അദ്ദേഹത്തിന് ലഭിച്ചത്രേ. ചില സംശയാസ്പദ വ്യക്തികൾക്കൊപ്പം തന്റെ മകൾ വഴിയാത്രക്കാരിൽനിന്നും ഫണ്ട് ശേഖരിക്കുന്നു, അതും ചെങ്കൊടി പിടിച്ച്! പാർട്ടിയിൽ ചേരാനുള്ള എന്റെ തീരുമാനത്തോടു

ള്ള തന്റെ വിയോജിപ്പ് ഇതുവരെ തരണം ചെയ്തിട്ടില്ലാത്ത, അസ്വസ്ഥ നായ അച്ഛൻ ജ്രനിയോട് പറഞ്ഞു, 'ശരിക്കും അവൾ ഇത് ചെയ്യേണ്ടതു ണ്ടോ? നഗരത്തിന്റെ ഹൃദയഭാഗത്ത് അവളുടെ ഈ പ്രകടനം!' പശ്ചിമ ബംഗാളിലെ ഫണ്ട് ശേഖരണം പിന്നീട് ഡൽഹിയിലെ എന്റെ പ്രവർ ത്തനത്തിന് നല്ല പരിശീലനമായിത്തീർന്നു.

ഫണ്ടിന്റെ മറ്റൊരു സ്രോതസ്സ് എല്ലാ പാർട്ടിഅംഗങ്ങളും അടയ്ക്കുന്ന 'ലെവി'യാണ്. ഒരു വ്യക്തിയുടെ വരുമാനത്തിന്റെ അനുപാതം കണ ക്കാക്കിയാണ് ലെവി തുക നിശ്ചയിക്കുന്നത്. ഞങ്ങളുടെ ഘടകത്തിൽ അംഗത്വം കൂടുതലും വ്യാവസായിക, ടെക്സ്റ്റൈൽ തൊഴിലാളികളാ യിരുന്നു. അവർക്ക് ശമ്പളം കുറവായതിനാൽ ലെവിയും കുറവായിരു ന്നു. സംഘടന നടത്തിക്കൊണ്ടുപോകാൻ ഇത് മതിയാവില്ലായിരുന്നു. എനിക്കും പ്രകാശിനും പാർട്ടി സൗജന്യ താമസസൗകര്യം നൽകിയി രുന്നു, പക്ഷേ, ഞങ്ങളുടെ മിതമായ ചെലവുകൾ കഷ്ടിച്ച് നടത്തിക്കൊ ണ്ടുപോകുകയാണ് ചെയ്തിരുന്നത്. പാർട്ടിയെ സഹായിക്കുവാനായി എനിക്ക് മിച്ചം പണമില്ലായിരുന്നു. ഡൽഹിയിൽ, സഹായിക്കാനുള്ള മനസ്സും ശേഷിയുമുള്ള എന്റെ പഴയ സുഹൃത്തുക്കളുമായുള്ള എല്ലാ ബന്ധ ങ്ങളും എനിക്ക് നഷ്ടപ്പെട്ടിരുന്നു. തിരിഞ്ഞുനോക്കുമ്പോൾ, അങ്ങനെ ചെയ്തത് എന്റെ വിഡ്ഢിത്തമാണെന്ന് എനിക്ക് തോന്നുന്നു. അവരോട് സംഭാവന ചോദിക്കാൻ കഴിയില്ല എന്നതല്ല ഇതിനു കാരണം. ഞങ്ങൾ ക്കു തമ്മിൽ പൊതുവായി ഒന്നുമില്ലെന്ന് കരുതിയതാണ് എന്റെ തെറ്റ്. പതിറ്റാണ്ടുകൾക്ക് ശേഷം ഞാൻ അവരുമായി വീണ്ടും ബന്ധപ്പെട്ട പ്പോൾ, ആ തെറ്റിദ്ധാരണ എത്ര വലുതായിരുന്നുവെന്നും സുഹൃത്തുക്ക ളിൽ പലരും പൊതുനന്മയ്ക്കായി കാര്യമായ പ്രവർത്തനങ്ങളാണ് നടത്തു ന്നതെന്നും ഞാൻ മനസ്സിലാക്കി. സ്വയം തരംതാഴ്ന്ന വിധത്തിലുള്ള അത്തരം പല മണ്ടൻ ധാരണകളും എനിക്കുണ്ടായിരുന്നുവെന്ന് ഞാൻ സമ്മതിക്കുന്നു.

മറ്റൊരുദാഹരണം നോക്കുക - ഞാൻ 1970-ൽ ലണ്ടനിൽ നിന്ന് തിരികെ വരുമ്പോൾ എന്റെ പാസ്പോർട്ട് ഉപേക്ഷിക്കുകയും വിപ്ലവം കഴിയുന്നതുവരെ ഒരിക്കലും വിദേശത്തേക്ക് പോവില്ലയെന്ന പ്രതിജ്ഞ യെടുക്കുകയും ചെയ്തു. വിപ്ലവം ആസന്നമാണെന്ന് ആ ദിവസങ്ങളിൽ വിശ്വസിച്ചിരുന്നത് ഞാൻ മാത്രമായിരുന്നില്ലെന്ന് കരുതുന്നു. 2005-ൽ പാർലമെന്റ് അംഗമായി, പാസ്പോർട്ട് ലഭിച്ചപ്പോൾ മാത്രമാണ് ഞാൻ വീണ്ടും വിദേശത്തേക്ക് യാത്രചെയ്തത്. ഇതിനിടയിൽ, സോവിയറ്റ് യൂണിയൻ തകർന്നു, ലോകത്തിലെ ആദ്യത്തെ സോഷ്യലിസ്റ്റ് രാജ്യം സന്ദർശിക്കാനുള്ള അവസരം എന്റെ ശാഠ്യംമൂലം എനിക്ക് ലഭിക്കാ തെ പോയി. പക്ഷേ, ഞാൻ ഇപ്പോഴും വിപ്ലവ ലക്ഷ്യത്തിന്റെ ആസ

ന്നതയിൽ ശക്തമായി വിശ്വസിക്കുന്നു. വിപ്ലവം അടുത്തെത്തിയിട്ടില്ല എന്നത് സത്യമാണെങ്കിലും ലക്ഷ്യത്തിന്റെ ആസന്നത എന്നതുകൊണ്ട് അർത്ഥമാക്കുന്നത് പ്രവർത്തനവും നയവും പദ്ധതിയും സമരവും ആ ലക്ഷ്യത്തിന്റെ ചട്ടക്കൂടിലായിരിക്കണം എന്നാണ്. സ. ബി ടി ആറിന്റെ ഗംഭീരമായ ഒരു നിരീക്ഷണം ഇങ്ങനെയാണ്. 'രാഷ്ട്രീയ പ്രയോഗത്തിൽ ദീർഘകാലത്തേക്ക് രൂപീകരിക്കുന്ന തന്ത്രം ഇല്ലാതെ താൽക്കാലിക മായിരിക്കേണ്ട അടവുകൾ മാത്രമായിപ്പോയാൽ, നാം ഇന്ത്യൻ ഭരണ കൂടവുമായി ഒത്തുതീർപ്പ ചെയ്യുന്നതിലെത്തിച്ചേരും. മറിച്ച് അടവുകൾ സ്വീകരിക്കാതെ തന്ത്രം മാത്രമായി പോയാലോ? ബഹുജനങ്ങളുമായു ള്ള ബന്ധങ്ങളറ്റ് നാം ഒറ്റപ്പെടും. സോഷ്യലിസം കൈവരിക്കുക എന്ന നമ്മുടെ ലക്ഷ്യവുമായി ഇന്ന് നമ്മൾ ചെയ്യുന്ന കാര്യങ്ങളെ എങ്ങനെ ബന്ധിപ്പിക്കും?' പാർട്ടിയിലെയും പ്രസ്ഥാനത്തിലെയും പ്രവർത്തനകാ ലത്തുടനീളം ഇതായിരുന്നു എന്റെ മാർഗ്ഗനിർദ്ദേശ തത്വം എന്നാണ് ഞാൻ കരുതുന്നത്.

തിരിച്ചറിവ്

നോർത്ത് ഡൽഹി കമ്മിറ്റിയുടെ സെക്രട്ടറിയായി വർഷങ്ങളോളം പ്രവർത്തിച്ച പരിചയം പിന്നീട് പാർട്ടിയിലെ വിവിധ തലങ്ങളിൽ സംഘടനാ പ്രവർത്തനങ്ങൾ നടത്താനുള്ള അടിത്തറയായി. ഉൾപ്പാർട്ടി ചർച്ചകളും ഭിന്നതകളും മൂലം മാനസിക പിരിമുറുക്കങ്ങൾ ഇല്ലെന്നല്ല. വിമർശനങ്ങളെ എങ്ങനെ സ്വീകരിക്കണം എന്നു ഞാൻ പഠിച്ചു. ഒരു യോഗത്തിൽ ഇരിക്കുമ്പോൾ തന്റെ ജോലി, ശൈലി, ഇടപെടലുകൾ എന്നിവയെക്കുറിച്ചുള്ള പരുഷമായ അഭിപ്രായങ്ങൾ കേട്ടുകൊണ്ടിരിക്കുക അത്ര എളുപ്പമല്ല. സഖാക്കൾ പലപ്പോഴും യാതൊരു മയവുമില്ലാതെ മൂർച്ചയേറിയ ഭാഷയിലാണ് സംസാരിക്കുന്നത്. ഒന്നുകിൽ നിങ്ങൾ അത് അംഗീകരിക്കാനും കൈകാര്യം ചെയ്യാനും പഠിക്കുക അല്ലെങ്കിൽ വിട്ടുപോകുക. ഒരു കമ്യൂണിസ്റ്റുകാരൻ താഴെത്തട്ടിലെ ജീവിതവുമായി ഇടപഴകാൻ പഠിക്കണം. സാമൂഹിക മാറ്റവും വിപ്ലവവുമാണ് ജീവിതദൗത്യമെങ്കിൽ വ്യക്തിക്കും അഹംബോധത്തിനും നിസ്സാരമായ സ്ഥാനമേ ഉള്ളൂ എന്ന് കാലക്രമേണ മനസിലാക്കുന്നു. പാർട്ടിയുടെ ശക്തി കൂട്ടായ്മ വികസിപ്പിക്കുന്നതിലാണ്. പാർട്ടിയുടെ താഴെത്തട്ടിലെ ആയാലും ഉയർന്ന കമ്മിറ്റിയുടെയായാലും സെക്രട്ടറി എല്ലായ്പ്പോഴും തന്റെ വ്യക്തിപരമായ ഇഷ്ടാനിഷ്ടങ്ങൾ കൂട്ടായ്മയുടെ വിശാലമായ താത്പര്യത്തിന് താഴെ മാത്രം പരിഗണിച്ചുകൊണ്ട് മാതൃക കാട്ടണം.

ഞങ്ങൾ നയിച്ച സമരങ്ങളും തിരഞ്ഞെടുപ്പിൽ ലഭിച്ച വോട്ടുകളുടെ അടിസ്ഥാനത്തിൽ കണക്കാക്കുന്ന രാഷ്ട്രീയ ലാഭവിഹിതവും തമ്മിൽ വിടവുണ്ടെന്നതാണ് ഞാൻ സെക്രട്ടറിയായിരുന്ന കാലത്ത് എനിക്ക്

ലഭിച്ച മറ്റൊരു തിരിച്ചറിവ്. ഇടതുപക്ഷം അഭിമുഖീകരിക്കുന്ന ഒരു പ്രധാന പ്രശ്നമാണിത്. ഞങ്ങളുടെ യൂണിയനുകൾക്ക് സ്വാധീനമുള്ള, തൊഴിലാളി കുടുംബങ്ങൾ അവരുടെ ബുദ്ധിമുട്ടുകളുമായി ഞങ്ങളുടെ അടുത്തുവരുന്ന പ്രദേശങ്ങളിൽ പോലും, മുനിസിപ്പൽ തെരഞ്ഞെടുപ്പുകളിൽ യൂണിയൻ അംഗത്വത്തേക്കാൾ വോട്ടു കുറവാണ് ഞങ്ങൾക്ക് ലഭിക്കുന്നത്. ആ വർഷങ്ങളിലൊന്നും ഞങ്ങൾക്ക് ഞങ്ങളുടെ പിന്തുണ വോട്ടാക്കി മാറ്റാൻ സാധിച്ചിരുന്നില്ല. ഗേറ്റുസമരത്തിൽ ഞങ്ങളെ പിന്തുണച്ച, ചെങ്കൊടിയെ അവരുടെ സുഹൃത്തും സഖ്യകക്ഷിയുമായി കണക്കാക്കിയ, അതേ തൊഴിലാളികൾ അപൂർവ്വമായി മാത്രമേ ഞങ്ങൾക്ക് വോട്ട് ചെയ്യുള്ളൂ; ഞങ്ങൾ 'നല്ലവരും സത്യസന്ധരുമാണ്', എന്നാൽ തെരെഞ്ഞെടുപ്പിൽ ജയിക്കാൻ വേണ്ടത്ര ശക്തരല്ലെന്ന് അവർ കരുതി. ഞങ്ങൾ എത്രയൊക്കെ ശ്രമിച്ചിട്ടും തൊഴിലാളികൾക്കിടയിൽ ഞങ്ങൾക്ക് എത്ര പിന്തുണ ഉണ്ടായിട്ടും ഒരു രാഷ്ട്രീയ മണ്ഡലം കെട്ടിപ്പടുക്കാൻ കഴിഞ്ഞില്ല എന്നതാണ് സത്യം.

വലിയൊരളവിൽ ഞങ്ങൾ തന്നെയാണ് അതിനുത്തരവാദികൾ. ആ സമയത്ത് വർഗസമരത്തെക്കുറിച്ച് യാന്ത്രികമായ ധാരണയാണ് ഞങ്ങൾക്കുണ്ടായിരുന്നത്. വർഗസമരത്തിന്റെ സാമൂഹിക വശങ്ങൾ, തൊഴിലാളികളുടെ സാമൂഹിക ഘടന, പ്രാദേശിക സംഘങ്ങളുടെയും നിലവിലുള്ള പ്രത്യയശാസ്ത്രങ്ങളിൽ ജാതിയുടെയും പുരുഷാധിപത്യത്തിന്റെയും സ്വാധീനം, വർഗീയതയുടെ അന്തർധാരകൾ എന്നിവയൊന്നും വർഗസമരത്തിന്റെ സൂക്ഷ്മ ഘടകങ്ങൾ എന്നതരത്തിൽ ഞങ്ങൾ അഭിസംബോധന ചെയ്തിരുന്നില്ല. പൊതുവായ പ്രശ്നങ്ങൾക്കായുള്ള സമരത്തിനായി രൂപംകൊള്ളുന്ന ഐക്യം സ്വയമേവ വർഗബോധമായിമാറുമെന്ന് ഞങ്ങൾ അനുമാനിച്ചു. ഭാഷാപരമായ സംസ്ഥാനങ്ങളിൽനിന്നും വ്യത്യസ്തമായി ഡൽഹി തീർച്ചയായും പൊതുവായി ഒന്നുമില്ലാത്ത, വൈവിധ്യമാർന്ന സംസ്കാരങ്ങളുടെ മിശ്രിതമാണ്. ഏതൊരു രാഷ്ട്രീയ ഇടപെടലിനും മധ്യവർഗങ്ങളുടെ ശക്തമായ പിന്തുണ ആവശ്യമാണ്. എന്നാൽ ഞങ്ങൾക്ക് പ്രധാനമായും യൂണിവേഴ്സിറ്റി കാമ്പസുകളുടെയും ഏതാനും ഇടത്തരം യൂണിയനുകളുടെയും പിന്തുണ മാത്രമേ ഉണ്ടായിരുന്നുള്ളൂ. ഇതിനപ്പുറത്തേക്ക് സ്വാധീനം വ്യാപിപ്പിക്കാൻ ഞങ്ങൾക്ക് കഴിഞ്ഞിരുന്നില്ല.

ഹിന്ദുത്വത്തിന്റെ വളർച്ചയും അധ്വാനിക്കുന്ന ജനവിഭാഗങ്ങളുടെ ജീവിതത്തിനും ഉപജീവനമാർഗങ്ങൾക്കും നേരെ നടക്കുന്ന നവലിബറൽ ആക്രമണവും നമ്മുടെ വെല്ലുവിളികൾ ഗുരുതരമാക്കുമ്പോൾ, ഇപ്പോഴും ഈ പ്രശ്നങ്ങൾ ചില രീതികളിൽ പ്രസ്ഥാനം അഭിമുഖീകരിക്കുന്നുണ്ട്.

അവസാന ഷിഫ്റ്റിനുള്ള വിസിൽ

മില്ലുകൾക്കും തൊഴിലാളികൾക്കും എന്താണ് സംഭവിച്ചത് എന്ന തിന്റെ ഒരു സംഗ്രഹത്തോടെ ഈ ഭാഗം ഞാൻ അവസാനിപ്പിക്കുകയാ ണ്. ഉടമകൾ മില്ലുകളുടെ രക്തംവരെ ഊറ്റിയെടുത്തു. അവരുടെ ലാഭം മി ല്ലുകളിൽ വീണ്ടും നിക്ഷേപിക്കുവാൻ അവർ വിസമ്മതിക്കുകയും അത് മറ്റ് സംരംഭങ്ങൾക്ക് ഉപയോഗിക്കുകയും ചെയ്തു. അവർ തൊഴിലാളിക ളുടെ മേൽ കൂടുതൽ അധ്വാന ഭാരം അടിച്ചേൽപ്പിച്ചു. ബാലൻസ് ഷീറ്റുക ളിൽ കൃത്രിമം കാണിച്ച് നഷ്ടമാണെന്ന് വരുത്തി തീർക്കുകയും അതുവഴി തൊഴിലാളികൾക്ക് നിയമാനുസൃത കുടിശ്ശിക നൽകുന്നതിൽ നിന്ന് അവർ രക്ഷപ്പെടുകയും ചെയ്തു. 1986 ൽ മറ്റൊരു നീണ്ട പണിമുടക്കിന് തൊഴിലാളികൾ നിർബന്ധിതരായി. അവർ ചില നേട്ടങ്ങൾ ഉണ്ടാക്കി. അടിസ്ഥാന വേതനത്തിൽ 53 രൂപയും ക്ഷാമബത്തയും വർദ്ധിപ്പിച്ചു. പക്ഷേ, വളരെ അപകടം പിടിച്ച അവസ്ഥയായിരുന്നു. ഉടമകൾ മില്ലു കൾ അടച്ചുപൂട്ടാനും ഭൂമി റിയൽ എസ്റ്റേറ്റിനായി ഉപയോഗിക്കാനുമാണ് ആഗ്രഹിച്ചത്. മുംബൈയിലെ പോലെ മില്ലുകൾ ഡൽഹിയുടെ നഗരഹൃ ദയഭാഗത്ത് തന്നെയായിരുന്നു സ്ഥിതിചെയ്യുന്നത്. ഇവിടുത്തെ മില്ലുകളു ടെ അവസ്ഥയും മുംബൈയിൽ സംഭവിച്ചതുപോലെ തന്നെയായി. 1982 ൽ ദത്ത സാമന്തിന്റെ നേതൃത്വത്തിൽ മുംബൈയിലെ ടെക്സ്റ്റൈൽ മിൽ തൊഴിലാളികൾ നടത്തിയ ചരിത്രപരമായ സമരത്തിൽ നഗരം ഇള കിമറിഞ്ഞു. എന്നാൽ സർക്കാരും മിൽ ഉടമകളും പോലീസും വഞ്ചക യൂണിയനായ രാഷ്ട്രീയ മസ്ദൂർ സംഘ്യം (ആർ എം എം എസ്) ഒത്തു ചേർന്ന വർഗസഖ്യം, ധീരതയും സാഹസികതയും, ശക്തിയുമുള്ള തൊ ഴിലാളികളെ പരാജയപ്പെടുത്തി. മില്ലുകളുടെ വിലയേറിയ ഭൂമി റിയൽ

എസ്റ്റേറ്റായി ഉപയോഗിക്കാൻ അനുമതി ലഭിച്ചു. മില്ലുകൾ അടച്ചുപൂട്ടാൻ തുടങ്ങി. ഒരു ദശകത്തിൽ നഗരത്തിന്റെ ഭൂപ്രകൃതി മാറി. മില്ലുകൾ ചരിത്രമായി തീർന്നു.

മുംബൈയിലെ അനുഭവത്തിൽ നിന്ന് ലഭിച്ച സൂചനപ്രകാരം ഡൽഹിയിലെ മില്ലുടമകൾ മില്ലുകൾ അടച്ചുപൂട്ടണമെന്നാവശ്യപ്പെട്ട് സർക്കാരിന് നോട്ടീസ് നൽകി. ആദ്യം പൂട്ടിയത് ഡി സി എം ആയിരുന്നു. 1982-ൽ ഡി സി എം സമർപ്പിച്ച അപേക്ഷ ഇങ്ങനെയായിരുന്നു: 1962 ലെ ഡൽഹി മാസ്റ്റർ പ്ലാൻ പ്രകാരം ടെക്സ്റ്റൈൽ മില്ലുകൾ പോലുള്ള അപകടകരമായ വ്യവസായങ്ങൾ മാറ്റി സ്ഥാപിക്കുകയോ അടച്ചുപൂട്ടുകയോ വേണം. അല്ലെങ്കിൽ മില്ലുകൾ നവീകരിക്കാനും മാറ്റി സ്ഥാപിക്കാനും 150 ഏക്കർ അനുവദിക്കണം. അത് നൽകിയില്ലെങ്കിൽ അടച്ചുപൂട്ടാനാണ് ഉടമകൾ ആഗ്രഹിക്കുന്നത്. മില്ല സ്ഥിതിചെയ്തിരുന്ന 27 ഏക്കർ ഭൂമി 'വികസിപ്പിച്ചെടുക്കാൻ' അവർ അനുമതി ചോദിച്ചു. മില്ലിന്റെ സഹോദരസ്ഥാപനങ്ങളായ സ്വതന്ത്ര ഭാരത് മിൽസ്, ഡി സി എം സിൽക്ക് എന്നിവ 38 ഏക്കർ ഭൂമിയിലാണ് സ്ഥിതിചെയ്യുന്നത്. ഇവയും അടച്ചുപൂട്ടി 'ഭൂമി വികസിപ്പിച്ചു'. ബിർള മിൽസ് നെയ്ത്ത് ഉൾപ്പെടെയുള്ള മില്ലിന്റെ വിവിധ വകുപ്പുകൾ അടച്ചുപൂട്ടാൻ തുടങ്ങിക്കഴിഞ്ഞിരുന്നു. അതിന്റെ ഉത്പാദനം ക്രമേണ ഡൽഹിക്ക് ചുറ്റുമുള്ള യന്ത്ര തറികളിലേക്ക് മാറ്റി.

യൂണിയനുകൾ നൽകിയ കേസുകൾ കോടതിയിൽ നടക്കുമ്പോൾ ഡൽഹി മാസ്റ്റർ പ്ലാനിൽ മലിനീകരണം ഉണ്ടാക്കുമെന്നും അപകടകരമാകുമെന്നും പറയുന്ന എല്ലാ വ്യവസായങ്ങളും അടച്ചുപൂട്ടണമെന്നാവശ്യപ്പെട്ട് എം സി മേത്ത എന്ന പരിസ്ഥിതി പ്രവർത്തകനായ അഭിഭാഷകൻ ഹർജി നൽകി. അത്തരം ഒമ്പതിനായിരം യൂണിറ്റുകൾ കണ്ടെത്തി. അമ്പതിനായിരത്തിലധികം തൊഴിലാളികളെ അത് ബാധിച്ചു. തൊഴിലിന് ഒരുബദൽ പദ്ധതിയുമില്ലാതെ പരിസ്ഥിതിയുടെ പേരിൽ നടക്കുന്ന ഇടപെടലുകൾ എണ്ണമറ്റ തൊഴിലാളികളുടെ ജീവിതത്തെ എങ്ങനെ ദുരന്തത്തിലേക്ക് നയിക്കും എന്നതിന്റെ ഉദാഹരണമാണ് ഇത്. എൺപതുകളുടെ അവസാനത്തിൽ ടെക്സ്റ്റൈൽ മില്ലുകളിലെ ആയിരക്കണക്കിന് തൊഴിലാളികൾ പിരിച്ചുവിടപ്പെട്ടു. ഒന്നൊന്നായി വകുപ്പുകൾ അടച്ചുപൂട്ടാൻ തുടങ്ങി. നെയ്ത്ത് ജോലി യന്ത്രത്തറികളുള്ള ഫാക്ടറികൾക്ക് പുറംകരാർ ആയി നൽകുകയും അങ്ങനെ നിർമ്മിച്ച വസ്ത്രങ്ങൾ മില്ലുകളുടെ പേരിൽ വിപണിയിലെത്തിക്കുകയും ചെയ്തു. എല്ലാ മില്ലുകളും അടച്ചുപൂട്ടാൻ ആവശ്യപ്പെടുന്ന സുപ്രീം കോടതിയുടെ അന്തിമ ഉത്തരവ് 1996 നവംബറിൽ വന്നു. അപ്പോഴേക്കും ഭൂരിഭാഗം തൊഴിലാളികൾക്കും അവരുടെ തൊഴിൽ നഷ്ടപ്പെട്ടിരുന്നു. ബിർള മിൽസ് അതിന്റെ പ്രവർത്തനങ്ങളിൽ ചിലത് ഹിമാചൽ പ്രദേശിലെ ബദ്ദിയിലേക്കു മാറ്റി. ഡൽഹിയിൽ നിന്നുള്ള വളരെ കുറച്ചു തൊഴിലാളികൾ മാത്രമേ അവയിൽ ചേർന്നുള്ളൂ. സ്വതന്ത്ര ഭാരത് മിൽസ് രാജസ്ഥാനി

ലെ ടോങ്കിൽ ചില വകുപ്പുകൾ തുറന്നു. നഷ്ടപരിഹാരം ഒരു വർഷത്തെ വേതനത്തിൽനിന്നും ആറ് വർഷത്തെ വേതനമായി വർധിപ്പിച്ചതിനാൽ സുപ്രീം കോടതി വിധി 'ന്യായ'മാണെന്ന് അവകാശപ്പെട്ടിരുന്നു. എന്നാൽ ആ തുക എത്രയുണ്ട്? പതിറ്റാണ്ടുകളായി ജോലിചെയ്തിട്ടും ഭൂരിപക്ഷം തൊഴിലാളികൾക്കും ഒരു ലക്ഷം രൂപ പോലും ലഭിച്ചില്ല. എന്നാൽ ഭൂമി ഇടപാടുകളിൽനിന്നും ഉടമകൾ വലിയ ലാഭമുണ്ടാക്കി. 2008-ൽ 1,582 കോടി രൂപയ്ക്കാണ് ഡി എൽ എഫ് സ്വതന്ത്ര ഭാരത് മിൽസ് ഭൂമി വാങ്ങിയത്. ഭൂമി വിൽപ്പനയിൽ നിന്ന് എല്ലാ മില്ലുടമകളും വൻ ലാഭംകൊയ്തു. അതായിരുന്നുവല്ലോ അവരുടെ യഥാർത്ഥ ഉദ്ദേശ്യം.

മുതലാളിത്തത്തിന്റെ നിരന്തരമായ വികസനം ദശലക്ഷക്കണക്കിന് തൊഴിലാളികളുടെ ജീവിതങ്ങളും ഉപജീവനമാർഗവും നിലംപരിശാക്കുന്നു. പുറം കരാർ വഴി വസ്ത്രം നിർമ്മിക്കാം. മില്ലുകൾ നല്കിയിരുന്നതിന്റെ നാലിലൊന്ന് ചെലവിൽ തൊഴിലാളികളെ പണിക്കെടുത്ത് ചെറിയ നെയ്ത്തു യൂണിറ്റുകളിൽ യന്ത്രത്തറികൾ ഉപയോഗിച്ചാണ് ഇത് സാധിച്ചത്. ഇന്ന്, അതെല്ലാം മെച്ചപ്പെട്ട നിലയിൽ ആധുനിക തറികളായി മാറ്റിയിരിക്കുന്നു. ഉൽപാദന ശക്തികളുടെ വികസനം തൊഴിലാളികൾക്ക് പ്രയോജനം ചെയ്യണം, എന്നാൽ മുതലാളിത്തത്തിൻ കീഴിൽ അത് തൊഴിലില്ലായ്മക്കും തൊഴിലാളികളുടെ ദുരിതത്തിനും ഇടയാക്കുന്നു. മില്ലുകൾ സ്ഥിതിചെയ്തിരുന്ന, ആയിരക്കണക്കിന് തൊഴിലാളികൾ ദിവസവും കടന്നുപോയിരുന്ന ഗെയ്റ്റുകൾ ഉണ്ടായിരുന്ന സ്ഥലത്ത് ഇപ്പോൾ ബഹുനിലകെട്ടിടങ്ങൾ ഉയർന്നുനിൽക്കുന്നു. ഷിഫ്റ്റ് തുടങ്ങാനുള്ള വിസിലിന്റെ ശബ്ദം എന്നേ നിലച്ചു പോയിരിക്കുന്നു.

തൊഴിലാളികളിൽ പലരും ഡൽഹി വിട്ടു. ഞങ്ങൾ അവരുമായുള്ള ബന്ധം നിലനിർത്താൻ ശ്രമിച്ചു. അവർ ഇപ്പോൾ താമസിക്കുന്ന സംസ്ഥാനങ്ങളിലെ പാർട്ടിയുടെ പ്രവർത്തനങ്ങളിൽ ഉൾപ്പെടുത്തുകയും ചെയ്യുന്നു. തൊഴിലാളികളിൽ ഏറ്റവും സമർത്ഥരായിരുന്ന, ഉയർന്ന രാഷ്ട്രീയബോധം ഉണ്ടായിരുന്നവരിൽ പലരും ഈ വർഷങ്ങളിൽ അന്തരിച്ചു. ഇവരിൽ യൂണിയന്റെ പ്രധാനപ്പെട്ട പല ഭാരവാഹികളും ഉൾപ്പെടുന്നു - ചങ്ങൂർ, ഇന്ദർ പാൽ, കമൽ നാരായൺ, റോഷൻ ലാൽ, രമേഷ്, സർവൻ കുമാർ. ഇവരെല്ലാം നമ്മുടെ ഓർമ്മകളിൽ ഇന്നും ജീവിക്കുന്നു. ഡൽഹിയിൽ ഇപ്പോഴും ഉള്ളവരെ ഞാൻ ചിലപ്പോൾ കാണാറുണ്ട്. ബിഷെൻ പാൽ, ഛോട്ടേ ലാൽ, ദയാനന്ദ്, ഹരീഷ് ചന്ദ്ര പാന്ത്, നാഥു പർഷാദ്, രാം പാൽ, സോഹൻ ലാൽ, ശിവകുമാർ - ഇവരെല്ലാം ഈ ഓർമ്മക്കുറിപ്പുകൾ തയ്യാറാക്കാൻ എന്നെ സഹായിച്ചു. ദിവസങ്ങൾ മങ്ങിയിരിക്കാം, എന്നാൽ ഞങ്ങൾ ഒരുമിച്ച് നടത്തിയ പോരാട്ടങ്ങളുടെ ഊർജ്ജസ്വലമായ അനുഭവം ഓരോരുത്തരുടേയും മനസ്സിൽ സജീവമാണ്. പഠിച്ച പാഠങ്ങളും എന്നെ സംബന്ധിച്ചിടത്തോളം അങ്ങനെതന്നെയാണ്, പതിറ്റാണ്ടുകൾക്ക് ശേഷവും.

4

ഇതാ വരുന്നു സ്ത്രീകൾ

മേഖലകൾ മാറുന്നു

ജലന്ധർ പാർട്ടി കോൺഗ്രസിന്റെ ഒരു പ്രത്യേക തീരുമാനം (ഏപ്രിൽ 1978) എന്റെ ജീവിതഗതിയെ നേരിട്ട് ബാധിക്കുന്ന ഒന്നായിരുന്നു. പക്ഷേ, ആ സമയത്ത് എനിക്കതറിയില്ലായിരുന്നു. ഇടതുപക്ഷ ദേശീയ വനിതാ സംഘടന കെട്ടിപ്പടുക്കേണ്ടതിന്റെ പ്രാധാന്യത്തെക്കുറിച്ച് വനിതാ പ്രതിനിധികൾ ഉയർത്തിയ ചർച്ചയായിരുന്നു ഇതിന്റെ അടിസ്ഥാനം. പാർട്ടി കോൺഗ്രസിൽ നിരീക്ഷകരും പ്രതിനിധികളുമായ 572 പേരിൽ 24 പേർ മാത്രമായിരുന്നു സ്ത്രീകൾ. പക്ഷേ, സംസാരിച്ചവർ തങ്ങൾക്ക് പറയാനുള്ള വിഷയം ഫലപ്രദമായി അവതരിപ്പിച്ചു. വർഗ്ഗസമരത്തിൽ ഉറച്ചുനിന്ന സ്വാതന്ത്ര്യ സമര സേനാനികളായ വിമല രണദിവെ, അഹല്യ രംഗ്നേക്കർ, സുശീല ഗോപാലൻ തുടങ്ങിയവർ ആവേശത്തോടെ ഇത്തരമൊരു സംഘടനയ്ക്ക് അനുകൂലമായി വാദിക്കുകയും അതിന് പാർട്ടിയുടെ പിന്തുണ ആവശ്യപ്പെടുകയും ചെയ്തത് ഞാനോർക്കുന്നു. ഇത് പിന്നീട് 1978 ഡിസംബറിൽ സംഘടനാ വിഷയങ്ങൾക്കായി ചേർന്ന പ്രത്യേക സമ്മേളനം സ്ഥിരീകരിച്ചു. സംസ്ഥാനതലത്തിൽ ഇടതുപക്ഷവുമായി ചേർന്നുനിൽക്കുന്ന വനിതാ സംഘടനകളിൽ പ്രവർത്തിക്കുന്ന സ്ത്രീകളെ ഉൾപ്പെടുത്തി 1979 മധ്യത്തോടെ ദേശീയാടിസ്ഥാനത്തിൽ ഒരു ഏകോപന സമിതി രൂപീകരിച്ചു. ഇതാണ് 1981-ൽ ജനാധിപത്യ മഹിളാ അസോസിയേഷന്റെ രൂപീകരണത്തിൽ കലാശിച്ചത്.

ഡൽഹിയിൽ അടിയന്തരാവസ്ഥയ്ക്കു ശേഷമുള്ള കാലഘട്ടത്തിൽ 'സ്വതന്ത്രവനിതാ സംഘടന' എന്ന് സ്വയം വിശേഷിപ്പിക്കുന്ന സ്ത്രീകളുടെ സംഘടനകൾ ധാരാളമായി രൂപംകൊള്ളുകയും വ്യാപിക്കുകയും

ചെയ്തു. അവർക്കിടയിൽ അഭിപ്രായവ്യത്യാസങ്ങൾ ഉണ്ടാകാമെങ്കിലും അവരിൽ പൊതുവിൽ കാണാൻ കഴിഞ്ഞത് ഇടതുപക്ഷത്തോടുള്ള പ്രത്യക്ഷമായ വിരോധമായിരുന്നു. 'വർഗം ജെണ്ടറിനെ കീഴടക്കി' എന്ന് അവർ ആരോപിച്ചു. അവരുടെ ചില രചനകൾ പത്രങ്ങളിലും മാസികകളിലും വായിച്ചപ്പോൾ ഞങ്ങളുടെ കാഴ്ചപ്പാടുകൾ തികച്ചും വ്യത്യസ്തമാണെന്ന് തോന്നി. സാമൂഹിക-സാമ്പത്തിക ചട്ടക്കൂടുകളിലും സർക്കാർ നയങ്ങളിലുമുള്ള സ്ത്രീകളുടെ അസമമായ പദവിയുടെയും പാരമ്പര്യത്തിന്റെ പേരിൽ സ്ത്രീകൾ പുരുഷന്മാർക്ക് കീഴടങ്ങുന്നതിനെ മഹത്വവൽക്കരിച്ചുകൊണ്ട്, സ്ത്രീ തൊഴിലാളികളെ തുച്ഛമായ കൂലിനല്കി ചൂഷണം ചെയ്യുന്ന സംസ്കാരം പ്രോത്സാഹിപ്പിക്കുന്നതിന്റെ പിന്നിലെ കാരണങ്ങളെക്കുറിച്ചാണ് ഞങ്ങൾ ഇടതുപക്ഷം അന്വേഷിക്കുന്നത്. നേരെ മറിച്ച് മിക്ക സ്വതന്ത്ര വനിതാ സംഘടനകളും ഏകമാനമായരീതിയിൽ പുരുഷനും സ്ത്രീയും തമ്മിലുള്ള വൈരുധ്യത്തിലൂടെ മാത്രം ലോകത്തെ കണ്ടു. അവരുടെ 'സഹോദരത്വം' എന്ന സിദ്ധാന്തത്തിന്, സ്ത്രീകൾക്കിടയിലെ വർഗ്ഗവ്യത്യാസം എന്ന വസ്തുനിഷ്ഠമായ യാഥാർഥ്യവും, ഇന്ത്യൻ സാഹചര്യത്തിലെ ജാതിവ്യത്യാസവും, തിരിച്ചറിയാൻ കഴിഞ്ഞില്ല. ഈ സംഘങ്ങൾക്ക് എല്ലാ പുരുഷന്മാരെയും അവരുടെ ശത്രുക്കളായി കാണാനാണ് കൂടുതൽ താൽപ്പര്യമെന്ന് തോന്നി, മുതലാളിത്ത ചൂഷണത്തിനെതിരെ പോരാടുന്നത് വ്യതിചലനമായാണ് അവർ കണക്കാക്കുന്നത്. 'സ്വതന്ത്രം' എന്നത് നമ്മുടേതുപോലെയുള്ള സമൂഹത്തിൽ സ്ത്രീകളുടെ പദവിയെക്കുറിച്ചുള്ള ആഴത്തിലുള്ള രാഷ്ട്രീയ സാമൂഹിക വിശകലനത്തിൽ നിന്നുള്ള സ്വാതന്ത്ര്യമാണെന്നാണ് എനിക്ക് തോന്നിയത്.

ഒരു സംഘടനയുമായും എനിക്ക് വ്യക്തിപരമായി ബന്ധമുണ്ടായിരുന്നില്ല. സർവകലാശാല, കാമ്പസുകളിൽ, പ്രത്യേകിച്ച് ജെ എൻ യുവിൽ, എസ് എഫ് ഐയിലെ വനിതാ അംഗങ്ങളും 'സ്വതന്ത്ര' സ്ത്രീ പ്രസ്ഥാനങ്ങളുടെ പ്രവർത്തകരും തമ്മിൽ ചൂടേറിയ സംവാദങ്ങൾ നടക്കുന്നതായി ഞാനറിഞ്ഞിരുന്നു. 1978 ൽ ഡി സി എം ഗേറ്റിൽ നടന്ന ബോണസ് സമരകാലത്ത് ജെ എൻ യുവിൽനിന്നും വന്ന സംഘത്തിലുണ്ടായിരുന്ന ചില എസ് എഫ് ഐ വിദ്യാർത്ഥിനികളെ ഞാൻ കണ്ടിട്ടുണ്ട്. പക്ഷേ, അതിനുശേഷം വളരെ കുറച്ച് സമ്പർക്കം മാത്രമേ അവരുമായി ഉണ്ടായിരുന്നുള്ളൂ. സംവാദങ്ങളിലൊന്നും ഞാൻ പങ്കെടുത്തിരുന്നില്ല.

അതിനാൽ 1979 ഏപ്രിലിലോ മേയിലോ ആണെന്നുതോന്നുന്നു, ഒരു ദിവസം പ്രധാനപ്പെട്ട ഒരു യോഗമുണ്ടെന്നു പറഞ്ഞ് മേജർ എന്നെ വിളിച്ചപ്പോൾ ഓഫീസിലെത്തിയ ഞാൻ അവിടെ രണ്ട് യുവതികളെ കണ്ട് അത്ഭുതപ്പെടുകയുണ്ടായി. ജെ എൻ യുവിൽനിന്നുള്ള ഇന്ദു അഗ്നിഹോത്രിയും മീര വേലായുധനുമായിരുന്നു അവർ. മെലിഞ്ഞ, നീണ്ട മുടിയും കണ്ണടയുമുള്ള ഇന്ദു കൂടുതൽ ആധികാരികമായി, വികാരതീവ്രമായി സംസാരിച്ചു. മീരയും അതേപോലെതന്നെ ഓരോ വാക്കും അള

ന്നമുറിച്ച് ഇടതുപക്ഷത്തിന്റെ പ്രാധാന്യത്തെക്കുറിച്ചു സംസാരിച്ചു. തല സ്ഥാനത്ത് വനിതാ സംഘടന കെട്ടിപ്പടുക്കുന്നതിനായുള്ള ശക്തമായ ഇടതുപക്ഷ ഇടപെടലിന്റെ ആവശ്യകതയെക്കുറിച്ച് അവർ വാചാലരായി. അവരാരും പാർട്ടിയിൽ അംഗമായിരുന്നില്ല, എന്നാൽ മറ്റ് വനിതാ സംഘടനകൾക്കൊപ്പം പ്രവർത്തിച്ചതിൽനിന്നും വർഗാടിസ്ഥാനത്തിലുള്ള സമീപനത്തിന്റെ ആവശ്യകത അവർക്ക് ബോധ്യപ്പെട്ടിരുന്നു. മേജർ അസന്ദിഗ്ധമായി തന്റെ യോജിപ്പ് വ്യക്തമാക്കി. ഇത്തരം ശ്രമങ്ങളെ പിന്തുണയ്ക്കാൻ പാർട്ടി തീരുമാനിച്ചിട്ടുണ്ടെന്നും അദ്ദേഹം വിശദീകരിച്ചു. പ്രതികരണത്തിനായി മേജർ പ്രതീക്ഷയോടെ എന്നെ നോക്കി. ഇന്ദുവും മീരയും പറഞ്ഞത് എന്റെ ഉള്ളിൽ മുഴങ്ങിക്കൊണ്ടിരുന്നു. ഞാൻ അതിൽ ചേരണമെന്നാണ് മേജറിന്റെ താൽപ്പര്യമെന്ന് എനിക്ക് തോന്നിയതിനാൽ ചർച്ചയിൽ വൈമനസ്യത്തോടെയാണ് പങ്കെടുത്തത്. വടക്കൻ ഡൽഹിയിൽ ഞാനപ്പോൾ ചെയ്തുകൊണ്ടിരിക്കുന്ന പാർട്ടി ലോക്കൽ കമ്മിറ്റിയുടെയും ട്രേഡ് യൂണിയന്റെയും പ്രവർത്തനങ്ങൾ തുടരാനായിരുന്നു എന്റെ താത്പര്യം.

ആ വർഷം ജൂണിൽ പാർട്ടി സംസ്ഥാന കമ്മിറ്റിയുടെ തീരുമാന പ്രകാരം ഡൽഹിയിൽ സ്ത്രീകളുടെ സംഘടന രൂപീകരിക്കാനുള്ള ചുമതല എനിക്ക് നൽകിക്കൊണ്ട് മേജർ ഇത് സംബന്ധിച്ച ചർച്ച കൂടുതൽ മുന്നോട്ട് കൊണ്ടുപോയി. ജനാധിപത്യ മഹിളാ അസോസിയേഷനായി പിന്നീട് മാറിയ ജനവാദി മഹിളാ സമിതി (ജെ എം എസ്) എന്ന സംഘടനയുടെ ഡൽഹി യൂണിറ്റാണ് രൂപീകരിക്കാൻ തീരുമാനിച്ചത്. ടെക്സ്റ്റൈൽ തൊഴിലാളികളുടെ സമരത്തിന്റെ സംഘാടനത്തിൽ ഞാൻ പങ്കാളിയായിരുന്നു, അതിനാൽത്തന്നെ ഇത് ചെയ്യാൻ എനിക്ക് ബുദ്ധിമുട്ടായിരിക്കുമെന്ന് ഞാൻ പറഞ്ഞുനോക്കി. പക്ഷേ, തീരുമാനം അന്തിമമായിരുന്നു. 1979 സെപ്റ്റംബറിൽ പണിമുടക്ക് കഴിയുന്നതുവരെ എനിക്ക് കൂടുതലായി ഒന്നും ചെയ്യാൻ കഴിഞ്ഞില്ല.

കാലത്തിന് എന്നോട് ദയയുണ്ടായിരുന്നുവെന്ന് തോന്നുന്നു. പാർട്ടിയുടെയും യൂണിയന്റെയും ഉത്തരവാദിത്വങ്ങൾ നിർവഹിക്കുന്നതിനൊപ്പം പുതിയ പാതയിലൂടെ പഠനത്തിന്റെയും കണ്ടെത്തലിന്റെയും യാത്ര മുന്നോട്ടു കൊണ്ടുപോകാൻ കാലം സമയം നീട്ടിത്തന്നു. സ്ത്രീകളുമൊത്തുള്ള എന്റെ പ്രവർത്തനം ഇതുവരെ യൂണിയനുമായും പാർട്ടിയുടെ രാഷ്ട്രീയ പ്രവർത്തനവുമായും ബന്ധപ്പെട്ടു മാത്രമായിരുന്നു. അതുവരെയുള്ള എന്റെ ജീവിതത്തിൽ തൊഴിലാളികൾക്കായിരുന്നു മുഖ്യസ്ഥാനം. ഇന്ദുവിനും മീരയ്ക്കുമൊപ്പം ഡൽഹി സർവ്വകലാശാലയിലെയും ജെ എൻ യുവിലെയും സ്ത്രീകളുടെ വിശാലമായ സംഘങ്ങളുമായി അടുത്ത കുറച്ച് മാസങ്ങളിൽ നിരന്തരം നടത്തിയ ചർച്ചകൾ, മുതലാളിത്ത സമൂഹത്തിൽ സ്ത്രീകൾ നേരിടുന്ന ചൂഷണത്തിന്റെയും അടിച്ചമർത്തലിന്റെയും ബഹുമുഖ മാനങ്ങളിലേക്ക് സാവധാനം എന്റെ കാഴ്ചപ്പാട് മാറുന്നതിനിടയാക്കി.

സംഘാടകരെ സംഘടിപ്പിക്കൽ

പ്രവർത്തനങ്ങൾ മുന്നോട്ടു കൊണ്ടുപോകുന്നതിന് ഞങ്ങൾ ഒരു സംഘടനാ കമ്മിറ്റി രൂപീകരിച്ചു. ഞങ്ങൾ ഒമ്പത് പേർ ഉണ്ടായിരുന്നു: ആശാലത, ചാച്ചി (ചാച്ചയുടെ ഭാര്യ), ഇന്ദു, മീര, നിഷാത് സിദ്ദിഖ് (ഡൽഹിയിൽ സർക്കാർ സ്കൂളിൽ അദ്ധ്യാപിക), ബിർള മിൽസ് സമരസംഘത്തിലെ ഓംവതി (അമ്മ), രഞ്ജന, ആസാദ്പൂരിൽ നിന്നുള്ള ശാന്തി, പിന്നെ കൺവീനറായി ഞാനും. തൊഴിലാളികളുടെ കോളനികളിലും പുനരധിവാസ കോളനികളിലും ഞങ്ങൾ ഉണ്ടാക്കിയ ബന്ധങ്ങൾ പുതുക്കുന്നതിനാണ് ആദ്യത്തെ കുറേക്കാലം ഞാൻ ശ്രദ്ധ നൽകിയത്. ഇതിന് തൊഴിലാളി യൂണിയന്റെ സംവിധാനം നിർണ്ണായക ഘടകമായിരുന്നു. കാരണം തൊഴിലാളികൾ തങ്ങൾ താമസിക്കുന്ന പ്രദേശങ്ങളിലെ പുതിയ ആളുകളുടെ വിവരങ്ങൾ ഞങ്ങൾക്ക് എത്തിച്ചു തരുന്നതിന് മുൻകൈയെടുത്തു. ജെ എൻ യുവിൽ നിന്നുള്ള വിദ്യാർത്ഥിനികളും ഇടയ്ക്കിടെ വരുമായിരുന്നു. സെമിനാറുകളും പ്രദർശനങ്ങളും പ്രതിഷേധങ്ങളുമായി കാമ്പസിൽ അവർ സജീവമായിരുന്നു.

അവരുടെ പ്രേരണയാലും അവർ നടത്തിയ സമരങ്ങളാലുമാണ് 1980 ലെ അന്താരാഷ്ട്ര വനിതാ ദിനത്തിൽ, മഥുര ബലാത്സംഗക്കേസിലെ സുപ്രീം കോടതിവിധിക്കെതിരെ നടന്ന ചരിത്രപരമായ സംയുക്ത പ്രകടനത്തിൽ വടക്കൻ ഡൽഹിയിൽ നിന്നുള്ള ഞങ്ങളുടെ സംഘം പങ്കെടുത്തത്. 1972 ൽ മഥുര എന്ന പ്രായപൂർത്തിയാകാത്ത ആദിവാസി പെൺകുട്ടി പോലീസ് സ്റ്റേഷനിൽ വെച്ച് ബലാത്സംഗം ചെയ്യപ്പെട്ടു. കുറ്റവാളികളായ പോലീസുകാരെ വിചാരണ കോടതി കുറ്റവിമുക്തരാക്കി.

രഞ്ജന, അശോക, ചാച്ചി, പേരക്കുട്ടി, റീത്ത, സുലോചന

കഷ്ടിച്ച് പതിനാലു വയസ്സ് മാത്രമുള്ള ഈ ആദിവാസി പെൺകുട്ടി 'സ്ഥിരമായി ലൈംഗികബന്ധത്തിൽ ഏർപ്പെട്ടിരുന്നു' എന്നാണ് വിധിയിൽ പറഞ്ഞിരുന്നത്. ബോംബെ ഹൈക്കോടതി ഈ വിധി റദ്ദാക്കുകയും പോലീസുകാർക്ക് അഞ്ച് വർഷത്തെ തടവ് ശിക്ഷ വിധിക്കുകയും ചെയ്തു. എന്നാൽ, 1979 സെപ്റ്റംബറിൽ, അവളുടെ ശരീരത്തിൽ എതിർപ്പിന്റെ അടയാളങ്ങളൊന്നും ഇല്ലെന്നും ബലാത്സംഗത്തിന് എതിരെ ശബ്ദമുണ്ടാക്കിയില്ലെന്നും അതിനാൽ ലൈംഗിക ബന്ധത്തിന് അവളുടെ സമ്മതമുണ്ടായിരുന്നുവെന്ന നിഗമനത്തിലെത്താമെന്നും നിരീക്ഷിച്ചുകൊണ്ട്, സുപ്രീംകോടതി പ്രസ്തുത പോലീസുകാരുടെ ശിക്ഷ റദ്ദാക്കി. ഞങ്ങളിൽ ഇത് വലിയ ആഘാതം ഉണ്ടാക്കുകയും സ്ത്രീകൾ രോഷാകുലരാകുകയും ചെയ്തു. സ്ത്രീകളുടെ സംഘടനകളും കൂട്ടായ്മകളും ശക്തമായി പ്രതിഷേധിച്ചു. നാല് പ്രമുഖ അഭിഭാഷകർ വിധിക്കെതിരെ സുപ്രീം കോടതിയിൽ ഹർജി നൽകി. കേസിലെ ഹർജിക്കാരായ ലോതിക സർക്കാർ, ഉപേന്ദ്ര ബക്സി തുടങ്ങിയവരുടെ നേതൃത്വത്തിലാണ് തലസ്ഥാനത്ത് ചരിത്രപരമായ മാർച്ച് നടന്നത്. തൊഴിലാളികളും ട്രേഡ് യൂണിയനുകളും പ്രകടനത്തിൽ ചേരണമെന്ന് ഞങ്ങളഭ്യർത്ഥിച്ചു. സി ഐ ടി യു അണിനിരത്തിയ നൂറുകണക്കിന് തൊഴിലാളികൾ മാർച്ചിൽ പങ്കെടുത്തു. ലൈംഗിക അതിക്രമങ്ങൾക്കെതിരായ ഞങ്ങളുടെ പോരാട്ടത്തിന് വിപുലമായ പിന്തുണ നേടുന്നതിനുള്ള ഞങ്ങളുടെ ശ്രമങ്ങളുടെ യുക്തിസഹമായ വിപുലീകരണമായിരുന്നു അത്.

ബലാത്സംഗത്തിനെതിരായ, പൂർണ്ണമായും പക്ഷപാതപരമായ, നിയമങ്ങൾ പരിഷ്കരിക്കുന്നതിനുള്ള, രാജ്യവ്യാപകമായ നിരന്തര പോരാട്ടമായി ഈ പ്രസ്ഥാനം വളർന്നു. ഞങ്ങൾ ഏരിയ തിരിച്ച് യൂണിറ്റുകൾ രൂപീകരിച്ചു. പ്രാദേശിക യോഗങ്ങൾ സംഘടിപ്പിക്കുന്നതിന് പഴയ ബന്ധങ്ങൾ ഉപയോഗപ്പെടുത്തി, അവർക്ക് പ്രത്യേക ചുമതല നൽകി. ഗീത (ദയാനന്ദന്റെ ഭാര്യ), ഓംവതി അമ്മ, കൈത്തറി തൊഴിലാളിയായ പ്രസന്നി, റസിയക്കൊപ്പം നന്ദ് നഗരിയിൽ വെച്ച് ഞങ്ങൾ കണ്ടുമുട്ടിയ ബംഗാളിയായ വിജയ്, ശാന്തി തുടങ്ങിയ തൊഴിലാളിവർഗ സ്ത്രീകൾ അവർ താമസിച്ചിരുന്ന പ്രദേശങ്ങളിൽ യോഗങ്ങൾ സംഘടിപ്പിച്ചു. വടക്കൻ ഡൽഹിയിൽ പ്രവർത്തിച്ചിരുന്ന ആദ്യനാളുകളിൽ ഞാൻ കണ്ടുമുട്ടിയ എത്രയോ സ്ത്രീകൾ സംഘാടകരായി വളർന്നുവന്നത് എനിക്ക് ആവേശകരമായിരുന്നു. ചർക്കയിൽ പഞ്ഞിനൂൽ നൂൽക്കുന്ന പ്രസന്നിക്ക് അക്ഷരാഭ്യാസമില്ലായിരുന്നു. പാവപ്പെട്ട, പട്ടികജാതി വിഭാഗത്തിൽ പെട്ട അവൾക്ക്, തന്റെ കുടുംബത്തിനും സാവൻ പാർക്കിലെ കോളനിക്കും പുറത്തുള്ള ലോകവുമായി യാതൊരു ബന്ധവും ഉണ്ടായിരുന്നില്ല. ഞങ്ങളുടെ പരിപാടിയിൽ പങ്കെടുക്കാൻ തുടങ്ങിയപ്പോൾ കൂടുതൽ സ്ത്രീകൾ ഇത്തരം യോഗങ്ങളിൽ പങ്കെടുക്കേണ്ടതുണ്ടെന്ന് അവൾക്ക് തോന്നി. കാരണം ഞങ്ങൾ അവരുടെ ജീവിതവുമായി ബന്ധപ്പെട്ട വിഷയങ്ങളാണ് ചർച്ച ചെയ്യുന്നതെന്ന് അവൾക്ക് മനസ്സിലായി. യോഗം തുടങ്ങുന്നതിനുമുമ്പ് അവൾ കോളനിയിൽ ചുറ്റിനടന്ന് സ്ത്രീകളെ വിളിച്ചുകൂട്ടും. 'ഞങ്ങൾ എന്തിന് വരണ'മെന്ന അവരുടെ ചോദ്യങ്ങൾക്ക് മറുപടിയായി അവൾ ഹ്രസ്വമായ ഗംഭീര പ്രസംഗങ്ങൾ നടത്തുമായിരുന്നു. താൻ ആസ്വദിച്ചാണിത് ചെയ്യുന്നതെന്നും പ്രധാൻജിയെ പോലെ തന്നെ നല്ല പ്രസംഗകയാണ് താനെന്നും ഒരു കുസൃതി നിറഞ്ഞ പുഞ്ചിരിയോടെ അവൾ എന്നോട് പറഞ്ഞു. 'പ്രധാൻജി' അവളുടെ ഭർത്താവ് സർവാൻ കുമാറാണ്, കൈത്തറി തൊഴിലാളി യൂണിയൻ പ്രസിഡന്റ്! അവൾ പെട്ടെന്നുതന്നെ സാവൻ പാർക്കിലെ ജെ എം എസ് യൂണിറ്റിന്റെ പ്രസിഡന്റായി തിരഞ്ഞെടുക്കപ്പെടുകയും ഏറ്റവും സജീവ പ്രവർത്തകയായി മാറുകയും ചെയ്തു.

മറ്റൊരുദാഹരണം ഓംവതി അമ്മയുടേതായിരുന്നു. ബിർള മിൽസിലെ തൊഴിലാളിപണിമുടക്കിനെ എതിർത്തവർക്കെതിരെ നടന്ന സമരത്തിന് ഓംവതി നേതൃത്വം നൽകിയിരുന്നു. വിധവയായ അവർ രണ്ട് ആൺമക്കളെ വളർത്തുന്നതിനായി പലതരത്തിലുള്ള പുറം കരാർ ജോലികൾ ഏറ്റെടുത്തു നടത്തിവന്നു. പിന്നീട് കൂട്ടുകുടുംബം പിരിയേണ്ടിവന്നത് ഓംവതിക്ക് വലിയ സങ്കടത്തിനിടയാക്കി. അവർ മൂത്ത മകൻ സുരേഷിനൊപ്പം മംഗോൾപുരി പുനരധിവാസ കോളനിയിലെ

പുതിയ വീട്ടിലേക്ക് മാറി. 1980 ലാണ് ഞാൻ ഓംവതിയെ കാണുന്നത്. അപ്പോഴവർ ഒറ്റയ്ക്കാണ് കഴിഞ്ഞിരുന്നത്. ബിർള മിൽസിലേയും തൊഴിലാളികളുടെ കോളനിയിലെയും പഴയ ജീവിതം നഷ്ടമായതിൽ അവർ ഏറെ ദുഃഖിച്ചു. ഒരു വനിതാ സംഘടന കെട്ടിപ്പടുക്കാനുള്ള ഞങ്ങളുടെ ശ്രമത്തിൽ ചേരണമെന്ന് ഞാനാവശ്യപ്പെട്ടപ്പോൾ ആദ്യം സമ്മതിച്ചില്ല, കാരണമായി പറഞ്ഞത്, തനിക്ക് ക്ഷമയില്ലെന്നായിരുന്നു! ഒടുവിൽ അവർ സംഘടനയിൽ ചേരുകയും പതിവായി യോഗങ്ങൾ നടത്തുവാനായി അവരുടെ വീട് ഉപയോഗിക്കുകയും ചെയ്തു. എന്നിരുന്നാലും അവർ സ്ത്രീകളുടെ സംഘടനയിലേതിനേക്കാൾ, തെരുവിൽ മികച്ച പോരാളിയായിരുന്നു!

അടുത്ത ആറു മാസങ്ങൾക്കിടയിൽ ഞങ്ങൾ ഡൽഹിയിലുടനീളം നിരവധി യോഗങ്ങൾ നടത്തി. വനിതാ പ്രവർത്തകരുടെ എണ്ണം ക്രമേണ വർദ്ധിച്ചു. യൂണിറ്റ് തലം മുതൽ വനിതാ പ്രവർത്തകരെ വളർത്തിയെടുക്കാനായിരുന്നു ഞങ്ങളുടെ ശ്രമം. സ്ത്രീകളുടെ അടിച്ചമർത്തലിന്റെയും പുരുഷാധിപത്യത്തിന്റെയും വേരുകൾ, സാമ്പത്തിക അസമത്വത്തിന്റെ കാരണങ്ങൾ, എന്തുകൊണ്ടാണ് ചിലർ സമ്പന്നരും മറ്റുള്ളവർ ദരിദ്രരുമാകുന്നത്, സ്ത്രീകളുടെ കീഴാള പദവി ശക്തിപ്പെടുത്തുന്നതിന് പാരമ്പര്യവും ആചാരങ്ങളും ഉപയോഗിക്കുന്നത്, സ്ത്രീ വിമോചനത്തിന്റെ അർത്ഥം തുടങ്ങിയ വിവിധ വിഷയങ്ങളിൽ ഞങ്ങൾ സ്ഥിരമായി ക്ലാസുകൾ സംഘടിപ്പിച്ചു. ബബ്ലി ഗുപ്ത, ഇന്ദു, മീര തുടങ്ങി പലരും ഡൽഹിയിൽ ഞങ്ങളുടെ യൂണിറ്റുകൾ രൂപീകരിച്ച പല കോണുകളിൽ ക്ലാസെടുക്കാൻ പതിവായി പോകാറുണ്ടായിരുന്നു. അവിടങ്ങളിലെ സ്ത്രീകളിൽ ഭൂരിഭാഗത്തിനും സ്കൂളിൽ പോകാൻ അവസരം ലഭിച്ചിരുന്നില്ല.

പ്രാദേശിക തലത്തിൽ പ്രവർത്തകരെ വളർത്തിയെടുക്കുന്നതിനായി നടത്തിയ പരിശ്രമം സംഘടനയുടെ രൂപീകരണത്തിന്റെ ഒരു നിർണായക ഘട്ടമായിരുന്നുവെന്ന് ആ ദിവസങ്ങളിലേക്ക് തിരിഞ്ഞു നോക്കുമ്പോൾ എനിക്ക് തോന്നുന്നു. ഫണ്ട് ലഭിക്കുന്ന സന്നദ്ധസംഘടനകളെപ്പോലെ സ്ത്രീകളെ സാമ്പത്തികമായി സഹായിക്കാനുള്ള പണം ഞങ്ങൾക്കില്ലായിരുന്നു, അതിനാൽ സ്ത്രീകൾ ഞങ്ങളുടെ യോഗങ്ങളിൽ സ്വന്തം താല്പര്യമനുസരിച്ചാണ് പങ്കെടുത്തിരുന്നത്. വീട്ടിലും പുറത്തും പലതരത്തിലുള്ള വെല്ലുവിളികൾ നേരിടുന്ന സ്ത്രീകൾ സാമൂഹ്യ മാറ്റത്തിനോടുള്ള പ്രതിബദ്ധതയാൽ പ്രചോദിതരായി സാമൂഹ്യ പ്രവർത്തകരും സഖാക്കളുമായി മാറുന്നത് അത്ഭുതകരമാണ്. പൊതു ഇടങ്ങളിൽ തങ്ങളുടെ വ്യക്തിത്വങ്ങൾ പ്രകടിപ്പിക്കുന്നതിൽ നിന്ന് സാംസ്കാരിക നിയന്ത്രണങ്ങൾ സ്ത്രീകളെ തടഞ്ഞു. പലരും സാരിത്തുമ്പാൽ അവരുടെ മുഖം മറയ്ക്കുകയും കുടുംബത്തിലെ മുതിർന്ന പുരുഷന്മാരുടെ മുന്നിൽ സംസാരി

ക്കാൻ മടിക്കുകയും ചെയ്തു. മറികടക്കാൻ ഏറ്റവും ബുദ്ധിമുട്ടുള്ള പ്രതിബന്ധമാണ് സംസ്കാരം.

സ്ത്രീകളുടെ നേതൃത്വം വികസിക്കണമെങ്കിൽ, പുരുഷന്മാരും അവരെ നേതാക്കളായി അംഗീകരിക്കണം. അവർ പല പ്രശ്നങ്ങൾ നേരിടുന്നു. അയൽപക്കത്ത് നടക്കുന്ന അപവാദ പ്രചരണമാണ് പൊതുവെയുള്ള പരാതി. 'ഇന്നയാളുടെ ഭാര്യ എപ്പോഴും മറ്റ് പുരുഷന്മാർക്കൊപ്പമാണ് നടപ്പ്; അവളെ നിയന്ത്രിക്കാൻ ആരുമില്ല' അല്ലെങ്കിൽ 'ഒറ്റയ്ക്ക് അവൾ എല്ലാ ദിവസവും എങ്ങോട്ടാണ് പോകുന്നത്'. ഇത്തരം അപവാദങ്ങൾ അവർ കേൾക്കേണ്ടി വരുന്നു. ഇത് കേൾക്കുന്ന അവരുടെ ഭർത്താക്കന്മാർ സ്ത്രീകളെ വീട്ടിൽനിന്നും പുറത്ത് പോകുന്നത് തടയുന്നതും പതിവാണ്. അത്തരം സന്ദർഭങ്ങളിൽ ഞങ്ങളിൽ ആരെങ്കിലും ഭർത്താവിനെയോ അമ്മായിയമ്മയെയോ ചെന്നുകണ്ട് അവരോട് സംഘടനയെക്കുറിച്ച് സംസാരിക്കും. എന്നാൽ പലപ്പോഴും സ്ത്രീകൾ ഒറ്റയ്ക്കുതന്നെ പോരാടുന്നു.

ഡൽഹി സർവകലാശാലയിൽ വച്ച് വിദ്യാർത്ഥി പ്രസ്ഥാനത്തിൽ ചേർന്ന കമല സഹപ്രവർത്തകനായ യശ്പാലിനെ സ്വന്തം ഇഷ്ടപ്രകാരം വിവാഹം കഴിച്ചു. ഇരുവരും പട്ടികജാതി സമുദായങ്ങളിൽ പെട്ടവരായിരുന്നുവെങ്കിലും വ്യത്യസ്ത വിഭാഗങ്ങളായതിനാൽ വിവാഹത്തിന് ഇരുവരുടെയും വീട്ടുകാർക്ക് എതിർപ്പായിരുന്നു. കമലയും യശ്പാലും എങ്ങനെയൊക്കെയോ കുടുംബങ്ങളുടെ എതിർപ്പ് മറികടന്നു. വിവാഹശേഷം കമല, സാവൻ പാർക്കിനോട് ചേർന്നുള്ള കോളനിയിൽ ഭർത്താവിന്റെ കൂട്ടുകുടുംബം താമസിക്കുന്ന വീട്ടിലേക്ക് മാറി. ഉടൻതന്നെ വനിതാ സംഘടനയിൽ ചേരുകയും ഒരു പ്രധാന നേതാവായി ഉയരുകയും ചെയ്തു. അവൾ പലപ്പോഴും സംഘടനാ പ്രവർത്തനത്തിനായി ദിവസം മുഴുവൻ വീടിന് പുറത്തായിരിക്കും. അവളുടെ വിവാഹം കഴിഞ്ഞ് ഏതാനും മാസങ്ങൾ കഴിഞ്ഞപ്പോൾ 'അന്യ പുരുഷന്മാരുമായി യോഗങ്ങളിൽ പങ്കെടുക്കുന്നതിനെക്കുറിച്ച്' നാട്ടുകാർ അനാവശ്യം പറയുന്നതുകേട്ട് മടുത്തുവെന്ന് പറഞ്ഞ് സംഘടനാ പ്രവർത്തനം നടത്തുന്നതിൽനിന്നും അവളുടെ അമ്മായിയച്ഛൻ വിലക്കി. കമല ചെറുത്തു. അമ്മായിയച്ഛൻ അവളുടെ അച്ഛനെ വിളിച്ചുവരുത്തി പരാതി പറഞ്ഞു. യശ്പാലിനും മുന്നറിയിപ്പ് നൽകിയെങ്കിലും കമല ഉറച്ചുനിന്നു, സംഘടനാ പ്രവർത്തനം ഉപേക്ഷിക്കാൻ അവൾ വിസമ്മതിച്ചു. വല്ലാത്തൊരു പ്രതിസന്ധിയായിരുന്നുവെങ്കിലും ഒടുവിൽ, അവളുടെ പ്രവർത്തനം ഭർതൃവീട്ടുകാർ അംഗീകരിച്ചു. കുറച്ച് വർഷങ്ങൾക്ക് ശേഷം പാലിന്റെ വില വർദ്ധനയിൽ പ്രതിഷേധിച്ചതിന് അറസ്റ്റുചെയ്ത് ജയിലിലടയ്ക്കപ്പെട്ട പതിനാല് സ്ത്രീകളിൽ ഞാനും അവളും ഉണ്ടായിരുന്നു.

യൂണിറ്റുകൾ തുടങ്ങുന്നു

പൊതുജീവിതത്തിൽ സ്ത്രീകളുടെ പങ്കാളിത്തത്തിനുള്ള അന്തരീക്ഷം സൃഷ്ടിക്കുന്നതിൽ സ്ത്രീ പ്രസ്ഥാനങ്ങൾ വലിയ പങ്കുവഹിച്ചിട്ടുണ്ട്. രാഷ്ട്രീയ പ്രാതിനിധ്യത്തിനായുള്ള സ്ത്രീകളുടെ പോരാട്ടങ്ങളുടെ ഫലമായാണ് തദ്ദേശസ്വയംഭരണ സ്ഥാപനങ്ങളിൽ സ്ത്രീകൾക്ക് സംവരണം ഏർപ്പെടുത്തിയത്. തങ്ങളുടെ അഭിപ്രായങ്ങൾ സ്വയം പ്രകടിപ്പിക്കാനും അയൽക്കൂട്ട യോഗങ്ങളിൽ സ്ത്രീകളുടെയും പുരുഷന്മാരുടെയും സദസ്സിനു മുന്നിൽ സംസാരിക്കാനും വിശാലമായ സാമൂഹിക അനുമതി ഇപ്പോൾ സ്ത്രീകൾക്കുണ്ട്. എന്നാൽ അക്കാലത്ത് അങ്ങനെയായിരുന്നില്ല. ഞങ്ങളുടെ പ്രവർത്തകരിൽ പലരും ഈ തടസ്സങ്ങൾ മറികടക്കുകയും സംഘടനയുടെ സഹായത്തോടും പിന്തുണയോടുംകൂടി തങ്ങളുടെ അഭിപ്രായങ്ങൾ പരസ്യമായി പ്രകടിപ്പിക്കാനും തുടങ്ങി. അതിനാൽ ഇടതുപക്ഷ വനിതാ പ്രസ്ഥാനങ്ങളിൽ ചേർന്ന തൊഴിലാളിവർഗ സ്ത്രീകളായിരുന്നു ഒരുതരത്തിൽ ദരിദ്രരായ സ്ത്രീകളെ രാഷ്ട്രീയപ്രക്ഷോഭത്തിലേക്ക് കൊണ്ടുവന്നതിന്റെ അമരക്കാർ. ഈ പ്രക്രിയയിലൂടെ അവർ നേതാക്കളായി സ്വയം വളരുകയും ചെയ്തു.

എനിക്ക് അവരോട് അഗാധമായ സ്നേഹവും ബഹുമാനവും തോന്നി, ഞാൻ എത്രമാത്രം എന്റെ പ്രവർത്തനം ആസ്വദിക്കുന്നുണ്ടെന്ന് ഞാൻ മനസ്സിലാക്കി. ഞങ്ങളെല്ലാവരും ഒത്തുചേർന്ന് രസകരമായി പ്രവർത്തിച്ചു. പുരുഷ നോട്ടത്തിൽനിന്ന് അകലെയുള്ള വ്യത്യസ്ത ലോകമായിരുന്നു അവർക്കത്. ഞങ്ങൾ ചിലപ്പോൾ പാട്ടുപാടുകയും നൃത്തം ചെയ്യുകയും ചെയ്യും. ധാരാളം സ്ത്രീകൾ ചെണ്ടയും നാടൻ ധോലകും നന്നായി കൊ

നന്ദി നഗറിൽ നടന്ന ക്യാമ്പയിനിൽ
ഇന്ദു അഗ്നിഹോത്രി, രജ്നി പൽറിവാല, മീര വേലായുധൻ എന്നിവർ

ട്ടുന്നവരായിരുന്നു. ചെണ്ടയുടെ താളത്തിനനുസരിച്ച് അവർ വട്ടത്തിൽ കറങ്ങുകയും എല്ലാം മറന്ന് നൃത്തം ചെയ്യുകയും ചെയ്യും. സാമൂഹിക ചടങ്ങുകൾ നടക്കുമ്പോൾ, പ്രത്യേകിച്ച് വിവാഹവേളകളിൽ സ്ത്രീകളുടെ പാട്ടും നൃത്തച്ചുവടുകളും ബോളിവുഡ് താരങ്ങൾ തോറ്റുപോകുന്ന തരത്തിലുള്ളതായിരുന്നു. സാധാരണ അടക്കവും ഒതുക്കവുമുള്ള തങ്ങളുടെ അമ്മമാരുടെ മാറ്റം നിലത്തു വട്ടത്തിൽ കുത്തിയിരിക്കുന്ന കുട്ടികൾ വിടർന്ന കണ്ണുകളോടെ അന്തംവിട്ട് നോക്കിക്കൊണ്ടിരിക്കും. ഞാൻ ഈ പരിപാടികൾ നന്നായി ആസ്വദിച്ചിരുന്നു, പലപ്പോഴും നൃത്തംചെയ്യുന്ന സ്ത്രീകളുടെ കൂട്ടത്തിലേക്ക് അവരെന്നെയും വലിച്ച് ചേർത്തു.

ഞങ്ങളുടെ യോഗങ്ങളിൽ തൊഴിലാളിവർഗ സ്ത്രീകൾ നഗരങ്ങളിലെ പാവപ്പെട്ട സ്ത്രീകളുടെ പ്രശ്നങ്ങൾ ഉന്നയിച്ചിരുന്നു. ജലവിതരണത്തിന്റെ അപര്യാപ്തത ഒരു പൊതു പ്രശ്നമായിരുന്നു. ലഭ്യമായ വളരെക്കുറച്ച് പൈപ്പുകളുടെ മുന്നിൽ വെള്ളത്തിനുവേണ്ടി സ്ത്രീകൾക്ക് മണിക്കൂറുകളോളം വരിനിൽക്കേണ്ടി വന്നു. പൊതു ഗതാഗതമായിരുന്നു മറ്റൊരു പ്രശ്നം.

ബസുകളിൽ തിരക്ക് കൂടുതലാണെന്ന് വനിതാ ഫാക്ടറി തൊഴിലാളികൾ പരാതിപ്പെടുന്നു. കൃത്യസമയത്ത് ജോലിക്കെത്താൻ വേണ്ടി വളരെ നേരത്തെ വീട്ടിൽനിന്ന് ഇറങ്ങേണ്ടി വരുന്നതിനാൽ പന്ത്രണ്ട് മണിക്കൂർ ജോലിക്കായി അവർക്ക് ചെലവഴിക്കേണ്ടി വരും. പൊതുവിതരണ സമ്പ്രദായത്തിന്റെ സൗകര്യം ലഭ്യമാക്കുന്നതിന് റേഷൻകാർഡുകൾ കിട്ടുക എന്നതും ഒരു വലിയ പ്രശ്നമായിരുന്നു.

ഞങ്ങൾ ജില്ലാ, പ്രാദേശികഭരണ അധികാരികളുടെ മുന്നിൽ പ്രകടനങ്ങൾ സംഘടിപ്പിച്ചു. ഇതോടൊപ്പം തന്നെ അംഗത്വപ്രചാരണവും ആരംഭിച്ചു. സംഘങ്ങളായി വീടുവീടാന്തരം കയറിയിറങ്ങി ഞങ്ങളുടെ ലക്ഷ്യങ്ങളായ സമത്വത്തെയും നീതിയേയുംകുറിച്ച് വിശദീകരിച്ചു. 1980 ജൂലൈ മാസത്തോടെ ഞങ്ങൾക്ക് 1,000 അംഗങ്ങളുണ്ടായി. വിവിധ മേഖലകളിൽ തിരഞ്ഞെടുക്കപ്പെട്ട യൂണിറ്റ് കമ്മിറ്റികൾ രൂപീകരിക്കാൻ ഞങ്ങൾ സജ്ജമായി. പ്രാദേശികമായി ഞങ്ങളുടെ അംഗങ്ങളുടെ യോഗങ്ങൾ നടത്തി അവർതന്നെ ഒരു സെക്രട്ടറിയെയും ഒരു പ്രസിഡന്റിനെയും ഒരു കമ്മിറ്റിയേയും തിരഞ്ഞെടുക്കുന്നതാണ് ഈ പ്രക്രിയ. ഒമ്പതോ പത്തോ മേഖലകളിൽ ഞങ്ങൾക്ക് ഇത് ചെയ്യാനായി. ജെ എം എസ് (ജനവാദി മഹിള സംഘടന) ബാനറിനുകീഴിൽ ആദ്യ സംസ്ഥാനതല പ്രകടനം 1980 ഒക്ടോബറിൽ നടത്തുകയുണ്ടായി. അതിൽ തൊഴിലാളി വർഗ്ഗത്തിൽ നിന്നുള്ള അഞ്ഞൂറിലേറെ സ്ത്രീകൾ അവകാശ പത്രികയുമായി ബോട്ട് ക്ലബ്ബിലേക്ക് മാർച്ച് നടത്തി. നമുക്കെല്ലാവർക്കും അഭിമാനിക്കാവുന്ന ഒരു നിമിഷമായിരുന്നു അത്.

പുതിയ സഖാക്കൾ

ജെ എൻ യുവിൽ നിന്നുള്ള മറ്റൊരു വിദ്യാർത്ഥിയായ അശോകലത ജെയിൻ കൂടി ഞങ്ങൾക്കൊപ്പം ചേർന്ന കാലത്താണ് ഞങ്ങളുടെ ടീം ശക്തിപ്പെട്ടത്. അടിയന്തരാവസ്ഥക്കെതിരായ പ്രക്ഷോഭത്തിൽ അവരുടെ പങ്കിനെക്കുറിച്ച് ഞാൻ നേരത്തെ സൂചിപ്പിച്ചിട്ടുണ്ട്. അശോകയെ സർവകലാശാലയിൽ നിന്ന് ആദ്യം സസ്പെൻഡ് ചെയ്യുകയും പിന്നീട് പുറത്താക്കുകയും ചെയ്തുവെങ്കിലും അവർ എസ് എഫ് ഐയുടെ നേതൃനിരയിൽ തുടർന്നു. ജെ എൻ യുവിൽവെച്ച് എസ് എഫ് ഐ നേതാവ് കൂടിയായ പ്രബീർ പുർകായസ്തയെ അവൾ പരിചയപ്പെടുകയും ഇരുവരും പ്രണയബദ്ധരാകുകയും ചെയ്തു. അവർ വിവാഹം കഴിക്കാൻ തീരുമാനിച്ചു. നിയമപരമായ നടപടിപ്രകാരം വിവാഹ രജിസ്ട്രാർക്ക് നോട്ടീസ് നൽകി. എന്നാൽ അടിയന്തരാവസ്ഥ പ്രഖ്യാപിച്ച് അധികം താമസിയാതെ പ്രബീറിനെ അറസ്റ്റുചെയ്തതിനാൽ, അവരുടെ പ്രണയം ക്രൂരമാംവിധം തടസ്സപ്പെട്ടു. തടങ്കൽ പ്രക്രിയയുടെ ഏകപക്ഷീയവും അതാര്യവുമായ സ്വഭാവത്തിന്റെ ദൃഷ്ടാന്തമായി അദ്ദേഹത്തിന്റെ അറസ്റ്റ് മാറി. ആറ് ദിവസമായിട്ടും ഡൽഹി പോലീസിന്റെ രഹസ്യാന്വേഷണ വിഭാഗത്തിന് തടങ്കലിനുള്ള കാരണം നൽകാൻ കഴിഞ്ഞില്ല. പോലീസ് പിന്നീട് സമ്മതിച്ചതുപോലെ, അദ്ദേഹത്തിനെതിരെ അവർക്ക് തെളിവുകളൊന്നും ഇല്ലായിരുന്നു. ഏതാണ്ട് അടിയന്തരാവസ്ഥക്കാലം മുഴുവൻ അദ്ദേഹം ആദ്യം തിഹാറിലും പിന്നീട് ആഗ്രയിലും ജയിലിൽ കഴിഞ്ഞു. ജയിലിൽനിന്നും വിട്ടയച്ചതിനുശേഷം മാത്രമാണ് അവർക്ക് വിവാഹിതരാകാൻ കഴിഞ്ഞത്.

അശോക നയിക്കുന്ന എ ഐ ഡി ഡബ്ല്യു എ യുടെ പ്രകടനത്തിൽ ഒപ്പം രഞ്ജന. (സഫ്ദർ ഹാഷ്മി പകർത്തിയ ചിത്രം.)

വിവാഹത്തിനുശേഷം പ്രബീറും അശോകയും ഒരു കാര്യം തീരുമാനിച്ചു. അവരിൽ ഒരാൾ മുഴുവൻസമയ പാർട്ടി പ്രവർത്തനം നടത്തും, മറ്റൊരാൾ കുടുംബം നോക്കുന്നതിനായി തൊഴിലെടുക്കും. ഇക്കാര്യം അവർ പാർട്ടിയുമായി ചർച്ച ചെയ്തു. ഇത്തരം സാഹചര്യങ്ങളിൽ ഭർത്താവ് മുഴുവൻ സമയ പാർട്ടി പ്രവർത്തകനും ഭാര്യ തൊഴിലെടുത്ത് സമ്പാദിക്കുകയും ചെയ്യുമെന്നാണ് പൊതുവിൽ എന്തുകൊണ്ടോ ഉള്ള ഒരു ധാരണ. എന്നാൽ പാർട്ടിയുടെ ജെ എൻ യു യൂണിറ്റിന്റെ ചുമതലയുള്ള പ്രകാശും സംസ്ഥാന സെക്രട്ടറി മേജറും ഈ പുരുഷാധിപത്യ ധാരണയെ ഇനിയെങ്കിലും വെല്ലുവിളിക്കേണ്ടതുണ്ടെന്ന് തീരുമാനിച്ചു. പ്രബീർ അശോകയുടെ മുഴുവൻ സമയ പാർട്ടിപ്രവർത്തനം എന്ന തീരുമാനത്തെ പൂർണ്ണമായി പിന്തുണച്ചു, പാർട്ടിയുടെ അഭിപ്രായത്തെ ചോദ്യംചെയ്യേണ്ട കാര്യമില്ലെന്നും തീരുമാനിച്ചു. അങ്ങനെ അശോക പാർട്ടിയുടെ മുഴുവൻ സമയപ്രവർത്തകയും ഞങ്ങളുടെ സംഘത്തിലെ, അവിശ്വസനീയമാം വിധം വിലപ്പെട്ട അംഗവുമായി. പടിഞ്ഞാറൻ ഡൽഹിയിലെ പ്രവർത്തനങ്ങളുടെ ചുമതല അവർ ഏറ്റെടുത്തു. എസ് ബി എം, ഡി സി എം സിൽക്ക് മില്ലുകളിലെയും മംഗോൾപുരി പുനരധിവാസ കോളനിയിലെയും ടെക്സ്റ്റൈൽ തൊഴിലാളികളോടൊപ്പം പ്രവർത്തിക്കാൻ അശോക ആവേശത്തോടെ ഇറങ്ങി. ഈ പ്രദേശങ്ങളിൽ പുതിയ പാർട്ടി ഘടകങ്ങൾ രൂപീകരിക്കുന്നതിലും അശോക പ്രധാന പങ്ക് വഹിച്ചു.

1980-ന്റെ അവസാനത്തോടെ ഞങ്ങൾ ഒരു നിയമസഹായ സെൽ രൂപീകരിച്ചു. ഇത് സംഘടനയുടെ പ്രവർത്തനത്തിന് ഉണർവുണ്ടാക്കി. മുൻ വിദ്യാർത്ഥിപ്രവർത്തകയായിരുന്ന, പിന്നീട് അഭിഭാഷകയായി മാറിയ കീർത്തി സിംഗിന്റെ നേതൃത്വത്തിലാണ് ഇത് സ്ഥാപിച്ചത്. ഇട തുപക്ഷ രാഷ്ട്രീയത്തോട് പ്രതിജ്ഞാബദ്ധയായിരുന്ന അവർ ജെ എം എസ് രൂപീകരണത്തെക്കുറിച്ച് അറിഞ്ഞപ്പോൾ ഞങ്ങളെ ബന്ധപ്പെടു കയും കലർപ്പില്ലാത്ത ഔദാര്യത്തോടും അർപ്പണബോധത്തോടുംകൂടി ഞങ്ങൾക്കുവേണ്ടി സമയം ചെലവഴിക്കുകയും ഉപദേശങ്ങൾ നൽകുക യും ചെയ്തു. അവർ ഞങ്ങളുടെ പ്രവർത്തനരീതിയിൽ വലിയ മാറ്റം കൊ ണ്ടുവന്നു. അക്കാലത്ത് ഞങ്ങൾക്ക് ഓഫീസ് ഇല്ലായിരുന്നു. സംസ്ഥാന സി ഐ ടി യു ഓഫീസിന്റെ ഇടുങ്ങിയ വരാന്തയിലാണ് ഞങ്ങൾ പ്ര വർത്തിച്ചിരുന്നത്. കീർത്തി ഒരു സൗജന്യ കൗൺസിലിംഗ് സെന്റർ തുടങ്ങി. ഗാർഹിക പീഡനക്കേസുകളാണ് പ്രധാനമായും ഇവിടെ കൈകാര്യം ചെയ്തത്. ഈ കേന്ദ്രത്തിലൂടെ പ്രാദേശിക തലത്തിലുള്ള നിരവധി പ്രവർത്തകർക്ക് കൗൺസിലർമാരായി പരിശീലനം ലഭിച്ചു. എല്ലാ ആഴ്ചയും വിവിധ മേഖലകളിൽ നിന്നുള്ള കേസുകൾ ഞങ്ങൾക്ക് ലഭിച്ചു. കേസിലെ ഇരയ്ക്ക് അയൽക്കാരുടെ പിന്തുണ ലഭിക്കണമെന്ന ത് ഞങ്ങൾ നേരത്തെ എടുത്ത ഒരു തീരുമാനമായിരുന്നു. ഇത് അത്ര എളുപ്പമായിരുന്നില്ല, കാരണം അയൽവാസികൾ പെൺകുട്ടിയുടെ ഭർ ത്താവിനെയോ ഭർതൃകുടുംബത്തെയോ ശത്രുപക്ഷത്താക്കാൻ ഭയപ്പെട്ടു. എങ്കിലും ഞങ്ങൾ സാമൂഹിക പിന്തുണ വളർത്തിയെടുക്കാനും അയൽ ക്കാർക്ക് സംഘടനയെ പരിചയപ്പെടുത്താനും പരാതിക്കാരിയായ സ്ത്രീയെ പ്രോത്സാഹിപ്പിച്ചു.

വ്യക്തിപരമായ കേസുകളുമായി ജെ എം എസിലെത്തിയ സ്ത്രീക ളിൽ പലരും പ്രവർത്തകരായി വളർന്നു. വ്യക്തിഗത കേസുകളിൽ നി യമസഹായത്തിന് സംഘടനാപരമായി പിന്തുണ നൽകുവാനും കേസ് മുന്നോട്ട് കൊണ്ടുപോകുവാനും ശനിയാഴ്ച സെഷനുകളിൽ നിർബന്ധമാ യും ഹാജരാകാനും ഞാൻ എന്റെ ജോലി സമയം ക്രമീകരിച്ചു. പതുക്കെ, ശനിയാഴ്ച കൗൺസിലിംഗ് സെഷനുകൾ പ്രധാന കേന്ദ്രമായി വിക സിച്ചു. ചുമതലകൾ ഏറ്റെടുത്തുകൊണ്ട് വിവിധ പ്രദേശങ്ങളിൽ നിന്ന് നിരവധി പ്രവർത്തകർ വന്നുതുടങ്ങി. സ്ത്രീധനം, ബലാത്സംഗം തുടങ്ങിയ കേസുകളുമായി ബന്ധപ്പെട്ട നിയമങ്ങളുടെ പരിമിതികളെക്കുറിച്ച് ഡൽ ഹിയിലെ സംഘടനയ്ക്കുള്ളിൽ കീർത്തിയും ചർച്ചകൾക്ക് തുടക്കമിട്ടു. ഞങ്ങൾ, അവളുടെ ഉത്സാഹമുള്ള വിദ്യാർത്ഥികളായിരുന്നു, പലപ്പോഴും നിയമാവലിയുടെ വരികൾക്കിടയിൽ മറച്ചുവെച്ചിരിക്കുന്ന പുരുഷാധിപ ത്യ മുൻവിധികൾ എങ്ങനെ വായിക്കാമെന്ന് ഞങ്ങൾ പഠിച്ചു തുടങ്ങി.

1990 കളുടെ അവസാനം, ചെന്നിയ്ക്കും കാളിന്ദിയ്ക്കുമൊപ്പം

സ്ത്രീധന, ബലാത്സംഗ വിരുദ്ധ നിയമങ്ങളുടെ ഭേദഗതികൾക്കുള്ള നിർദ്ദേശങ്ങൾ കീർത്തി തയ്യാറാക്കി. മറ്റ് പല സംഘടനകളും ഇത് പിന്തുണച്ചിരുന്നു. 1980-ൽ ഇതിനായി രൂപീകരിച്ച പാർലമെന്ററി കമ്മിറ്റികൾക്ക് മുമ്പാകെ സമർപ്പിച്ച നിവേദനത്തിന്റെ അടിസ്ഥാനം ഇതായിരുന്നു.

അടുത്ത വർഷം, 1981 ൽ, ഞങ്ങൾക്ക് അടുപ്പമുണ്ടായിരുന്ന പ്രൊഫസർമാരുടെയും വിദ്യാർത്ഥികളുടെയും ഒരു യോഗം ചേർന്നു. ഈ യോഗത്തിൽ ഏകദേശം ഇരുപതോളം പേർ പങ്കെടുത്തു, അവരിൽ കൂടുതൽ പേരും പിന്നീട് ജെ എം എസിൽ ഏതെങ്കിലും രീതിയിൽ സജീവമായി. ആ യോഗത്തിന്റെ പ്രധാന സവിശേഷത ജെ എൻ യുവിലെ സാമ്പത്തിക ശാസ്ത്ര പ്രൊഫസറായ ഉത്സ പട്നായിക്ക് നടത്തിയ, സ്ത്രീധനത്തിന്റെ വ്യത്യസ്തവശങ്ങളെക്കുറിച്ചുള്ള അവതരണമായിരുന്നു. മറ്റൊരു കാരണത്താൽ കൂടി ഈ യോഗം ഞാൻ ഓർക്കുന്നു. ഉത്സക്കൊപ്പം അന്ന് വന്ന കാളിന്ദി ദേശ്പാണ്ഡെ ഡൽഹിയിലെ സംഘടനയുടെ പ്രതിബദ്ധതയുള്ള, കാര്യപ്രാപ്തിയുള്ള നേതാവും വ്യക്തിപരമായി എന്റെ ഉറ്റ സുഹൃത്തുമായി മാറി.

കാളിന്ദിയുടെ കഥ പ്രബോധനാത്മകമാണ്, കാരണം വ്യക്തികളുടെ കഴിവും പ്രാപ്തിയും തിരിച്ചറിയുന്നതിൽ ചിലപ്പോൾ നമ്മൾ വിമുഖരാകുന്നതെങ്ങനെയെന്ന് ഇത് വ്യക്തമാക്കുന്നു. പ്രമുഖ മാർക്സിസ്റ്റ് ബുദ്ധിജീവിയും മറാത്തി നാടകകൃത്തുമായ ജി പി ദേശ്പാണ്ഡെയെയാണ്

കാളിന്ദി വിവാഹം കഴിച്ചത്. രണ്ട് കുട്ടികളുമായി ജെ എൻ യു ക്യാമ്പസിലാണിവർ താമസിച്ചിരുന്നത്. അവരുടെ വീട് ബുദ്ധിജീവികളും കലാകാരന്മാരും പരസ്പരം കണ്ടുമുട്ടുകയും രാഷ്ട്രീയവും കലയും ചർച്ച ചെയ്യുകയും ചെയ്യുന്ന പ്രധാന ഇടമായിരുന്നു. കാളിന്ദി ഒരു മികച്ച പാചകക്കാരിയായിരുന്നു. അതിഥികൾ ഭക്ഷണത്തെക്കുറിച്ച് അഭിനന്ദിക്കുമ്പോഴും ആരും അവളെ ചർച്ചകളിൽ ഉൾപ്പെടുത്താൻ ആലോചിച്ചില്ല. ആ കൂട്ടായ്മയിൽ നിന്ന് താൻ ഒഴിവാക്കപ്പെട്ടതായി അവൾക്ക് തോന്നി. കാളിന്ദിക്ക് സാമൂഹികവും രാഷ്ട്രീയവുമായ കാര്യങ്ങളിൽ അതീവ താൽപര്യമുണ്ടെന്ന് ഉത്സ തിരിച്ചറിഞ്ഞതിനാൽ ജെ എം എസ് യോഗത്തിൽ വരാൻ ആഗ്രഹിക്കുന്നുണ്ടോ എന്ന് ചോദിക്കുകയായിരുന്നു. കാളിന്ദി പിന്നീട് ചിരിച്ചുകൊണ്ട് എന്നോട് പറഞ്ഞിട്ടുണ്ട്, രാഷ്ട്രീയമായി കൂടുതൽ സജീവമായപ്പോൾ അവളുടെ വീക്ഷണം അറിയാനായിരുന്നു ബുദ്ധിജീവികൾക്ക് ഏറെ താത്പര്യം; കാരണം താഴെക്കിടയിൽ പ്രവർത്തിച്ചിരുന്നത് കാളിന്ദി മാത്രമായിരുന്നു.

പ്രതിബന്ധങ്ങൾ തകർക്കുന്നു

രണ്ട് ധാരകളുടെ കൂടിച്ചേരലായിരുന്നു അത് - ഇടതുപക്ഷ വിദ്യാർത്ഥി പ്രസ്ഥാനത്തെ പ്രതിനിധീകരിക്കുന്ന പ്രതിബദ്ധതയുള്ള വനിതാ പ്രവർത്തകർ, ഒപ്പം വർഗസമരങ്ങളാൽ സ്വാധീനിക്കപ്പെട്ട തൊഴിലാളിവർഗ സ്ത്രീകൾ - ഇതിന്റെ ഫലമായിരുന്നു ഡൽഹിയിലെ ജെ എം എസിന്റെ ജനനവും വളർച്ചയും. ഈ പ്രക്രിയ അഗാധമായ സ്വാധീനമാണ് എന്നിൽ ചെലുത്തിയത്. സ്ത്രീകളുമായുള്ള പ്രവർത്തനം എന്നെ പല തരത്തിൽ രൂപാന്തരപ്പെടുത്തി. വർഗ ചൂഷണത്തിന്റെ ക്രൂരത മനസ്സിലാക്കാൻ ജോലിചെയ്യുന്ന സ്ത്രീകളുടെ ജീവിതവും തൊഴിലാളികളുടെ ഭാര്യമാരുടെ ജീവിതവും - രണ്ടും മനസ്സിലാക്കേണ്ടതുണ്ടെന്ന് ഞാൻ തിരിച്ചറിഞ്ഞു. പ്രത്യുൽപ്പാദന സമ്പദ്‌വ്യവസ്ഥയിൽ അതിജീവനത്തിനുള്ള തന്ത്രങ്ങളും പോരാട്ടങ്ങളും അവരെ നിഷ്ക്രിയ കാഴ്ചക്കാരായി മാത്രം മാറ്റുന്നു. മുതലാളിത്തത്തെ വിശകലനം ചെയ്യാൻ ശ്രമിക്കുന്നവർ, ഖേദകരമെന്നു പറയട്ടെ, തൊഴിലാളികളുടെ ഭാര്യമാരുടെ ജീവിതം വേണ്ടത്ര പഠിക്കുന്നില്ല.

ആദ്യ വർഷം മറ്റുള്ളവരുമായി ചേർന്ന് ഞാൻ നടത്തിയ ശ്രമകരമായ പ്രവർത്തനങ്ങൾ 'പാവപ്പെട്ട സ്ത്രീകളുടെ ലോക'ത്തിലേക്കാണ് എന്റെ കണ്ണ് തുറപ്പിച്ചത്. മണിക്കൂറുകളോളം മിൽ ഗേറ്റുകളിൽ സമയം ചെലവഴിച്ച് ഞാൻ ടെക്സ്റ്റൈൽ തൊഴിലാളികളുടെ പ്രശ്നങ്ങളെയും സംസ്കാരങ്ങളെയുംകുറിച്ച് പഠിച്ചതുപോലെ ഇവിടെ ഞാൻ അധ്വാനിക്കുന്നവരുടെ വീടുകളിലിരുന്ന് സ്ത്രീകളോട് മാത്രം സംസാരിക്കുന്നു. പക്ഷേ, അതും ബുദ്ധിമുട്ടായിരുന്നു. അവരിൽ പലർക്കും ആഴത്തിലുള്ള

യാഥാസ്ഥിതിക വീക്ഷണങ്ങൾ ഉള്ളവരാണെന്ന് ഞാൻ കണ്ടെത്തി. അവരുടെ പെൺമക്കളോടും മരുമകളോടുമുള്ള അവരുടെ നിലപാടുകൾ, പലപ്പോഴും പുരുഷാധിപത്യ സങ്കൽപ്പങ്ങൾ പ്രതിഫലിപ്പിക്കുന്നവയാണ്. ഉദാഹരണത്തിന് മകന് മുൻഗണന നൽകുന്ന രീതികൾ. സ്ത്രീധന സമ്പ്രദായം പരമ്പരാഗതമായി ഇല്ലായിരുന്ന സമൂഹങ്ങളിൽ ഉൾപ്പെടെ തൊഴിലാളിവർഗ കുടുംബങ്ങൾക്കിടയിൽ സ്ത്രീധനസമ്പ്രദായം അതിവേഗം പ്രചരിക്കുകയായിരുന്നു. ഞങ്ങൾ ഈ പ്രശ്നങ്ങൾ യോഗങ്ങളിൽ ഉയർത്തുകയും അവയെക്കുറിച്ചുള്ള ചർച്ചകൾ പ്രോത്സാഹിപ്പിക്കുകയും ചെയ്തു. ഇത്തരത്തിൽ പത്തോ പതിനഞ്ചോ സ്ത്രീകൾ പങ്കെടുക്കുന്ന ചെറിയ യോഗങ്ങൾ, സമയം കൂടുതലെടുക്കുമെങ്കിലും ഞങ്ങളുടെ സംഘടനയെയും അതിന്റെ സമീപനത്തെയും കൂടുതൽ നന്നായി മനസ്സിലാക്കുവാനും സംഘടനയെ സ്വന്തമായി കണക്കാക്കുവാനും സ്ത്രീകളെ സഹായിച്ചു.

ഗാർഹിക പീഡനത്തിന്റെയും ഭാര്യമാരെ മർദിക്കുന്നതിന്റെയും കേസുകളും ഞങ്ങൾ കാണാനിടയായി. ഗാർഹിക പീഡനത്തിന് ഇരയായ ഒരു സ്ത്രീയുടെ യാതനയും അപമാനവും ഭയവും ആദ്യമായിട്ടാണ് ഞാൻ നേർക്കുനേർ കാണുന്നത്. ആത്മവിശ്വാസം നഷ്ടപ്പെട്ട്, കടുത്ത അരക്ഷിതാവസ്ഥയാണ് സ്ത്രീകൾ അനുഭവിക്കുന്നത്. ദരിദ്ര കുടുംബങ്ങളിൽ ഇത് കൂടുതൽ ബുദ്ധിമുട്ടുണ്ടാക്കുന്നു. കാരണം മാതാപിതാക്കൾക്ക് ഉണ്ടാകുന്ന സാമ്പത്തികഭാരമോർത്ത് കുറ്റബോധം തോന്നുന്നതിനാൽ സ്ത്രീ തന്റെ ഭർതൃവീട്ടിൽനിന്നും പോകാൻ മടിക്കുന്നു. സാമൂഹിക കളങ്കത്തേക്കാൾ സാമ്പത്തിക വശമാണ് അവളുടെ ആശങ്കയ്ക്ക് ഇടയാക്കുന്നത്. നമ്മുടെ സാമൂഹിക ബന്ധങ്ങളിൽ അന്തർലീനമായ പുരുഷ മുൻഗണനകളുടെ ഫലമായ ഇത്തരം ക്രൂരമായ ആചാരങ്ങളോട് എനിക്ക് അതിയായ അമർഷം തോന്നി. ഗാർഹികാതിക്രമത്തിനു മതം, ജാതി, വർഗം എന്ന വ്യത്യാസങ്ങൾ ഇല്ലെന്നത് ശരിയാണ്. പക്ഷേ, തൊഴിലാളിവർഗ കുടുംബങ്ങളിൽ അത് കാണുമ്പോൾ, അതെന്നെ കൂടുതൽ ബാധിക്കുന്നു. പാർട്ടിയും നമ്മുടെ ട്രേഡ് യൂണിയനുകളും ഈ യാഥാർത്ഥ്യങ്ങളെക്കുറിച്ച് കൂടുതൽ ബോധവാന്മാരാകണമെന്ന് എനിക്ക് തോന്നി. തൊഴിലാളിവർഗ കുടുംബങ്ങളിലെ പുരുഷന്മാരും സ്ത്രീകളും തമ്മിലുള്ള തുല്യവും ജനാധിപത്യപരവുമായ അന്തർ-കുടുംബ ബന്ധങ്ങളുടെ പ്രശ്നങ്ങൾ കണക്കിലെടുത്തില്ലെങ്കിൽ നമുക്ക് തൊഴിലാളിവർഗ സംസ്കാരത്തെ എങ്ങനെ ബദൽ സംസ്കാരമായി പറയാൻ കഴിയുമെന്ന് ഞാൻ അത്ഭുതപ്പെടുന്നു.

എന്റെ അനുഭവത്തിൽ ഇടത്തരം കുടുംബങ്ങളിലെ പുരുഷന്മാരേക്കാൾ, തൊഴിലാളിവർഗ കുടുംബങ്ങളിലെ പുരുഷന്മാർ ചർച്ചകൾക്കും

1981 ൽ റമീസ ബീ കേസുമായി ബന്ധപ്പെട്ട പ്രതിഷേധത്തിൽ
ശാന്തി, റീത്ത, ചാച്ചി, വിമല രണദിവെ എന്നിവർ

കൗൺസിലിങ്ങിനും മാറ്റത്തിനും കൂടുതൽ തുറന്നസമീപനമാണ് സ്വീകരിക്കുന്നത്. ഗാർഹിക പീഡനം നടക്കുന്ന കുടുംബങ്ങളിൽ പോലും ഇതാണ് കണ്ടിട്ടുള്ളത്. എ ടി എമ്മിൽ നിന്നുള്ള ഒരു തൊഴിലാളിയെ ഞാനോർമ്മിക്കുന്നു. വേതനം കിട്ടിയാൽ പിന്നെ ഒരാഴ്ച തുടർച്ചയായി അമിതമായി മദ്യപിച്ച് വീട്ടിലേക്ക് വന്ന് ഭാര്യയെ മർദിക്കുകയും ഉപദ്രവിക്കുകയും കുട്ടികളെ ഭയപ്പെടുത്തുകയും ചെയ്യുമായിരുന്നു. ആസാദ്പൂരിൽ ശാന്തിയും സംഘടനയിലെ പുതിയ അംഗമായ മായയും ചേർന്ന് സംഘടിപ്പിച്ച അയൽക്കൂട്ട യോഗത്തിൽ പ്രശ്നം ചർച്ചയായി. അയാളെ നേരിടാനും മുന്നറിയിപ്പ് നൽകാനും സ്ത്രീകൾ തീരുമാനിച്ചു. അടുത്ത തവണ ഭാര്യയോട് മോശമായി പെരുമാറിയാൽ അയാളെ മർദ്ദിക്കുവാനും അവർ തീരുമാനിച്ചു. അടുത്ത തവണ അനിവാര്യമായും അയാൾ മദ്യപിച്ചപ്പോൾ, മായയുടെ നേതൃത്വത്തിലുള്ള ഒരുകൂട്ടം കോപാകുലരായ സ്ത്രീകൾ അക്ഷരാർത്ഥത്തിൽ അയാളെ സ്വന്തം വീട്ടിൽനിന്ന് പുറത്താക്കി. അടുത്ത രണ്ടു ദിവസം ചില സ്ത്രീകൾ അയാളുടെ ഭാര്യയുടെ കൂടെ താമസിച്ചു. ഇത് മില്ലിലെ സംസാരവിഷയമായി. നേരത്തെ ഇത്തരം നടപടികളിൽ സംശയം തോന്നിയിരുന്ന നമ്മുടെ ചില പുരുഷ സഖാക്കൾ സന്തോഷത്തോടെ സ്ത്രീകളെ പിന്തുണയ്ക്കുകയും അതിന്റെ പേരിൽ അവർ മാനേജ്മെന്റുമായി ചർച്ച നടത്തി, ഭർത്താവിന്റെ അർദ്ധ സമ്മതത്തോടെ, കൂലിയിൽ കൂടുതൽ ഭാഗം അയാളുടെ ഭാര്യക്ക് ലഭിക്കുമെന്ന് ഉറപ്പാക്കുകയും ചെയ്തു. ഇത് ആത്യന്തികമായി ആ തൊഴിലാളിയുടെ സ്വഭാവത്തെ മാറ്റിമറിച്ചു. പിന്നീട്, ഞങ്ങളുടെ പ്രവർത്തനം മധ്യവർഗ മേഖലകളിലേക്ക് വ്യാപിച്ചപ്പോൾ പ്രകടമായ വ്യത്യാസം ഞാൻ കണ്ടു. 'നല്ല

സ്ത്രീകൾ' അതിക്രമവുമായി ഇണങ്ങിപ്പോകണമെന്നുമുള്ള സാമൂഹ്യ വാർപ്പുമാതൃകയുടെ ഭാരത്താൽ, ഗാർഹിക പീഡനം സംബന്ധിച്ച പ്രശ്നങ്ങൾ ഉന്നയിക്കുന്ന മധ്യവർഗ സ്ത്രീകൾ വളരെ കുറവായിരുന്നു. എന്നാൽ തൊഴിലാളികളുടെ കുടുംബങ്ങളിൽ സ്ത്രീകൾ കൂടുതൽ തുറന്നു സംസാരിച്ചു. കൂടാതെ തൊഴിലാളി കുടുംബങ്ങളിൽ സ്ത്രീധന കൊലപാതകങ്ങൾ വളരെ കുറച്ച്, അല്ലെങ്കിൽ ഒട്ടുമില്ലായെന്ന് തന്നെ പറയാം.

തുടക്കത്തിൽ പാർട്ടി ലോക്കൽ കമ്മിറ്റി യോഗങ്ങളിലും ചിലപ്പോൾ യൂണിയനിലും ഞാൻ ഈ പ്രശ്നങ്ങൾ ഉന്നയിച്ചപ്പോൾ, പ്രതികരണങ്ങൾ സമ്മിശ്രമായിരുന്നു. ചിലർ പിന്തുണച്ചപ്പോൾ മറ്റുചിലർ 'കുടുംബ' കാര്യങ്ങൾ ഉയർത്തിയാൽ തൊഴിലാളിവർഗത്തെ വിഭജിക്കുകയായിരിക്കും ഫലമെന്നും, അതു പോരാട്ടം ദുർബലമാക്കുമെന്നും വാദിച്ചു. സർക്കാർ നയത്തിനെതിരെ സ്ത്രീകൾ ഉന്നയിച്ച വിഷയങ്ങളിൽ ഞങ്ങൾ ശ്രദ്ധ കേന്ദ്രീകരിക്കണമെന്ന് അവർ അഭിപ്രായപ്പെട്ടു. നേരെമറിച്ച്, ഞങ്ങൾ തൊഴിലാളികളെ സംഘടിപ്പിച്ച് തൊഴിലുടമകൾക്കെതിരെ സമരം നടത്തിയപ്പോൾ ഞങ്ങൾക്ക് പാർട്ടിയുടെയും യൂണിയന്റെയും പൂർണ പിന്തുണ ലഭിച്ചു. ചില സഖാക്കൾക്ക് സാമൂഹിക ഘടനയുടെ 'കാതൽ' ആയ 'വിശുദ്ധ കുടുംബ' ബന്ധങ്ങളെ ചോദ്യംചെയ്യുന്നത് നിഷിദ്ധമായ ഒന്നായിരുന്നു. ഇവരുടെ മനോഭാവം മാറ്റുന്നതിന് നിരവധി ചർച്ചകളും സ്ത്രീകളുടെ ശക്തമായ ഇടപെടലും വേണ്ടിവന്നു.

സ്ത്രീകൾക്കെതിരായ കുറ്റകൃത്യങ്ങൾ പലപ്പോഴും അദൃശ്യമാണ്. ചിലപ്പോൾ, നിശ്ശബ്ദത തകർക്കാൻ നാടകീയവും സമരോത്സുകവുമായ പ്രവർത്തനങ്ങൾ ആവശ്യമാണ്. അത്തരം നിരവധി പ്രവർത്തനങ്ങൾ ഞങ്ങൾ സംഘടിപ്പിച്ചു. അതിലൊന്ന് 1981 ജൂലൈയിൽ ന്യൂഡൽഹിയിൽ കർണാടക ഭവനിലായിരുന്നു. കർണാടക ആഭ്യന്തര മന്ത്രിയുടെ സഹോദരന്റെ മേൽ ബലാത്സംഗം ആരോപിക്കപ്പെട്ടു, പക്ഷേ, സർക്കാർ അദ്ദേഹത്തിനെതിരായ അന്വേഷണവും നടപടിയും ആരംഭിക്കാതെ അതിനെയൊക്കെ പ്രതിരോധിച്ചുകൊണ്ട് അദ്ദേഹത്തെ സംരക്ഷിച്ചു. ആഭ്യന്തരമന്ത്രി ഡൽഹിയിൽ കർണാടക ഭവനിൽ താമസിക്കുന്നുണ്ടെന്ന് ഞങ്ങളറിഞ്ഞു. ഞങ്ങൾ എഴുപതോ എൺപതോ പേർ കെട്ടിടത്തിൽ ഇരച്ചു കയറി. ഞങ്ങളോട് അനുഭാവമുള്ള ഒരു ജീവനക്കാരൻ ഞങ്ങൾക്ക് അദ്ദേഹത്തിന്റെ മുറി കാണിച്ചുതന്നു. മന്ത്രിയെ മുറിയിൽ നിന്ന് പുറത്തുകടക്കുവാൻ അനുവദിക്കാതെ ഞങ്ങൾ മണിക്കൂറുകളോളം 'ഘരാവോ' നടത്തി. കേസ് പൊതുജനശ്രദ്ധയിൽ കൊണ്ടുവരുന്നതിൽ ഞങ്ങൾ വിജയിച്ചു.

സ്ത്രീ സംഘടനയുടെ രൂപീകരണത്തിലൂടെ പാർട്ടിക്കുള്ളിൽ നിർണായകമായ സ്വാധീനമുണ്ടാക്കാൻ കഴിയുമെന്നതിനെക്കുറിച്ച് എനിക്ക്

സംശയമേ ഇല്ല. അതിനാവശ്യമായ പ്രക്രിയ സാവധാനം ആരംഭിച്ചു. പ്രധാനമായും രണ്ട് ഘടകങ്ങൾ ഉണ്ടായിരുന്നു. പാർട്ടികളിൽ സ്ത്രീകളുടെ സ്ഥാനം ഉറപ്പിക്കലാണ് ആദ്യത്തേത്. രണ്ടാമത്തേത് സംയുക്ത സ്ത്രീ പ്രസ്ഥാനം ഉന്നയിക്കുന്ന പ്രശ്നങ്ങളെ പ്രതിനിധീകരിക്കുന്ന മാറ്റത്തിനായുള്ള അനിഷേധ്യമായ ശക്തി ആയിരുന്നു. അതുവരെ സ്ത്രീകളുടെ അവസ്ഥയിൽ മാറ്റം ആസന്നമല്ല എന്ന തരത്തിൽ സ്ത്രീകളുടെ അസമത്വ പദവി സാമാന്യവൽക്കരിക്കുകയാണ് ചെയ്തിരുന്നത്. 1979 ൽ വർക്കിംഗ് വിമൻസ് കോർഡിനേഷൻ കമ്മിറ്റി രൂപീകരിച്ച ശേഷം ട്രേഡ് യൂണിയനുകളിൽ ഒരു മാറ്റംതന്നെ സംഭവിച്ചു. അതിനൊപ്പം എൺപതുകളിൽ ഐക്യ വനിതാപ്രസ്ഥാനത്തിനുണ്ടായ വളർച്ച പാർട്ടികളിലും സ്വാധീനം ചെലുത്തി. ഇന്നാർക്കും ഗാർഹിക പീഡനം ഗൗരവമായി കാണേണ്ട ഒരു വിഷയമല്ലയെന്ന് പറയാൻ കഴിയില്ല. എന്നാൽ ആ സമയത്ത്, ഞങ്ങൾ പ്രതിബന്ധങ്ങൾ തകർക്കുകയായിരുന്നു - നമ്മുടെ പൂർവികർ അവരുടെ സാഹചര്യത്തിൽ ചെയ്തതുപോലെയും, ഇന്നത്തെ പുതിയതലമുറ സഖാക്കൾ അവരുടെ സാഹചര്യത്തിൽ ഇപ്പോൾ ചെയ്തുകൊണ്ടിരിക്കുന്നതുപോലെയും.

സ്ത്രീധന വിരുദ്ധ പ്രചരണം

1980 ഒക്ടോബറിൽ ഒരു ദിവസം ഞാൻ റോഷനരാ ബാഗിലെ പാർട്ടി ഓഫീസിലിരിക്കുമ്പോൾ ഞങ്ങളുടെ അയൽവാസിയായ ഗ്യാനി അമർ സിംഗ് വളരെ വിഷമത്തിൽ അവിടെ വന്നു. അദ്ദേഹത്തിന്റെ മൂത്ത മകൾ സുരീന്ദർ കൗർ (സ്നേഹപൂർവ്വം വിളിക്കുന്നത് ചെന്നി), എങ്ങനെയോ രഹസ്യമായി അദ്ദേഹത്തിന് ഒരു സന്ദേശം എത്തിച്ചു കൊടുത്തിരുന്നു. അവളുടെ ഭർത്താവ് അവളെ മർദിക്കുകയും ഭക്ഷണം കൊടുക്കാതെ പൂട്ടിയിടുകയും ചെയ്തിരിക്കുന്നു. ചെന്നി ഗർഭിണിയാണെന്ന് എനിക്കറിയാമായിരുന്നു. ഒരു മാസം മുമ്പ് മാതാപിതാക്കളെ കാണാനെത്തിയപ്പോഴാണ് ഞാനവളെ കണ്ടത്. അവൾ അന്നും ഗാർഹിക പീഡനത്തെക്കുറിച്ച് പരാതിപ്പെട്ടിരുന്നു. അന്ന് ഭർത്താവിന്റെ വീട് വിട്ടുപോരാൻ ഞാനവളോട് പറഞ്ഞു. അവളുടെ മാതാപിതാക്കളും പിന്തുണച്ചു. എന്നാൽ അത്തരം വിഷമകരമായ സാഹചര്യങ്ങളിൽ പല സ്ത്രീകളെയും പോലെ അവൾക്കും മാതാപിതാക്കൾക്ക് താൻ ഒരു ഭാരമായിരിക്കുമെന്ന് തോന്നിയതിനാൽ അതിക്രമങ്ങൾ അവൾ സഹിച്ചു.

ഞാനും ആശാലതയും ചെന്നി താമസിക്കുന്ന വസീർപൂരിലെ ജെ ജെ കോളനിയിലേക്ക് ഓടി. കോളനിയിൽ ഞങ്ങൾക്ക് പരിചയക്കാർ ഉണ്ടായിരുന്നു. മുപ്പതോളം സ്ത്രീകളെ വേഗത്തിൽ വിളിച്ചുകൂട്ടാൻ സാധിച്ചു. അവളുടെ ഭർത്താവ് അവിടെ ഉണ്ടായിരുന്നില്ല, കർക്കശക്കാരിയായ അവളുടെ അമ്മായിയമ്മ ഞങ്ങളോട് ദേഷ്യപ്പെട്ടു. ചെന്നിയെ കാണാൻ ഞങ്ങളെ അനുവദിച്ചില്ല. അടുത്തു താമസിക്കുന്ന ചില സ്ത്രീകൾ തങ്ങളുടെ അയൽക്കാരിയെ പിന്തുണയ്ക്കാനായി വന്നു. അത് ഒരു കാഴ്ച

യായിരുന്നു - സ്ത്രീകൾ സ്ത്രീകൾക്കെതിരെ. ഞങ്ങൾ ഞങ്ങളുടെ നിലപാടിൽ ഉറച്ചുനിന്നു. ചെന്നിയെ കൂടാതെ ഞങ്ങൾ പോകാൻ വിസമ്മതിച്ചു. പോലീസ് എത്തിയെങ്കിലും ഞങ്ങളുടെ പരാതി സ്വീകരിക്കാൻ തയ്യാറായില്ല -പോലീസിന്റെ സ്ഥിരം പരിപാടി. സംഘർഷം ഒരു മണിക്കൂറോളം നീണ്ടു. അപ്പഴേക്കും അവിടെയുള്ള മറ്റു ചില സ്ത്രീകൾ ഞങ്ങളെ പിന്തുണയ്ക്കാൻ തുടങ്ങിയിരുന്നു. ഒടുവിൽ അമ്മായിയമ്മ ഞങ്ങൾ മൂന്നുപേരെ വീട്ടിനകത്തു കടക്കാൻ അനുവദിച്ചു. ചെന്നി നിലത്ത്, വല്ലാതെ മുറിവേറ്റു, കൂനിക്കൂടി ഇരിക്കുന്നത് കണ്ട് എന്റെ ഹൃദയം തകർന്നു, ഞങ്ങൾക്ക് വല്ലാതെ ദേഷ്യം വന്നു. ഞങ്ങൾ അവളെ വീട്ടിലേക്ക് കൊണ്ടുപോയി. മാതാപിതാക്കളുടെയും സഹോദരങ്ങളുടെയും സ്നേഹനിർഭരമായ പരിചരണത്താൽ അവൾ സുഖം പ്രാപിച്ചു. റോഷനരാ ബാഗ് ഓഫീസിലെ സ്ഥിരം സന്ദർശകയായി. ചെന്നി നേരിട്ട അക്രമത്തിൽ യാതൊരു പരിക്കും ഏൽക്കാത്ത സുന്ദരിയായ പെൺകുട്ടിയെ അവൾ പ്രസവിച്ചു. വിപ്ലവം എന്ന അർത്ഥമുള്ള ക്രാന്തിയെന്നാണ് കുഞ്ഞിന് പേരിട്ടത്. ചെന്നി സംഘടനയുടെ മുന്നണി പോരാളിയായി വളർന്നു. പുതിയ മേഖലകളിലേക്ക് സംഘടനയെ വ്യാപിപ്പിക്കാൻ ശ്രമിക്കുകയും ദുരിതമനുഭവിക്കുന്ന മറ്റ് സ്ത്രീകളെ അവൾ സഹായിക്കുകയും ചെയ്യുന്നു.

ചെന്നിയുടെ കേസിൽ ഞാൻ സാക്ഷിയായി. ഞങ്ങൾ ഒരു ദിവസം കോടതിയിലെത്തി. വിചാരണ തുടങ്ങിയിരുന്നു. ഞാൻ അകത്തേക്ക് കയറിയപ്പോൾ തന്നെ ചെന്നിയുടെ ഭർത്താവിന്റെ വക്കീൽ മജിസ്ട്രേറ്റിനോട് ഉറക്കെ പറഞ്ഞു, 'ഇതാ വരുന്നു കുടുംബങ്ങൾ തകർക്കുന്ന സ്ത്രീ.' ഞാൻ ഞെട്ടിപ്പോയി, മറുപടി പറയാൻ ഒരുങ്ങിയപ്പോൾ ഞങ്ങളുടെ അഭിഭാഷകൻ എനിക്ക് മുന്നറിയിപ്പ് നൽകി, 'നിങ്ങൾ നടപടിക്രമങ്ങൾ പാലിക്കണം, അല്ലെങ്കിൽ നിങ്ങൾക്കെതിരെ കോടതിയലക്ഷ്യത്തിന് കുറ്റം ചുമത്തും.' മജിസ്ട്രേറ്റ് സ്ത്രീവിരുദ്ധനായ അഭിഭാഷകനെ ശാസിച്ചില്ല. ഇത്തരം ശത്രുത ഞങ്ങൾ പലപ്പോഴും കോടതികളിൽ നേരിട്ടു.

പത്രങ്ങളിൽ റിപ്പോർട്ട് ചെയ്യുന്ന കേസുകളുടെ തുടർനടപടികൾക്കായി ഞങ്ങൾ ഒരു 'റോവിംഗ് സ്ക്വാഡ്' രൂപീകരിച്ചു. തെക്കൻ ഡൽഹി ആസ്ഥാനമായുള്ള വിദ്യാർത്ഥികൾ, അധ്യാപകർ, മറ്റ് വിദഗ്ധർ എന്നിവരായിരുന്നു ഈ സ്ക്വാഡിലെ അംഗങ്ങൾ. കാളിന്ദിയായിരുന്നു സ്ക്വാഡിന്റെ കൺവീനർ. അഭിഭാഷകയാകാൻ പരിശീലിക്കുന്ന മഞ്ജരി എന്ന യുവതിയും ഉണ്ടായിരുന്നു. അവൾ എല്ലാ പത്രവാർത്തകളും പരിശോധിക്കുകയും തുടർ നടപടികൾ മുന്നോട്ടു പോകുന്നുണ്ടെന്ന് ഉറപ്പുവരുത്തുകയും ചെയ്യും. ഞങ്ങൾക്ക് സാധ്യമായത് എന്താണെന്ന് കാണിച്ചുതന്ന ഒരു കേസ് ഞാൻ ഓർക്കുന്നു. റീത്ത ഛദ്ദ എന്ന യുവതിയെ ഭർത്താവിന്റെ വീട്ടുകാർ തീകൊളുത്തി. അവൾക്ക് 70 ശതമാനം പൊള്ളലേറ്റെങ്കി

ലും അത്ഭുതകരമായി രക്ഷപ്പെട്ടു. അവളുടെ കുടുംബം ഞങ്ങളെ ബന്ധപ്പെട്ടു. റീത്ത ഇനി ഭർതൃ വീട്ടുകാർക്കൊപ്പം ജീവിക്കാൻ പോകുന്നില്ലെന്ന് അവർ പറഞ്ഞു. പക്ഷേ, സ്ത്രീധനം തിരികെ ലഭിച്ചില്ല. ഞങ്ങൾ 1982 ജനവരിയിൽ പടിഞ്ഞാറൻ ഡൽഹിയിലെ കീർത്തി നഗറിലെ ഭർതൃ വീട്ടിലേക്ക് ഒരു പ്രകടനം സംഘടിപ്പിച്ചു. ഒരു മണിക്കൂറിനുള്ളിൽ, ഒരു ലക്ഷം രൂപയിലധികം വിലമതിക്കുന്ന സ്ത്രീധനം മടക്കിക്കൊടുക്കാമെന്ന് അവർ സമ്മതിച്ചു. അന്നത്തെ വലിയ തുകയായിരുന്നു അത്. മുഴുവൻ സ്ത്രീധനവും പെൺകുട്ടിയുടെ കുടുംബത്തിന് തിരികെ നൽകിയ ഇത്തരമൊരു സംഭവം തലസ്ഥാനത്ത് ആദ്യമായിട്ടായിരുന്നു നടന്നത്.

ഗാർഹിക, സ്ത്രീധന പീഡനസംഭവങ്ങളിൽ പ്രതിക്ക് പോലീസ് സംരക്ഷണം നൽകുന്നത് പതിവായിരുന്നു. പോലീസ് സംസ്കാരത്തിൽ പുരുഷാധിപത്യ ചിന്തകൾ എത്രത്തോളം വ്യാപിച്ചുകിടക്കുന്നു എന്നത് കണക്കിലെടുക്കുമ്പോൾ ഇതിൽ അതിശയിക്കാനില്ല. 1980-ൽ ഡൽഹിയിൽ 255 സ്ത്രീധന കൊലപാതകങ്ങൾ റിപ്പോർട്ട് ചെയ്യപ്പെട്ടു. മിക്കവാറും എല്ലാ കേസുകളിലും പോലീസ് 'സ്റ്റൗ പൊട്ടിത്തെറി' എന്ന സിദ്ധാന്തം പൊക്കിക്കൊണ്ടുവന്നു - യുവതി പാചകം ചെയ്യുകയായിരുന്നു, മണ്ണെണ്ണ സ്റ്റൗ പൊട്ടിത്തെറിച്ച് വസ്ത്രങ്ങൾക്ക് തീപിടിച്ചു എന്നിങ്ങനെ. അന്നത്തെ മണ്ണെണ്ണ അടുപ്പുകൾ മോശമായി രൂപകൽപ്പന ചെയ്തവയും പലപ്പോഴും തകരാറുകൾക്കോ അപകടങ്ങൾക്കോ സാധ്യതയുള്ളവയായിരുന്നു എന്നത് സത്യമാണ്. എന്നാൽ യുവവധുക്കൾ ഉപയോഗിക്കുമ്പോൾ മാത്രം സ്ഥിരമായി സ്റ്റൗവ് പൊട്ടുന്നത് തമാശയാകാം. പക്ഷേ, പോലീസ് അവരുടെ സ്ത്രീവിരുദ്ധമായ നിഷ്ക്രിയത്വത്തിനായി ഉപയോഗിച്ച ഒരു വാദമായിരുന്നു അത്. ഈ കെട്ടുകഥ നിർമ്മിച്ചത് ഭർതൃ വീട്ടുകാരും പോലീസും ചേർന്നുള്ള കൂട്ടുകച്ചവടമാണ്. തൽഫലമായി, ഞങ്ങളുടെ പല പ്രതിഷേധങ്ങളും പോലീസിനെതിരെയായിരുന്നു.

പലപ്പോഴും കോടതിയുടെ തികച്ചും പിന്തിരിപ്പൻ നിലപാട് മൂലം ഞങ്ങൾക്ക് പ്രശ്നങ്ങൾ ഉണ്ടാകാറുണ്ട്, എന്നാൽ ഇതിന് ചില ഗംഭീരമായ അപവാദങ്ങളും ചൂണ്ടിക്കാണിക്കാനാകും. 1983 ലെ കുപ്രസിദ്ധമായ സുധ ഗോയൽ കേസാണ് നീതിന്യായ വ്യവസ്ഥയുടെ ഇരുമുഖങ്ങളും തെളിയിക്കുന്ന ഒരു ഉദാഹരണം. യുവവധുവിനെ തീകൊളുത്തി കൊന്ന സംഭവമാണിത്. വിചാരണ കോടതി പ്രതികൾക്കെതിരെ കുറ്റം ചുമത്തി വിധി പ്രസ്താവിച്ചു. ഡൽഹി ഹൈക്കോടതി ആ വിധി റദ്ദാക്കുക മാത്രമല്ല, സ്ത്രീധനം നൽകുന്നതും വാങ്ങുന്നതും 'പരമ്പരാഗതമായ ഹിന്ദു ആചാര'മാണെന്ന് അഭിപ്രായപ്പെട്ടു. ഞങ്ങൾ പ്രകോപിതരായി. മറ്റ് വനിതാ സംഘടനകൾക്കൊപ്പം വിധിക്കെതിരെ ഞങ്ങൾ പ്രതിഷേധിച്ചു. ഞങ്ങൾ കോടതി സമുച്ചയത്തിന്റെ മതില് ചാടി അകത്ത് കടന്നു.

വലിയ തോതിൽ ശബ്ദകോലാഹലം ഉണ്ടാക്കി. ചില അഭിഭാഷകർ ഞങ്ങൾക്കെതിരെ കോടതിയലക്ഷ്യത്തിന് കേസെടുത്തു. ഞങ്ങൾ സ്വയം പ്രതിരോധിക്കുവാനും കോടതിയെ ഞങ്ങളുടെ വാദങ്ങൾ വ്യക്ത മാക്കുവാനുള്ള വേദിയായി ഉപയോഗിക്കുവാനും തീരുമാനിച്ചു. മഹിളാ ദക്ഷതസമിതിയുടെ നേതാവ് സുമൻ കൃഷ്ണ കാന്തും ജെ എം എസിന് വേണ്ടി ഞാനും കോടതിയിൽ വാദിച്ചു. ഞാനത് നന്നായി ആസ്വദി ച്ചു! വിവിധ വിധികളിൽ പ്രകടിതമായ സാമൂഹ്യ, ജനാധിപത്യ പ്രശ്ന ങ്ങളോടുള്ള പ്രതിബദ്ധതയിലൂടെ പ്രശസ്തരായിരുന്ന, ജസ്റ്റിസുമാരായ ലീലാ സേത്തും രജീന്ദർ സച്ചാറും ഉൾപ്പെടുന്ന ബെഞ്ച് ഉണ്ടായിരുന്നത് ഞങ്ങൾക്ക് നേട്ടമായി. കോടതി വിധിയെ വിമർശിക്കേണ്ടി വന്നത് എന്തുകൊണ്ടാണെന്ന വാദങ്ങൾ നിരത്തുവാൻ അവർ ഞങ്ങൾക്ക് അവസരം നൽകി. ഞങ്ങൾക്ക് പത്രങ്ങളിൽ നല്ല വാർത്താപ്രാധാന്യം ലഭിച്ചു. ഓരോ വിചാരണവേളയിലും ജെ എം എസ് പ്രവർത്തകരെ കൊണ്ട് കോടതിമുറി നിറഞ്ഞു. ഞങ്ങളുടെ എതിർഭാഗം അഭിഭാഷകർ ഇതിൽ പ്രതിഷേധിച്ചെങ്കിലും കോടതി എതിർത്തില്ല. ഓരോ വാദം കേൾക്കലിനും മുമ്പായി വാദപ്രതിവാദങ്ങളുടെയും കീഴ്വഴക്കങ്ങളുടെയും രൂപരേഖ കീർത്തി പറഞ്ഞു തരുന്നത് എനിക്ക് പഠിക്കണമായിരുന്നു. സ്ത്രീധനത്തിനെതിരായി ഞങ്ങൾ നടത്തുന്ന പ്രക്ഷോഭവുമായി ബന്ധ പ്പെട്ട, കൂടുതൽ വിശാലമായ സാമൂഹികവും രാഷ്ട്രീയവുമായ പ്രശ്നങ്ങൾ എന്റെ ഇടപെടലുകളിൽ ഉയർത്തിക്കൊണ്ടുവരണമെന്ന പൊതുധാരണ ഞങ്ങൾക്കുണ്ടായിരുന്നു. അവസാനം ഞങ്ങൾ കോടതിയലക്ഷ്യത്തിന് കുറ്റക്കാരായി പ്രഖ്യാപിക്കപ്പെട്ടു. ഞങ്ങളുടെ ശിക്ഷ? കോടതി തീരുന്ന തുവരെ ഞങ്ങളോട് കോടതിയിൽ തുടരാൻ ആവശ്യപ്പെട്ടു! ഞങ്ങൾക്കെ തിരായ കേസിനെ, പ്രസ്ഥാനത്തിന്റെ പ്രശ്നങ്ങൾ ഉയർത്തിക്കാട്ടുന്നതി നുള്ള ഒരു വേദിയാക്കി മാറ്റാൻ അവസരം ലഭിച്ചതിന് നൽകേണ്ടി വന്ന ചെറിയ വില.

മറ്റൊരു സംഭവം ഒരു ഗാർഹിക തൊഴിലാളിയുടെ ഒമ്പത് വയ സ്സുള്ള മകളെ വീട്ടുടമസ്ഥന്റെ മകൻ ബലാത്സംഗം ചെയ്തതാണ്. അവർ ദളിതരായിരുന്നു. അവൾ പലപ്പോഴും ജാതീയമായ അധിക്ഷേപം നേ രിട്ടിട്ടുണ്ട്. ബലാത്സംഗത്തിന് പോലീസ് കേസെടുത്തെങ്കിലും എസ് സി/എസ് ടി നിയമപ്രകാരം കേസെടുക്കാൻ തയ്യാറായില്ല. ഞങ്ങൾ പ്രകടനം നടത്തി, അപേക്ഷ നൽകി, ഒടുവിൽ കീർത്തി മുൻകൈയെ ടുത്ത് കോടതിയിൽ പോരാടി. അയാൾ ബലാത്സംഗത്തിന് ശിക്ഷിക്ക പ്പെട്ടുവെങ്കിലും ജാതി അധിക്ഷേപം അവഗണിക്കപ്പെട്ടു. ദളിത് സ്ത്രീകൾ ക്കെതിരായ ലൈംഗികാതിക്രമങ്ങളുടെ പല കേസുകളിലും ജാതി എന്ന ഘടകം പോലീസ് ബോധപൂർവം മറച്ചുവെച്ചു, കോടതികൾ ഇടപെടാറു മില്ല. ഞങ്ങൾ നിരന്തരം നേരിട്ടിരുന്ന പ്രശ്നമാണിത്.

ജെ എം എസ് രീതി

1981 ൽ ജെ എം എസ് ഔദ്യോഗികമായി ഡൽഹിയിൽ രൂപീകരിച്ച ആദ്യ സമ്മേളനത്തിൽ അശോക സ്ഥാപക പ്രസിഡന്റും ഞാൻ ജനറൽ സെക്രട്ടറിയുമായി. നഗരത്തിന്റെ വിവിധ പ്രദേശങ്ങളുടെ പ്രാതിനിധ്യത്തോടെ കമ്മിറ്റി 25 അംഗങ്ങളെ ഉൾപ്പെടുത്തി വികസിപ്പിച്ചു. സ്ത്രീകളുടെ അവകാശങ്ങൾക്കുവേണ്ടി പോരാടാൻ പ്രതിജ്ഞാബദ്ധരായ സ്ത്രീകളുടെ സമര സംഘടന എന്ന പേര് ജെ എം എസ് അതിവേഗം ഉണ്ടാക്കിയെടുത്തു. താമസിയാതെ ഡൽഹിയിലെ ഏറ്റവും വലിയ വനിതാ സംഘടനയായി അത് മാറി. വിവിധ തലങ്ങളിൽ, പ്രത്യേകിച്ച് സംസ്ഥാന തലത്തിൽ വളർന്നുവന്ന കൂട്ടായ നേതൃത്വമായിരുന്നു ഈ വിജയത്തിന് പിന്നിൽ. ഞങ്ങൾ ഓരോരുത്തരും തങ്ങളുടെ ശക്തികളും പരിമിതികളും മനസ്സിലാക്കി ഒരുമിച്ച് പ്രവർത്തിച്ചു.

ജെ എം എസിലെ ഞങ്ങളുടെ പ്രവർത്തനം വിവിധ സാംസ്കാരിക തലങ്ങളിൽ വികസിപ്പിക്കാനിടയാക്കിയതിന് അഞ്ച് അടിസ്ഥാനഘടകങ്ങൾ ഉണ്ടായിരുന്നുവെന്ന് ഞാൻ വിശ്വസിക്കുന്നു. ആദ്യത്തേത്, ഞങ്ങൾ ഏറ്റെടുക്കുന്ന പ്രശ്നത്തെ അതിന്റെ എല്ലാ തലങ്ങളിലും മനസ്സിലാക്കാൻ ആവശ്യമായ പഠനം നടത്തി എന്നതാണ്. താഴെത്തട്ടിൽ നടക്കുന്ന കാര്യങ്ങൾ മനസ്സിലാക്കിയും അത് സംബന്ധിച്ച കാര്യങ്ങൾ വായിച്ചുമാണ് ഗവേഷണം നടത്തിയത് എന്നാണ് ഇതിനർത്ഥം. ഞങ്ങൾ പലപ്പോഴും ഈ മേഖലയിലെ വിദഗ്ധരുമായി കൂടിയാലോചിച്ചിരുന്നു. രണ്ടാമതായി, കേസുകളിൽ വേഗത്തിലും സമയബന്ധിതവുമായ ഇടപെടലിന്റെ ആവശ്യകത ഞങ്ങൾ തിരിച്ചറിഞ്ഞു. സ്ത്രീധനത്തിന്റെ

പേരിൽ ഒരു സ്ത്രീ അതിക്രമം നേരിടുകയോ കൊല്ലപ്പെടുകയോ ചെയ്താൽ പോലീസിന്റെ സഹായത്തോടെ കുറ്റവാളികൾ കുറ്റം മറച്ചുവെക്കുകയോ തെളിവുകൾ നശിപ്പിക്കുകയോ ചെയ്യുന്നതിന് മുൻപ് നാം വേഗത്തിൽ നീങ്ങേണ്ടതുണ്ട്. അക്രമത്തിന് ഇരയാക്കപ്പെടുന്നവരുടെ ജീവിതവും മരണവും തമ്മിലുള്ള വ്യത്യാസം നമ്മുടെ വേഗത തീരുമാനിച്ചുവെന്നു വരാം. ലൈംഗിക അതിക്രമ കേസുകളിൽ മാത്രമല്ല, മറ്റ് വിഷയങ്ങളിലും സമയബന്ധിതമായ ഇടപെടൽ ആവശ്യമാണ്. അപ്പോൾ മാത്രമേ നമ്മുടെ പ്രവർത്തനത്തിന് ഫലമുണ്ടാകൂ. മൂന്നാമതായി, ചില സാഹചര്യങ്ങളിൽ പ്രതിഷേധം രൂക്ഷമായാൽ അപകടസാധ്യതകൾ നേരിടാനുള്ള കഴിവും ശേഷിയും നമുക്ക് ഉണ്ടാകണം. മിക്കവാറും സന്ദർഭങ്ങളിൽ പോലീസുമായാണ് ഏറ്റുമുട്ടലുണ്ടാകുന്നത്. ഞങ്ങളുടെ പ്രതിഷേധങ്ങൾ അനുവദിക്കാതിരുന്ന പല സന്ദർഭങ്ങളിലും പോലീസിന്റെ ജലപീരങ്കിയെയും ലാത്തിയെയും ജെ എം എസ് പ്രവർത്തകർക്ക് നേരിടേണ്ടി വന്നിട്ടുണ്ട്.

എൺപതുകളുടെ അവസാനത്തിൽ ഒരു ഭാരത് ബന്ദിനെ പിന്തുണച്ചുകൊണ്ടുള്ള പ്രകടനത്തിൽ പങ്കെടുത്തപ്പോൾ കൊണാട്ട് പ്ലേസ് പോലീസ് സ്റ്റേഷനിലെ ഒരു പോലീസുകാരൻ എന്റെ വലതു കൈ അടിച്ചൊടിച്ചു. ശരിയായ രീതിയിൽ ചികിത്സ നടത്താൻ കഴിയാതിരുന്നതുകൊണ്ട് ഇന്നും അതിന്റെ അടയാളം കൈയിലുണ്ട്. തെക്കൻ ഡൽഹിയിലെ വീട്ടുജോലിക്കാരിയായ മോളിനയുടെ ധീരത ചിത്രീകരിക്കുന്ന ഒരു ചിത്രം ഞാൻ ഓർക്കുന്നു. വിലക്കയറ്റത്തിനെതിരായ പ്രതിഷേധത്തിനിടയിൽ പോലീസിന്റെ വേലിക്കെട്ടുകൾ ഞങ്ങൾ തകർത്തുകയറുകയായിരുന്നു. ജലപീരങ്കി അവളെ ലക്ഷ്യമാക്കുകയും അക്ഷരാർത്ഥത്തിൽ നിലത്തുനിന്ന് അവളെ ഉയർത്തുകയും ചെയ്തു. ബാരിക്കേഡ് മുറുകെ പിടിച്ചിരുന്നതിനാൽ നിലത്തിന് സമാന്തരമായിട്ടായിരുന്നു അവളുടെ നില. വല്ലാതെ പരിക്കേറ്റുവെങ്കിലും അല്പം സുഖമായപ്പോൾ അവൾ വീണ്ടും പ്രതിഷേധത്തിൽ പങ്കെടുത്തു. അങ്ങനെ വ്യക്തിപരമായ ധൈര്യവും സംഘടന കെട്ടിപ്പടുക്കുന്നതിൽ ഒരു പ്രധാന ഘടകമായിരുന്നു. നാലാമതായി, സംഘടനാപരമായ പ്രവർത്തനങ്ങളും ഉത്തരവാദിത്വങ്ങളും മടിക്കാതെ ഏറ്റെടുക്കാൻ പഠിക്കേണ്ടതുണ്ട്. 'ഇല്ല, എനിക്ക് ഈ ഉത്തരവാദിത്വം ഏറ്റെടുക്കാൻ കഴിയില്ല' എന്ന വാക്കുകൾ നിഷിദ്ധമായി കണക്കാക്കുന്ന ഒരു സംസ്കാരം ഞങ്ങൾ വികസിപ്പിച്ചെടുത്തു. എല്ലാ ജോലിയും എല്ലാവരും ഏറ്റെടുത്തു; മറ്റൊരാൾ നേതൃത്വം ഏറ്റെടുക്കുന്നതിനായി കാത്തിരിക്കുകയാണെങ്കിൽ ഒരു സംഘടനയ്ക്കും വളരാൻ കഴിയില്ല. എല്ലാറ്റിനുമുപരിയായി പ്രത്യയശാസ്ത്രത്തോടുള്ള പ്രതിബദ്ധതയാണ് പ്രവർത്തിക്കുവാൻ പ്രചോദിപ്പിക്കുകയെന്ന് ഞങ്ങൾ

വിശ്വസിച്ചു. വർഗാടിസ്ഥാനത്തിലുള്ള ഇടതുപക്ഷ ചിന്തയാണ് ഞങ്ങളുടെ ദൈനംദിന പ്രവർത്തനങ്ങൾ സാധ്യമാക്കുന്നത്. എല്ലാ തലത്തിലുമുള്ള ഞങ്ങളുടെ പ്രവർത്തകർക്ക് അത് പകർന്നുകൊടുക്കാനും ഞങ്ങൾ ശ്രമിക്കുന്നു.

ജെ എം എസ് അന്നും ഇന്നും ഒരു ബഹുവർഗ, ബഹു സമുദായാധിഷ്ഠിത സംഘടനയാണ്. ആദ്യകാലങ്ങളിൽ പോലും ഞങ്ങൾ എല്ലാ വിഭാഗം സ്ത്രീകളുടെയും പ്രശ്നങ്ങൾ ഏറ്റെടുക്കുവാൻ ശ്രമിച്ചു - ഒരു സ്ത്രീ അഭിമുഖീകരിക്കുന്ന പൊതുവായ പ്രശ്നങ്ങൾ. എന്നാൽ ഞങ്ങളുടെ പ്രവർത്തനം ഞങ്ങളെ പഠിപ്പിച്ചത്, സഹോദരത്വം എന്നത് സ്ത്രീകൾക്കിടയിലെ ഐക്യത്തിന്റെ ജൈവിക അടിത്തറയായി വ്യാഖ്യാനിക്കേണ്ട ആശയമല്ല എന്നാണ്. ഇന്ത്യയുടെ പശ്ചാത്തലത്തിൽ വർഗ്ഗവ്യത്യാസത്തെയും ആഴത്തിലുള്ള ജാതിവ്യത്യാസത്തെയും (വ്യത്യാസം മാത്രമല്ല പലപ്പോഴും സ്ത്രീകൾ തമ്മിലുള്ള വിരോധവും ശത്രുതയും) മറയ്ക്കാനുമുള്ള സൗകര്യപ്രദമായ മൂടുപടം മാത്രമാണിത്. ഞങ്ങളുടെ അനുഭവം പഠിപ്പിച്ചത് സഹോദരത്വത്തിനു അർത്ഥമുണ്ടാകണമെങ്കിൽ മധ്യവർഗ സ്ത്രീകൾ ദരിദ്രരോട് ഐക്യദാർഢ്യം പ്രകടിപ്പിക്കണം, പ്രബല ജാതിക്കാരായ സ്ത്രീകൾ, ജാതിസംസ്കാരങ്ങൾ മറികടന്ന് ദളിത് ആണെന്ന കാരണത്താൽ അത്തരം സ്ത്രീകൾ അനുഭവിക്കുന്ന അടിച്ചമർത്തലിനും അക്രമത്തിനുമെതിരായ സമരത്തെ പിന്തുണയ്ക്കണം. എന്തായാലും എന്റെ ഉറച്ച വിശ്വാസം നമ്മൾ പ്രവർത്തിക്കുന്നത് വിദ്യാർത്ഥികൾ, യുവാക്കൾ അല്ലെങ്കിൽ മറ്റ് വിഭാഗങ്ങൾക്കിടയിലാണെങ്കിലും, ഏത് ബഹുജന സംഘടനയിലായാലും എല്ലായ്പ്പോഴും ശ്രദ്ധ കേന്ദ്രീകരിക്കേണ്ടത് ദരിദ്രർ, തൊഴിലാളികൾ, അവരുടെ കുടുംബങ്ങൾ, കോളനി നിവാസികൾ, ദളിത് സ്ത്രീകൾ എന്നിവരിലാണ്. ഇതിനർത്ഥം മധ്യവർഗത്തെ അവഗണിക്കണം എന്നല്ല, പാവപ്പെട്ട തൊഴിലാളികളുടെ സമരങ്ങളുമായി മധ്യവർഗത്തെ അടുപ്പിക്കുക എന്ന കാഴ്ചപ്പാടോടെ അവർക്കിടയിൽ പ്രവർത്തിക്കുക എന്നാണ്. ഇത് പലപ്പോഴും പ്രതിഫലം ഇല്ലാത്തതും അദൃശ്യവും ശ്രമകരവുമായ ജോലിയാണ്. പക്ഷേ, കമ്യൂണിസ്റ്റുകാരായ നമ്മൾ സ്ത്രീകൾക്കിടയിലെ വർഗ-ജാതി അസമത്വത്തിന്റെ യാഥാർത്ഥ്യത്തിനു മുൻതൂക്കം നൽകുകയും ഏറ്റവും അടിച്ചമർത്തപ്പെടുന്നവരും ചൂഷണം ചെയ്യപ്പെടുന്നവരുമായ സ്ത്രീകളുടെ ആവശ്യങ്ങളെ അടിസ്ഥാനമാക്കി ഐക്യനിര കെട്ടിപ്പടുക്കാനായി പ്രവർത്തിക്കുകയും ചെയ്തില്ലെങ്കിൽ പിന്നെ, ആര് ചെയ്യും?

ജെ എം എസിനെ സംഘടനാപരമായി കെട്ടിപ്പടുക്കാനുള്ള ആദ്യകാല ശ്രമങ്ങളിൽ ആശ്രയമായിരുന്നത്, ഡൽഹി സി പി ഐ (എം) സംസ്ഥാന കമ്മിറ്റിസെക്രട്ടറി മേജർ സാഹിബ് ആയിരുന്നു. അദ്ദേഹം

എപ്പോഴും ഞങ്ങളെ പ്രോത്സാഹിപ്പിക്കുകയും പാർട്ടിയിലെ ചർച്ചകളിൽ ഞങ്ങളെ പിന്തുണയ്ക്കുകയും ചെയ്തു. ഖേദകരമായ കാര്യം, 1982 ജനുവരിയിൽ, വിജയവാഡ പാർട്ടികോൺഗ്രസിൽ പങ്കെടുക്കുമ്പോൾ ഹൃദയാഘാതത്തെ തുടർന്ന് അദ്ദേഹം മരിച്ചുപോയി. ഞങ്ങളുടെ പ്രിയപ്പെട്ട സംസ്ഥാന സെക്രട്ടറിയുടെ മരണത്തോടെ പാർട്ടിക്ക് ദാരുണവും ദയനീയവുമായ നഷ്ടം സംഭവിച്ചു. മാർക്സിസത്തോടും കമ്യൂണിസ്റ്റ് സംഘടനാതത്ത്വങ്ങളോടുമുള്ള പ്രതിബദ്ധതയിൽ വിട്ടുവീഴ്ചയില്ലാത്ത, അസാധാരണനായ നേതാവായിരുന്നു അദ്ദേഹം. മനുഷ്യന്റെ ബലഹീനതകൾ മനസ്സിലാക്കുന്ന, മറ്റുള്ളവരെക്കുറിച്ച് മുൻവിധികളില്ലാത്ത നേതാക്കളിൽ ഒരാൾ. ഇനിയും എത്രയോ സംഭാവന, പ്രത്യേകിച്ച് ഹിന്ദി സംസാരിക്കുന്ന പ്രദേശങ്ങളിൽ, ചെയ്യാൻ കഴിയുമായിരുന്ന ഒരു നേതാവിനെയാണ് പാർട്ടിക്ക് നഷ്ടപ്പെട്ടത്. ഞാനുൾപ്പെടെയുള്ള അദ്ദേഹത്തിന്റെ ആരാധകവൃന്ദത്തിന് അദ്ദേഹത്തിന്റെ മരണം വ്യക്തിപരമായ ഒരു വലിയ നഷ്ടമാണ്. അദ്ദേഹത്തെ വിജയവാഡയിൽ സംസ്കരിച്ചു.

ഡൽഹി വിമാനത്താവളത്തിൽ മേജറിന്റെ ജീവിത പങ്കാളിയും സഖാവുമായ ഉഷയെ സ്വീകരിക്കാൻ പോയ നിമിഷം ഞാൻ ഒരിക്കലും മറക്കില്ല. അസമിലെ സാംസ്കാരിക കലാകാരിയായ ഉഷ സ്വാതന്ത്ര്യലബ്ധിക്ക് മുമ്പ്, മേജർ ഒളിവിലായിരുന്നപ്പോഴാണ് അദ്ദേഹത്തെ കണ്ടുമുട്ടിയത്.

അവർ കണ്ണുനീരൊഴുകുന്ന വിറയ്ക്കുന്ന മുഖവുമായി, തന്നെ സ്വീകരിക്കാൻ കാത്തുനിൽക്കുന്ന ദുഃഖിതരായ ജനക്കൂട്ടത്തിന്റെ അടുത്തേക്ക് വന്ന് കൈകൾ നീട്ടി. ജനക്കൂട്ടത്തിന്റെ അടക്കിപ്പിടിച്ച തേങ്ങൽ പെട്ടെന്ന്, ഇടറുന്ന ശബ്ദത്തിലാണെങ്കിലും, ശക്തമായ ഒരു മുദ്രാവാക്യത്തിലേക്ക് മാറി: 'റെഡ് സല്യൂട്ട്, സഖാവ് മേജർ!', 'സഖാവ് മേജർ മരിക്കില്ല'

സഖാവ് മേജർ ജയ്പാൽ സിംഗ്, ജീവിതത്തിലെന്നും പോരാളിയും ഇതിഹാസവുമായ അദ്ദേഹം, മരണത്തിന് പതിറ്റാണ്ടുകൾക്ക് ശേഷവും എനിക്ക് പ്രചോദനമായി തുടരുന്നു.

സംയുക്ത പ്രസ്ഥാനങ്ങളും പ്രക്ഷോഭങ്ങളും

ഞങ്ങളുടെ പ്രവർത്തനത്തിന്റെ അടുത്ത ഘട്ടത്തിൽ മറ്റ് സ്ത്രീ സംഘടനകളുമായി ചേർന്ന് പല സംയുക്ത സമരങ്ങളിലും ഞങ്ങൾ പങ്കെടുത്തു. മഥുര കേസിനുശേഷം 1981 ൽ അഖിലേന്ത്യാ ജനാധിപത്യ മഹിളാ അസോസിയേഷൻ രൂപീകരിച്ചു, ഇതിന്റെ ഡൽഹി യൂണിറ്റായിരുന്നു ജെ എം എസ്. ഞങ്ങൾ സ്ത്രീധന വിരുദ്ധ പ്രവർത്തനങ്ങളിൽ സജീവമായ സമയമായിരുന്നു അത്. മഹിളാ അസോസിയേഷൻ കേന്ദ്ര എക്സിക്യൂട്ടീവിലേക്ക് അശോകയും ഞാനും തിരഞ്ഞെടുക്കപ്പെട്ടു. സി പി ഐ (എം) ന്റെ കേരളത്തിൽ നിന്നുള്ള പാർലമെന്റ് അംഗം സുശീല ഗോപാലനാണ് ദേശീയ ജനറൽ സെക്രട്ടറിയായി തിരഞ്ഞെടുക്കപ്പെട്ടത്. അവർ, വൈസ് പ്രസിഡന്റായി തിരഞ്ഞെടുക്കപ്പെട്ട വിമല് രണദിവെക്കൊപ്പം അഖിലേന്ത്യാ കേന്ദ്രത്തിന്റെ ചുമതല നിർവഹിച്ചു.

അക്കാലത്തെ മൂന്ന് വനിതാ എം പിമാരായ ഗീതാ മുഖർജിയും (സി പി ഐ), പ്രമീള ദണ്ഡവതെയും (ജനതാ പാർട്ടി), സുശീല ഗോപാലനും (സി പി ഐ (എം)) ത്രിമൂർത്തികളെപ്പോലെ, ബലാത്സംഗത്തിനും അക്രമത്തിനും സ്ത്രീധനത്തിനുമെതിരെ തെരുവിൽ പോരാടുന്ന സ്ത്രീകളുടെ ശബ്ദം ലോക്സഭയിൽ ഉയർത്തി. മഹിളാ അസോസിയേഷൻ, നാഷണൽഫെഡറേഷൻ ഓഫ് ഇന്ത്യൻ വിമൻ, മഹിളാ ദക്ഷത സമിതി, യംഗ് വിമൻസ് ക്രിസ്ത്യൻ അസോസിയേഷൻ, സെന്റർ ഫോർ വിമൻസ് ഡെവലപ്മെന്റ് സ്റ്റഡീസ് (CWDS) എന്നീ അഞ്ച് വനിതാ സംഘടനകൾ ചേർന്ന് ബലാത്സംഗവും സ്ത്രീധനവുമായി ബന്ധപ്പെട്ട നിയമങ്ങളിൽ മാറ്റങ്ങൾ ആവശ്യപ്പെടാൻ ഒരു സംയുക്ത വേദി രൂപീകരിച്ചു. പിന്നീട്

ഇത് സാമൂഹികവും തൊഴിൽപരവുമായ വിവിധ വിഭാഗങ്ങളെ പ്രതിനിധീകരിക്കുന്ന അമ്പതിലധികം സംഘടനകളും ഗ്രൂപ്പുകളുമുള്ള ദഹേജ് വിരോധ് ചേത്ന മഞ്ച് (DVCM) ആയി വികസിച്ചു. സംയുക്ത പ്രവർത്തനങ്ങളുടെ ആസൂത്രണവും സമാഹരണവും ഏറക്കുറെ ഡൽഹിയിലായിരുന്നതിനാൽ ഈ സംഘടനകളുടെ പ്രാദേശിക യൂണിറ്റുകളെ സംഘടനാ സമിതിയിൽ ഉൾപ്പെടുത്തേണ്ടത് ആവശ്യമായിരുന്നു. അങ്ങനെ, ഈ യോഗങ്ങളിൽ മഹിളാ അസോസിയേഷനെ പ്രതിനിധീകരിച്ച് ജെ എം എസ് പങ്കെടുക്കുവാൻ തുടങ്ങി.

ടെക്സ്റ്റൈൽ തൊഴിലാളി സമരങ്ങളുടെ സമയത്ത് ഞാൻ പങ്കെടുത്തിരുന്ന സംയുക്ത ട്രേഡ് യൂണിയൻ യോഗങ്ങളിൽ നിന്ന് തികച്ചും വ്യത്യസ്തമായിരുന്നു ഇത്. അവിടെ, രാഷ്ട്രീയം വ്യക്തമായിരുന്നു. സർക്കാർ അനുകൂല തൊഴിലാളി യൂണിയനുകൾ പോലും അന്നത്തെ സർക്കാരിനെതിരായ വിമർശനം ഒഴിവാക്കാൻ ബുദ്ധിമുട്ടി. തൊഴിലുടമയ്ക്ക് അനുകൂലമായ സർക്കാർ നയങ്ങൾക്കെതിരെ സമരം നടത്തുന്നതിനെ ചോദ്യം ചെയ്യാൻ ആരുമുണ്ടായിരുന്നില്ല. സ്ത്രീ സംഘടനകളുടെ യോഗങ്ങളിൽ അങ്ങനെയേയായിരുന്നില്ല. വനിതാപ്രസ്ഥാനത്തെ രാഷ്ട്രീയത്തിന് 'മുകളിലും അകലത്തിലും' നിർത്തുക എന്നതായിരുന്നു പ്രബലമായ പ്രവണത. അതിനാൽ നിയമങ്ങളിൽ മാറ്റങ്ങൾ വരുത്താനുള്ള ഗവൺമെന്റിന്റെ വിസമ്മതത്തെക്കുറിച്ചുള്ള ഏത് വിമർശനവും - അന്ന് ഇന്ദിരാ ഗാന്ധിയുടെ നേതൃത്വത്തിലുള്ള സർക്കാരിന്റെ കാലം - 'രാഷ്ട്രീയ'മായി കണക്കാക്കപ്പെട്ടു. സ്ത്രീധനം പ്രോത്സാഹിപ്പിക്കുന്നത് മുതലാളിത്ത സംസ്കാരമാണെന്ന പ്രയോഗംപോലും നിഷിദ്ധമായിരുന്നു. മുതലാളിത്തം പോലുള്ള സാമൂഹിക-സാമ്പത്തിക വ്യവസ്ഥകളുമായി ബന്ധപ്പെടുത്തിക്കൊണ്ടല്ലാതെ പിതൃ ആധിപത്യം (Patriarchic) എന്ന വാക്ക് ഉപയോഗിക്കില്ലെന്ന് പറഞ്ഞുകൊണ്ട് ഞങ്ങൾ ഈ വാദത്തെ എതിർത്തു. സംയുക്ത യോഗങ്ങളിൽ ഞങ്ങൾ മാറിമാറി പങ്കെടുത്തു - അശോക, ഇന്ദു അഗ്നിഹോത്രി, കീർത്തി സിംഗ്, മീര വേലായുധൻ പിന്നെ ഞാനും ചിലപ്പോൾ രജനിയും ജെ എം എസിന്റെ സജീവ അംഗങ്ങളായ പാൽരിവാലയും സഹ്ബ ഹുസൈനും. ഇവർക്കെല്ലാവർക്കും എങ്ങനെ ഇടപെടണമെന്നതു സംബന്ധിച്ച വളരെ നല്ല ധാരണയുണ്ടായിരുന്നു. ഒരിക്കൽ കീർത്തി ഈ യോഗങ്ങളിലൊന്നിൽ പങ്കെടുത്തിട്ട് തിരിച്ചെത്തിയപ്പോൾ വല്ലാത്ത മടുപ്പോടെ പറയുകയുണ്ടായി, 'എനിക്ക് സഹിക്കാൻ പറ്റുന്നില്ല; ഓരോ വാക്കിനും വേണ്ടി പോരാടണം!' ലോതിക സർക്കാറുമായി ചേർന്ന് സി ഡബ്ലിയു ഡി എസ് സ്ഥാപിച്ച സ്ത്രീശാക്തീകരണ പ്രവർത്തനങ്ങളുടെ അഗ്രഗാമിയായ വീണ മജുംദാർ ശാന്തതയോടെ ഇതിനെല്ലാം ഒപ്പമുണ്ടായിരുന്നു. 1975 ൽ ഞങ്ങളുടെ കല്യാണത്തിനായി

ഉദാരമായി തന്റെ വീട് തുറന്നതന്നശേഷം വർഷങ്ങളോളം ഞാനവരെ കണ്ടിട്ടില്ലായിരുന്നു. ഇത്തവണ ലിംഗസമത്വത്തിനും തുല്യതയ്ക്കും വേണ്ടിയുള്ള പോരാട്ടത്തിന്റെ നേതൃനിരയിൽ ഞാൻ വീണയെ കണ്ടു. ചൂടേറിയ സംവാദങ്ങൾ സിഗരറ്റും പുകച്ചുകൊണ്ട് അവർ ആസ്വദിക്കും, ഒടുവിൽ എല്ലാവർക്കും സ്വീകാര്യമായ ഒരു പരിഹാരം നിർദേശിക്കും. കരുത്തിന്റെയും അറിവിന്റെയും ഉറവിടമായിരുന്ന അവർ രാജ്യത്തുടനീളം സ്വാധീനം ചെലുത്തിയ സംയുക്തവനിതാ പ്രസ്ഥാനം ഡൽഹിയിൽ കെട്ടിപ്പടുക്കുന്നതിൽ ഒരു പ്രധാന പങ്ക് വഹിച്ചു.

1982-ലും 1983 ൽ കുറച്ചുകാലവും സംയുക്ത സമരങ്ങളിലൂടെ സ്ത്രീധനവുവുമായി ബന്ധപ്പെട്ട പ്രശ്നങ്ങൾ രൂപപ്പെടുത്തുന്നതിൽ ഡി വി സി എം വളരെ പ്രധാനപ്പെട്ട പങ്ക് വഹിച്ചു. നിരവധി തെരുവ് യോഗങ്ങൾ ഉൾപ്പെടെ അന്ന് സംഘടിപ്പിച്ചിരുന്നു. ഡൽഹിയുടെ എല്ലാ ഭാഗങ്ങളിലും ലക്ഷക്കണക്കിന് ലഘുലേഖകൾ ഡി വി സി എം വിതരണം ചെയ്തു. യോഗങ്ങളും സെമിനാറുകളും പ്രകടനങ്ങളും നടത്തി. ജെ എം എസ് സംഘവും ഈ പ്രചാരണത്തിന്റെ നിർണായക ഭാഗമായിരുന്നു, നഗരത്തിന്റെ എല്ലാ കോണുകളിലേക്കും ടീമുകളെ അയച്ച ഒരേയൊരു സംഘടന ഒരുപക്ഷേ ഇതായിരിക്കാം. 1982 ആഗസ്ത് 3 ന് ഡൽഹിയിൽ നടന്ന വൻ പ്രകടനത്തിൽ ജീവിതത്തിന്റെ എല്ലാ മേഖലകളിൽ നിന്നുമുള്ള ആയിരക്കണക്കിന് ആളുകൾ പങ്കുചേർന്നു. സ്ത്രീകളുടെ അവകാശങ്ങൾ കേന്ദ്രീകരിച്ചുള്ള സാമൂഹിക പരിഷ്കരണത്തിനായി പുരുഷന്മാരും സ്ത്രീകളും കുട്ടികളും ജാഥ നടത്തി. മഹിളാ ദക്ഷത സമിതിയിലെ രഞ്ജന കുമാരി, എൻ എഫ് ഐ ഡബ്ല്യുവിൽ നിന്നുള്ള പ്രിമില ലൂംബ, കൂടാതെ മഹിളാ അസോസിയേഷനിൽ നിന്ന് എനിക്കും ആയിരുന്നു സ്റ്റേജ് കൈകാര്യം ചെയ്യാനുള്ള ചുമതല. അപ്പോഴേക്കും, ഞങ്ങൾക്കിടയിൽ നല്ല അടുപ്പമുണ്ടായിവന്നിരുന്നതിനാൽ എല്ലാം സുഗമമായി നടന്നു. സ്ത്രീകളുടെ പ്രസ്ഥാനത്തിന്റെ ആവശ്യങ്ങളെ പിന്തുണയ്ക്കുന്നതിനായി വൻ ജനാവലി തയ്യാറായതിൽ ഞങ്ങൾ ആഹ്ലാദിച്ചു.

ബലാത്സംഗവും സ്ത്രീധനവുമായി ബന്ധപ്പെട്ട നിയമങ്ങളിൽ മാറ്റങ്ങൾ വരുത്താനുള്ള പാർലമെന്ററി കമ്മിറ്റികളുടെ രൂപീകരണത്തിനായി സമ്മർദം ചെലുത്തുന്നതിൽ ഐക്യ വനിതാ പ്രസ്ഥാനം വിജയിച്ചു. 1983 ൽ പാർലമെന്റ് ഇത് അംഗീകരിച്ചു. ദേശീയ വനിതാ സംഘടനകളുടെ മറ്റൊരു സംയുക്ത വേദിക്ക് ഡി വി സി എം ജന്മം നൽകി. ജനാധിപത്യ മഹിളാ അസോസിയേഷൻ, ഓൾ ഇന്ത്യ വിമൻസ് കോൺഫെറൻസ്, സി ഡബ്ല്യു ഡി എസ്, ജോയിന്റ് വിമൻസ് പ്രോഗ്രാം, മഹിളാ ദക്ഷത സമിതി, നാഷണൽ ഫെഡറേഷൻ ഓഫ് ഇന്ത്യൻ വിമൻ, വൈ ഡബ്ല്യു സി എ എന്നീ സംഘടനകളാണതിൽ ഉണ്ടായിരുന്നത്. വീണ

മജ്ജുംദാർ അവരെ 'ഏഴ് സഹോദരിമാർ' എന്ന് വിളിച്ചു. ഈ സംയുക്ത വേദി എൺപതുകളിലും തൊണ്ണൂറുകളിലും ഒരുമിച്ച് പ്രവർത്തിച്ചു. സർക്കാർ നയങ്ങളിൽ നിർണായകമായ ഇടപെടലുകൾ നടത്തുക മാത്രമല്ല പടിഞ്ഞാറൻ മുഖ്യധാരാ വനിതാ സംഘടനകൾക്ക് മാരകമായിത്തീർന്ന 'സ്ത്രീകൾക്കു മാത്രമെന്ന' പ്രത്യയശാസ്ത്രപരമായ കെണിയിൽ നിന്നും, ഇന്ത്യയിലെ സ്ത്രീകളെ ഒരു പരിധിവരെ രക്ഷിക്കുവാൻ കഴിയുന്ന പാതയിലൂടെയാണ് ഞങ്ങൾ മുന്നോട്ടുപോയത്. ഞങ്ങൾ ജനാധിപത്യ, മതേതര, ചിന്താഗതിയുള്ള പൗരന്മാരും പുരുഷന്മാരും സ്ത്രീകളുമായി ചേർന്ന് പൊതുവിഷയങ്ങൾ ഏറ്റെടുത്തു. ഉദാഹരണത്തിന്, എൺപതുകളുടെയും തൊണ്ണൂറുകളുടെയും അവസാനം, ബാബറി മസ്ജിദ് തകർക്കുന്നതിലേക്ക് നയിച്ച ഭൂരിപക്ഷ ശക്തികളുടെ വിഭാഗീയവും മതപരവുമായ അണിനിരത്തലുകൾക്കെതിരെ ഏഴ് സഹോദരിമാരുടെ സംയുക്ത വേദി ശക്തമായി പ്രതികരിച്ചു. വർഗീയതക്കെതിരെ ഞങ്ങൾ നിരവധി പ്രചാരണങ്ങൾ സംഘടിപ്പിച്ചു. അടിയന്തരാവസ്ഥയ്ക്ക് ശേഷമുള്ള കാലഘട്ടത്തിൽ കൂടുതൽ വിശാലമായ പൊതു വിഷയങ്ങൾ ഏറ്റെടുക്കേണ്ടതിന്റെ പ്രാധാന്യം മറ്റുള്ളവരെ ബോധ്യപ്പെടുത്താൻ ബുദ്ധിമുട്ടായിരുന്നു, എന്നാൽ ഞങ്ങളുടെ അനുഭവം അത്തരം ഇടപെടലുകളുടെ അനിവാര്യത നമ്മെ പഠിപ്പിച്ചു.

രാഷ്ട്രീയം വ്യക്തിപരമാണ്

ഡി വി സി എമ്മിന്റെ ബാനറിന് കീഴിൽ ഞങ്ങൾ സംഘടിപ്പിച്ച സ്ഥിരമായ സംയുക്ത പ്രക്ഷോഭങ്ങൾ ഭിന്നതകൾക്കിടയിലും എങ്ങനെ ഒന്നിക്കാമെന്ന് ഞങ്ങളെ പഠിപ്പിച്ചു. ഞങ്ങൾ പരസ്പരം ബഹുമാനിക്കാനും പഠിച്ചു. സംയുക്ത പ്രസ്ഥാനങ്ങളിൽ ഒപ്പം പ്രവർത്തിച്ചവരുമായി വ്യക്തിപരമായി നല്ല സൗഹൃദം എനിക്കുണ്ടായി, പ്രത്യേകിച്ച് പ്രമില ലൂംബയും വൈ ഡബ്ലിയു സി എയുടെ അന്നത്തെ സെക്രട്ടറി മേരി ഖേംചന്ദുമായി. മറ്റുള്ളവരുടെ നിലപാടുകൾ മനസ്സിലാക്കുവാനും ചർച്ച ചെയ്യാനും മത്സര ബുദ്ധിയില്ലാതെ പൊതുധാരണയിൽ എത്താനും വിശാലമായ സംഘടനയിലും ഞങ്ങൾക്ക് കഴിഞ്ഞു. അത് വ്യക്തികൾ എന്നതിനപ്പുറമുള്ള തിരിച്ചറിവായിരുന്നു. സംയുക്ത സമരങ്ങളുടെ ഫലമായി പ്രസ്ഥാനം ആകെത്തന്നെ പക്വത പ്രാപിച്ചതായി എനിക്ക് തോന്നി. സ്വതന്ത്ര വനിതാ സംഘടനകളുമായുള്ള അടുത്ത ബന്ധം, കുടുംബത്തിനുള്ളിലെ അസമത്വങ്ങൾക്ക് കൂടുതൽ പ്രാധാന്യം നൽകുവാൻ ഇടതുപക്ഷ സ്ത്രീ പ്രസ്ഥാനത്തെ സഹായിച്ചുവെന്ന് എനിക്ക് ഉറപ്പിച്ച് പറയാൻ കഴിയും. സ്വതന്ത്ര സ്ത്രീ സംഘടനകളാകട്ടെ, ഇടതുപക്ഷത്ത് നിൽക്കുന്ന ഞങ്ങളുമായുള്ള അവരുടെ ഇടപെടലുകളിലൂടെ കൂടുതൽ രാഷ്ട്രീയധാരണയുള്ളവരായിത്തീർന്നുവെന്ന് സമ്മതിക്കുമെന്ന് ഞാൻ പ്രതീക്ഷിക്കുന്നു. 'വ്യക്തിപരം രാഷ്ട്രീയമാണ്'' എന്നായിരുന്നു അക്കാലത്തെ, പ്രത്യേകിച്ച് സ്വതന്ത്ര വനിതാ സംഘടനകളുടെ ഒരു ജനപ്രിയ മുദ്രാവാക്യം. വീണ മജുംദാർ ആവശ്യപ്പെടാറുണ്ട്, 'വ്യക്തിപരം രാഷ്ട്രീയമാണെങ്കിൽ, രാഷ്ട്രീയം വ്യക്തിപരമാക്കുക.

1975-1985 ഐക്യരാഷ്ട്രസഭ വനിതാ ദശകമായി പ്രഖ്യാപിച്ചു. സംയുക്തമായും സ്വതന്ത്രമായും ഡൽഹിയിലെ വനിതാ സംഘടനകൾ ഇതാചരിച്ചു. സാമ്പത്തിക നയങ്ങൾ സ്ത്രീകളുടെ അവസ്ഥയിലുണ്ടാക്കുന്ന ആഘാതത്തിന്റെ പ്രശ്നങ്ങൾ സംയുക്ത പ്രസ്ഥാനത്തിനകത്ത് ഉന്നയിക്കുന്നതിനുള്ള അവസരം അത് ഞങ്ങൾക്ക് നൽകി. തൊഴിലെടുക്കുന്ന സ്ത്രീകളുടെ സ്ഥിതി, അവരുടെ തൊഴിൽ, തൊഴിൽ സാഹചര്യങ്ങൾ, ജലവിതരണം, പാർപ്പിടം പെൺകുട്ടികളുടെ വിദ്യാഭ്യാസം തുടങ്ങി സ്ത്രീകളെ നേരിട്ട് ബാധിക്കുന്ന കാര്യങ്ങൾക്കുള്ള ബജറ്റ് വിഹിതം മുതലായ പ്രശ്നങ്ങളാണ് ഞങ്ങളുന്നയിച്ചത്. സ്ത്രീകളെ അവർ ജീവിക്കുന്ന സാമൂഹിക-സാമ്പത്തിക രാഷ്ട്രീയ പശ്ചാത്തലത്തിൽ കാണുന്നതിനാൽ ഞങ്ങൾ ഉന്നയിക്കുന്ന പ്രശ്നങ്ങൾ രാഷ്ട്രീയമായിരുന്നു. ഇത് സംയുക്ത വനിതാ പ്രസ്ഥാനത്തിന് പുതിയ മാനം നൽകുകയും ചെയ്തു.

സ്ത്രീകളുടെ സംയുക്ത പ്രസ്ഥാനത്തിന്റെയും അത് സൃഷ്ടിച്ച വിശാലമായ പൊതുവേദിയുടെയും പ്രധാനപ്പെട്ട സംഭാവന മുഖ്യധാരാ രാഷ്ട്രീയത്തിലും രാഷ്ട്രീയ പാർട്ടികളിലും ഉണ്ടാക്കിയ സ്വാധീനമാണ്. പാർലമെന്റിലെ ചർച്ചകളും തെരുവിലെ പ്രവർത്തനങ്ങളും ഗംഭീര പ്രകടനങ്ങളും പോലീസുമായുള്ള ഏറ്റുമുട്ടലുകളും എല്ലാം മാധ്യമങ്ങൾ വ്യാപകമായി റിപ്പോർട്ട് ചെയ്തതിനാൽ ഞങ്ങൾ ഉയർത്തിയ പ്രശ്നങ്ങൾ ജനങ്ങളിലേക്കെത്തിക്കഴിഞ്ഞിരുന്നു. അടിയന്തരാവസ്ഥയ്ക്കു ശേഷമുള്ള കാലഘട്ടത്തിൽ മാധ്യമ സ്ഥാപനങ്ങളിൽ ചേർന്ന നിരവധി യുവതികൾ പ്രതിഷേധ പരിപാടികൾ പതിവായി റിപ്പോർട്ട് ചെയ്തു. ഗൗരവമേറിയ സാമൂഹിക പ്രശ്നങ്ങൾക്ക് ഇടമില്ലാത്ത ഇന്നത്തെ മാധ്യമങ്ങളിൽ നിന്നും വ്യത്യസ്തമായി, അന്ന് മാധ്യമങ്ങൾ അത്തരം കാര്യങ്ങളിൽ പ്രധാന പങ്ക് വഹിച്ചു എന്നതിൽ സംശയമില്ല.

രാഷ്ട്രീയ പാർട്ടികൾക്ക് സ്ത്രീകളെ അവഗണിക്കാനോ ഒഴിവാക്കാനോ അവരുടെ പ്രശ്നങ്ങൾ 'മൃദു'വായി കണക്കാക്കാനോ ഇന്ന് കഴിയില്ല. പല രാഷ്ട്രീയ പാർട്ടികളും സ്ത്രീകളുടെ വിഭാഗങ്ങൾ രൂപീകരിച്ചു. രാഷ്ട്രീയ പാർട്ടികൾക്കുള്ളിൽ സ്ത്രീകളുടെ പ്രശ്നങ്ങൾ ഉന്നയിക്കാൻ ഇത് സഹായിക്കുന്നു. സ്ത്രീകളുടെ പ്രസ്ഥാനം ഉയർത്തിക്കാട്ടുന്ന വിഷയങ്ങൾ പാർട്ടി അംഗീകരിക്കുകയും പിന്തുണയ്ക്കുകയും ചെയ്തുകൊണ്ട് കാര്യങ്ങൾ നടപ്പാക്കേണ്ടതാണെന്ന് ഡൽഹി സി പി ഐ (എം) മനസ്സിലാക്കിയത് പാർട്ടിക്കുള്ളിലെ സ്ത്രീകൾക്ക് സഹായകമായി. നിരവധി സ്ത്രീകൾ പാർട്ടിയിൽ ചേർന്നു. ഈ പ്രക്രിയ ഇന്നും തുടരുന്നു.

ദുഃഖകരമായ നഷ്ടം

1983 ഒക്ടോബർ 3 ന് അതിദാരുണമായ ഒരു ദുരന്തം സംഭവിച്ചു. പരസ്പരം പങ്കിട്ട അനുഭവങ്ങളുടെ, പോരാട്ടങ്ങളുടെ, സൗഹൃദത്തിന്റെ, പഠനത്തിന്റെ, സന്തോഷത്തിന്റെ, ചിരിയുടെ ലോകം അപ്പാടെ തകർന്നു. ഞങ്ങളുടെ പ്രിയപ്പെട്ട അശോക മസ്തിഷ്ക രക്തസ്രാവത്താൽ മരണമടഞ്ഞു. ഒരു മുന്നറിയിപ്പുമില്ലാതെ, പെട്ടെന്ന് അർദ്ധരാത്രിയിൽ അന്ത്യം സംഭവിച്ചു. മുപ്പത്തിമൂന്ന് വയസ്സായിരുന്ന അവൾ ആരോഗ്യവതിയായിരുന്നു. അടുത്തിടെ, ഓഗസ്റ്റിൽ, പ്രതീക് എന്ന ആൺകുഞ്ഞിന് ജന്മം നൽകിയതിനാൽ സംഘടനാ പ്രവർത്തനങ്ങളിൽ നിന്ന് അവധിയെടുത്തിരിക്കുകയായിരുന്നു. ഞങ്ങൾ പതിവായി, പരസ്പരം ബന്ധപ്പെട്ടിരുന്നു. ഏതാനും ദിവസങ്ങൾക്ക് മുമ്പാണ് ഞാനവളെ പോയി കണ്ടത്. ജെ എം എസിലെ ഞങ്ങൾക്കെല്ലാവർക്കും ആ നഷ്ടം കനത്ത ആഘാതമായി.

ആ കറുത്ത നാളുകളുടെ ഓർമ്മകൾക്ക് വർഷങ്ങൾ കഴിഞ്ഞിട്ടും മങ്ങലേറ്റിട്ടില്ല. പരസ്പരം തുണയായി ഞങ്ങളെങ്ങനെയാണ് ഒരുമിച്ച് ചേർന്നതെന്ന് ഞാനോർക്കുന്നു. വ്യക്തിപരമായ പ്രതിസന്ധിയുടെയും വേദനയുടെയും സമയത്തും പ്രബീർ പ്രകടിപ്പിച്ച കരുത്ത് ഞങ്ങൾക്കും ശക്തി നൽകി. അശോകയെ അടുത്തറിയുന്ന, അവളുടെ സമ്പർക്കത്തിലൂടെ എസ് എഫ് ഐയിൽ അംഗമായ ഇന്ദു ആ വിഷമഘട്ടത്തിൽ സംഘടനയ്ക്ക് താങ്ങായി. അശോകയുടെ അനുസ്മരണ യോഗത്തിൽ എനിക്ക് സംസാരിക്കാൻ കഴിഞ്ഞില്ല. ഇന്ദുവിനെപ്പോലെ എനിക്കും അതിനുള്ള ശക്തി ഉണ്ടായിരുന്നെങ്കിൽ എന്ന് ഞാനാഗ്രഹിച്ചു. എനിക്ക് ഒരുപാട്

അശോകയുടെ മകൻ പ്രാത്തിക്കിനൊപ്പം

കാര്യങ്ങൾ അവളെക്കുറിച്ച് പറയാനുണ്ടായിരുന്നു: അവളുടെ ആശയ വ്യക്തത, പാർട്ടിയോടും സോഷ്യലിസത്തോടും പ്രസ്ഥാനത്തോടുമുള്ള പ്രതിബദ്ധത, അവളുടെ ധൈര്യം, അവളുടെ നർമബോധം, കഠിനാധ്വാനത്തിനുള്ള ശേഷി. പക്ഷേ, നിറഞ്ഞ ആ ഹാളിന്റെ പിൻഭാഗത്ത് ഒരു ഭീരുവിനെപ്പോലെ, എന്റെ കണ്ണുനീർ മറയ്ക്കാൻ ശ്രമിച്ചുകൊണ്ട് ഞാൻ നിന്നു. അശോകയോട് വിടപറയുക എന്നത് കഠിനമായിരുന്നു.

അശോകയുടെ അഭാവം ഉണ്ടാക്കിയ വിടവ് നികത്താൻ ഞങ്ങൾ കഠിനമായി പരിശ്രമിച്ചു. അടുത്ത വർഷം, 1984 ജൂണിൽ, ഞങ്ങൾ രണ്ടാം സമ്മേളനം നടത്തി. ഇന്ദു പ്രസിഡന്റായി തിരഞ്ഞെടുക്കപ്പെട്ടു, ഞാൻ സെക്രട്ടറിയായി തുടർന്നു. കാളിന്ദി ഭാരവാഹിയായി. വിദ്യാർത്ഥി പ്രവർത്തക ഇന്ദ്രാണി മജുംദാർ പാർട്ടിയുടെ മുഴുവൻസമയ പ്രവർത്തകയായി മാറുകയും ജെ എം എസിനൊപ്പം പ്രവർത്തിക്കാൻ ആഗ്രഹിക്കുകയും ചെയ്തത് ഞങ്ങളുടെ ഭാഗ്യമായി. അവൾ മുമ്പ് ജെ എൻ യുവിലായിരുന്നു, സ്കൂൾ കഴിഞ്ഞ് നേരെ ഭാഷാ വിഭാഗത്തിൽ ചേർന്നതുമുതൽ അവളുടെ ബാച്ചിലെ ഏറ്റവും പ്രായം കുറഞ്ഞ വിദ്യാർത്ഥിനി അവളായിരുന്നു.

അവൾ പിന്നീട് ഡൽഹി സർവകലാശാലയിൽ ചേർന്നു, അവിടെ നിരവധി സമരങ്ങൾക്ക് നേതൃത്വം നൽകി. ഡി വി സി എമ്മിലും എസ് എഫ് ഐ പ്രതിനിധിയായി അവളുണ്ടായിരുന്നു. സ്ത്രീധന വിരുദ്ധ സമ

രങ്ങളിലും പങ്കെടുത്തു. ജെ എം എസിൽ ചേർന്ന ശേഷം ഉത്തരവാദിത്വങ്ങൾ ഏറ്റെടുത്ത് പടിഞ്ഞാറൻ ഡൽഹിയിലേക്കും പുനരധിവാസ കോളനികളിലേക്കും പോകുവാൻ അവൾ തയ്യാറായത് ഏറ്റവും ആവശ്യമുള്ള സമയത്ത് സംഘടനയ്ക്ക് ലഭിച്ച വലിയ സഹായമായിരുന്നു. വീണ മജ്ജുംദാറിന്റെ മകളാണ് ഇന്ദ്രാണി എന്നുകൂടി പറയട്ടെ. എന്റെ വിവാഹ ദിനത്തിൽ ഒരു കുട്ടിഅതിഥി ആയിരുന്നു ഇന്ദ്രാണി! ഞങ്ങൾ അശോക ആഗ്രഹിച്ചിരുന്നതുപോലെ ഞങ്ങളുടെ സംഘത്തെ പുന:സംഘടിപ്പിച്ചു.

ഒരു 'ഇടതുപക്ഷ' വനിതാ സംഘടന

ഇടതുപക്ഷത്തെ വിമർശിക്കുന്നവർ സ്ത്രീ സംഘടനയെ പരിഹാസപൂർവ്വം 'പാർട്ടി പോഷക സംഘടന' എന്ന് പലപ്പോഴും വിശേഷിപ്പിക്കാറുണ്ട്. കമ്യൂണിസ്റ്റ് സ്ത്രീകൾ ഒരു വനിതാ സംഘടന രൂപീകരിക്കുമ്പോൾ, അത് പാർട്ടി ആജ്ഞകൾക്ക് വിധേയമാണെന്ന് അവർ വാദിക്കുന്നു. ഞങ്ങളെ പലപ്പോഴും അങ്ങനെ തള്ളിക്കളഞ്ഞു. 1981 ൽ മഹിളാ അസോസിയേഷന് 12 ലക്ഷം (1.2 ദശലക്ഷം) അംഗത്വം ഉണ്ടായിരുന്നു. രാജ്യത്ത് നിരവധി സ്വതന്ത്ര ഇടപെടലുകൾക്കും സമരങ്ങൾക്കും സംഘടന നേതൃത്വം നൽകിയെങ്കിലും പ്രത്യക്ഷമായി ഇതൊന്നും പരിഗണിക്കപ്പെട്ടില്ല.

അടിയന്തരാവസ്ഥയ്ക്ക് ശേഷമുള്ള കാലഘട്ടത്തിലെ സ്ത്രീ പ്രസ്ഥാനത്തിന്റെ ഗതിയുടെ ചില ആഖ്യാനങ്ങളിൽ മഹിളാ അസോസിയേഷനും ഇടതുപക്ഷവും കൗശലത്തോടെ പുറത്താക്കപ്പെട്ടു. ഇങ്ങനെ പറയുന്നതിൽ കമ്യൂണിസ്റ്റ് സ്ത്രീകൾക്ക്, അല്ലെങ്കിൽ സോഷ്യലിസ്റ്റ് ഭാവിയിൽ വിശ്വസിക്കുന്നവർക്ക് സ്വതന്ത്ര കർതൃത്വംവളരെ കുറവാണ് എന്നൊരു അനുമാനം കൂടിയുണ്ട്. ഒരുകൂട്ടം കാരണവന്മാർ അടങ്ങുന്ന പാർട്ടിയുടെ ചരടുവലിക്കനുസരിച്ച് കളിക്കുന്ന പാവകൾ. പാർട്ടിയിലെ ഓരോ അംഗവും നേതാവും പുരുഷാധിപത്യ ധാരണകളെ പൂർണമായും ഒഴിവാക്കിയവരാണ് എന്ന് വാദിക്കാൻ പ്രയാസമാണ്. എന്നാൽ പാർട്ടിക്കുള്ളിലെ കമ്യൂണിസ്റ്റ് സ്ത്രീകളുടെ കർതൃത്വത്തെ പാടെ മായ്ക്കാൻ ശ്രമിക്കുന്നത് സ്ത്രീ വിമോചനത്തോട് തന്നെ ചെയ്യുന്ന വലിയ ദ്രോഹമാണ്. ഞങ്ങൾ, കമ്യൂണിസ്റ്റ് സ്ത്രീകൾ മറ്റാരെയുംപോലെ പാർട്ടിയുടെ ഭാഗമായിരുന്നു.

എന്റെ അനുഭവത്തിൽ, പാർട്ടിക്കകത്തും പുറത്തുമുള്ള പുരുഷാധിപത്യത്തിനെതിരെ സംസാരിക്കാൻ മാത്രമല്ല, സജീവമായി പോരാടാനുമുള്ള ഇടം ഞങ്ങൾക്കുണ്ട്. മാത്രമല്ല എല്ലാ തലങ്ങളിലും ഞങ്ങൾക്കതിനുള്ള പാർട്ടിപിന്തുണയും കിട്ടുന്നു. ഇത് താരതമ്യേന വിശേഷാനുകൂല്യമുള്ള, മധ്യവർഗ പശ്ചാത്തലങ്ങളിൽനിന്നും വരുന്ന എന്നെപ്പോലെയുള്ള സ്ത്രീകളുടെ മാത്രം കാര്യമല്ല. വിശാലമായ ഒരു സ്ത്രീ പ്രസ്ഥാനം കെട്ടിപ്പടുക്കാൻ വേണ്ടി പരിശ്രമിക്കുന്ന സന്ദർഭങ്ങളിൽ പാർശ്വവൽക്കരിക്കപ്പെട്ട പശ്ചാത്തലങ്ങളുള്ള തൊഴിലാളി വർഗ്ഗത്തിൽ നിന്നുള്ള സ്ത്രീകൾ ബുദ്ധിമുട്ടുകളും ത്യാഗങ്ങളും സഹിക്കുന്നത് ഞാൻ നേരിട്ട് കണ്ടിട്ടുണ്ട്. പാർട്ടിക്കുള്ളിൽ സ്ത്രീകളുടെ ശബ്ദം കേൾപ്പിക്കുന്നതിനും അതംഗീകരിപ്പിക്കുന്നതിനും വളരെ പ്രധാനപ്പെട്ടതും ശക്തവുമായ പങ്ക് ഇവർക്കുണ്ട്. പാർട്ടിയെ തന്നെ രൂപാന്തരപ്പെടുത്തുന്നതിലും സ്ത്രീ സമത്വത്തിന്റെയും സ്ത്രീ വിമോചനത്തിന്റെയും ശക്തമായ സഖ്യകക്ഷിയും മുന്നണിപ്പോരാളിയുമായി പാർട്ടിയെ രൂപപ്പെടുത്തുന്നതിലും പാർട്ടിയിലെ സ്ത്രീകൾ നിർണായക പങ്കുവഹിക്കുന്നു. ജനാധിപത്യ മഹിളാ അസോസിയേഷൻ പോലെയുള്ള ഇടതുപക്ഷ വനിതാ സംഘടനകളെ വനിതാ പ്രസ്ഥാനത്തിന്റെ ചരിത്രത്തിൽ നിന്ന് എഴുതിത്തള്ളുന്നത് പ്രസ്ഥാനത്തെയാകെ ദുർബലപ്പെടുത്തലാണ്.

സ്ത്രീകൾക്കുവേണ്ടി പോരാടാൻ പ്രതിജ്ഞാബദ്ധയായ ഏതൊരു യുവതിക്കും അത് മുന്നോട്ടു കൊണ്ടുപോകാൻ ഇടതുപക്ഷവും പാർട്ടിയും അവസരം നൽകുന്നു. 1979 നും 1985 നും ഇടയിലുള്ള വർഷങ്ങളിൽ ഡൽഹിയിൽ ഒരു വനിതാ സംഘടന കെട്ടിപ്പടുത്ത എന്റെയും എന്റെ സഖാക്കളുടെയും അനുഭവം തീർച്ചയായും അതാണ്.

എല്ലാറ്റിനുമുപരിയായി, എന്റെ ജീവിതത്തിന്റെ ഭാഗം തന്നെയായിരുന്ന, അർപ്പണബോധമുള്ള ശക്തരായ വനിതാ പ്രവർത്തകരെക്കുറിച്ചുള്ള ഓർമ്മകൾ ഞാൻ വിലമതിക്കുന്നു, അവരിൽ പലരും ഇപ്പോഴും അങ്ങനെതന്നെ തുടരുന്നു. ജെ എം എസിന്റെ സ്ഥാപകരിൽ പലരും എന്റെ ഏറ്റവും അടുത്ത സുഹൃത്തുക്കളായി. 2009 ൽ മരിക്കുന്നതുവരെ, കാളിന്ദി പ്രിയ സുഹൃത്തും സഖാവുമായിരുന്നു. കാൻസർ പിടിപെട്ട ശേഷവും പാർട്ടിക്കും മഹിളാ അസോസിയേഷനും വേണ്ടി അവൾ നടത്തിയ പ്രവർത്തനങ്ങളിൽനിന്നും ഞാൻ പ്രചോദനം ഉൾക്കൊണ്ടു. രഞ്ജന പിന്നീട് സി ഐ ടി യുവിലേക്ക് മാറുകയും ട്രേഡ് യൂണിയൻ പ്രസ്ഥാനത്തിലെ സ്ത്രീകൾക്കൊപ്പം പ്രവർത്തിക്കുകയും ചെയ്തു. 2020 ൽ കൊവിഡിനെ തുടർന്നുണ്ടായ ആരോഗ്യപ്രശ്നങ്ങളാൽ അവൾ മരിച്ചു. മറ്റൊരു ഉറ്റസുഹൃത്തും യഥാർത്ഥ പോരാളിയുമായ ആശാലത ഹൈദരാബാദിലേക്ക് സ്ഥലം മാറി, അവിടെ പ്രസ്ഥാനത്തിൽ സജീവമായി

തുടരുന്നു. എനിക്കറിയാവുന്ന, അടുപ്പമുണ്ടായിരുന്ന, തൊഴിലാളിവർഗ സ്ത്രീകളിൽ പലരും മരിക്കുകയോ അവരുടെ ഗ്രാമങ്ങളിലേക്ക് മടങ്ങി പോകുകയോ ചെയ്തു. ഞങ്ങൾ ഇടയ്ക്ക് ഒത്തുചേരുമ്പോൾ സമയം പിന്നോട്ട് പോകുന്നതുപോലെയാണ്, സംഘടന കെട്ടിപ്പടുക്കുന്ന നാളുകളിലേക്ക് തിരികെ വരുന്നു, കൈകോർത്ത് പിടിച്ച്, പോലീസിനെതിരെ ചില പരുഷമായ അഭിപ്രായപ്രകടനങ്ങൾ നടത്തി, ഡി ടി സി ബസിൽ കയറി ഉച്ചത്തിൽ ബഹളംവച്ച് ചിരിച്ചുകൊണ്ട്, ജാഥ കഴിഞ്ഞ് ഞങ്ങൾ ഓഫീസിലേക്ക് മടങ്ങുന്നു-ഞങ്ങൾ ഉറക്കെ ലോകത്തോട് പറയുന്നതുപോലെ - സൂക്ഷിക്കുക, ഇതാ വരുന്നു സ്ത്രീകൾ.

5

ഒരു ദശാബ്ദം അവസാനിക്കുന്നു

അദ്ധ്യാപകരുടെ പ്രക്ഷോഭങ്ങൾ

ഈ ഓർമക്കുറിപ്പിൽ സ്മരണകളെ വിഭാഗീകരിക്കുന്നത് സൗക ര്യപ്രദമാണ്, എന്നാൽ വാസ്തവത്തിൽ, ഒരു കമ്യൂണിസ്റ്റുകാരി ചെയ്യുന്ന പ്രവർത്തനത്തിന് 'വിഭാഗങ്ങൾ' എന്നൊന്നില്ല, അന്നത്തെ രീതിയുമില്ല, പതിറ്റാണ്ടുകൾക്ക് ശേഷം ഇപ്പോഴുമില്ല. കുട്ടിയായിരുന്നപ്പോൾ തീവണ്ടിയിൽ യാത്ര ചെയ്യുമ്പോൾ സമാന്തര ട്രാക്കുകൾ ലയിക്കുന്നതു പോലെ തോന്നുന്നതും തീവണ്ടി കുതിക്കുമ്പോൾ പരസ്പരം വേർപെടുകയും ചെയ്യുന്നത് എന്നെ ആകർഷിച്ചിരുന്നു. 1983 ൽ ഈ ട്രാക്കുകൾ പോലെ എന്റെ ദിവസങ്ങളും, പാർട്ടി പുതിയ പ്രദേശങ്ങളിലേക്ക് വികസിക്കുന്നതനുസരിച്ച് എന്റെ ജോലിയുടെയും ഉത്തരവാദിത്വങ്ങളുടെയും വിവിധ വശങ്ങളും പരസ്പരം ലയിക്കുകയും വേർപിരിയുകയും ചെയ്തു.

1983 ജനുവരിയിൽ ഡൽഹി സർവകലാശാലയിലെ അധ്യാപകർ നടത്തിയ മൂന്നു മാസത്തെ ചരിത്രപരമായ പണിമുടക്ക് വിജയത്തിൽ അവസാനിച്ചു. അവരുടെ പ്രധാന ആവശ്യങ്ങളായ സ്ഥാനക്കയറ്റത്തിനുള്ള സാദ്ധ്യതകൾ തുറക്കുക, അലവൻസുകൾ വർദ്ധിപ്പിക്കുക എന്നിവ സർക്കാർ അനുവദിച്ചു. അധ്യാപക പ്രസ്ഥാനത്തിന്റെ മുതിർന്ന നേതാക്കളായ സഹ്ദർ സിദ്ദിഖി, എം എം പി സിംഗ്, എം എ ജാവേദ്, വേദ് ഗുപ്ത, മഹേന്ദ്ര സിംഗ് എന്നിവർ ബഹുജന സമര സമീപനം സ്വീകരിച്ചു മുന്നോട്ട് പോകുന്നതിനൊപ്പം കാമ്പസിലെ വിദ്യാർത്ഥികളുടെ പ്രസ്ഥാനത്തെയും സഹായിച്ചു. ഡൽഹി യൂണിവേഴ്സിറ്റി ടീച്ചേഴ്സ് അസോസിയേഷന്റെ (DUTA) തിരഞ്ഞെടുക്കപ്പെട്ട പ്രസിഡന്റിൽ നിന്ന് വ്യത്യസ്തമായി, സേവനവ്യവസ്ഥകളുടെ പ്രശ്നങ്ങളുമായി ബന്ധപ്പെട്ട് നി

ഷേധാത്മകമായ നിലപാട് സ്വീകരിച്ച മുരളി ബാബു എന്നറിയപ്പെടുന്ന എം എം പി സിംഗ് സമരത്തിന്റെ പ്രധാന നേതാക്കളിൽ ഒരാളായിരുന്നു. അധ്യാപക പ്രസ്ഥാനത്തിന്റെ ഏറ്റവും ജനപ്രിയ നേതാക്കളിൽ ഒരാൾ. സമരത്തിൽ സുപ്രധാന പങ്ക് വഹിച്ച യുവ അധ്യാപകനായിരുന്ന ഡെമോക്രാറ്റിക് ടീച്ചേഴ്സ് ഫ്രണ്ടിന്റെ (ഡി ടി എഫ്) സെക്രട്ടറി പി എം എസ് ഗ്രെവാൾ തന്റെ സഹപ്രവർത്തകരിൽ പലരെയും വിശാലമായ പ്രസ്ഥാനത്തിലേക്ക് ആകർഷിച്ചു. പുഷി എന്ന് സ്നേഹത്തോടെ ഞങ്ങൾ വിളിക്കുന്ന അദ്ദേഹം എൺപതുകളുടെ അവസാനത്തിൽ ട്രേഡ് യൂണിയൻ പ്രസ്ഥാനത്തിൽ ചേരുകയും പിന്നീട് അധ്യാപക ജോലി രാജിവച്ച് ഡൽഹി പാർട്ടിയുടെ സെക്രട്ടറിയായി തിരഞ്ഞെടുക്കപ്പെടുകയും ചെയ്തു. ആ സമരത്തിലെ യുവ അധ്യാപകർ പലരും ഡി യു ടി എ യുടെ ഇടതുപക്ഷനേതൃത്വത്തിന്റെ സ്വാധീനത്തിലായിരുന്നു. ഈ സഖാക്കളിൽ പലരെയും ഞാൻ ഡൽഹിയിൽ റാഫി മാർഗിലെ 14 വിത്തൽഭായ് പട്ടേൽ ഹൗസിലെ പാർട്ടി ഓഫീസിൽവെച്ച് കാണാറുണ്ട്. വടക്കൻ ഡൽഹിയിൽ ഞങ്ങളുടെ പാർട്ടിപ്രവർത്തകർക്ക് ക്ലാസെടുക്കാൻ മഹേന്ദ്ര, വേദ്, സഫ്ദർ എന്നിവരെ ഞാൻ നിർബന്ധിച്ച് കൂട്ടിക്കൊണ്ടുപോകുമായിരുന്നു. യൂണിവേഴ്സിറ്റി കാമ്പസുകളിൽ നടക്കുന്ന ഇത്തരം ഇടതുപക്ഷ രാഷ്ട്രീയ മുന്നേറ്റങ്ങൾ പാർട്ടിക്കാകെ തന്നെ ഉത്തേജനം നൽകുകയും ആവേശം സൃഷ്ടിക്കുകയും ചെയ്യുന്നു.

1983 ലെ തിരഞ്ഞെടുപ്പ്

1983 ഫെബ്രുവരിയിൽ ഡൽഹി മുനിസിപ്പൽ കോർപ്പറേഷനും മെട്രോപൊളിറ്റൻ കൗൺസിലും തിരഞ്ഞെടുപ്പ് പ്രഖ്യാപിച്ചു. 1979-ൽ എസ് എഫ് ഐ വിട്ട പ്രകാശ്, ഡൽഹിയിൽ മുഴുവൻ സമയ പാർട്ടി പ്രവർത്തകനായി. മേജറുടെ മരണശേഷം ഡൽഹി പാർട്ടി സെക്രട്ടറി യായി അദ്ദേഹം തിരഞ്ഞെടുക്കപ്പെട്ടു. ബി ജെ പി ഇതര, കോൺഗ്രസ് വിരുദ്ധ തിരഞ്ഞെടുപ്പ് സഖ്യം ഉണ്ടാക്കാൻ പ്രകാശ് കഠിനമായി ശ്ര മിച്ചു. എന്നാൽ ഒറ്റയ്ക്ക് മത്സരിക്കാൻ ജനതാപാർട്ടി തീരുമാനിച്ചു. സി പി ഐക്കും മറ്റ് ഇടത് പാർട്ടികൾക്കും പുറമെ മറ്റ് നാല് പാർട്ടികളും ഞങ്ങളോടൊപ്പം ചേർന്നു. സഖ്യത്തിനുള്ളിൽ ഞങ്ങൾ കോർപ്പറേഷ നിൽ അഞ്ച് സീറ്റിലും കൗൺസിലിലെ ഒരു സീറ്റിലും മത്സരിച്ചു. അഞ്ച് കോർപ്പറേഷൻ സീറ്റുകളിൽ രണ്ടെണ്ണം വടക്കൻ ഡൽഹിയിലായിരു ന്നു - മനക്പുരയിൽ നാഥു പർഷാദും വസീർപൂരിൽ (സാവാൻപാർക്ക് ഉൾപ്പെടെ) കൈത്തറി തൊഴിലാളി നേതാവായിരുന്ന സർവൻ കുമാറും ഞങ്ങളുടെ സ്ഥാനാർത്ഥികളായി മത്സരിച്ചു. നന്ദ് നഗരിയിലും പാർട്ടി മത്സരിച്ചു (ഉസ്മാൻപൂർ സീറ്റ്), അവിടെ ഞങ്ങൾ ഒരു ഡി സി എം പ്രവർ ത്തകനായ രാം നിവാസിനെ സ്ഥാനാർത്ഥിയാക്കി. ഈ മൂന്ന് സീറ്റുകൾ ക്കിടയിൽ ഞാൻ ഓടിക്കൊണ്ടിരുന്നു.

ഒരേയൊരു യാത്രാ സൗകര്യം ഡി ടി സി ബസ് ആയിരുന്നു. യാ ത്രയ്ക്കായി ധാരാളം സമയം പാഴാകുമായിരുന്നത് ഒഴിവാക്കാനായി തിര ഞ്ഞെടുപ്പ് സമയത്ത് ഞാൻ നന്ദ് നഗരിയിൽ പത്തു ദിവസം താമസിച്ചു. ബിർള മിൽസ് തൊഴിലാളിയായ മംചന്ദിന്റെ വീട്ടിലാണ് താമസിച്ചത്.

ഞാനും അയാളുടെ ഭാര്യയും അവിടുത്തെ ഒറ്റമുറി പങ്കിട്ടപ്പോൾ മം ചന്ദ് രാത്രി കട്ടിൽ പുറത്തിട്ടാണ് കിടന്നിരുന്നത്. രാം നിവാസ് ഒരു വിമുഖനായ സ്ഥാനാർത്ഥിയായിരുന്നു. മില്ലിൽ നിന്ന് അവധിയെടുക്കാൻ ഞങ്ങൾ അദ്ദേഹത്തെ പ്രേരിപ്പിച്ചു. പക്ഷേ, പ്രചാരണത്തിന്റെ വഴിയിലേക്ക് കൊണ്ടുവരുന്നത് വലിയ പണിയായിരുന്നു. ആൾക്കാരുടെ മുന്നിൽ പോയി കൈകൂപ്പി വോട്ട് ചോദിക്കുന്നത് അദ്ദേഹം ഇഷ്ടപ്പെട്ടില്ല. എന്റെ ഒപ്പം നടക്കും, പ്രേരിപ്പിക്കുമ്പോൾ, വേണമെങ്കിൽ ചുരുട്ടിയ മുഷ്ടി ഉയർത്തി കാണിക്കും, ഒരു ലാൽസലാം. അദ്ദേഹത്തിന്റെ മിക്ക വോട്ടർമാർക്കും ഇത് സഖാക്കളുടെ അഭിവാദ്യ രീതിയാണെന്ന് അറിയില്ലായിരുന്നു. 'എന്താണ് ഇത്!' എന്ന ഭാവത്തിൽ അവർ ഞങ്ങളെ നോക്കും. ഞങ്ങൾക്ക് ഫണ്ട് കുറവായിരുന്നു, ഞങ്ങളുടെ മുഴുവൻ പ്രചാരണവും നടന്നത് ആ പ്രദേശത്ത് താമസിക്കുന്ന ടെക്സ്റ്റൈൽ തൊഴിലാളികളുടെ ഔദാര്യംകൊണ്ടാണ്. അവർ ഞങ്ങളുടെ പ്രവർത്തകർക്ക് ഭക്ഷണവും നൽകും താമസിക്കാൻ ഇടവും നൽകും. തിരഞ്ഞെടുപ്പ് ദിവസം മറ്റ് രാഷ്ട്രീയ പാർട്ടികൾ അവരുടെ പ്രവർത്തകർക്കായി പോളിംഗ് ബൂത്തുകൾക്കു സമീപം വിപുലമായ കൂടാരങ്ങൾ സ്ഥാപിച്ചിരുന്നു. ഇതിന് ഞങ്ങളുടെ പക്കൽ പണമില്ലായിരുന്നു. അതിനാൽ, ഞങ്ങൾ ഞങ്ങളുടെ സ്വന്തം 'ബൂത്ത് ഓഫീസ്' സൃഷ്ടിച്ചു. തൊഴിലാളികൾ ഉപയോഗിക്കുന്ന കട്ടിലുകൾ കൊണ്ടുവന്ന് മരത്തിന്റെ ചട്ടത്തിലെ നാല് മൂലയ്ക്കും കമ്പ് നാട്ടി മുകളിൽ ഒരു കിടക്കവിരി കെട്ടി ചുവന്ന കടലാസ് പതാകകൾ ചരടിൽ കോർത്തുകെട്ടി അലങ്കരിച്ചു. 'അതാ!' തിരഞ്ഞെടുപ്പ് ബൂത്തിലേക്കുള്ള വഴിയിൽ വോട്ടർമാർക്ക് പട്ടികയിലെ പേരുകൾ പരിശോധിക്കാൻ ഞങ്ങൾക്കും ഇടമുണ്ടായി. ഞങ്ങൾക്ക് 2,000 വോട്ടുകൾ കിട്ടിയത് തീരെ മോശമായിരുന്നില്ല.

മനക്പുരയിൽ ഞങ്ങൾ വിജയത്തിനടുത്തെത്തി. നാഥു ജനകീയനായ നേതാവും ഊർജ്ജസ്വലനായ പ്രചാരകനുമായിരുന്നു. യുവാക്കളുടെ ഒരു വലിയ സംഘം അദ്ദേഹത്തിന് പിന്തുണയുമായി രംഗത്തെത്തി. അദ്ദേഹത്തിന്റെ നിയോജക മണ്ഡലത്തിൽ ഡി സി എം മില്ലുകളിൽ നിന്നുള്ള കുറേയധികം വോട്ടർമാർ ഉൾപ്പെട്ടിരുന്നു. അവർ പരമ്പരാഗതമായി കോൺഗ്രസിനെയാണ് പിന്തുണയ്ക്കുന്നതെങ്കിലും ഒരു വിഭാഗം ഇത്തവണ നാഥുവിനെ പിന്തുണച്ചു. ആ വോട്ടെണ്ണൽ ദിവസം, ഞങ്ങൾ അഭിഭാഷകനായ സഖാവ് സോം ദത്ത് ശർമ്മയോട് ഞങ്ങളുടെ ടീമിനെ അനുഗമിക്കാൻ ആവശ്യപ്പെട്ടിരുന്നു. കോൺഗ്രസ് സ്ഥാനാർത്ഥി വോട്ടെണ്ണലിൽ കൃത്രിമം കാണിക്കുമെന്ന് ഞങ്ങൾ സംശയിച്ചു. ജയം പ്രതീക്ഷിച്ചിരുന്നെങ്കിലും 400 ൽ താഴെ വോട്ടിന് ഞങ്ങൾ തോറ്റു. തെരഞ്ഞെടുപ്പ് പ്രചാരണത്തിൽ പങ്കെടുക്കുവാൻ വന്ന ജെ എൻ യുവിൽ നിന്നുള്ള

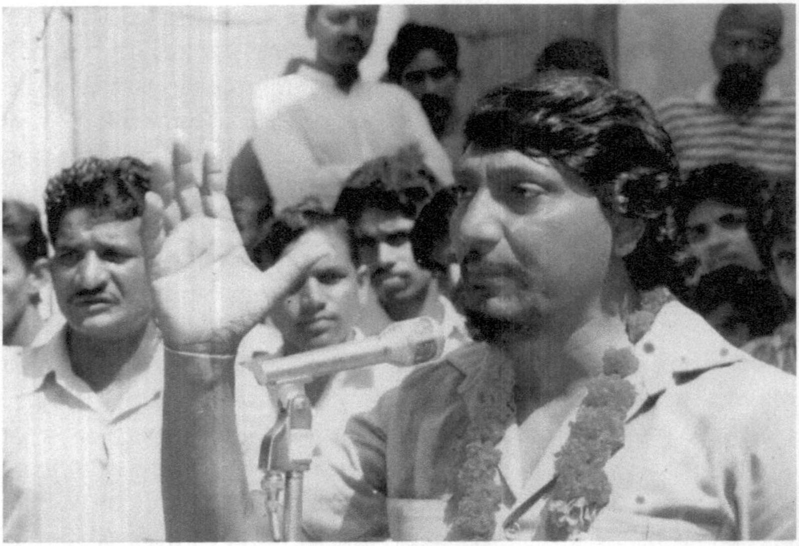

1983 ലെ ഇലക്ഷൻ പ്രചാരണവേളയിൽ നാഥു പർഷാദ്

വിദ്യാർത്ഥി ജയപ്രകാശ് എൻ ഡി വല്ലാതെ രോഷാകുലനായിരുന്നു. വോട്ടെണ്ണൽ കേന്ദ്രത്തിൽ ഞങ്ങൾ കൂടുതൽ കർശനമാകണമെന്ന് അയാൾ ആവർത്തിച്ച് വാദിച്ചു. ജനവിധിക്കെതിരെ പരാതി നൽകാൻ മതിയായ തെളിവില്ലെന്നായിരുന്നു സോം വിലയിരുത്തിയത്. ചെറുപ്പക്കാരായിരുന്നു തകർന്നുപോയത്, പലരും കരഞ്ഞു. നാഥു തന്റെ നിരാശ വിദഗ്ധമായി മറച്ചുവച്ചു. മാത്രമല്ല, താൽക്കാലിക വേദിയിൽ നിന്ന് ഉജ്ജ്വലമായ പ്രസംഗംകൊണ്ട് തന്റെ അനുയായികളെ ആശ്വസിപ്പിച്ചു. ജനങ്ങളുടെ അവകാശങ്ങൾക്കുവേണ്ടിയുള്ള പോരാട്ടം കൂടുതൽ ശക്തമായി മുന്നോട്ടു കൊണ്ടുപോകുമെന്ന് നാഥു പ്രതിജ്ഞയെടുത്തു. എനിക്ക് അഭിമാനം തോന്നി. മറ്റ് പാർട്ടികൾ തിരഞ്ഞെടുപ്പുകളിൽ ചെലവഴിച്ച പണം ഞങ്ങൾക്കുണ്ടായിരുന്നില്ല. ഞങ്ങളുടേത് പോലുള്ള ഒരു പാർട്ടിക്ക് ഇത് ബുദ്ധിമുട്ടായിരുന്നു. വളരെ പരിമിതമായ ഫണ്ടുകളും സ്വന്തമായി ആസ്തിയില്ലാത്ത തൊഴിലാളികൾ സ്ഥാനാർത്ഥികളുമായിട്ടുള്ള ഞങ്ങൾക്ക് സമ്പന്നരായ എതിരാളികളുമായി മത്സരിക്കാൻ കഴിയില്ല. കൂടാതെ, എല്ലാ തെരുവുകളിലും നേതാക്കൾ എന്ന് വിളിക്കപ്പെടുന്നവർക്ക് അവരുടെ പ്രദേശത്ത് വോട്ട് ഉറപ്പാക്കുന്നതിനായി പണം നൽകുന്നുണ്ടെന്ന് ഞങ്ങൾ കണ്ടെത്തി. മദ്യവും ധാരാളമായി വിതരണം ചെയ്തു. നമ്മുടെ സഖാക്കൾ അത്തരം രീതികളെ തള്ളിക്കളയണമെന്നതിൽ ഉറച്ചുനിന്നു.

1987 ൽ ഫരീദാബാദിൽ എനിക്ക് സമാനമായ അനുഭവമുണ്ടായി. ഞങ്ങളുടെ സ്ഥാനാർത്ഥി ട്രേഡ് യൂണിയൻ നേതാവ് മോഹൻലാൽ നിയമസഭാ തെരഞ്ഞെടുപ്പിൽ മത്സരിച്ച സമയത്ത് മുഷ്ടിചുരുട്ടി ജനങ്ങളെ അഭിവാദ്യം ചെയ്യുമായിരുന്നു. പക്ഷേ, സ്നേഹത്തോടെ അതിൽനിന്നും പിന്തിരിപ്പിക്കാൻ ശ്രമിച്ചപ്പോൾ, രാം നിവാസിനെക്കാൾ അയവുണ്ടായി. അയാൾ കൈകൾ കൂപ്പാൻ തയ്യാറായി! തൊഴിലാളികൾക്കിടയിൽ ഗണ്യമായ വോട്ടുകൾ നേടിയെങ്കിലും മോഹൻലാൽ തെരഞ്ഞെടുപ്പിൽ പരാജയപ്പെട്ടു. ചെറുപ്പത്തിൽ ഫാക്ടറി തൊഴിലാളിയായിരുന്ന മോഹൻലാൽ യൂണിയൻ പ്രവർത്തനത്തിന്റെ പേരിൽ പിരിച്ചുവിടപ്പെട്ടതാണ്. ഫരീദാബാദിലെയും ഡൽഹിയിലെയും ആദരണീയനായ ട്രേഡ് യൂണിയൻനേതാവായും പാർട്ടി നേതാവായും അദ്ദേഹം മാറി. കൃത്യമായ രാഷ്ട്രീയധാരണയുള്ള, നല്ല സംഘാടകനായ, ആകർഷകമായി പുഞ്ചിരിക്കുന്ന അദ്ദേഹത്തെ, ഡൽഹി സി ഐ ടി യു പ്രസിഡന്റെന്ന നിലയിൽ അദ്ദേഹം ബന്ധപ്പെടുന്ന മറ്റ് യൂണിയൻ നേതാക്കളും വളരെയധികം ബഹുമാനിച്ചിരുന്നു. 2013 ൽ ക്യാൻസർ ബാധിച്ച അദ്ദേഹത്തെ ഞങ്ങൾക്ക് നഷ്ടപ്പെട്ടു.

പൊതുവേ തിരഞ്ഞെടുപ്പ് പ്രചാരണങ്ങൾ, സംഘടനാപരമായി വളരെയേറെ കഠിനാദ്ധ്വാനം വേണ്ട ഒന്നാണ്. 1971 ൽ പശ്ചിമ ബംഗാളിലെ സംസ്ഥാന നിയമസഭാ തിരഞ്ഞെടുപ്പിൽ, വിദ്യാസാഗറിലെ വടക്കൻ കൽക്കത്ത മണ്ഡലത്തിലാണ് ഞാൻ ആദ്യമായി തിരഞ്ഞെടുപ്പ് പ്രചാരണപ്രവർത്തനം നടത്തിയത്. ട്രേഡ് യൂണിയൻ നേതാവ് ഷിബാനി സെൻഗുപ്തയുടെ നേതൃത്വത്തിൻ കീഴിലാണ് ഞാൻ പ്രവർത്തിച്ചത്. വീടുതോറുമുള്ള പ്രചാരണത്തിൽ അവരുടെ ഒപ്പം പോകുക എന്നതായിരുന്നു എന്റെ ജോലി. അത്തരം നൂറുകണക്കിന് പ്രവർത്തകരിൽ ഒരാളായിരുന്നു ഞാൻ. ഓരോരുത്തർക്കും അവരവരുടെ ചുമതലകൾ കൃത്യമായി നൽകിയിട്ടുള്ള, ചിട്ടയായി നടന്ന പ്രചാരണമായിരുന്നു അത്. ഡൽഹിയിലും ഫരീദാബാദിലും നേരെ മറിച്ച്, വളരെ ചെറിയ ടീമുകളെ ആശ്രയിക്കേണ്ടിവന്നു. പകുതി ബൂത്തുകളിൽ പോലും പ്രചാരണത്തിന് പോകാൻ കഴിഞ്ഞില്ല. തോൽക്കുമെന്ന് ഞങ്ങൾക്കറിയാമായിരുന്നു, എങ്കിലും ചെങ്കൊടിയുടെ സന്ദേശം വോട്ടർമാരുടെ വിശാലമായ സദസ്സിലേക്ക് എത്തിക്കണമെന്ന ദൃഢനിശ്ചയം ഞങ്ങൾക്കുണ്ടായിരുന്നു. ഞങ്ങൾ ജയിക്കില്ലെന്ന് അറിയാവുന്നതുകൊണ്ട് ചിലർ നിരാശരാകും. മറ്റ് പാർട്ടികൾക്ക് പണമുണ്ട്. അക്ഷരാർത്ഥത്തിൽ പലപ്പോഴും ഞങ്ങൾക്ക് ഉണ്ടാക്കാൻ കഴിയുന്നതിന്റെ നൂറു മടങ്ങ് വരുന്ന പണവും വിഭവങ്ങളുമാണ് അവർക്കുള്ളത്. ഇന്നത്തെ സ്ഥിതി തൊഴിലാളിവർഗ പാർട്ടികൾക്ക് കൂടുതൽ ബുദ്ധിമുട്ടുണ്ടാക്കുന്നതാണ്. ബൂർഷ്വാ പാർട്ടികളും അവരുടെ

സ്ഥാനാർത്ഥികളും അസംബ്ലി സീറ്റുകൾക്കായി കോടിക്കണക്കിന് രൂപ ചെലവഴിക്കുന്ന (ലോക്സഭാ സീറ്റുകളിൽ അതിലും കൂടുതൽ). ബി ജെ പി കൊണ്ടുവന്ന ഇലക്ടറൽ ബോണ്ടുകളുടെ അതാര്യമായ സംവിധാനം, കോർപ്പറേറ്റുലോകവുമായുള്ള അടുത്ത ബന്ധവും അതുവഴി പാർട്ടിയുടെ തിരഞ്ഞെടുപ്പ് പ്രചാരണങ്ങൾക്ക് ലഭിക്കുന്ന ഭീമമായ സംഭാവനകളും മറച്ചുവെക്കാനും തിരഞ്ഞെടുപ്പ് പ്രക്രിയയെ അട്ടിമറിക്കുവാനും ഭരണ കക്ഷിക്കനുകൂലമായി മാറ്റിത്തീർക്കുവാനുമാണ്. കഠിനാധ്വാനം ഏക ആസ്തിയായിട്ടുള്ള കമ്യൂണിസ്റ്റ് പാർട്ടി പോലുള്ള പാർട്ടികൾക്ക് തിര ഞ്ഞെടുപ്പ് രാഷ്ട്രീയ മേഖല പൂർവാധികം ബുദ്ധിമുട്ടായിക്കൊണ്ടിരിക്കുന്നു.

സമരങ്ങളിൽ നിന്നുള്ള പാഠങ്ങൾ

ടെക്സ്റ്റൈൽ തൊഴിലാളികൾക്ക് 1983 ലെ തിരഞ്ഞെടുപ്പിന് മറ്റൊരു മാനം കൂടിയുണ്ടായിരുന്നു. ഒരു മാസം മുമ്പ്, 1982 ഡിസംബറിൽ, ബിർള മിൽ തൊഴിലാളികൾക്ക് പിന്തുണ പ്രഖ്യാപിച്ച് ടെക്സ്റ്റൈൽ മില്ലുകളിൽ ഏകദിന പണിമുടക്ക് നടന്നു. മാനേജ്മെന്റ് നെയ്ത്ത് വിഭാഗം അടച്ചുപൂട്ടുകയും 3,000 സ്ഥിരം തൊഴിലാളികളെയും കരാർ തൊഴിലാളികളെയും പിരിച്ചുവിടുമെന്ന് ഭീഷണിപ്പെടുത്തുകയും ചെയ്തു. അവർക്ക് എട്ട് മാസത്തെ ശമ്പളം കൊടുത്തിരുന്നില്ല. സി ഐ ടി യുവും ലളിത് മാക്കന്റെ നേതൃത്വത്തിലുള്ള ടെക്സ്റ്റൈൽ മസ്ദൂർ കോൺഗ്രസും, പിരിച്ചുവിടൽ നിർത്തിവയ്ക്കാൻ മാനേജ്മെന്റ് സമ്മതിച്ചില്ലെങ്കിൽ ബിർളമില്ലിൽ സമരം തുടരാൻ ധാരണയായി. അതേസമയം തൊഴിലാളികൾക്ക് നഷ്ടപരിഹാരം കിട്ടിയാൽ പിരിച്ചുവിടൽ അംഗീകരിക്കാമെന്ന നിലപാടായിരുന്നു മറ്റ് ട്രേഡ് യൂണിയനുകൾക്ക്. യൂണിയനുകൾക്കിടയിലെ അഭിപ്രായ വ്യത്യാസങ്ങൾ പ്രയോജനപ്പെടുത്തിക്കൊണ്ട് മാനേജ്മെന്റ് ലോക്കൗട്ട് പ്രഖ്യാപിച്ചു. വലിയ ഗേറ്റ് മീറ്റിംഗുകൾ നടത്തിയെങ്കിലും മാനേജ്മെന്റ് വഴങ്ങാൻ തയ്യാറായില്ല.

ടെക്സ്റ്റൈൽ തൊഴിലാളികളുമായി ബന്ധമുള്ള സി ഐ ടി യു നേതാക്കളിൽ ഒരാളായിരുന്നു സൂരജ് ഭാൻ ഭരദ്വാജ്. ഒരു മുതിർന്ന ട്രേഡ് യൂണിയൻ പ്രവർത്തകനായിരുന്ന അദ്ദേഹം ഉത്തർപ്രദേശിലെ ഗാസിയാബാദ് മേഖലയിലാണ് പ്രവർത്തിച്ചിരുന്നത്. (ഗാസിയാബാദ് യുപിയിലാണെങ്കിലും പാർട്ടി പ്രവർത്തനത്തിൽ ഡൽഹി സംസ്ഥാനത്തിന്റെ ഭാഗമാണ്). ആ മേഖലയിലെ ആദരണീയനായ, അംഗീകാര

മുള്ള ട്രേഡ് യൂണിയൻ നേതാവായിരുന്നു. യൂണിയൻ തകർച്ചയെ നേരിട്ട കാലഘട്ടത്തിൽ ഞങ്ങൾ ഒരുമിച്ച് പ്രവർത്തിക്കുകയായിരുന്നു. കുറച്ച് വർഷങ്ങൾക്ക് മുമ്പ് യൂണിയനിൽ പ്രശ്നങ്ങൾ ഉണ്ടായപ്പോൾ അദ്ദേഹത്തിന്റെ സാന്നിധ്യവും ദേശീയ തലത്തിൽ സി ഐ ടി യു നേതാവ് എം കെ പന്ഥെയുമായി നിരന്തരം നടന്ന കൂടിയാലോചനകളും ആ സംഘർഷ കാലത്ത് നിരവധി തൊഴിലാളികൾ യൂണിയനിലേക്ക് മടങ്ങിവരുന്നതിന് സഹായകമായി. പാർലമെന്റിൽ സി പി ഐ (എം) അംഗങ്ങൾ ലോക്കൗട്ട് വിഷയം ഉന്നയിച്ചു. ഒന്നും നടന്നില്ല. തദ്ദേശ സ്വയം ഭരണ സ്ഥാപനങ്ങളിലേക്കുള്ള തെരഞ്ഞെടുപ്പ് വന്നപ്പോഴാണ് ടെക്സ്റ്റൈൽ തൊഴിലാളികളും അവരുടെ കുടുംബങ്ങളും പല മണ്ഡലങ്ങളിലും വ്യാപിച്ചു കിടക്കുന്നുണ്ടെന്നും അത് ഭരണകക്ഷിയെ ദോഷകരമായി ബാധിക്കുമെന്നുമുള്ള തിരിച്ചറിവുണ്ടായത്. അങ്ങനെ മാനേജ്മെന്റിനെക്കൊണ്ട് ലോക്കൗട്ട് പിൻവലിപ്പിച്ചത് തൊഴിലാളികൾക്ക് കുറച്ച് ആശ്വാസമായെങ്കിലും അടിസ്ഥാന പ്രശ്നങ്ങൾ അവശേഷിച്ചു.

പിരിച്ചുവിടൽ പ്രശ്നങ്ങൾ പരിഹരിക്കപ്പെടാതെ തുടർന്നതിനാൽ 1983 മാർച്ചിൽ ബിർള മിൽ തൊഴിലാളികൾ വീണ്ടും പണിമുടക്കി. അത് രണ്ട് മാസത്തിലധികം നീണ്ടുനിന്നു.. ഞങ്ങൾ ഐക്യദാർഢ്യ ജാഥകൾ സംഘടിപ്പിച്ചു. വടക്കൻ ഡൽഹിയിലെ ജെ എം എസിന്റെ അപ്പോഴത്തെ പ്രധാന സംഘാടകയായിരുന്ന ആശാലത മുൻകൈയെടുത്ത് ടെക്സ്റ്റൈൽത്തൊഴിലാളികളുടെ കുടുംബങ്ങളിലെ 500-ല

റീത്തയും സൂരജ് ഭാൻ ഭരദ്വാജും

ധികം സ്ത്രീകളെ അണിനിരത്തി കേന്ദ്ര തൊഴിൽ മന്ത്രാലയത്തിന് പുറത്ത് ഐക്യദാർഢ്യ മാർച്ച നടത്തുകയും സ്ത്രീകൾ അറസ്റ്റ് വരിക്കുകയും ചെയ്തു. സംസ്ഥാന സെക്രട്ടറിയായ സുബോധിന്റെ നേതൃത്വത്തിൽ എസ് എഫ് ഐയും ഐക്യദാർഢ്യ പ്രവർത്തനങ്ങൾ സംഘടിപ്പിച്ചു. ഒടുവിൽ മാനേജ്മെന്റ് തൊഴിലാളികളുടെ ജോലി സംരക്ഷിക്കുന്ന കരാർ ഒപ്പുവച്ചു, പിരിച്ചുവിടൽ നിർത്തിവച്ചു. തൊഴിലാളികളുടെ പരാതികൾ അന്വേഷിക്കാൻ രൂപീകരിച്ച ഒരു കമ്മിറ്റിയുടെ റിപ്പോർട്ട് വരുന്നതുവരെ മാസത്തിൽ 11 ദിവസത്തെ, വേതനം അതുവരെ കൂലി ലഭിക്കാത്ത താത്കാലിക തൊഴിലാളികൾക്കും നൽകി.

ചൂഷണത്തിനെതിരെ ഒരൊറ്റ വർഗം എന്ന തരത്തിൽ ഐക്യത്തോടെ നീങ്ങുമ്പോഴാണ് തൊഴിലാളികളുടെ രാഷ്ട്രീയ വിലപേശൽ ശക്തി അറിയാൻ കഴിയുക. ഈ വർഗ ഐക്യം തകർക്കാൻ ബൂർഷ്വാ രാഷ്ട്രീയം കഠിനമായി ശ്രമിക്കും. ടെക്സ്റ്റൈൽ തൊഴിലാളികളുടെ സമരത്തിൽ ഞാൻ കണ്ടതുപോലെ അവരുടെ ട്രേഡ് യൂണിയനുകൾ 'ട്രോജൻ കുതിര' കളിക്കുന്നു. തൊഴിലാളികളുടെ ഐക്യം തകർക്കുന്നതിനുള്ള ഒരു ഉപകരണമെന്ന നിലയിലും വർഗസമരത്തിന്റെ മുനയൊടിക്കുന്നതിനും ഇന്ന് ഇന്ത്യയിൽ മതത്തിന്റെ വിഭാഗീയ വ്യാഖ്യാനങ്ങളെ അടിസ്ഥാനമാക്കിയുള്ള ഒരു ഭൂരിപക്ഷ ഹിന്ദുത്വ സ്വത്വം ആക്രമണോത്സുകമായി ബി ജെ പി കെട്ടിപ്പടുക്കുകയാണ്. മുതലാളിമാരുടെ ലാഭം സംരക്ഷിക്കുമ്പോഴും ഹിന്ദുത്വ രാഷ്ട്രം എന്ന സ്വന്തം അജണ്ട മുന്നോട്ട് വയ്ക്കുമ്പോഴും ഏത് വിഭജന തന്ത്രവും പയറ്റാൻ അവർക്ക് മടിയില്ല. തൊഴിലാളിവർഗഐക്യം തകർക്കാൻ ഇന്ന് ബി ജെ പി ചെയ്യുന്നതുമായി താരതമ്യപ്പെടുത്താൻ പറ്റുന്ന ഒന്നും എന്റെ അനുഭവത്തിൽ ഇല്ല. അതിനാൽ, ഇന്ത്യയിലെ തൊഴിലാളിവർഗങ്ങൾക്കിടയിൽ പ്രവർത്തിക്കുന്ന ഇടതുപക്ഷ ശക്തികൾ കോർപ്പറേറ്റ് അനുകൂല ഹിന്ദുത്വ സ്വേച്ഛാധിപത്യഭരണത്തിനായുള്ള ബി ജെ പിയുടെ പദ്ധതിക്കെതിരെ പ്രത്യയശാസ്ത്ര പോരാട്ടം നടത്തേണ്ടത് ഏറ്റവും അനിവാര്യമാണ്.

1983-ലാണ് സമരങ്ങൾ സംഘടിപ്പിക്കുവാനും ആവശ്യങ്ങൾ രൂപപ്പെടുത്തുന്നതിനും സ്ഥിതിവിവര കണക്ക് അടിസ്ഥാനമാക്കിയുള്ള വിശകലനങ്ങളുടെയും സർവേകളുടെയും പ്രാധാന്യം ഞാൻ മനസ്സിലാക്കിയത്. ഡൽഹിയിലെ പുനരധിവാസ കോളനിനിവാസികളുടെ ജീവിത സാഹചര്യങ്ങളെക്കുറിച്ച് വിശദമായ സർവേ നടത്തുന്നതിന് ആ വർഷം സെപ്റ്റംബറിൽ പാർട്ടിയുടെ ഡൽഹി സംസ്ഥാന കമ്മിറ്റി തീരുമാനിച്ചു. അത്തരത്തിൽ വ്യാപിച്ചുകിടക്കുന്ന 18 കോളനികളുണ്ടായിരുന്നു. ഞങ്ങൾ എട്ടോ ഒമ്പതോ എണ്ണത്തിൽ സർവേ നടത്തി. ജഹാംഗീർപുരിയിലും നന്ദ് നഗരിയിലും ടീമിന്റെഭാഗമായിരുന്നു ഞാൻ.

ധാരാളം വിദ്യാർത്ഥികളും അധ്യാപകരും സർവേ നടത്താൻ സഹായിച്ചു. പ്രകാശ്മും ഡൽഹിയിലെ പാർട്ടി സംസ്ഥാന കേന്ദ്രത്തിലെ ഒരു സംഘവുമാണ് ചോദ്യാവലി തയ്യാറാക്കിയത്. സർവേ കണ്ണുതുറപ്പിക്കുന്നതായിരുന്നു, ഉദാഹരണത്തിന് ഞങ്ങൾ ശേഖരിച്ച സ്ഥിതിവിവര കണക്ക് - പ്രദേശത്തെ മിക്ക പമ്പുകളും പ്രവർത്തനക്ഷമമല്ലാത്തതിനാൽ ഒരു സ്ത്രീക്ക് വെള്ളത്തിന് ചെലവഴിക്കേണ്ടിവന്ന മണിക്കൂറുകളുടെ എണ്ണം; ഒരു കുട്ടിക്ക് സ്കൂളിൽ എത്താൻ താണ്ടേണ്ട ദൂരവും ഉണ്ടാകുന്ന ചെലവും; മാലിന്യം കെട്ടിക്കിടക്കുന്ന പൊതു ശൗചാലയങ്ങളുടെ ശുചിത്വമില്ലായ്മ; കഴിഞ്ഞ മാസം ഒരു വീട്ടിൽ രോഗികളായവരുടെ എണ്ണം - ഇന്ത്യയുടെ തലസ്ഥാനനഗരത്തിലെ ദരിദ്രരുടെ ജീവിത സാഹചര്യങ്ങളുടെ ഭയാനകമായ ചിത്രമായിരുന്നു.

സർവേയുടെ കണ്ടെത്തലുകളെ അടിസ്ഥാനമാക്കി ഞങ്ങൾ ഒരു പ്രചാരണ പരമ്പരതന്നെ സംഘടിപ്പിച്ചു. പലപ്പോഴും, ധാരണകളെ അടിസ്ഥാനമാക്കിയോ ജനങ്ങൾ അഭിമുഖീകരിക്കുന്ന പ്രശ്നങ്ങൾ ഉപരിപ്ലവമായി മനസ്സിലാക്കിയോ ആണ് നമ്മുടെ പോരാട്ടങ്ങൾ നടക്കുന്നത്. മൂർത്തമായ, യഥാർത്ഥ അവസ്ഥകളെക്കുറിച്ചുള്ള കണക്കുകൾ അടിസ്ഥാനമാക്കിയുള്ള പഠനം കൂടുതൽ ഫലപ്രദമാണ്. തീർച്ചയായും, പിന്നീട് ഇത് സർക്കാരിതര സന്നദ്ധ സംഘടനകളുടെ ഒരു ഫാഷനായി മാറുകയും 'ഗവേഷണാധിഷ്ഠിത പ്രവർത്തനത്തിന്' യു എൻ ഫണ്ട് ലഭ്യമാകുകയും ചെയ്തു. അവരുടെ ലക്ഷ്യം നമ്മുടേതിൽ നിന്ന് തികച്ചും വ്യത്യസ്തമാണ്. ലോകബാങ്ക് ഫോർമുലയനുസരിച്ച് നടത്തുന്ന സർവേകൾ അടിസ്ഥാനമാക്കിയുള്ള പദ്ധതികൾക്ക് ധനസഹായം നൽകുക എന്നതാണ് ലോകബാങ്കിന്റെ ആശയമെന്നാണ് അത്തരം പ്രവർത്തനങ്ങൾ നടത്തുന്ന സുഹൃത്തുക്കളിൽ നിന്ന് ഞാൻ മനസ്സിലാക്കിയത്. പക്ഷേ, അത്തരം പ്രവർത്തനത്തിന്റെ പ്രാധാന്യവും യുവാക്കളെയും വിദ്യാസമ്പന്നരെയും അതിൽ ഉൾപ്പെടുത്തേണ്ടതിന്റെ ആവശ്യകതയും ഞാൻ പഠിച്ചു. ഒരു ദശാബ്ദത്തിനു ശേഷം ജനാധിപത്യ മഹിളാ അസോസിയേഷന്റെ അഖിലേന്ത്യാ ജനറൽ സെക്രട്ടറിയായപ്പോൾ സർവേ അടിസ്ഥാനമാക്കിയ ബഹുജന പ്രവർത്തനം (സ്ത്രീകൾക്കിടയിൽ) എന്ന രീതി കൊണ്ടുവരാൻ ഞാൻ ശ്രമിച്ചു.

1984 നുള്ള തയ്യാറെടുപ്പ്

1984 ൽ ഇന്ദിരാഗാന്ധിയുടെ കൊലപാതകത്തെ തുടർന്ന് സിഖു കാർക്കെതിരെ ഡൽഹിയെ പിടികൂടിയ അക്രമവും വിദ്വേഷവും ഞെട്ടിപ്പിക്കുന്നതും ഉൽക്കടമായ വേദന ഉളവാക്കിയതുമാണ്. എന്റെ മറ്റനേകം സഖാക്കളെപ്പോലെ ഞാനും നടുങ്ങിപ്പോയി. വികസിച്ചുകൊണ്ടിരിക്കുന്ന, ആഴത്തിലുള്ള ധ്രുവീകരണം ഞങ്ങൾ തിരിച്ചറിഞ്ഞു, പക്ഷേ, അക്രമത്തിന്റെ വ്യാപ്തി ഒരു ഭീമാകാരമായ തിരമാല അടിച്ചത് പോലെയായിരുന്നു.

എൺപതുകളുടെ ആരംഭം മുതൽ തന്നെ വിദേശ പിന്തുണയുള്ള തീവ്രവാദ ഘടകങ്ങൾ ഒരു പ്രത്യേക സിഖ് രാഷ്ട്രത്തിന്റെ പേരിൽ സംഘടിക്കുന്നുവെന്ന് പതിവായി റിപ്പോർട്ടുകൾ ഉണ്ടായിരുന്നു. അത് പിന്നീട് ഖാലിസ്ഥാൻ പ്രസ്ഥാനമായി വളരുകയായിരുന്നു. പഞ്ചാബിലെ പാർട്ടി സി പി ഐയുമായി ചേർന്ന് രാഷ്ട്രീയമായി ഈ പ്രവണതക്കെതിരെ പോരാടുകയായിരുന്നു. ഞങ്ങളുടെ സഖാക്കളായിരുന്നു പലപ്പോഴും തീവ്രവാദികളുടെ ലക്ഷ്യം. അക്കാലത്ത് രാജ്യസഭാംഗമായിരുന്ന മുതിർന്ന കമ്യൂണിസ്റ്റ് നേതാവും പൊളിറ്റ് ബ്യൂറോ അംഗവുമായ ഹർകിഷൻ സിംഗ് സുർജീത്തിന്റെ നേതൃത്വത്തിൽ പഞ്ചാബിൽ വളർന്നുകൊണ്ടിരിക്കുന്ന അപകടകരമായ സാഹചര്യത്തിന്റെ ഗൗരവം ഉയർത്തിക്കാട്ടാൻ പാർട്ടി എല്ലാ വേദികളും ഉപയോഗിച്ചിരുന്നു. പ്രത്യേകിച്ചും, കോൺഗ്രസ് പാർട്ടിയുടെയും അതിന്റെ സർക്കാരിന്റെയും വിഘടനവാദി നേതാക്കളോടുള്ള സമീപനത്തിനെതിരെ രാഷ്ട്രീയമായി പാർട്ടി മുന്നറിയിപ്പ് നൽകി. പഞ്ചാബിലെ പ്രധാന രാഷ്ട്രീയ ശക്തിയായ ശിരോമണി അകാ

ലിദളിനെതിരായ പോരാട്ടത്തിൽ തീവ്രവാദ ഘടകങ്ങളെ ഉപയോഗിക്കുവാൻ കോൺഗ്രസ് ശ്രമിച്ചിരുന്നു. സഖാവ് സുർജീത്തും പാർട്ടിയും ജനങ്ങളുടെ യഥാർത്ഥ ആവശ്യങ്ങളുമായി ബന്ധപ്പെട്ട ചില ന്യായമായ കാര്യങ്ങൾക്ക് രാഷ്ട്രീയ പരിഹാരം കാണേണ്ടതിന്റെ ആവശ്യകതയ്ക്കുവേണ്ടി വാദിച്ചു: ഉദാഹരണത്തിന് സംസ്ഥാനത്തിന്റെ സ്വയംഭരണവുമായി ബന്ധപ്പെട്ട പ്രശ്നം, ചണ്ഡീഗഢിന്റെ പദവി, അയൽസംസ്ഥാനങ്ങളുമായുള്ള അതിർത്തി തർക്കങ്ങൾ, നദീജലം പങ്കിടൽ എന്നിവ സുരക്ഷാ സേനയെ ഉപയോഗിച്ച് അടിച്ചമർത്തുന്നതിനു പകരം തീവ്രവാദികളെ രാഷ്ട്രീയമായി ഒറ്റപ്പെടുത്തേണ്ടതിന്റെ ആവശ്യകതയ്ക്ക് ഞങ്ങൾ പ്രാധാന്യം നൽകി.

സഖാവ് സുർജീത് നടത്തിയ നിരവധി ഇടപെടലുകൾ ഒന്ന് നോക്കാം - പഞ്ചാബിൽ പാർട്ടി നടത്തിയ സമരങ്ങളിൽ; സി പി ഐ (എം) ഉം സി പി ഐയും സംഘടിപ്പിച്ച നിരവധി സമാധാന-സൗഹാർദ്ദ മാർച്ചുകളിൽ അദ്ദേഹത്തിന്റെ പങ്കാളിത്തം; പാർലമെന്റിലെ തന്റെ പ്രസംഗങ്ങൾ; മറ്റ് പ്രതിപക്ഷ പാർട്ടികളുമായുള്ള കൂടിക്കാഴ്ചകളിലൂടെ; മൂർത്തമായ നിർദേശങ്ങൾ ഉൾപ്പെടുത്തി സർക്കാരിന് നൽകിയ വിശദമായ നിവേദനങ്ങൾ - ഇതെല്ലാം വ്യക്തമാക്കുന്നത് ഇന്ത്യ ഒരു മഹാവിപത്തിലേക്ക് നീങ്ങുന്നു എന്ന അദ്ദേഹത്തിന്റെ പൂർവജ്ഞാനമാണ്. അദ്ദേഹം യു എസ് ഭരണകൂടത്തിന്റെ പങ്കിനെ നിശിതമായി വിമർശിക്കുകയും കാനഡ നിരവധി തീവ്രവാദ നേതാക്കൾക്ക് അഭയവും പിന്തുണയും നൽകുന്നത് എങ്ങനെയെന്ന് ചൂണ്ടിക്കാണിക്കുകയും ചെയ്തു. വർഗീയ ധ്രുവീകരണത്തിന്റെയും ഹിന്ദു സുരക്ഷാ സമിതി എന്നപേരിൽ ആർ എസ് എസ് പിന്തുണയുള്ള സംഘടന ബോധപൂർവം വർഗീയ വികാരം ഇളക്കിവിടുന്നതിന്റെയും അപകടങ്ങളെക്കുറിച്ച് അദ്ദേഹം മുന്നറിയിപ്പ് നൽകി.

ഔദ്യോഗിക കണക്കുകൾ പ്രകാരം, 1984 ൽ ഓപ്പറേഷൻ ബ്ലൂ സ്റ്റാർ ആരംഭിച്ചപ്പോൾ, 1982 ഓഗസ്റ്റ് മുതൽ ജൂൺ വരെ 1,200 അക്രമ സംഭവങ്ങളിൽ 410 പേർ കൊല്ലപ്പെടുകയും 1,180 പേർക്ക് പരിക്കേൽക്കുകയും ചെയ്തു. കൊല്ലപ്പെട്ടവരിൽ പലരും സുരക്ഷാ സേനയിലെ ഉദ്യോഗസ്ഥരാണ്. എന്നാൽ സിഖുതീവ്രവാദികൾ നിരപരാധികളായ ഹിന്ദുക്കളെ ലക്ഷ്യമിട്ടുള്ള കൊലപാതകങ്ങളും നടത്തി. ബി ജെ പി എരിതീയിൽ എണ്ണയൊഴിച്ചു. അവർ 1984 ൽ അയൽ സംസ്ഥാനങ്ങളായ രാജസ്ഥാൻ, ഹരിയാന, ഡൽഹി എന്നിവിടങ്ങളിൽ രണ്ട് ഹർത്താലുകൾക്ക് ആഹ്വാനം നൽകി. ഫെബ്രുവരിയിൽ ഹരിയാനയിൽ ഹിന്ദു വർഗീയ ശക്തികൾ സിഖ് സമുദായത്തിനെതിരെ ഭ്രാന്തിളകിയതുപോലെ അക്രമം അഴിച്ചുവിട്ടു. എട്ട് സിഖുകാർ കൊല്ലപ്പെട്ടു. അവരുടെ

വീടുകൾ കത്തിച്ചു, ഗുരുദ്വാരകൾ ആക്രമിച്ചു. അത് വരാൻപോകുന്ന സംഭവങ്ങളുടെ സൂചനയായിരുന്നു. ഹിന്ദുവർഗീയവാദികളുടെ കുപ്രചരണത്താൽ ഡൽഹിയിൽ സിഖ് വിരുദ്ധ വികാരം വർധിച്ചുവരുന്നതിനെക്കുറിച്ചുള്ള റിപ്പോർട്ടുകൾ 1984 ജനുവരി മുതൽ ഞങ്ങളുടെ വിവിധ തലങ്ങളിലുള്ള കമ്മിറ്റി യോഗങ്ങളിൽ വന്നുകൊണ്ടിരുന്നു. ഹരിയാനയിലെ സംഭവങ്ങളെ തുടർന്ന് ഞങ്ങൾ പൊതുയോഗങ്ങളുടെ ഒരു പരമ്പര നടത്തി.

ജെ എം എസ് സംഘടിപ്പിച്ച പ്രചാരണപരിപാടിയിൽ അവരുടെ ഭയത്തെക്കുറിച്ചും വിവിധ മേഖലകളിൽ സിഖുകാർക്കെതിരായ വികാരത്തിന്റെ അടിയൊഴുക്കിനെക്കുറിച്ചും സ്ത്രീകൾ സംസാരിച്ചു. 1984 ജൂണിൽ ജെ എം എസിന്റെ രണ്ടാം സമ്മേളനത്തിന്റെ ഒരുക്കങ്ങളുടെ ഭാഗമായി, എല്ലാ യൂണിറ്റ്, ലോക്കൽ സമ്മേളനങ്ങളിലും സാമുദായിക സൗഹാർദത്തിന്റെ പ്രാധാന്യം ഊന്നിപ്പറഞ്ഞിരുന്നു. എന്തുകൊണ്ടാണ് സിഖ് തീവ്രവാദ മുദ്രാവാക്യങ്ങൾ തൊഴിലാളികളുടെയും പാവപ്പെട്ടവരുടെയും താൽപ്പര്യങ്ങൾക്ക് വിരുദ്ധമാകുന്നതെന്നും പഞ്ചാബിലെ അക്രമത്തിൽ നിന്നും ഹിന്ദു വർഗീയ ശക്തികൾ സ്വന്തം നേട്ടങ്ങൾക്കുവേണ്ടി എങ്ങനെയാണ് മുതലെടുപ്പ് നടത്താൻ ശ്രമിക്കുന്നതെന്നും ഞങ്ങൾ വിശദീകരിച്ചു. കോളനികളിലെ എല്ലാ ജലസ്രോതസ്സുകളും സിഖുകാർ വിഷലിപ്തമാക്കുന്നുവെന്നും കുട്ടികളെ തട്ടിക്കൊണ്ടുപോകാൻ സ്കൂളിന് പുറത്ത് സംഘങ്ങൾ കാത്തുനിൽക്കുന്നുണ്ടെന്നും മറ്റുമുള്ള വ്യാപകമായ കിംവദന്തികൾ സ്ത്രീകൾ റിപ്പോർട്ട് ചെയ്തു. വർഗീയ ശക്തികൾ സംഘടിതമായി പ്രവർത്തിക്കുന്നുണ്ടെന്ന് വ്യക്തം.

വർഗീയ വിരുദ്ധ സംഘാടനം

1984 മെയ് മാസത്തിൽ ഡൽഹിയിൽ മതസൗഹാർദത്തിനായി പാർട്ടി ഒരാഴ്ചത്തെ പ്രചാരണം നടത്തി. ഞങ്ങൾ ആയിരക്കണക്കിന് ലഘുലേഖകൾ വീടുകൾ തോറും വിതരണം ചെയ്തു. വടക്കൻ ഡൽഹിയിൽ ഡി സി എം വരെയുള്ള പ്രധാന നിരത്തുകളിൽ, സിഖുകാരുടെ ഉടമസ്ഥതയിലുള്ള നിരവധി ടയർ കടകൾ ഉണ്ടായിരുന്നു. ഒരു ദിവസം, ഞാൻ ഞങ്ങളുടെ ടീമിനൊപ്പം ലഘുലേഖ പ്രചാരണത്തിൽ പങ്കെടുക്കുകയായിരുന്നു. പ്രായമായ ഒരു സിഖുകാരൻ ഞങ്ങളെ കടയ്ക്കുള്ളിലേക്ക് ക്ഷണിച്ചു. ഹരിയാന സംഭവങ്ങൾക്കുശേഷം തങ്ങൾ സുരക്ഷിതരാണെന്ന് തോന്നുന്നില്ലെന്ന് അദ്ദേഹം അടക്കിയ ശബ്ദത്തിൽ പറഞ്ഞു. ചെന്നിയും കുടുംബവും താമസിക്കുന്ന റോഷനാര ബാഗിലും ഞങ്ങൾ ചെറിയ യോഗങ്ങൾ നടത്തി. വർഗീയ മുദ്രാവാക്യങ്ങൾ ശ്രദ്ധിക്കരുതെന്ന് ഞങ്ങൾ അഭ്യർത്ഥിച്ചു. ഞങ്ങൾ ബന്ധപ്പെട്ട മിക്കവാറും എല്ലാവരും തന്നെ രാഷ്ട്രീയ ഇടപെടൽ ആവശ്യപ്പെട്ട് മെയ് 21 ന് പ്രധാനമന്ത്രിയുടെ വസതിക്കു മുന്നിൽ പാർട്ടി നടത്തിയ ധർണയിൽ പങ്കെടുത്തു.

ഈ പ്രചാരണത്തിന്റെ ഭാഗമായി സഫ്ദർ എഴുതിയ *ജനം* എന്ന നാടകം അവതരിപ്പിച്ചു. *വീർ ജഗ് സര* (ഉണർന്നെഴുന്നേൽക്കുക ഓ ധീരവാൻ!) എന്ന നാടകത്തിലെ മുഖ്യ കഥാപാത്രം പഞ്ചാബ് സംസ്ഥാനമായിരുന്നു. പഞ്ചാബിയിൽ ചില സംഭാഷണങ്ങൾ അതിലുണ്ടായിരുന്നു. പഞ്ചാബിയിലുള്ള തന്റെ ആദ്യ ശ്രമമായതിനാൽ സഫ്ദർ വളരെ സന്തോഷിച്ചു. നാടകത്തിൽ നിരവധി പാട്ടുകളും ഉണ്ടായിരുന്നു. ചില വേദികളിൽ പ്രധാന നടന്റെ വേഷം മദൻഗോപാൽ സിംഗാണ് അവത

രിപ്പിച്ചത്. അദ്ദേഹത്തിന്റെ ശ്രുതിമധുരമായ ആലാപനം ജനക്കൂട്ടത്തെ മയക്കിക്കളഞ്ഞു. നാടകം കണ്ട് പലരും കണ്ണീരൊഴുക്കി.

വിഘടനവാദികളെയും വർഗീയ വിഭജനം പ്രോത്സാഹിപ്പിക്കുന്ന വരെയും തുറന്നുകാട്ടിയ, ഫലപ്രദമായ നാടകമായിരുന്നു അത്. നിർഭാഗ്യ വശാൽ, ജൂണിൽ ഓപ്പറേഷൻ ബ്ലൂ സ്റ്റാർ നടന്നപ്പോൾ നാടകാവതരണം കുറഞ്ഞു. നാട്ടിലെ അന്തരീക്ഷമാകെ നാടകീയമായി മാറി. ഞങ്ങളുടെ പാർട്ടി ലോക്കൽ കമ്മിറ്റിയിൽ ഞങ്ങൾ ഒരു ചർച്ച നടത്തി. ഞങ്ങളു ടെ സ്വന്തം അംഗങ്ങളും അനുഭാവികളുമെങ്കിലും അതിവേഗം പടരുന്ന വർഗീയ വൈറസിൽ നിന്ന് മുക്തരാണെന്നും ഐക്യത്തിന്റെ സന്ദേശം പ്രചരിപ്പിക്കുന്നതിനായി അവർ സ്വന്തം പ്രദേശങ്ങളിൽ സജീവ പങ്കാ ളികളാകുമെന്നും ഉറപ്പാക്കാനായിരുന്നു എന്റെ ശ്രമം. സൈന്യം സുവർ ണ്ണ ക്ഷേത്രത്തിൽ അതിക്രമിച്ച് കയറി ഭിന്ദ്രൻവാലയെയും സായുധരായ അനുയായികളെയും വധിച്ചതോടെ സ്ഥിതി വഷളായി. പൂജനീയമായ ഗുരുദ്വാരയിൽ സൈന്യത്തിന്റെ നടപടി സിഖുകാരെയും മറ്റുള്ളവരെയും ദുഃഖിപ്പിച്ചുവെങ്കിലും, പിന്നീട് അവിടെനിന്നും കണ്ടെത്തിയ വൻ ആയു ധശേഖരവും പുതുതായി നിർമ്മിച്ച തുരങ്കങ്ങളും ബങ്കറുകളും സൈനിക ശൈലിയിലുള്ള തീവ്രവാദികളുടെ വിശദമായ ആസൂത്രണവും ക്ഷേത്ര ത്തിന്റെ പവിത്രത നിലനിർത്തുന്നതിൽ അവർക്കും യാതൊരു ഉത്ക ണ്ഠയുമില്ലെന്ന് വ്യക്തമാക്കി. എങ്കിലും പരമപവിത്രമായി കണക്കാക്കുന്ന ക്ഷേത്ര ശ്രീകോവിലിൽ സൈന്യത്തിന്റെ കടന്നുകയറ്റവും തുടർന്നു ണ്ടായ തകർച്ചയും സിഖ് സമൂഹമനസ്സിനെ ആഴത്തിൽ മുറിവേൽപ്പിച്ചു. അത് മറ്റെല്ലാത്തിനെയും കീഴടക്കി. സെപ്റ്റംബറിൽ മറ്റൊരു ഭയാന കമായ സംഭവംകൂടി നടന്നു. ഓപ്പറേഷൻ ബ്ലൂ സ്റ്റാറിനുള്ള പ്രതികാരമാ യി ഗുരുദാസ്പൂരിൽ സ്ത്രീകളും കുട്ടികളും ഉൾപ്പെടെ നിരവധി ഹിന്ദുക്കളെ ബസിൽനിന്ന് വലിച്ചു പുറത്തെടുത്തു തീവ്രവാദികൾ വെടിവച്ചു കൊന്നു. ഇതിന്റെ പ്രകമ്പനങ്ങൾ ഡൽഹിയിലും അനുഭവപ്പെട്ടു. ബി ജെ പിയും ആർ എസ് എസും കോൺഗ്രസ് പാർട്ടിയിലെ നിരവധി പേർക്കൊപ്പം പ്രകോപനപരമായ മുദ്രാവാക്യങ്ങളുമായി വിവിധ പ്രദേശങ്ങളിൽ പ്രക ടനങ്ങൾ സംഘടിപ്പിക്കാൻ തുടങ്ങി.

വ്യവസായ മേഖലകളിലും മിൽഗേറ്റുകളിലും ഈ വിഷയങ്ങളിൽ ഞങ്ങൾ അയൽക്കൂട്ട യോഗങ്ങൾ നടത്തി. നിശ്ശബ്ദമായ പ്രതികരണ മായിരുന്നു. സി ഐ ടി യുവിന്റെയും പാർട്ടിയുടെയും നിലപാടറിയാൻ ജനങ്ങൾ ആഗ്രഹിച്ചിരുന്നുവെങ്കിലും വലിയ ഉത്സാഹമൊന്നും ഇല്ലായി രുന്നു. സിഖ് തൊഴിലാളികളുടെ എണ്ണം മില്ലുകളിൽ നിസ്സാരമായിരുന്നു. വ്യാവസായിക മേഖലകളിൽ കൂടുതൽ പേരുണ്ടായിരുന്നു, അവരിൽ പലരും സി ഐ ടി യുവിന്റെ അംഗങ്ങളായിരുന്നു. പക്ഷേ, തൊഴിലാ

ളികൾക്കും വർഗീയപ്രചരണം ബാധിച്ചുവെന്ന് വ്യക്തമായി.. ഇന്ദിരാഗാന്ധിയെ അവരുടെ രണ്ട് സിഖ് അംഗരക്ഷകർ കൊലപ്പെടുത്തിയതിന്റെ തലേദിവസം ഡൽഹിയിൽ ഇതായിരുന്നു സ്ഥിതി.

ഒക്ടോബർ 31 ന് രാവിലെ ഞാൻ എന്റെ കണ്ണുഡോക്ടർ മാലിക്കിന്റെ അടുത്തായിരുന്നു. മാലിക്കിന്റെ ക്ലിനിക്ക് കൊണാട്ട് പ്ലേസിലെ ഒരു ഇടവഴിയിലാണ്. കഴിഞ്ഞ കുറേ മാസങ്ങളായി എന്റെ കണ്ണുകളിൽ വേദനയുളവാക്കുന്ന ചെറിയ മുറിവുകൾ ഉണ്ടായിരുന്നു. അവസ്ഥ വളരെ മോശമായതിനാൽ ഒരാഴ്ചയിലേറെയായി ഒരു കണ്ണ് ബാൻഡേജ് ചെയ്യേണ്ടിവന്നു. ഡോ. മാലിക് എനിക്ക് ഉപയോഗിക്കേണ്ട തുള്ളിമരുന്ന് നിർദ്ദേശിച്ചുകൊണ്ടിരിക്കുമ്പോൾ ഡോക്ടറുടെ സഹായി, ഇന്ദിരാഗാന്ധി വെടിയേറ്റു മരിച്ചു എന്ന ഞെട്ടിക്കുന്ന വാർത്തയുമായി ഓടി വന്നു. ഡോ. മാലിക് റേഡിയോ ഓൺ ചെയ്തു. അവിടെ ടെലിവിഷൻ ഇല്ലായിരുന്നു. മരവിച്ച മനസ്സോടെ ഞങ്ങൾ വാർത്ത കേട്ടു. ഞാൻ ഉടൻതന്നെ ഒരു ഓട്ടോറിക്ഷ പിടിച്ച് വിത്തൽ ഭായ് പട്ടേൽ ഹൗസിലേക്ക് പോയി. പ്രകാശ് പാർലമെന്ററി ഗ്രൂപ്പ് നേതാവ് സമർ മുഖർജിക്കൊപ്പം ശ്രീമതി ഗാന്ധിയെ കൊണ്ടുപോയ എയിംസിലേക്ക് പോയിക്കഴിഞ്ഞിരുന്നു. വടക്കൻ ഡൽഹിയിലെ ഞങ്ങളുടെ യൂണിറ്റുകളുമായും ജെ എം എസുമായും ബന്ധപ്പെട്ടുകൊണ്ട് ഞാൻ പാർട്ടി ഓഫീസിൽത്തന്നെ ഇരുന്നു.

വൈകുന്നേരത്തോടെ ഞങ്ങൾ സിഖുകാർക്കെതിരായ അക്രമസംഭവങ്ങളുടെ വാർത്തകൾ കേൾക്കാൻ തുടങ്ങി. ഒക്ടോബർ 31 രാത്രി മുതൽ നവംബർ 3 വരെ വ്യാപകമായ അക്രമം ഡൽഹിയെ വിഴുങ്ങി. സിഖുകാരെ ആക്രമിക്കുകയും മർദ്ദിക്കുകയും കത്തിക്കുകയും കൊലപ്പെടുത്തുകയും അവരുടെ വ്യാപാര സ്ഥാപനങ്ങളും വീടുകളും കൊള്ളയടിക്കുകയും തീ വെക്കുകയും ചെയ്തു. അതീവ ഭയാനകമായിരുന്നു അവസ്ഥ.

നവംബർ 1 ന് രാവിലെ മനക്പുരയിൽ സിഖുകാർക്കുനേരെ ആക്രമണം ആരംഭിച്ചതായി അറിയിച്ചുകൊണ്ട് അവിടെനിന്നും എനിക്കൊരു ഫോൺ കോൾ വന്നു. വടക്കൻ ഡൽഹിയിലെ വ്യവസായ മേഖലയിലെ ട്രേഡ് യൂണിയൻ പ്രവർത്തകനായി മാറിയ, മേജർ സാഹബിന്റെ മകൻ രാഹുൽ വർമ്മ പാർട്ടി ഓഫീസിലുണ്ടായിരുന്നു. പോലീസ് പുറത്തിറങ്ങരുതെന്ന് ഉപദേശിച്ചുവെങ്കിലും ഞങ്ങൾ അവന്റെ മോട്ടോർ സൈക്കിളിൽ മനക്പുരയിലേക്ക് പാഞ്ഞു. പോകുന്ന വഴിയിൽ ഡൽഹിയുടെ ആകാശത്ത് കറുത്ത പുക പുളഞ്ഞുയരുന്നത് ഞങ്ങൾ കണ്ടു. മനക്പുരയിലെ പ്രധാന ചന്തയിൽ ഞങ്ങൾ കണ്ട രംഗം ഞാനെപ്പോഴും ഓർക്കും. അവിടെ ഒരു സിഖുകാരന്റെ ഉടമസ്ഥതയിലുള്ള കട കത്തിക്കുന്നതിനായി അലറിവിളിക്കുന്ന ജനക്കൂട്ടത്തെ നേരിട്ടുകൊണ്ട് നാഥു പർഷാദും ഒരു ചെറിയ കൂട്ടം സഖാക്കളും നിൽക്കുന്നു.. കോൺഗ്ര

സ് പതാകയുമായി ഒരു സ്ത്രീ നാഥുവിനെ നോക്കി നിലവിളിച്ചു. 'എന്റെ അമ്മ കൊല്ലപ്പെട്ടു [അവൾ ഉദ്ദേശിച്ചത് ഇന്ദിരാഗാന്ധിയെയാണ്], മാറി നിൽക്കു, കൊലയാളികളെ ഒരു പാഠം പഠിപ്പിക്കട്ടെ.' അവളെ മുദ്രാവാക്യം മുഴക്കി ജനക്കൂട്ടം പിന്തുണച്ചു. ഞങ്ങൾ നാഥുവിനൊപ്പം ഉറച്ചു നിന്നു. ഒട്ടും വിട്ടുകൊടുത്തില്ല. ജനക്കൂട്ടം പിന്തിരിഞ്ഞു. കുറച്ചു കഴിഞ്ഞപ്പോൾ പ്രാദേശിക കോൺഗ്രസ് നേതാക്കൾ നാഥുവിനെ യോഗത്തിന് വിളിച്ചു. അന്ന് ഉച്ചകഴിഞ്ഞ് 2 മണി മുതൽ 6 മണി വരെ ആ പ്രദേശത്ത് നിന്ന് മാറി നിൽക്കണമെന്നും അവർക്ക് 'അവരുടെ അമ്മയെ കൊന്നതിന്' പ്രതികാരം ചെയ്യണമെന്നുമാണ് അവർ അവനോട് പറഞ്ഞത്. ഡോറിവാലൻ എന്ന സമീപപ്രദേശത്ത് താമസിക്കുന്ന 35 ലധികം സിഖുകുടുംബങ്ങളായിരുന്നു അവരുടെ ലക്ഷ്യം. മൂന്ന് രാവും പകലും നാഥുവിന്റെ നേതൃത്വത്തിൽ ഒരു സംഘം കമ്യൂണിസ്റ്റുകാരും പ്രദേശവാസികളും സിഖുകാർക്കും അവരുടെ കുടുംബങ്ങൾക്കും നേരെയുള്ള അക്രമം തടയാൻ കാവൽ നിന്നു.

ഞങ്ങൾ ഡി സി എം മിൽസിനു സമീപം ബിഷൻപാലും കൂട്ടരും താമസിക്കുന്നിടത്തേക്ക് പോയി. ബിഷൻപാൽ ഒരുകൂട്ടം തൊഴിലാളികളോടൊപ്പം ചുറ്റുപാടും നിരീക്ഷിച്ചുകൊണ്ടിരുന്നു. പ്രധാന റോഡിലെ കടകൾ കൊള്ളയടിക്കുകയും കത്തിക്കുകയും ചെയ്യുന്ന ജനക്കൂട്ടത്തിലേക്ക് തൊഴിലാളികൾ പെട്ടുപോകുന്നത് തടയാനാണ് ശ്രമിക്കുന്നതെന്ന് അദ്ദേഹം ഞങ്ങളോട് പറഞ്ഞു. നിരവധി ടയർ കടകൾ കൊള്ളയടിക്കപ്പെട്ടുകയും തീവെക്കുകയും ചെയ്തു. ഭയാനകമായ ഒരു രംഗമായിരുന്നു അത്. ഞങ്ങൾ റോഷനാരബാഗിലേക്ക് പോയി. റോഡിന് പുറത്ത് വലിയ ജനക്കൂട്ടമുണ്ടായിരുന്നു. ഞങ്ങളുടെ ഓഫീസ് സ്ഥിതിചെയ്യുന്ന കോളനിയിൽ യുവാക്കൾ കടകളിൽ നിന്ന് മോഷ്ടിച്ച സാധനങ്ങളും കൊണ്ട് പ്രധാന റോഡിൽ നിന്ന് ഇടവഴികളിലേക്ക് ഓടുകയായിരുന്നു.

ഞാൻ ചെന്നി താമസിക്കുന്ന ഇടവഴിയിലേക്ക് പോയി. ഗ്യാനി അമർ സിംഗിന് ലൈസൻസുള്ള തോക്കുണ്ടെന്ന് അറിയാവുന്നതിനാൽ നിരവധി യുവ സിഖുകാർ അവിടെ അഭയം പ്രാപിച്ചിരുന്നു. അയാൾ ഞങ്ങളോട് പറഞ്ഞു, 'എന്റെ പെൺകുട്ടികളുടെ തലയിലെ ഒരു മുടിയിൽ ആരെങ്കിലും തൊട്ടാൽ ഞാൻ മരിക്കുന്നതിനുമുമ്പ് അവരെ കൊല്ലും.' ആ രാത്രി, ചെന്നിയുടേതുൾപ്പെടെയുള്ള സിഖുകാരുടെ വീടുകൾ ആക്രമിക്കാൻ ഒരു സംഘം എത്തി. ആക്രമണങ്ങൾ തടയുന്നതിനായി എത്തിയ 'ഹരിജൻ ബസ്തി' നിവാസികളായ ദളിതരുടെ ധീരമായ പ്രവർത്തനങ്ങളാൽ അവർ രക്ഷപ്പെട്ടു. ഭാഗ്യവശാൽ, തോക്കിന് ഉപയോഗമുണ്ടായില്ല. തുടർന്നുള്ള ദിവസങ്ങളിൽ ഈ പ്രദേശത്തെ സിഖുകാരെ ദളിതരും ഹിന്ദുക്കളുംകൂടി സംരക്ഷിച്ചു. പക്ഷേ, ഗ്യാനി അമർ സിങ്ങിന്റെ

കുടുംബത്തെ കാത്തിരുന്നത് ദുരന്തമായിരുന്നു. ചെന്നിക്ക് ഒരു സന്ദേശം ലഭിച്ചു. അടുത്തയിടെ വിവാഹിതയായി കിഴക്കൻ ഡൽഹിയിൽ താമസിക്കുന്ന സഹോദരി ഗുഗിയും അവളുടെ ഭർതൃവീട്ടുകാരും ആക്രമിക്കപ്പെട്ടു. അവരുടെ വീടിന് തീയിടുകയും അവളെയും ഭർത്താവിനെയും നാനാക്പുറിലെ ഒരു ക്യാമ്പിലേക്ക് സൈന്യം കൂട്ടിക്കൊണ്ടുപോകുകയും ചെയ്തു. ധീരയായ ചെന്നി സഹോദരിയെ സുരക്ഷിത സ്ഥാനത്തേക്ക് കൊണ്ടുവരാൻ നേരിട്ടുപോയി. ഭയചകിതയായ സഹോദരിയെ അവൾ കണ്ടെത്തി. പക്ഷേ, ഗുഗ്ഗിയുടെ ഭർതൃസഹോദരനെ ജനക്കൂട്ടം പിടികൂടി, അവന്റെ മുടി വെട്ടി, കത്തുന്ന ടയർ കഴുത്തിൽ ഇട്ടു. പൊള്ളലേറ്റാണ് അവൻ മരിച്ചത്. മറ്റൊരു സഹോദരിയായ ബൽവീന്ദർ കൗർ ഭാഗ്യത്തിന് രക്ഷപ്പെട്ടു. ഹിന്ദുക്കളായ അയൽക്കാരാണ് അവളെ രക്ഷിച്ചത്. സിഖ് ആണെന്ന് അറിയാതിരിക്കാൻ അവളുടെ ഭർത്താവിന്റെ മുടി വെട്ടി അവരുടെ വീട്ടിൽ ഒളിപ്പിച്ചു. ഒന്നിലധികം ദുരന്തങ്ങൾക്കിടയിലും കുറച്ച് ദിവസങ്ങൾക്കുശേഷം ചെന്നി ജഹാംഗീർപുരി ദുരിതാശ്വാസ ക്യാമ്പിൽ ഞങ്ങളുടെ പ്രവർത്തകർക്കൊപ്പം നിന്ന് മറ്റുള്ളവർക്ക് ആശ്വാസം പകർന്നു.

ജനക്കൂട്ടം ലക്ഷ്യമിട്ട സിഖ് ഉടമസ്ഥതയിലുള്ള ഫാക്ടറികളുടെ സംരക്ഷണത്തിനായി വസീർപൂർ വ്യവസായ മേഖലയിൽ തൊഴിലാളികൾ ഇറങ്ങി. ബിർള മിൽസിലേയും എ ടി എമ്മിലെയും തൊഴിലാളികൾ റിപ്പോർട്ട് ചെയ്തത് ഭൂരിഭാഗം തൊഴിലാളികളും മില്ലുകൾക്കുള്ളിൽ തന്നെയായിരുന്നുവെന്നാണ്. സാവാൻ പാർക്കിൽ നിരവധി സിഖുകാർ താമസിക്കുന്ന കോളനിയിൽ ആക്രമിക്കുവാനായി വന്നവരെ ഞങ്ങളുടെ യൂണിറ്റുകൾ അണിനിരന്ന് തടഞ്ഞു. പലയിടത്തും സിഖുകാരെ രക്ഷിക്കാൻ പാർട്ടി യൂണിറ്റുകൾ സജ്ജരായി. വിത്തൽഭായ് പട്ടേൽ ഹൗസിലെ ഓഫീസിലുണ്ടായിരുന്ന പ്രകാശും ചില എസ് എഫ് ഐക്കാരും ഉൾപ്പെടെയുള്ള സഖാക്കൾ ഒരു ടാക്സി സ്റ്റാൻഡ് ആക്രമിക്കപ്പെടുന്നതായി കേട്ട് അവിടെത്തി, സിഖുകാരായ ടാക്സി ഡ്രൈവർമാരെയും അവരുടെ കാറുകളും രക്ഷപ്പെടുത്തി. വ്യക്തിപരമായ ധീരതയുടെ ചില സംഭവങ്ങളും ഉണ്ടായിട്ടുണ്ട്. പാർട്ടി സെന്ററിൽ പ്രവർത്തിക്കുന്ന വന്ദന എന്ന സഖാവ് തന്റെ ചെറിയ കുഞ്ഞിനൊപ്പം ഓട്ടോറിക്ഷയിൽ യാത്ര ചെയ്യുകയായിരുന്നു. ഒരു സിഖ് യുവാവ് ആക്രമിക്കപ്പെടുന്നത് കണ്ടപ്പോൾ അയാളെ വാഹനത്തിൽ കയറ്റി ഒളിപ്പിക്കാൻ ശ്രമിച്ചു. പക്ഷേ, ഓട്ടോറിക്ഷ നീങ്ങിയപ്പോൾ ആൾക്കൂട്ടം തടഞ്ഞു. വന്ദന യുവാവിനെ വിട്ടുകൊടുക്കാതെ മുറുകെപ്പിടിച്ചു, വഴക്കിട്ടു. അവനെ വലിച്ചിറക്കാൻ ശ്രമിച്ചപ്പോൾ അവൾ തടയാൻ നോക്കി. അപ്പോഴേക്കും സ്വന്തം കുഞ്ഞ് ഭയന്ന് നിലവിളിക്കാൻ തുടങ്ങി. സിഖ് യുവാവിനെ

അവർ കൊണ്ടുപോയി. അവൾ അയാളെ കണ്ടെത്താൻ പലവട്ടം ശ്രമിച്ചെങ്കിലും എവിടെയാണെന്ന് ഒരു വിവരവും കിട്ടിയില്ല. വർഷങ്ങൾ കഴിഞ്ഞിട്ടും ആ ഭയാനകമായ ദിവസം ഓർക്കുമ്പോൾ അവൾ കണ്ണുനീർ ഒഴുക്കും - 'ഞാൻ നന്നായി ശ്രമിച്ചു, പക്ഷേ, എനിക്ക് അവനെ രക്ഷിക്കാൻ കഴിഞ്ഞില്ല.'

ഡൽഹിയിലുടനീളമുള്ള പാർട്ടി യൂണിറ്റുകളിൽനിന്നും സമാനമായ റിപ്പോർട്ടുകൾ പ്രവഹിക്കുകയായിരുന്നു. നന്ദ് നഗരി, മംഗോൾപുരി, സുൽത്താൻപുരി, ജഹാംഗീർപുരി തുടങ്ങി ഞങ്ങൾക്ക് യൂണിറ്റുകളുള്ള നിരവധി പുനരധിവാസ കോളനികളെ, ലഹള സാരമായി ബാധിച്ചു. വലിയ സംഘം കലാപകാരികളുടെയും കൊലയാളികളുടെയും മുന്നിൽ ഒന്നും ചെയ്യാനായില്ല എന്ന തങ്ങളുടെ നിരാശയും സങ്കടവും സഖാക്കൾ അറിയിച്ചു. മൂന്ന് ദിവസം പൂർണ്ണമായും ഡൽഹി നരകമായി മാറി. കോൺഗ്രസ് നേതാക്കളും ഹിന്ദു വർഗീയ ഗ്രൂപ്പുകളും പ്രേരിപ്പിച്ച ജനക്കൂട്ടം കൊലപാതകവും കൊള്ളയും തീവെപ്പും കലാപവും നടത്തി. അപ്പോഴെല്ലാം പോലീസ്, സജീവമായ സൂത്രധാരന്മാരുടെ പങ്ക് വഹിച്ചു. ഡൽഹിയിലെ അക്രമ സംഭവങ്ങളിൽ ഏറ്റവും ഭീകരമായത്, കിഴക്കൻ ഡൽഹിയിലെ ത്രിലോക്പുരിയിൽ ബ്ലോക്ക് 32 ൽ മുന്നൂറിലധികം സിക്കുകാർ കൊലചെയ്യപ്പെട്ടതാണ്. മൂന്ന ദിവസത്തെ രക്തച്ചൊരിച്ചിലിൽ മരണസംഖ്യ 2,500 ആയി. വസ്തുവകകളുടെയും ജീവനോപാധികളുടെയും നാശം കണക്കെടുക്കാൻ കഴിയാത്തത്ര ഭീകരമായിരുന്നു.

അക്രമത്തിന് ശേഷമുള്ള ദുരിതാശ്വാസ പ്രവർത്തനങ്ങൾ

വേദ് ഗുപ്തയെ കൺവീനറാക്കി പാർട്ടി ദുരിതാശ്വാസ കമ്മിറ്റി രൂപീകരിച്ചു, ഇന്ദു, മറ്റ് ബഹുജന സംഘടനാ പ്രതിനിധികൾ എന്നിവർക്കൊപ്പം ഞാനും അംഗമായിരുന്നു. സർക്കാർ വിവിധ സ്ഥലങ്ങളിൽ താൽക്കാലിക ക്യാമ്പുകൾ സജ്ജമാക്കി. ജഹാംഗീർപുരി, മംഗോൾപുരി, സുൽത്താൻപുരി, നന്ദ് നഗരി, ഷക്കർപൂർ തുടങ്ങി ഞങ്ങൾക്ക് യൂണിറ്റുകൾ ഉണ്ടായിരുന്ന സ്ഥലങ്ങളിൽ ശ്രദ്ധ കേന്ദ്രീകരിക്കാൻ ഞങ്ങൾ തീരുമാനിച്ചു.

നവംബർ നാലിന് ഞങ്ങൾ ജെ എം എസ് കമ്മിറ്റിയുടെ യോഗം വിളിച്ചു. വിവിധ പ്രദേശങ്ങളിലെ സ്ഥിതിഗതികളുടെ നേരിട്ടുള്ള റിപ്പോർട്ടുകൾ ലഭിച്ചതിന്റെ അടിസ്ഥാനത്തിൽ ഞങ്ങൾ മൂന്ന് അടിയന്തര നടപടികൾ തീരുമാനിച്ചു - ക്യാമ്പുകളിൽ ദുരിതാശ്വാസ പ്രവർത്തനങ്ങൾ; ജനവാസ കേന്ദ്രങ്ങളിൽ സമാധാന മാർച്ച്; വിധവകളായവരെ ബന്ധപ്പെടാനുള്ള പ്രത്യേക ശ്രമങ്ങൾ നടത്തുകയും അവരുടെ ആവശ്യങ്ങൾ അധികാരികളുടെ മുന്നിൽ എത്തിക്കുകയും ചെയ്യുക.

ഡൽഹി പാർട്ടിയും ബഹുജന സംഘടനകളും അടുത്ത ഏതാനും ആഴ്ചകളിൽ 24 മണിക്കൂറും പ്രവർത്തിച്ചു. വർഗീയകലാപത്തിന്റെയും അതിന്റെ അനന്തരഫലങ്ങളുടെയും ഭീകരതയും ദുഃഖവും യാതനയും നേരിട്ട് കാണുന്നത് ഞങ്ങളിൽ മിക്കവർക്കും ആദ്യത്തെ അനുഭവമായിരുന്നു.. ഞങ്ങൾ ഉത്തരവാദിത്വങ്ങൾ പങ്കിട്ടു. ദുരിതാശ്വാസ സാമഗ്രികൾ ലഭിക്കുന്നുണ്ടെന്ന് ഉറപ്പാക്കാൻ മറ്റെല്ലാ ക്യാമ്പുകളിലും പോയിരുന്നുവെങ്കിലും ഞാൻ പ്രധാനമായും ജഹാംഗീർപുരിയിലാണ് സ്ഥിര

മായി നിന്നത്. ജഹാംഗീർപുരിയിലെ ക്യാമ്പ് സുബോധിന്റെ നേതൃത്വത്തിലുള്ള എസ് എഫ് ഐയും ആശാലതയുടെ ജെ എം എസ് സഖാക്കളും ചേർന്നാണ് നടത്തിയിരുന്നത്. ചുറ്റുമുള്ള പ്രദേശങ്ങളിൽ നിന്ന് ഇരുന്നൂറോളം കുടുംബങ്ങളെ സൈന്യം എത്തിച്ചു. അവരിൽ കുറഞ്ഞത് നൂറ് പേരെങ്കിലും ഭർത്താക്കന്മാർ കൊല്ലപ്പെട്ട സ്ത്രീകളായിരുന്നു, പലപ്പോഴും അവരുടെ കൺമുന്നിൽ വച്ചാണ് അത് സംഭവിച്ചത്. മകനെ കാണാതായ ഒരു അമ്മയെ ഞാനോർക്കുന്നു. ദിവസങ്ങളോളം പോലീസ് സ്റ്റേഷനുമുന്നിൽ സഹായത്തിനായി അപേക്ഷിച്ചുകൊണ്ട് അവർ ഇരുന്നു. ഹൃദയഭേദകമായിരുന്നു ആ കാഴ്ച. ആ അമ്മ എപ്പോഴെങ്കിലും മകനെ കണ്ടെത്തിയോ എന്ന് എനിക്കറിയില്ല.

ഞങ്ങൾ ജോലി ചെയ്തിരുന്ന എല്ലാ ക്യാമ്പുകളിലും നഷ്ടപരിഹാരത്തിനും വീടിനും കത്തിപ്പോയ രേഖകളുടെ പകർപ്പുകൾക്കും വേണ്ടി അപേക്ഷകൾ എഴുതാൻ ഞങ്ങൾ കുടുംബങ്ങളെ സഹായിക്കുകയായിരുന്നു. ലൈംഗികാതിക്രമങ്ങൾ നടന്നതായി നിരവധി സ്ത്രീകൾ ഞങ്ങളെ അറിയിച്ചിരുന്നു. കുറ്റവാളികളെ തിരിച്ചറിയാൻ കഴിയാത്തതിനാൽ നീതി ലഭിക്കുമെന്ന പ്രതീക്ഷ കുറവായിരുന്നു. നന്ദ് നഗരിയിലെ സ്ത്രീകളുടെ സാക്ഷിമൊഴികൾ വിശദമായി കാളിന്ദി രേഖപ്പെടുത്തി. മരണങ്ങളുടെ ഔദ്യോഗിക രജിസ്ട്രേഷൻ വളരെ കുറവാണെങ്കിലും കാളിന്ദിയും സംഘവും 125 മരണങ്ങൾ രേഖപ്പെടുത്തി. പല വിധവകളെയും കണ്ടു. ലൈംഗികാക്രമണത്തിന്റെ മൊഴികളും അവൾ രേഖപ്പെടുത്തി. സ്ത്രീകളുടെ റിപ്പോർട്ടിന്റെ അടിസ്ഥാനത്തിൽ ചില പ്രാദേശിക രാഷ്ട്രീയക്കാരെ അറസ്റ്റു ചെയ്തെങ്കിലും ഈസ്റ്റ് ഡൽഹി പാർലമെന്റ് അംഗം എച്ച് കെ എൽ ഭഗത് ഇടപെട്ട് അവരെ മോചിപ്പിച്ചു.

അധികാരമുള്ളവർ ശിക്ഷയ്ക്ക് അതീതരാകുന്നത് ഞെട്ടിക്കുന്ന ഒന്നായിരുന്നു. സർക്കാർ, ഭരണകക്ഷി വർഗീയ ശക്തികൾ, പോലീസ്- ഇവരെല്ലാം അപരാധികളാണെന്നത് രഹസ്യമായിരുന്നില്ല. പല മേഖലകളിലും ഞങ്ങൾ സമാധാന യാത്രകൾ സംഘടിപ്പിച്ചു. ആ വർഷം ആദ്യം ഞങ്ങൾ നടത്തിയ പ്രചാരണവും യോഗങ്ങളും ദുരിതാശ്വാസ പ്രവർത്തനങ്ങൾക്കും സമാധാന യാത്രകൾ പോലുള്ള പരിപാടികൾക്കും തൊഴിലാളികളെ വലിയതോതിൽ അണിനിരത്തുന്നതിന് സഹായകമായി. മാരകമായ ഒരു മഹാമാരിപോലെ വർഗീയ വിദ്വേഷത്തിന്റെ വൈറസ് നഗരത്തിലൂടെ രോഷാകുലമായി വ്യാപിക്കുമ്പോൾ, ഞങ്ങളുടെ സ്വന്തം അംഗങ്ങളെയും അനുയായികളെയും അതു ബാധിക്കാതെ അകറ്റിനിർത്താൻ കഴിഞ്ഞു.

അക്രമം നേരിട്ട് ബാധിച്ച പല സ്ത്രീകളുമായി ബന്ധപ്പെടാൻ കൂട്ടായ പ്രവർത്തനങ്ങളിലൂടെ ഞങ്ങൾക്ക് കഴിഞ്ഞു. നവംബർ 23 ന് വിധവക

ളുടെ ആവശ്യങ്ങൾ ഉന്നയിച്ച് ജെ എം എസ് ഡൽഹിയിൽ സ്ത്രീകളുടെ ആദ്യ പ്രകടനം നടത്തി. അക്രമത്തിൽ ഭർത്താക്കന്മാർ കൊല്ലപ്പെട്ട 120 സ്ത്രീകളും അതിൽ പങ്കെടുത്തവരിൽ ഉണ്ടായിരുന്നു. അതൊരു പ്രധാന ഇടപെടലായി. ഞങ്ങൾ ലെഫ്റ്റനന്റ് ഗവർണർക്ക് നൽകിയ നിവേദനം വിധവകളുടെ പ്രത്യേക ആവശ്യങ്ങളോടുള്ള സർക്കാരിന്റെ ക്രൂരവും കുറ്റകരവുമായ അനാസ്ഥ തുറന്നുകാട്ടി. ഞങ്ങളുടെ സർവേകൾ കാണിച്ചത്, അധികാരികൾ രജിസ്റ്റർ ചെയ്തതിനേക്കാൾ മരണങ്ങളുടെ എണ്ണം വളരെ കൂടുതലാണെന്നാണ്. സ്ഥിരമായ താമസസൗകര്യം, നൈപുണ്യ പരിശീലനം, തൊഴിൽ, കുട്ടികൾക്ക് സൗജന്യ വിദ്യാഭ്യാസം, ജോലികിട്ടുന്നതുവരെ അതിജീവിത കുടുംബങ്ങൾക്ക് വീട്ടുചെലവുകൾ വഹിക്കുന്നതിന് ഒരു മാസത്തെ സ്റ്റൈപ്പൻഡ് തുടങ്ങിയവ അടിയന്തരാവശ്യമായി ഞങ്ങൾ ചൂണ്ടിക്കാട്ടി, കൗൺസിലിങ്ങിന്റെ പിന്തുണയും അടിസ്ഥാന സൗകര്യങ്ങളുടെ ആവശ്യകതയും ഞങ്ങൾ എടുത്തുകാട്ടി.

ഞങ്ങൾ എല്ലാവരും പഠിച്ച ശ്രമകരമായ പാഠങ്ങളായിരുന്നു അത്. വർഗീയ വികാരത്തിനുണർത്താൻ കഴിയുന്ന മനുഷ്യത്വമില്ലായ്മയുടെ വ്യാപ്തിക്ക് ഇത്രയും അടുത്തുനിന്ന് സാക്ഷ്യം വഹിച്ചപ്പോൾ ശരിക്കും അമ്പരന്നുപോയി. ഒരു നേതാവിനെ നിഷ്ഠുരമായി കൊലപ്പെടുത്തുമ്പോൾ വേദന തോന്നുന്നത് മനസിലാക്കാം, അവർ എത്രമാത്രം പ്രിയപ്പെട്ടതാണെന്നതിൽ കാര്യമില്ല. പക്ഷേ, അത് ഒരു മതവിഭാഗത്തോടാകെയുള്ള വിദ്വേഷം ആളിക്കത്തിക്കാനും വിഷം പരത്താനും ഉപയോഗിക്കുന്നത് തികച്ചും വ്യത്യസ്തമാണ്. മതേതരത്വത്തിന്റെയും ജനാധിപത്യത്തിന്റെയും ഭരണഘടനാ മൂല്യങ്ങളുടെ ക്ഷണികത അത് വെളിപ്പെടുത്തി. ആ മ്ലാനതയിലും ഞങ്ങൾക്ക് പ്രോത്സാഹജനകമായിരുന്ന ഒരു വസ്തുതയുണ്ട്. ഗണ്യമായ സിഖ് ജനസംഖ്യ ഉണ്ടായിരുന്നിട്ടും അക്രമം ഉടനടി ശമിപ്പിച്ച ഒരു സംസ്ഥാനം മാത്രമായിരുന്നു ഇന്ത്യയിൽ ഉണ്ടായിരുന്നത്, അത് പശ്ചിമ ബംഗാൾ ആയിരുന്നു. ഇടതുമുന്നണി സർക്കാർ നിശ്ചയദാർഢ്യത്തോടെ നീങ്ങി. കാണുമ്പോൾ തന്നെ വെടിവെക്കാനുള്ള ഉത്തരവുകൾ പോലീസ് പുറപ്പെടുവിച്ചതായി കലാപകാരികൾക്ക് മുഖ്യമന്ത്രി ജ്യോതിബസു മുന്നറിയിപ്പ് നൽകി. സർക്കാർ മാത്രമല്ല ഉത്തരവാദിത്വബോധത്തോടെ പ്രവർത്തിച്ചത്, സിഖുകാർ കൂടുതൽ താമസിക്കുന്ന കൽക്കത്തയിലെയും അസൻസോളിലെയും തെരുവുകളിലും മറ്റ് കേന്ദ്രങ്ങളിലും മത സൗഹാർദ്ദത്തിനായി പ്രവർത്തിക്കുവാനും അവർക്ക് സംരക്ഷണത്തിന്റെ ഉറപ്പ് നൽകുവാനും നൂറുകണക്കിന് ചുവപ്പ് വളണ്ടിയർമാരാണെത്തിയത്. ഡൽഹിയിൽ ഞങ്ങളുടെ യോഗങ്ങളിലും സമാധാന മാർച്ചുകളിലും ഞങ്ങൾ പശ്ചിമ ബംഗാളിനെക്കുറിച്ച് സംസാരിച്ചു. പശ്ചിമ ബംഗാളിന്റെ മാതൃക തീർച്ചയായും സഖാക്ക

ളെ പ്രചോദിപ്പിച്ചു. വർഗീയ ശക്തികളുടെ ശക്തിയെ കുറച്ചുകാണുകയോ അവഗണിക്കുകയോ ചെയ്യുന്നതിന്റെ അപകടങ്ങളുടെ അനുഭവപാഠം ഞങ്ങൾക്ക് ലഭിച്ചു.

കോൺഗ്രസ് രാഷ്ട്രീയക്കാരുടെയും മൗനാനുവാദം നൽകിയ സർക്കാരിന്റെയും അക്രമം നടത്തിയവർക്ക് ഒത്താശ നൽകിയ ഡൽഹി പോലീസിന്റെയും പ്രത്യേക പങ്ക് കൃത്യമായി രേഖപ്പെടുത്തിയിട്ടുണ്ട്. എന്നിരുന്നാലും ഞങ്ങൾ കണ്ടെത്തിയത് വർഗീയ വിദ്വേഷം പരത്താൻ പ്രവർത്തിക്കുന്ന മറ്റൊരുശക്തി അവിടെ ഉണ്ടെന്നാണ്, അതാണ് ആർ എസ് എസും അതുമായി ബന്ധപ്പെട്ട സംഘടനകളും. പിന്നീടുള്ള ചില ഔദ്യോഗിക അന്വേഷണങ്ങളിൽ ഇതും എടുത്തുകാണിച്ചിട്ടുണ്ട്. ജെയിൻ-അഗർവാൾ കമ്മിറ്റി കലാപത്തിൽനിന്നും രക്ഷപ്പെട്ട പലരുടെയും സത്യവാങ്മൂലം പരിശോധിക്കുകയും ബി ജെ പി, ആർ എസ് എസ് നേതാക്കൾക്കെതിരെ എഫ് ഐ ആർ രജിസ്റ്റർ ചെയ്യാൻ ശുപാർശ ചെയ്യുകയും ചെയ്തു. തുടർന്ന്, 14 എഫ് ഐ ആറുകൾ രജിസ്റ്റർ ചെയ്തു, അതിൽ അവരുടെ 49 നേതാക്കളുടെ പേരുകൾ രേഖപ്പെടുത്തി. അവരിൽ ഒരാളായ രാം കുമാർ ജെയിൻ 1980 ൽ അടൽ ബിഹാരി വാജ്പേയിയുടെ തെരഞ്ഞെടുപ്പ് ഏജന്റായിരുന്നു.

അടുത്ത വർഷം, 1985-ൽ ഡൽഹി പാർട്ടിയുടെ സമ്മേളനം നടന്നു. സംസ്ഥാന കമ്മിറ്റി കഴിഞ്ഞ മൂന്ന് വർഷത്തെ അവലോകനത്തിൽ ഇങ്ങനെ പറഞ്ഞു: 'ഈ കാലഘട്ടത്തിൽ ഡൽഹിയുടെ രാഷ്ട്രീയ ജീവിതത്തെ സ്വാധീനിച്ച ഏറ്റവും പ്രധാനപ്പെട്ട ഘടകം വിഘടനവാദികളും വർഗീയ ശക്തികളും സൃഷ്ടിച്ച അപകടമായിരുന്നു.' ഞങ്ങൾ പരാമർശിച്ചത് സിഖ് വിരുദ്ധ പ്രചാരണവും അക്രമവും മാത്രമല്ല വിശ്വഹിന്ദു പരിഷത്തിന്റെ നേതൃത്വത്തിൽ അപ്പോഴേക്കും ആരംഭിച്ചിരുന്ന രാമജന്മഭൂമി പ്രക്ഷോഭവും കൂടിയായിരുന്നു. അടുത്ത എട്ട് വർഷത്തിനുള്ളിൽ, 1992 ഡിസംബർ ആറിന് അയോധ്യയിലെ ബാബറി മസ്ജിദ് തകർത്ത സംഭവത്തിൽ കലാശിച്ച ആ പ്രക്ഷോഭം രാജ്യത്താകെ രക്തച്ചൊരിച്ചിലിന്റെയും സർവ്വനാശത്തിന്റെയും പാത അവശേഷിപ്പിച്ചു. അതിന്റെ അനന്തരഫലങ്ങൾ നാം ഇന്നും അഭിമുഖീകരിക്കുകയാണ്.

ഡൽഹി പാർട്ടി

1984 ആയപ്പോഴേക്കും ഞാൻ ഡൽഹി പാർട്ടികേന്ദ്രത്തിലും വനിതാ സംഘടനാ കേന്ദ്രത്തിലും കൂടുതൽ സമയം ചെലവഴിച്ചു തുടങ്ങി. കേന്ദ്രത്തിലെ സഖാക്കളുമായുള്ള എന്റെ ഇടപെടൽ വർദ്ധിച്ചു. ചെയ്യാനുള്ള ജോലിക്ക് അനുയോജ്യരായ വ്യക്തികളെ തിരിച്ചറിയുക എന്നതാണ് ഒരു നേതാവിന് ആവശ്യമായ ഒരു കഴിവ്. സംഘടനാ ഭാഷയിൽ 'പ്രവർത്തകരെ അണിനിരത്തൽ' എന്നുപറയും. പാർട്ടിയുടെ ആദ്യ ജനറൽ സെക്രട്ടറി പി സുന്ദരയ്യ എപ്പോഴും പ്രവർത്തനം വ്യാപിപ്പിക്കേണ്ടതിന്റെ ആവശ്യകത ഊന്നിപ്പറഞ്ഞിരുന്നു. അത് ഡൽഹി പാർട്ടി നേതൃത്വത്തിന്റെ പ്രവർത്തനത്തിലും പ്രതിഫലിച്ചു. പാർട്ടിക്കെതിരെ ക്രൂരമായ ആക്രമണങ്ങൾ നടക്കുകയും സഖാക്കളെ കള്ളക്കേസുകളിൽ കുടുക്കുകയും ചെയ്ത എഴുപതുകളുടെ തുടക്കത്തിൽ പശ്ചിമ ബംഗാളിൽ നിന്നുള്ള നിരവധി സഖാക്കൾ അപരനാമങ്ങൾ സ്വീകരിച്ചു ഡൽഹി ഉൾപ്പെടെ വിവിധ സംസ്ഥാനങ്ങളിൽ വന്ന് പ്രവർത്തിച്ചു. ഇവിടെ അവർ വിവിധ മേഖലകളിലായി വിന്യസിക്കപ്പെട്ടു. ഇവരിൽ മൂന്നുപേർ അടിയന്തരാവസ്ഥയ്ക്ക് ശേഷവും ഡൽഹിയിൽ തന്നെ തുടർന്നു: അജിത് ഭട്ടാചാര്യ, ജയന്ത് റായ് എന്ന സുശീൽ ഭട്ടാചാര്യ, തമൽ മിത്ര എന്ന സഞ്ജയ് ബാനർജി. അവർ ഡൽഹി പാർട്ടിയെ വളരെയധികം സഹായിച്ചു. സുശീൽ ഭട്ടാചാര്യ പിന്നീട് 1980 ൽ പശ്ചിമ ബംഗാളിലെ ബർദ്വാനിൽ നിന്നുള്ള ലോക്സഭാംഗമായിരുന്നെങ്കിലും അദ്ദേഹം ഡൽഹി പാർട്ടിയുമായും ട്രേഡ് യൂണിയനുകളുമായുമുള്ള ബന്ധം തുടർന്നു. അജിത് ഭട്ടാചാര്യ പശ്ചിമ ബംഗാളിലേക്ക് കുറച്ച് വർഷങ്ങൾക്കുശേഷം മടങ്ങു

ന്നതുവരെ തെക്കൻ ഡൽഹിയിലെ ട്രേഡ് യൂണിയൻ നേതാവും പാർട്ടി സെക്രട്ടറിയുമായിരുന്നു. ഡൽഹിയിൽ ഡെമോക്രാറ്റിക് യൂത്ത് ഫെഡറേഷൻ (ഡി വൈ എഫ് ഐ) സ്ഥാപകരിൽ ഒരാളായിരുന്നു തമാൽ. ഒരു ഗംഭീര സഖാവായിരുന്നു തമാൽ. ഉയർന്ന രാഷ്ട്രീയബോധമുള്ള നിർഭയനായ അദ്ദേഹത്തിന് ഏത് വെല്ലുവിളി നിറഞ്ഞ സാഹചര്യങ്ങളിലും നേതൃത്വപരമായ പങ്കുവഹിക്കാനുള്ള കഴിവുണ്ടായിരുന്നു. വി പി ഹൗസിലെ ഡൽഹി പാർട്ടി ഓഫീസിനോട് ചേർന്നുള്ള ചെറിയ വരാന്തയിലായിരുന്നു, വ്യക്തിപരമായ യാതൊരു ആവശ്യങ്ങളുമില്ലാതെ അദ്ദേഹം താമസിച്ചിരുന്നത്. വടക്കൻ ഡൽഹിയിൽ ഞാൻ അദ്ദേഹത്തോടൊപ്പം പ്രവർത്തിച്ചു, ഡി വൈ എഫ് ഐ യൂണിറ്റുകൾ രൂപീകരിക്കാൻ അദ്ദേഹം സഹായിച്ചു. തമാൽ കുറച്ച് വർഷങ്ങൾക്ക് ശേഷം പശ്ചിമ ബംഗാളിലേക്ക് മടങ്ങി. പിന്നീട് ചണ തൊഴിലാളി യൂണിയനിൽ പ്രവർത്തിച്ചു.

മറ്റ് മേഖലകളിലും പ്രദേശങ്ങളിലും ട്രേഡ് യൂണിയനുകളിൽ പ്രവർത്തിക്കുന്ന നിരവധി സഖാക്കളെയും ഞാൻ പരിചയപ്പെട്ടു. ഞങ്ങൾക്ക് ശക്തമായ ഒരു യൂണിറ്റ് ഉണ്ടായിരുന്ന ലൈഫ് ഇൻഷുറൻസ് കോർപ്പറേഷനിലെ (എൽ ഐ സി) സഖാക്കളെ ഞാനോർക്കുന്നു. അവരുടെ നേതാക്കളിലൊരാളായ ബി കെ പലിവാൾ പൊതുമേഖലാ യൂണിറ്റുകൾ (പി എസ് യു), സമ്പദ്‌വ്യവസ്ഥയിൽ അവയുടെ പ്രാധാന്യം തുടങ്ങിയവയെക്കുറിച്ചുള്ള വിവരങ്ങളുടെ ഉറവിടമായിരുന്നു. സ്വകാര്യവൽക്കരണം ആഘോഷമായി വ്യാപിക്കുന്നതിനു വളരെ മുമ്പായിരുന്നു ഇത്. പൊതുമേഖലാ യൂണിയനുകൾ അവർ സേവിക്കുന്നവരായ ഇൻഷുറൻസ് ഉടമകൾ, ബാങ്ക് അക്കൗണ്ട് ഉടമകൾ തുടങ്ങിയവരുമായി അടുത്ത ബന്ധം പുലർത്തേണ്ടതുണ്ടെന്ന് അദ്ദേഹം ആവർത്തിച്ച് പറയുമായിരുന്നു. എൽ ഐ സി അവരുടെ താൽപ്പര്യങ്ങളെ ബാധിക്കുന്ന നടപടികൾ സ്വീകരിച്ചാൽ പൊതുജന പിന്തുണ ലഭിക്കുന്നതിനും ജനങ്ങൾക്കുള്ള സേവനം കൂടുതൽ മെച്ചപ്പെടുത്തുന്നതിനും ഇതാവശ്യമാണെന്ന് അദ്ദേഹത്തിന് തോന്നിയിരുന്നു. പൊതുമേഖലാ തൊഴിലാളികൾ പ്രബലരാണെന്ന മട്ടിലുള്ള പ്രചരണം ഭരണകൂടങ്ങളും അധികാരകേന്ദ്രങ്ങളും നടത്താറുണ്ട്. വിവിധ വിഭാഗം തൊഴിലാളികൾക്കിടയിൽ ഭിന്നത സൃഷ്ടിക്കാനാണ് അവർ ശ്രമിക്കുന്നത്. പലിവാളിനെപ്പോലൊരു നേതാവ് ഇത്തരം കുപ്രചരണങ്ങൾ തിരിച്ചറിയുകയും അത്തരം ശ്രമങ്ങളെ നേരിടാൻ യൂണിയനുമായി ചേർന്ന് പ്രവർത്തിക്കുകയും ചെയ്തു. എൽ ഐ സി ഏറ്റവും പ്രധാനപ്പെട്ടതും രാഷ്ട്രീയമായി സജീവവുമായ യൂണിയനുകളിൽ ഒന്നായിരുന്നു, കൂടാതെ പുറത്തുള്ള പ്രചാരണപ്രവർത്തനങ്ങളിലും ജീവനക്കാരെ ഉൾപ്പെടുത്താൻ പലിവാൾ ശ്രമിച്ചു.

കമ്യൂണിസ്റ്റ് കുടുംബങ്ങൾ

1969 ൽ പാർട്ടിക്കുവേണ്ടി വിവിധ തലങ്ങളിൽ പ്രവർത്തിച്ചു തുടങ്ങുകയും 1973 ൽ അംഗത്വം ലഭിക്കുകയും ചെയ്ത ജോഗേന്ദ്ര ശർമ്മയായിരുന്നു ട്രേഡ് യൂണിയൻ കേന്ദ്രത്തിലെ ഏറ്റവും മുതിർന്ന സഖാവ്, പ്രായത്തിലല്ല, അനുഭവത്തിന്റെ കാര്യത്തിൽ. അടിയന്തരാവസ്ഥയ്ക്കു ശേഷം സുശീൽ ഭട്ടാചാര്യ ജനറൽ സെക്രട്ടറിയായിരുന്നു, അദ്ദേഹം ഡൽഹി സി ഐ ടി യു സെക്രട്ടറിയായി. പിന്നീട് പശ്ചിമ ബംഗാളിലേക്ക് മടങ്ങിയപ്പോൾ അദ്ദേഹം പാർട്ടിയുടെ ദക്ഷിണ ഡൽഹി ലോക്കൽ കമ്മിറ്റി സെക്രട്ടറിയായി. 1985 ൽ പ്രകാശ് പാർട്ടിയുടെ അഖിലേന്ത്യാ കേന്ദ്രത്തിലേക്ക് മാറിയപ്പോൾ ജോഗേന്ദ്രയെ ഡൽഹി സംസ്ഥാന കമ്മിറ്റി സെക്രട്ടറിയായി തിരഞ്ഞെടുത്തു. അദ്ദേഹം ജോലി ഉപേക്ഷിച്ച് പാർട്ടിയുടെ മുഴുവൻ സമയ പ്രവർത്തകനായി. ഞങ്ങൾ വർഷങ്ങളോളം അടുത്ത് പ്രവർത്തിച്ചു. ഡൽഹി പാർട്ടിയുടെ സെക്രട്ടറി എന്ന നിലയിൽ അദ്ദേഹത്തിന്റെ നേതൃത്വത്തിൽ നടത്തിയ നിരവധിപ്രവർത്തനങ്ങളിൽ പ്രധാനം, മത സൗഹാർദ്ദത്തിനും മതനിരപേക്ഷതയ്ക്കും വേണ്ടിയുള്ള വിശാലമായ പൊതുവേദിയുടെ രൂപീകരണമായിരുന്നു-കമ്മിറ്റി ഫോർ കമ്യൂണൽ ഹാർമണി (സി സി എച്ച്). 1986 ൽ ഡൽഹിയിലുടനീളം സി സി എച്ചിന്റെ നേതൃത്വത്തിൽ പ്രചാരണം സംഘടിപ്പിക്കുന്നതിൽ അദ്ദേഹം നിർണായക പങ്കുവഹിച്ചു. ഡൽഹിയുടെ ചരിത്രത്തിൽ മത സൗഹാർദത്തിനായി നടന്ന ഏറ്റവും നല്ല മാർച്ചുകളിൽ ഒന്ന് സംഘടിപ്പിക്കുന്നതിന് ഈ പ്രചരണം കാരണമായി. സ്കൂൾഅധ്യാപകരും വിദ്യാർത്ഥികളും; ബുദ്ധിജീവികൾ, കലാകാരന്മാർ, പത്രപ്രവർത്തകർ,

അഭിഭാഷകർ, മറ്റ് പ്രൊഫഷണലുകൾ; ആയിരക്കണക്കിന് തൊഴിലാളികളും ജീവനക്കാരും തുടങ്ങി നിരവധി ട്രേഡ് യൂണിയനുകളിൽനിന്നും ബഹുജന സംഘടനകളിൽ നിന്നുമുള്ളവരുടെ പങ്കാളിത്തം മാർച്ചിലുണ്ടായി.

ഞാൻ അടുത്ത് പ്രവർത്തിച്ച മറ്റൊരു സഖാവ് സുഹൈൽ ഹാഷ്മി ആയിരുന്നു. അദ്ദേഹം ജെ എൻ യുവിലെ വിദ്യാർത്ഥിയായിരുന്നുവെങ്കിലും പാർട്ടിക്കുവേണ്ടി മുഴുവൻ സമയവും പ്രവർത്തിക്കാൻ പി എച്ച് ഡി പാതിവഴിയിൽ ഉപേക്ഷിച്ചു (ഒപ്പം അതോടൊപ്പമുള്ള സ്കോളർഷിപ്പും). വിദ്യാർത്ഥി സംഘടനയുടെ പ്രധാന പ്രവർത്തകനായിരുന്ന അദ്ദേഹം പിന്നീട് തമാലിനൊപ്പം യുവജന സംഘടനയുടെ ചുമതലകൾ ഏറ്റെടുത്തു.

കമ്യൂണിസ്റ്റ് കുടുംബത്തിൽപെട്ടവരാകുന്നതും നമ്മുടെ കുടുംബത്തിലെ മറ്റുള്ളവരെ അതിൽ ചേരാനോ അനുഭാവികളായി പ്രവർത്തിക്കുവാനോ പ്രേരിപ്പിക്കാൻ കഴിയുന്നതും കമ്യൂണിസ്റ്റുകാർക്ക് വലിയ അഭിമാനമാണ്. കുടുംബ ബന്ധങ്ങളെ അടിസ്ഥാനമാക്കിയുള്ള രാഷ്ട്രീയത്തെ അവഹേളിക്കുന്ന തരത്തിലാണ് നരേന്ദ്രമോദിയെ പോലെയുള്ള നേതാക്കൾ സംസാരിക്കുന്നത്. അവർ സംസാരിക്കുന്നത്, ഭരണവർഗങ്ങളെ പ്രതിനിധീകരിക്കുന്ന അവരുടേതായ പാർട്ടികളിൽ പെട്ടവരെക്കുറിച്ചാണെന്ന് നാം അവരെ ഓർമ്മിപ്പിക്കേണ്ടതുണ്ട്. നമ്മുടെ പ്രസ്ഥാനത്തിൽ, ഒരു കമ്യൂണിസ്റ്റ് കുടുംബത്തിന്റെ ഭാഗമാകുന്നത് സമർപ്പണവും ഇല്ലായ്മയും വലിയ ത്യാഗവുമാണ്. ഡൽഹിയിൽ ഞങ്ങൾ ഒരു ചെറിയ ശക്തിയായിരുന്നിട്ടും ഞങ്ങൾക്ക് കാണിക്കാൻ ചില ഉദാഹരണങ്ങളുണ്ട്. ഞങ്ങളുടെ ഇടയിൽ ഒരുപാട് ദമ്പതികൾ ഉണ്ടായിരുന്നു, പാർട്ടിക്കുവേണ്ടി പ്രവർത്തിക്കുന്ന തൊഴിലാളിവർഗ സഖാക്കൾ. വടക്കൻ ഡൽഹിയിൽ സർവൻ കുമാറും ഭാര്യ പ്രസന്നിയും, ദയാനന്ദനും ഗീതയും; ഇന്ദർ പാലും കമലയും; യശ്പാലും കമലയും, പതിറ്റാണ്ടുകൾക്കുശേഷം അവരുടെ രണ്ട് പെൺമക്കൾ; കൂടാതെ പലരും. ഞാൻ ഇത് സൂചിപ്പിക്കാൻ കാരണം ഡൽഹി പോലൊരു നഗരത്തിൽ കമ്യൂണിസ്റ്റ് പാർട്ടി ദുർബലമാണ്. അതിൽ അംഗമാകുന്നത് ആനുകൂല്യങ്ങളൊന്നും പ്രതീക്ഷിച്ചിട്ടല്ല. മറിച്ച് നിങ്ങളുടെ ജോലിയോ ഉപജീവനമാർഗ്ഗമോ നഷ്ടപ്പെടാനാണ് സാധ്യത. ഇതൊക്കെയാണെങ്കിലും, നിരവധി സഖാക്കൾ അവരുടെ കുടുംബാംഗങ്ങളെ പാർട്ടി പ്രവർത്തനത്തിൽ ഉൾപ്പെടുത്തുന്നു. ഇടത്തരം കുടുംബങ്ങൾക്കിടയിലും ഇത്തരം ഉദാഹരണങ്ങളുണ്ട്.

ജോഗേന്ദ്രയ്ക്കും സുഹൈലിനും വ്യത്യസ്ത കുടുംബ ചരിത്രങ്ങളാണെങ്കിലും പൊതുവായി ഒരു കാര്യമുണ്ട് - ഒരു കമ്യൂണിസ്റ്റ് കുടുംബം. സുഹൈലിന്റെ അമ്മ ഖമർ ആസാദ് പ്രിയപ്പെട്ട ഒരു സ്കൂൾ അദ്ധ്യാപികയായിരുന്നു.

ജെ എം എസ് രൂപീകരണ സമയത്ത് സ്ത്രീകളെ സംഘടിപ്പിക്കാൻ ഒഴിവുസമയം അവർ ചെലവഴിച്ചു. സുഹൈലിന്റെ സഹോദരി ഷെഹ്‌ല കുറച്ചുകാലം *ജനത്തിൽ* സജീവമായിരുന്നു, ഡൽഹി പാർട്ടിയുടെ മുൻ സെക്രട്ടറി പി എം എസ് ഗ്രേവാൾ ('പൃഷി') ആണ് ഭർത്താവ്. മറ്റൊരു സഹോദരി ശബ്നവും നിരവധി പ്രസ്ഥാനങ്ങളുമായി ബന്ധപ്പെട്ടിരിക്കുന്നു. സുഹൈലിന്റെ ഇളയ സഹോദരനാണ് സമർത്ഥനായ കലാകാരൻ സഫ്ദർ ഹാഷ്മി, കമ്യൂണിസ്റ്റുകാരിയായ മൊളോയശ്രീയെ വിവാഹം കഴിച്ചു. അവളുടെ മാതാപിതാക്കൾ, ട്രേഡ് യൂണിയൻ പ്രവർത്തകൻ ജെ സി റോയും ജെ എം എസ് അംഗം അപർണറോയിയും ഉറച്ച പാർട്ടി അംഗങ്ങളായിരുന്നു. ജോഗേന്ദ്രയുടെ പങ്കാളി കിരൺ പാർട്ടിയുടെ ഹിന്ദി പ്രസിദ്ധീകരണമായ *ലോക് ലഹാറിൽ*, പ്രവർത്തിച്ചു, ആദ്യകാല ജെ എം എസ് പ്രവർത്തകയുമായിരുന്നു. ഡൽഹി പാർട്ടിയുടെ ഓഫീസ് സെക്രട്ടറിയായും അവൾ പ്രവർത്തിച്ചു. ജോഗേന്ദ്രയുടെ സഹോദരങ്ങൾ - വിജേന്ദ്ര, അധ്യാപകരുടെ മുൻനിര നേതാവും പ്രസ്ഥാനത്തിന്റെയും ഡൽഹി പാർട്ടിയുടെയും ഏറെ പ്രിയപ്പെട്ട സഖാവ്, വളരെ നേരത്തെ കടന്നുപോയി. അതുപോലെ വീണ, രേണു, ദേവേന്ദ്ര - എല്ലാവരും പാർട്ടിയിൽ സജീവമാണ്. പിന്നെ മജുംദാർ സഹോദരങ്ങളുമുണ്ട്, ആർക്കും തകർക്കാൻ കഴിയാത്ത വീണ മജുംദാറിന്റെ മക്കൾ - ശാശ്വതി, പ്രമുഖ അധ്യാപക പ്രസ്ഥാനത്തിന്റെ നേതാവ്; വിദ്യാർത്ഥി പ്രവർത്തകയായി തുടങ്ങിയ ഇന്ദ്രാണി പിന്നീട് മുഴുവൻ സമയപാർട്ടി പ്രവർത്തകയും ജെ എം എസിന്റെ നേതാവുമായി; രഞ്ജനി മുൻ വിദ്യാർത്ഥി പ്രസ്ഥാന പ്രവർത്തകയും ഡൽഹിയിലെ ആദ്യ വനിതാ ചലച്ചിത്ര നിർമ്മാണ കൂട്ടായ്മ മീഡിയസ്റ്റോമിന്റെ സഹസ്ഥാപകയുമായി; സൂർജിത്ത്, ജെ എൻ യു സ്റ്റുഡന്റ്സ് യൂണിയൻ മുൻ പ്രസിഡന്റും ഇപ്പോൾ അധ്യാപക പ്രസ്ഥാന നേതാവും. അദ്ദേഹം വിവാഹം കഴിച്ച പത്രപ്രവർത്തക ടി കെ രാജലക്ഷ്മിയുടെ റിപ്പോർട്ടുകൾ സ്ത്രീകളുടെയും തൊഴിലാളികളുടെയും കഥകൾ തുടർച്ചയായി വെളിച്ചത്തുകൊണ്ടുവന്നു. ഇത്തരം ഉദാഹരണങ്ങൾ ഇനിയും എത്രയോ ഉണ്ട്.

പാർട്ടിയിൽ ഒരു സ്ത്രീ എന്ന നിലയിൽ

ഈ പുസ്തകത്തിൽ ഞാൻ പറയുന്ന ദശകത്തിൽ, ഡൽഹിയിൽ പാർട്ടിയുടെ ആയിരത്തോളം അംഗങ്ങളുണ്ടായിരുന്നു. ഞങ്ങൾ ഒരുമിച്ച് പ്രവർത്തിച്ചതിനാൽ പരസ്പരം നന്നായി അറിയാമായിരുന്നു, എന്നുകരുതി ഞങ്ങൾക്കിടയിൽ ഭിന്നതകളോ പിരിമുറുക്കങ്ങളോ ഉണ്ടായിരുന്നില്ല എന്നല്ല. എന്റെ റീത്ത വർഷങ്ങളിൽ, ഞാൻ പുതുവർഷ പ്രതിജ്ഞകൾ എടുത്തിരുന്നു. ഇപ്പോഴും ഞാനത് ചെയ്യാറുണ്ട്. അഭിപ്രായ വ്യത്യാസങ്ങളും പിരിമുറുക്കങ്ങളും മികച്ച രീതിയിൽ കൈകാര്യം ചെയ്യുമെന്നാണ് ഞാൻ റീത്തയായിരുന്ന സമയത്ത് ദൃഢനിശ്ചയം ചെയ്യുക. ഒരു യോഗത്തിൽ ഒരു വിയോജിപ്പിനോട് പ്രതികരിക്കുന്നതിന് മുമ്പ് പത്തുവരെ എണ്ണുക അല്ലെങ്കിൽ 'പ്രതികരണങ്ങളിൽ മുഖഭാവവും ശരീരഭാഷയും നിയന്ത്രിക്കുക.' ആ കാലത്ത് ഞാൻ ഒരു എടുത്തുചാട്ടക്കാരിയായിരുന്നു, എന്നാൽ എന്റെ ട്രേഡ് യൂണിയൻ പ്രവർത്തനം അത് നന്നായി കുറച്ചിട്ടുണ്ട്.

1982 നും 1985 നും ഇടയിൽ പ്രകാശ് ഡൽഹി പാർട്ടി സെക്രട്ടറിയായിരുന്നു. ഞാൻ തിരിഞ്ഞുനോക്കുമ്പോൾ അന്ന് ഡൽഹിയിലെ പാർട്ടിയിൽ പ്രബലമായിരുന്ന സംസ്കാരം അഭിനന്ദനാർഹമായിരുന്നു. എന്റെ പ്രവർത്തനമോ അഭിപ്രായങ്ങളോ പ്രകാശുമായുള്ള എന്റെ ബന്ധവുമായി ബന്ധപ്പെടുത്തി ആരെങ്കിലും വിലയിരുത്തുന്നതായി എനിക്ക് ഒരിക്കലും തോന്നിയിട്ടില്ല. എനിക്ക് സ്വതന്ത്രമായി, മറ്റൊന്നിനെക്കുറിച്ചും ചിന്തിക്കാതെ എന്റെ അഭിപ്രായങ്ങൾ പ്രകടിപ്പിക്കാൻ കഴിഞ്ഞിരുന്നു. ട്രേഡ് യൂണിയനിലായാലും ഒരു ലോക്കൽ കമ്മിറ്റി സെക്രട്ടറിയെന്ന നിലയിലാണെങ്കിലും വനിതാ സംഘടനയിലായാലും

എന്റെ പ്രവർത്തന മേഖല പ്രകാശിന്റേതിൽ നിന്ന് തികച്ചും വ്യത്യസ്ത മോ സ്വതന്ത്രമോ ആയിരുന്ന എന്നത് ഇതിന് തീർച്ചയായും സഹായി ച്ചിട്ടുണ്ട്. എന്നിരുന്നാലും ഒരു സ്ത്രീ എന്ന നിലയിൽ പ്രവർത്തനങ്ങൾ അംഗീകരിക്കപ്പെടുന്നതിന് കൂടുതൽ പരിശ്രമം ആവശ്യമാണ്.

ഡൽഹി അനുഭവത്തെ ഞാൻ വിലമതിക്കാൻ കാരണം എല്ലാ യ്പ്പോഴും അത് അങ്ങനെയല്ലയെന്ന് ഞാൻ മനസ്സിലാക്കിയത് കൊണ്ടാണ്. എന്റെ പിന്നീടുള്ള ജീവിതത്തിൽ, പാർട്ടിയിലും മറ്റും ഞാൻ കൂടുതൽ ചുമതലകൾ ഏറ്റെടുക്കുകയും ഡൽഹിക്ക് പുറത്ത്, ദേശീയ തലത്തിലുള്ള വിവിധ സംഘടനകളിൽ പ്രവർത്തിക്കുമ്പോഴും ഒരു കമ്യൂണിസ്റ്റ്, ഒരു സ്ത്രീ, പതിറ്റാണ്ടുകളായി പാർട്ടിയുടെ ഒരു മുഴുവൻ സമയപ്രവർത്തക എന്നീ നിലകളിലൊക്കെയുള്ള എന്റെ അസ്തിത്വം പ്ര കാശിന്റെ ഭാര്യ എന്നതുമായി കൂട്ടിയിണക്കപ്പെട്ടു. രാഷ്ട്രീയ അഭിപ്രായ വ്യത്യാസങ്ങളുടെ സമയത്ത്, അത്തരം അവസരങ്ങൾ കൂടുതലാണ്, മാ ധ്യമങ്ങളിലെ അപവാദങ്ങൾ സ്ഥിതി കൂടുതൽ വഷളാക്കുന്നു. കാരണം എന്തുതന്നെയായാലും, സഖാക്കളുമായുള്ള എന്റെ ബന്ധത്തിൽ ഞാൻ കൂടുതൽ ശ്രദ്ധ നല്കാൻ നിർബന്ധിതയായി. സൂക്ഷ്മപരിശോധനയു ടേതായ അധികഭാരം എനിക്ക് നേരിടേണ്ടി വന്നു. ഞാൻ അങ്ങനെ ചെയ്യാൻ പഠിച്ചുവെങ്കിലും, ചിലപ്പോഴെങ്കിലും, മാധ്യമങ്ങളിലെ വ്യാജ വാർത്തകൾ അലോസരപ്പെടുത്തി. വനിതാ കമ്യൂണിസ്റ്റുകാരുടെ സ്വത ന്ത്ര സ്വത്വം വികസിപ്പിക്കാനുതകുന്ന തരത്തിൽ സമൂലമായ മാറ്റത്തി നിടവരുത്തിയത് പാർട്ടിയിൽ വർദ്ധിച്ചുവരുന്ന, ശക്തരും സ്വതന്ത്രരും സ്വന്തം അഭിപ്രായങ്ങളും ശബ്ദവും കേൾപ്പിക്കുന്നവരുമായ സ്ത്രീകളുടെ കൂട്ടായ പരിശ്രമ ഫലമാണ്.

പാർട്ടിയിൽ ചേരുന്ന യുവതികൾ ചിലപ്പോൾ വ്യക്തിപരമായ ജീവിതത്തെക്കുറിച്ച് എന്നോട് ഉപദേശം ചോദിക്കാറുണ്ട്. അവരോട് ഇതാണ് ഞാൻ പറയുന്നത്: നിങ്ങൾ വിവാഹം കഴിക്കാൻ ആഗ്രഹിക്കു ന്നുവെങ്കിൽ നിങ്ങളുടെ അതേ പ്രത്യയശാസ്ത്രപരവും രാഷ്ട്രീയവുമായ വീ ക്ഷണങ്ങളുള്ള ഒരാളെ തിരഞ്ഞെടുക്കുക. എന്നാൽ തുടക്കം മുതൽ തന്നെ ഒരു സ്വതന്ത്രമായ വഴി ഉണ്ടാകണം - എന്ത് വന്നാലും ഒരിക്കലും നി ങ്ങളുടെ സ്വന്തം വീക്ഷണങ്ങൾ ത്യജിക്കരുത്, ഒരിക്കലും സമ്മർദ്ദത്തിന് വഴങ്ങരുത്. നിങ്ങൾ പാർട്ടിയിൽ ഉത്തരവാദിത്വമുള്ള ഒരു സ്ഥാനത്ത് എത്തിക്കഴിഞ്ഞാൽ പുരുഷാധിപത്യ പ്രതിബന്ധങ്ങൾ നേരിടുന്നവരെ എല്ലായ്പ്പോഴും സഹായിക്കുക. ഈ സഹായം നിങ്ങളുടെ പിന്നാലെ വരുന്നവർക്ക് അവരുടെ പാത സുഗമമാക്കുവാനിടയാക്കും.

റീത്ത എന്ന നിലയിൽ, എനിക്ക് ഒരിക്കലും ഈ പ്രശ്നങ്ങൾ നേ രിടേണ്ടി വന്നിട്ടില്ല, അതുകൊണ്ടാണ് പതിറ്റാണ്ടുകൾക്ക് മുമ്പ് ഡൽഹി യിൽ ഒപ്പം പ്രവർത്തിച്ച സഖാക്കളെ എനിക്ക് വിലമതിക്കാൻ കഴിയു ന്നത്.

എന്റെ റീത്ത ദശകം

1985 ൽ പാർട്ടിയുടെ ഉത്തര ഡൽഹി കമ്മിറ്റി സെക്രട്ടറി എന്ന നിലയിലുള്ള എന്റെ ഉത്തരവാദിത്വത്തിൽ നിന്ന് ഞാൻ ഒഴിവായി. ഞാൻ വടക്കൻ ഡൽഹിയിൽ റീത്തയായി ജോലി ചെയ്തുതുടങ്ങിയിട്ട് പത്തു വർഷമായി, അവിടം വിടുമ്പോൾ എനിക്ക് സമ്മിശ്ര വികാരങ്ങളായിരുന്നു. ഒരുതരത്തിൽ മറ്റ് ഉത്തരവാദിത്വങ്ങൾ ഏറ്റെടുക്കുന്നതിൽ ഞാൻ ആവേശഭരിതയായിരുന്നു, പ്രത്യേകിച്ചും സ്ത്രീകളുടെ വിഷയങ്ങളിൽ ഇടപെട്ടുതുടങ്ങിയത് മുതൽ എന്റെ ചിന്തയുടെ ഒരു പ്രധാന ഭാഗം അതായി മാറി. അത്തരം പ്രവർത്തനങ്ങൾക്ക് കൂടുതൽ സമയം നീക്കിവയ്ക്കാൻ ഞാനാഗ്രഹിച്ചു. എന്നാൽ അതുപോലെതന്നെ ഒരു പതിറ്റാണ്ട് വളരെ അടുത്തു പ്രവർത്തിച്ച സഖാക്കളുമായുള്ള ദൈനംദിന ബന്ധം ഉപേക്ഷിക്കുന്നതിൽ എനിക്ക് സങ്കടമുണ്ടായിരുന്നു. സെക്രട്ടറി എന്ന നിലയിലെ എന്റെ ചുമതല കമൽ നാരായണൻ ഏറ്റെടുത്തു. ഞാനും കമലും ഒരുപാട് അനുഭവങ്ങളും ഉയർച്ച താഴ്ചകളും ഒരുമിച്ച് നേരിട്ടിട്ടുണ്ട്. പ്രത്യേകിച്ചും ടെക്സ്റ്റൈൽ തൊഴിലാളികളുടെ യൂണിയനിലെ പ്രശ്നങ്ങൾ കൈകാര്യം ചെയ്യുമ്പോൾ. എന്നിൽനിന്ന് ചുമതലയേറ്റെടുത്തുകൊണ്ട് നടത്തിയ പ്രസംഗത്തിൽ അദ്ദേഹം പറഞ്ഞു, 'റീത്തയ്ക്ക് ഒരിക്കലും ഞങ്ങളിൽനിന്ന് രക്ഷപ്പെടാൻ കഴിയില്ല, കാരണം അവരുടെ സ്വപ്നങ്ങളിൽ പോലും മിൽ ഗേറ്റ് സൈറൺ എപ്പോഴും ഉച്ചത്തിലും വ്യക്തമായും മുഴങ്ങുന്നുണ്ടാകും.' അതിനെത്തുടർന്നുള്ള ദശകങ്ങളിൽ പ്രസ്ഥാനത്തിലെ എന്റെ ഉത്തരവാദിത്വങ്ങൾ എന്നെ വ്യത്യസ്ത ദിശകളിലേക്ക് കൊണ്ടുപോയി, പക്ഷേ, ശരിയാണ്, ഓരോ ഷിഫ്റ്റിലും ജോലിക്ക് കയറേണ്ട

സമയം തൊഴിലാളികളെ അറിയിക്കുന്ന സൈറൺ ഒരു രൂപകമായി മാറിയിരിക്കുന്നു, എനിക്ക് ലഭിച്ച എല്ലാ പാഠങ്ങൾക്കും പ്രവർത്തിക്കാനുള്ള ആഹ്വാനമായും.

ഡൽഹിയിലെ മിൽ ഗേറ്റുകളിലും തൊഴിലാളികളുടെ വീട്ടുകളിലും റീത്തയായി ലഭിച്ച എന്റെ വിദ്യാഭ്യാസം, നഗര ചേരികളിൽ ജോലി ചെയ്ത അനുഭവങ്ങൾ, പ്രാദേശിക തലത്തിൽ ഒരു കമ്മിറ്റിയുടെ സെക്രട്ടറിയായി പ്രവർത്തിച്ച പരിചയം, സ്ത്രീകളുടെ സംഘടന കെട്ടിപ്പടുക്കുവാനുള്ള കൂട്ടായ ഇടപെടലിന്റെ ആവേശം, ചൂഷണത്തിനെതിരായ പോരാട്ടത്തിൽ എങ്ങനെ പങ്കെടുക്കാമെന്ന പാഠങ്ങൾ, സാഹചര്യങ്ങൾ എത്രമാത്രം പ്രതികൂലമായാലും ഉണ്ടാകുന്ന സ്നേഹം, സന്തോഷം , ജീവിതത്തിന്റെ പാരസ്പര്യത്തിന്റെ നിമിഷങ്ങൾ, സഖാക്കൾ എന്ന് വിളിക്കുന്നവർക്കൊപ്പം അനുഭവിച്ച ഉയർച്ചകളും താഴ്ചകളും - വരുംനാളുകളിലെ പ്രതിസന്ധിഘട്ടങ്ങളിലും എനിക്ക് തുണയായി മാറുന്നതും ഇതാണ്.

പിൻകുറിപ്പ്

ഈ ഓർമ്മക്കുറിപ്പെഴുതുന്നതിനുള്ള ഗവേഷണത്തിന്റെ ഭാഗമായി ഞാൻ പാർട്ടി ഡൽഹി സംസ്ഥാന കമ്മിറ്റിയുടെ മിനിറ്റ്സ് വായിക്കുകയായിരുന്നു. 1985 നവംബർ 11 ന് ഞാൻ റീത്ത എന്നാണ് ഹാജരിനായി ഒപ്പിട്ടിരിക്കുന്നത്. ഒരു മാസത്തിനുശേഷം ഡിസംബർ 17 ന് ബൃന്ദ എന്നും ഒപ്പിട്ടിരിക്കുന്നു. എന്റെ ജീവിതത്തിലെ പത്തുവർഷം നീണ്ടുനിന്ന അധ്യായം അവസാനിച്ചു.

1980 കളുടെ മദ്ധ്യേ ഡൽഹിയിൽ റീത്ത അറസ്റ്റു ചെയ്യപ്പെടുന്നു.

നന്ദി

2022 ആദ്യമാസങ്ങളിൽ അമേരിക്കയിൽ അധ്യാപികയായ എന്റെ അനന്തിരവളും മാർക്സിസ്റ്റ് എഴുത്തുകാരിയുമായ എലിസബത്ത് ആംസ്ട്രോങ് എന്നെ ഫോണിൽ വിളിച്ചു. പുരുഷാധിപത്യ തൊഴിലാളി സംഘടനയിൽ ചെറുപ്പക്കാരിയായി, പ്രത്യേകിച്ചും, അടിയന്തരാവസ്ഥ ക്കാലത്ത് പ്രവർത്തിച്ച എന്റെ അനുഭവങ്ങൾ മനസ്സിലാക്കുവാൻ അവൾ അതിയായ താത്പര്യം പ്രകടിപ്പിച്ചു. ഞങ്ങളുടെ തിരക്കേറിയ ദിനചര്യ മൂലം പലപ്പോഴും തടസ്സപ്പെട്ട, മണിക്കൂറുകൾ നീണ്ട ഫോൺ സംഭാഷ ണത്തിലൂടെ, അവളുടെ അനേകം ചോദ്യങ്ങൾക്കുള്ള ഉത്തരമായി ഞാൻ ആ ദിവസങ്ങളെ തുറന്നുവിട്ടു. ഞാൻ തീയതികൾ മറക്കുമ്പോൾ എലി സബത്താണ് പ്രകടനത്തിന്റെയോ സമരത്തിന്റെയോ പ്രസിദ്ധീകരിച്ച റിപ്പോർട്ടുകൾ തേടിപ്പിടിച്ച് എന്റെ ഓർമ്മകൾ ഉണർത്തിയെടുത്തത്. നന്ദി, ലിസ.

എന്റെ സഹപ്രവർത്തകയും സുഹൃത്തുമായ ഇന്ദു അഗ്നിഹോത്രി ക്കും നന്ദിപറയുന്നു. യാദൃച്ഛികമായി ഇതേ സമയത്താണ് ഡൽഹിയിൽ ഇടതുപക്ഷ വനിതാ സംഘടനയുടെ രൂപീകരണത്തിന്റെ ആദ്യനാളുകളു ടെ അനുഭവം എഴുതണമെന്ന് ഇന്ദു എന്നെ നിർബന്ധിച്ചുകൊണ്ടിരുന്ന ത്. 'നമ്മൾ മറന്നുപോകുന്നതിനു മുൻപ് ഇപ്പോൾ എഴുതണം.' ജെ എം എസിനെ കുറിച്ചെഴുതിയ ഭാഗത്ത് ഇന്ദു പല നിർദേശങ്ങളും നൽകിയ തിന് എനിക്ക് നന്ദിയുണ്ട്.

ഇത് എന്നെ രേഖകൾ കണ്ടെത്താൻ പ്രേരിപ്പിച്ചു. സി പി ഐ (എം) ഡൽഹി സംസ്ഥാന കമ്മിറ്റിയുടെയും ജെ എം എസിന്റെയും

കമ്മിറ്റികളുടെ രേഖകളിൽ വിവരങ്ങളുടെ നിധിതന്നെയുണ്ടായിരുന്നു. ഈ രേഖകൾ ലഭ്യമാക്കിയ സഖാക്കളോട് ഞാൻ നന്ദിപറയുന്നു.

നിർഭാഗ്യവശാൽ, ശക്തമായ ഒരു മഴക്കാലത്ത് യൂണിയൻ ഓഫീസിൽ വെള്ളംകയറി കപ്ഡ മസ്ദൂർ ലാൽ ഝണ്ഡയുടെ റെക്കോർഡുകൾ സൂക്ഷിച്ചിരുന്ന പെട്ടി മുങ്ങിപ്പോയതിനാൽ രേഖകൾ നശിച്ചുപോയി. എഴുതപ്പെട്ട രേഖകളുടെ അഭാവത്തിൽ ഡൽഹിയിൽ താമസിക്കുന്ന മുൻ യൂണിയൻ പ്രവർത്തകരുടെ ഓർമ്മകളെ മാത്രം ആശ്രയിക്കേണ്ടി വന്നു. ബിഷെൻ പാൽ, ഛോട്ടേ ലാൽ, ദയാനന്ദ്, ഹരീഷ് ചന്ദർ പാന്ത്, നാഥു പർഷാദ്, രാം പാൽ, ശിവകുമാർ, സോഹൻ ലാൽ എന്നിവർ എനിക്കുവേണ്ടി പങ്കിട്ട സമയത്തിനും ഓർമ്മകൾക്കും ഞാൻ നന്ദി പറയുന്നു. കൈയെഴുത്തു പ്രതിയിൽ വസ്തുതാ പരിശോധന നടത്തിയ എന്റെ സഖാവ്, പുഷ്പിന്ദർ ഗ്രെവാളിനോട് എനിക്ക് നന്ദിയുണ്ട്.

ഉൾക്കാഴ്ചയുള്ള നിർദ്ദേശങ്ങൾ നൽകിയ എന്റെ സഹോദരി രാധികയ്ക്കും ആദ്യ പതിപ്പിനെക്കുറിച്ചുള്ള അഭിപ്രായങ്ങൾ അറിയിച്ച എന്റെ മരുമക്കളായ അതിയയ്ക്കും പ്രത്യേകിച്ച് മന്ദാകിനിക്കും നന്ദിപറയാൻ ഞാനാഗ്രഹിക്കുന്നു. മിത്ര കുടുംബവൃക്ഷത്തിന്റെ വിശദാംശങ്ങൾ നൽകിയ ഝമാപുകുരിലെ എന്റെ ബന്ധു ഭതീന്ദ്ര നാഥ് മിത്ര്യയ്ക്കും നന്ദി.

നിരന്തരം പ്രവർത്തിച്ചുകൊണ്ടിരിക്കുന്ന എനിക്ക്, യോഗങ്ങൾ, പ്രകടനങ്ങൾ, യാത്രകൾ എന്നിവയ്ക്കിടയിൽ ഒരു ഓർമ്മക്കുറിപ്പ് എഴുതുക എന്നത് അസാധ്യമാണെന്ന് തോന്നിയിരുന്നു. ആദ്യ അധ്യായം എഴുതിയശേഷം എഴുത്ത് ഉപേക്ഷിക്കാൻ ഞാൻ തയ്യാറായിരുന്നു. എന്റെ മിടുക്കനായ മരുമകനും ലെഫ്റ്റ്‌വേഡ് ബുക്‌സിന്റെ എഡിറ്ററുമായ വിജയ് പ്രഷാദിന് ഞാനത് അയച്ചുകൊടുത്തു. ഒരു ദിവസത്തിനുള്ളിൽ, എനിക്ക് പ്രോത്സാഹജനകമായ പ്രതികരണം ലഭിച്ചു, ഞാൻ ചിന്തിച്ചു മുന്നോട്ടു പോകുക തന്നെ. ഇടയ്ക്കുവച്ച് ഞാനിത് ഉപേക്ഷിക്കാത്തതിന് കാരണം വിജയ് ആണ്.

ലെഫ്റ്റ്‌വേഡ് ബുക്‌സിലെ മാനേജിംഗ് എഡിറ്ററും ഈ പുസ്തകത്തിന്റെ പ്രധാന എഡിറ്ററുമായ സുധൻവ ദേശ്പാണ്ഡെയ്ക്ക് എന്റെ പ്രത്യേക നന്ദിയും ആശംസകളും. ഈ പുസ്തകത്തിലെ ആഖ്യാനത്തെ രൂപപ്പെടുത്താൻ അദ്ദേഹം നന്നായി സഹായിച്ചു. ഞങ്ങൾ ഒരുപാട് ച ർച്ചകൾ നടത്തി. ഞാൻ ഒഴിവാക്കാൻ ആഗ്രഹിച്ച ചില വ്യക്തിപരമായ വിശദാംശങ്ങൾ ചേർക്കാൻ പ്രേരിപ്പിച്ചത് അദ്ദേഹമാണ്. അദ്ദേഹവും വിജയും ഉണ്ടായിരുന്നില്ലെങ്കിൽ, ഈ ഓർമ്മക്കുറിപ്പ് ഒരിക്കലും പൂർത്തിയാകുമായിരുന്നില്ല. അവരെ എഡിറ്റർമാരായി കിട്ടിയതിൽ ഞാൻ ഭാഗ്യവതിയാണ്.

എന്റെ റീത്ത ദശകത്തിലെ വളരെക്കുറച്ച് ഫോട്ടോകൾ മാത്രമേ

എന്റെ പക്കലുള്ളൂ. ഈ പുസ്തകത്തിൽ പ്രസിദ്ധീകരിച്ചിട്ടുള്ള ഫോട്ടോകൾ നൽകിയ സുഹൃത്തുക്കളോടും സഖാക്കളോടും ഞാൻ നന്ദി പറയുന്നു. ജന നാട്യ മഞ്ചിന്റെ ശേഖരത്തിൽ നിന്ന് ഫോട്ടോകൾ ഉപയോഗിക്കാൻ അനുവദിച്ചതിന് പ്രത്യേക നന്ദി (പേജ്.84, 121, 147). ഈ പുസ്തകത്തി ലെ തെറ്റുകൾക്കും കുഴപ്പങ്ങൾക്കും ഞാൻ നന്ദി പറഞ്ഞ വ്യക്തികളിൽ ആരും ഒരുതരത്തിലും ഉത്തരവാദികളല്ല, അതിന്റെ ഉത്തരവാദി ഞാൻ മാത്രമായിരിക്കും.

ചിലർ എന്നോട് പറഞ്ഞു, ഒരു ഓർമ്മക്കുറിപ്പ് ഒരു ജീവിതത്തി ന്റെയാകണം, കേവലം ഒരു ദശാബ്ദത്തിന്റെയാകരുത് എന്ന്. എന്റെ അമ്പതിലേറെ വർഷങ്ങളുടെ പൊതുജീവിതത്തിലെ പത്തുവർഷം മാ ത്രമാണ് ഓർമ്മക്കുറിപ്പ് എന്നത് പല സഖാക്കൾക്കും അസാധാരണ മായി തോന്നി. സത്യം പറഞ്ഞാൽ, എനിക്ക് കൈകാര്യം ചെയ്യാൻ കഴിയുന്നത് അത്രയേയുള്ളൂ. ഞാൻ മറ്റൊരു കാലത്തെക്കുറിച്ച് എഴുതുന്നു. തിരിഞ്ഞുനോക്കുമ്പോൾ, അടിയന്തരാവസ്ഥ ഹ്രസ്വമായ പേടിസ്വപ്ന മായി തോന്നുന്നു. രണ്ട് വർഷം തികയുന്നതിനുമുമ്പ് അത് അവസാനി ച്ചു. നമുക്ക് എത്ര ആശ്വാസമായി. എന്നാൽ ഇന്നത്തെ ഭരണവാഴ്ചയ്ക്ക് കീഴിൽ നമ്മുടെ മതേതര ജനാധിപത്യ റിപ്പബ്ലിക്കിന്റെ ഏത് തൂണാണ് അടുത്തതായി തകർക്കപ്പെടുക എന്നറിയാതെ നിരന്തരമായ സൈനിക ഉപരോധത്തിന്റെ അവസ്ഥയിൽ നമ്മൾ ജീവിക്കുന്നതായി തോന്നുന്നു. പ്രവർത്തിക്കാനുള്ള സമയമാണിത്, കാരണം നാം ഓരോരുത്തരും എഴു ന്നേറ്റു നിൽക്കുകയും എണ്ണപ്പെടുകയുംവേണം, നാം എവിടെയായാലും എന്തുചെയ്താലും.

ഇന്ത്യയെ രക്ഷിക്കാൻ, ഭരണഘടനയെ രക്ഷിക്കാൻ, മതേതര ത്വവും ജനാധിപത്യവും സംരക്ഷിക്കാനുള്ള നമ്മുടെ പോരാട്ടത്തിന് കൂടുതൽ കരുത്ത് പകരണം. വർഗ ചൂഷണത്തിനും ലിംഗപരമായ അടി ച്ചമർത്തലിനെതിരെയും ജാതി ഉന്മൂലനത്തിനുവേണ്ടിയുമുള്ള പോരാട്ട ത്തിന് കൂടുതൽ കരുത്ത് പകരണം.

www.ingramcontent.com/pod-product-compliance
Lightning Source LLC
LaVergne TN
LVHW090325051026
849518LV00005B/1878
9788197116360